AF765041

ഗ്രീൻ ബുക്സ്

ഷഡ്പദം

സജിൽ ശ്രീധർ

നോവലിസ്റ്റ്, പത്രപ്രവർത്തകൻ.
കോട്ടയം ജില്ലയിലെ പനച്ചിക്കാട് ജനനം.
രണ്ട് പതിറ്റാണ്ടായി മാധ്യമരംഗത്ത്.
പാലിയത്തച്ചൻ തിരക്കഥ എഴുതി
സംവിധാനം ചെയ്തു.
എസ്.കെ.പൊറ്റക്കാട് അവാർഡ്,
എം.കെ.സാനു അവാർഡ്, കെ.ദാമോദരൻ
അവാർഡ്, വയലാർ രാമവർമ്മ അവാർഡ്,
നാഷണൽ ഫിലിം അക്കാദമി അവാർഡ്,
ആത്മായനങ്ങളുടെ ഖസാക്ക് അവാർഡ്,
രവീന്ദ്രനാഥ ടാഗോർ അവാർഡ്,
ശ്രീനാരായണ സാംസ്കാരിക സമിതി
അവാർഡ് തുടങ്ങി ഒട്ടേറെ ബഹുമതികൾ.
ഇരുപതോളം കൃതികൾ രചിച്ചു.
ഇപ്പോൾ മംഗളം വാരാന്ത്യപതിപ്പിന്റെ എഡിറ്റർ.

നോവൽ

ഷഡ്പദം

സജിൽ ശ്രീധർ

ഗ്രീൻ ബുക്സ്

green books private limited
gb building, civil lane road, ayyanthole,
thrissur- 680 003, kerala, ph: +91 487-2381066, 2381039
website: www.greenbooksindia.com
e-mail: info@greenbooksindia.com

malayalam
shadpadam
novel
sajil sreedhar

first published april 2018
copyright reserved

cover design : rajesh chalode

branches:
thrissur 0487-2422515
palakkad 0491-2546162
kannur 0497-2763038
thiruvananthapuram 0471-2335301

isbn : 978-93-87331-79-2

no part of this publication may be reproduced,
or transmitted in any form or by any means,
without prior written permission of the publisher.

GBPL/1009/2018

സമർപ്പണം

മാതാ പിതാ ഗുരു ദൈവം

കാലം കരുതി വച്ച എഴുത്തനുഭവങ്ങൾ

ജീവചരിത്രകൃതികളിലൂടെ മാധ്യമശ്രദ്ധയും പുരസ്കാരങ്ങളും നേടിയപ്പോഴും നോവലുകൾ ആഗ്രഹത്തിന്റെ പരിധിക്കപ്പുറത്ത് നിന്നു. കുമാരനാശാന്റെ കരുണയെ അവലംബമാക്കിയ വാസവദത്ത എന്ന നോവൽ സംഭവിക്കുന്നത് 2016ലാണ്. ഒരു വെളിപാട് പോലെ പെട്ടെന്നുണ്ടായ തോന്നലിന്റെ ഫലമായി സംഭവിച്ചതാണ് ഇത്. ഒരു വർഷത്തിനുള്ളിൽ നോവൽ ഏഴ് പതിപ്പുകൾ പിന്നിടുകയും രണ്ട് പുരസ്കാരങ്ങൾ നേടുകയും ചെയ്തപ്പോൾ ആത്മവിശ്വാസം ഏറി. നോവൽ എന്ന മാധ്യമത്തിലൂടെ കാര്യമാത്രപ്രസക്തമായി എന്തെങ്കിലും ചെയ്യണമെന്ന തോന്നൽ മനസ്സിനെ ഭരിച്ചു തുടങ്ങി. ഷഡ്പദം സംഭവിക്കുന്നത് ഈ ആവേശത്തിന്റെ പിൻബലത്തിലാണ്. മനുഷ്യാവസ്ഥയെ സംബന്ധിച്ച അവഗാഢമായ ചിന്തകളാണ് വളക്കൂറേകിയത്. തുടർന്ന് മംഗളം വാരാന്ത്യപതിപ്പിൽ നോവൽ ഖണ്ഡശ്ശ പ്രസിദ്ധീകരിക്കപ്പെട്ടു.

ഷഡ്പദം എന്ന നോവലിന് മംഗളം ചീഫ് എഡിറ്റർ ശ്രീ.സാബു വർഗീസ്, ചീഫ് ന്യൂസ് എഡിറ്റർ ശ്രീ.ഇ.പി.ഷാജുദ്ദീൻ എന്നിവർ എല്ലാവിധ പിൻതുണയും നൽകി. കോളജ് അദ്ധ്യാപകരും അഭിഭാഷകരും മുതൽ കർഷകർവരെ ജീവിതത്തിന്റെ നാനാതുറയിൽപെട്ടവരുടെ സ്നേഹാദരങ്ങൾ ഏറ്റുവാങ്ങാനും പുതിയ സൗഹൃദങ്ങൾക്ക് വിത്തുപാകാനും ഷഡ്പദം കാരണമായി. വായനാസമൂഹത്തിന്റെ പ്രതികരണങ്ങൾക്കായി കാത്തിരിക്കുന്നു.

ഗ്രീൻബുക്സിന് നന്ദി.

സജിൽ ശ്രീധർ

സത്യത്തിന്റെ കാവ്യാത്മകമായ ആവിഷ്കാരമാണ് നോവലുകൾ. ഒരു ഗൂഢാർത്ഥ ഭാഷയിലൂടെ ആവിഷ്കരിക്കപ്പെടുന്ന സത്യമാണ് നോവൽ.

-ഗബ്രിയേൽ ഗാർസിയ മാർകേ്വസ്

ഒന്ന്

ദൈവമേ എല്ലാം ശുഭകരമായി പരിണമിക്കേണമേ... എനിക്ക് എല്ലാ നന്മകളും വരുത്തേണമേ...

നനഞ്ഞ തറ്റുടുത്ത് പുലർച്ചയുടെ തണുപ്പിൽ വിറച്ചുകൊണ്ട് രാമുണ്ണി നിർമ്മാല്യം തൊഴുതു. മഞ്ഞത്തിരിനാളങ്ങളുടെ പ്രഭയിൽ സ്വർണ വിഗ്രഹം പോലെ തിളങ്ങുന്ന ദേവീരൂപത്തോട് അയാൾ മനസ്സ് ചേർത്തു വച്ചു. എല്ലാ സങ്കടങ്ങളും സമർപ്പിക്കാൻ ദൈവസന്നിധിയല്ലാതെ മറ്റൊരിട മില്ലെന്ന് രാമുണ്ണിക്ക് അറിയാം. ശൂന്യതയിൽ നിന്ന് വിസ്മയങ്ങൾ വിരി യിക്കാൻ മേലുകാവിലെ ഈ മൂർത്തിക്ക് ക്ഷിപ്രസാദ്ധ്യമാണെന്ന കാര്യ ത്തിൽ രാമുണ്ണിക്ക് രണ്ട് പക്ഷമില്ല. എത്രയോ പേരുടെ ജീവിതം ഞൊടി യിടയ്ക്കുള്ളിൽ അയാളുടെ കൺമുന്നിൽ മാറിമറഞ്ഞിരിക്കുന്നു.

നന്നായൊന്ന് മഴ ചാറിയാൽ ചോർന്നൊലിക്കുന്ന ഓലപ്പുരയിൽ നിന്ന് അയാളുടെ സഹപാഠി വിശ്വൻ കോടികൾ കിലുങ്ങുന്ന മണിമാളികയി ലേക്ക് താമസം മാറിയത് അഞ്ച് വർഷത്തിന്റെ ഇടവേളയിലാണ്. പത്താം ക്ലാസ് കടക്കാത്ത വിശ്വൻ വിദേശത്ത് പോയി എന്ത് ഇന്ദ്രജാലം കാട്ടി യാണ് ഇക്കണ്ട പണമൊക്കെ സമ്പാദിച്ചതെന്ന് നാട്ടുകാർ അടക്കം പറ യുന്നത് രാമുണ്ണിയും കേട്ടിട്ടുണ്ട്. അയാൾ പക്ഷേ അതിന്റെ നിജസ്ഥിതി ചികയാൻ മെനക്കെട്ടില്ല. എല്ലാം ദൈവത്തിന്റെ ലീലാവിലാസങ്ങളെന്ന് വിശ്വസിക്കാനാണ് അയാൾക്കിഷ്ടം.

കുട്ടിക്കാലത്ത് മുത്തശ്ശിയാണ് എട്ടുംപൊട്ടും തിരിയാത്ത കുഞ്ഞ് രാമുണ്ണിയുടെ കാതിൽ ആദ്യമായി ദൈവത്തെക്കുറിച്ച് പറയുന്നത്. മേലു കാവിലെ ആറാട്ട് തൊഴുത് മടങ്ങുമ്പോൾ കരിയിലക്കാടിന് നടുവിലെ ഒറ്റയടിപ്പാതയിൽ വച്ച് ദൈവം മുത്തശ്ശിക്ക് മുന്നിൽ പ്രത്യക്ഷപ്പെട്ടി ട്ടുണ്ടത്രേ. പക്ഷേ ഒപ്പമുണ്ടായിരുന്ന മുത്തശ്ശന് വെളിപ്പെട്ടില്ല. കാരണം ഒരേസമയം ഒരാൾക്ക് മാത്രമേ ദൈവം മുഖം കൊടുക്കൂ.

ഈശ്വരൻ വിചാരിച്ചാൽ സാധിക്കാത്തതായി ഒന്നുമില്ലത്രേ. ദീർഘകായനും ബലിഷ്ഠനുമായ ഒരാളെ വിവാഹം കഴിക്കണമെന്നത് മുത്തശ്ശിയുടെ ആഗ്രഹമായിരുന്നു. ഉദ്ദിഷ്ടകാര്യത്തിനായി 14 ദിവസം

തുടർച്ചയായി തിങ്കളാഴ്ച നോയമ്പ് എടുത്തു. പതിനഞ്ചിന്റന്ന് മുത്തശ്ശൻ പെണ്ണ് കാണാൻ വന്നു. പിറ്റേമാസം വിവാഹം നടക്കുകയും ചെയ്തു.

അതുപോലെ പഥ്യം തെറ്റിച്ചും സ്വാമിയെ വെല്ലുവിളിച്ചും പന്തയം വച്ച് മല കയറിയ മുത്തശ്ശൻ ജീവനോടെ തിരിച്ചു വന്നില്ല. ഹൃദയ സ്തംഭനം മൂലം പമ്പയിൽ കുളിക്കാനിറങ്ങിയ ആൾ അവിടെവച്ച് മരിച്ചു. ദൈവകോപമാണ് പോലും.

ക്ഷേത്രത്തിൽനിന്നും ചൂട്ടുകറ്റയുടെ വെളിച്ചത്തിൽ പാടവരമ്പിലൂടെ ഏകനായി നടക്കുമ്പോൾ രാമുണ്ണിയുടെ മനസ്സ് നിറയെ ഈവിധ ചിന്ത കളായിരുന്നു. കുട്ടിക്കാലത്ത് മാത്രമല്ല മുതിർന്ന ശേഷവും രാമുണ്ണി ഏറ്റവുമധികം കേട്ടിട്ടുള്ളത് ദൈവത്തെക്കുറിച്ചുതന്നെ.

മൂപ്പര് ഇടഞ്ഞാൽ പണികിട്ടിയത് തന്നെ...

എല്ലാം ദൈവാനുഗ്രഹം... അല്ലാതെന്ത് പറയാൻ...?

ഭഗവാന്റെ കൃപകൊണ്ട് കാര്യങ്ങളെല്ലാം ഭംഗിയായി നടന്നു

ദൈവം സഹായിച്ച് വലിയ കുഴപ്പമില്ലാതെ പോകുന്നു

മേലുകാവിൽ ആരോട് സംസാരിച്ചാലും ഒടുവിൽ വന്നുനിൽക്കുന്നത് ദൈവത്തിന്റെ വർത്തമാനത്തിലാവും.

അതുകൊണ്ടുതന്നെ പണ്ട് മുതൽക്കേ രാമുണ്ണിക്ക് ദൈവം എന്ന് കേൾക്കുന്നത് ഭയഭക്തിബഹുമാനം നിറഞ്ഞ ഒരു സങ്കല്പമാണ്.

ഒരിക്കലെങ്കിലും ഈ ദൈവത്തെ ഒന്ന് നേരിട്ട് കാണാൻ കഴിഞ്ഞി രുന്നെങ്കിൽ എന്ന് അയാൾ നിഗൂഢമായി മോഹിച്ചിട്ടുണ്ട്. പക്ഷേ നാളിതു വരെ ദൈവം അയാൾക്ക് മുന്നിൽ പ്രത്യക്ഷപ്പെട്ടില്ല. സ്വപ്നത്തിൽപോലും ഒന്ന് മുഖം തന്നിട്ടില്ല. പക്ഷേ രാമുണ്ണിക്ക് പ്രതീക്ഷയുണ്ട്. എക്കാലവും ഇങ്ങനെ മറഞ്ഞുനിൽക്കാൻ ഒരു ദൈവത്തിനും സാധിക്കില്ല. എന്നെ ങ്കിലും ഒരിക്കൽ തനിക്ക് മുന്നിൽ വെളിപ്പെടേണ്ടതായി വരും.

ഊണിലും ഉറക്കത്തിലും അവിടത്തെ ഓർക്കുന്ന, ജപിക്കുന്ന ഈയുള്ളവന് നേർക്ക് എക്കാലവും മുഖംതിരിക്കാൻ ഏതെങ്കിലും ദൈവ ത്തിന് കഴിയുമോ?

ദൈവങ്ങൾ രാമുണ്ണിക്ക് എന്നും അനന്തമായ ആകാംക്ഷയായിരുന്നു. മാടപ്പാട്ടെ ദേവിയുടെ തങ്കവിഗ്രഹം മോഷ്ടിച്ച് ആ പണവുമായി നാടുവിട്ട ചെല്ലപ്പനെക്കുറിച്ച് മുത്തശ്ശൻ പറഞ്ഞ് രാമുണ്ണി കേട്ടിട്ടുണ്ട്. ചെല്ലപ്പൻ തെങ്കാശിയിൽ ചെന്ന് കച്ചവടം ചെയ്ത് കോടീശ്വരനായി നാട്ടിൽ മടങ്ങി യെത്തിപോലും. ഒരു കാലത്ത് മുറ്റത്ത് കാലുകുത്താൻ അനുവാദമില്ലാ തിരുന്ന മേമന ഇല്ലത്തെ താത്രിക്കുട്ടിയെ അങ്ങോട്ട് പൊന്നും പണവും കൊടുത്ത് വേളി കഴിച്ചുപോലും. നമ്പൂതിരിക്കുട്ടിയുടെ ഭർത്താവായി ഞെളിഞ്ഞു നടക്കണമെന്നത് അവന്റെ ജീവിതാഭിലാഷമായിരുന്നു. തറവാട്ടുക്ഷേത്രത്തിലെ ശാന്തിപ്പണി കൊണ്ട് ജീവിതം വഴിമുട്ടിയ താത്രി ക്കുട്ടിയുടെ അച്ഛൻ ഒരു വശം തളർന്ന് കിടപ്പായ ഘട്ടത്തിൽ അവളെയും

ഇളയത്തുങ്ങളെയും രക്ഷിക്കാൻ ചെല്ലപ്പന്റെ വാഗ്ദാനമല്ലാതെ മറ്റൊരു വഴിയും അവർക്ക് മുന്നിൽ ഇല്ലായിരുന്നു. എല്ലാവർക്കും കൂടി വിഷം കഴിച്ച് മരിക്കാമെന്ന് പറഞ്ഞ താത്രിക്കുട്ടിയോട് തിരുമേനി പറഞ്ഞു പോലും.

"ജീവൻ എടുക്കാനും ജീവൻ കൊടുക്കാനും നമുക്ക് അവകാശമില്ല. ദേവിയുടെ തീരുമാനം അതാണെങ്കിൽ നമ്മളായിട്ട് എതിർക്കാൻ പോവണ്ട."

എത്ര കൂട്ടിയും കിഴിച്ചും നോക്കിയിട്ടും ആ പറഞ്ഞതിന്റെ അർത്ഥവും ന്യായാന്യായങ്ങളും രാമുണ്ണിക്ക് ബോധിച്ചില്ല. വിഗ്രഹം കട്ടവൻ സമ്പന്നനും നിഷ്കളങ്കമായി ദേവിയെ ഉപാസിച്ചവൻ നിസ്സഹായനുമായി മാറുന്ന അവസ്ഥ. അപ്പോൾ ദൈവം എന്നൊന്നുണ്ട് എന്ന് പറയുന്നതിൽ എത്രത്തോളം വാസ്തവമുണ്ട്? രാമുണ്ണി സംശയം തുറന്ന് ചോദിച്ചു അച്ഛൻ കുഞ്ഞുണ്ണിയോട്. അദ്ദേഹത്തിന്റെ മറുപടി വന്നത് ഇങ്ങനെ.

"അതൊക്കെ ഭഗവതീടെ ഓരോ പരീക്ഷണങ്ങളല്ലേ കുട്ട്യേ... തന്നേല്ല... ആ തിരുമേനി പൂർവജന്മത്തിൽ എന്തൊക്കെ മഹാപാപങ്ങൾ ചെയ്തുകൂട്ടിട്ടുണ്ടാവുംന്ന് ആര് കണ്ടു?"

"അപ്പോൾ ചെല്ലപ്പനോ?"

രാമുണ്ണി സംശയം മറച്ചു വച്ചില്ല.

"അയാൾ മുജ്ജന്മത്തിൽ പല ശ്രേഷ്ഠവൃത്തികളും അനുഷ്ഠിച്ചിട്ടുണ്ടാവും... അതിന്റെ ഗുണമാവും ഈ ജന്മത്തിൽ അനുഭവിക്കുന്നത്?"

"എന്നു കരുതി അമ്പലത്തിലെ വിഗ്രഹം മോഷ്ടിക്കാൻ പാടുണ്ടോ? അത് വല്യപാപല്ലേ?"

"അതിന്റെ ശിക്ഷ അടുത്ത ജന്മത്തിൽ അയാൾ അനുഭവിച്ചിരിക്കും."

ഏത് പാപത്തിനും ഈ ജന്മത്തിൽ വിട്ടുവീഴ്ച ചെയ്യുകയും അടുത്ത ജന്മത്തിൽ ശിക്ഷിക്കുകയും ചെയ്യുന്ന അപൂർവത വിചിത്രവും കൗതുകകരവുമായി രാമുണ്ണിക്ക് തോന്നി.

കൂടുതൽ ചോദ്യങ്ങളും ഉത്തരങ്ങളും രാമുണ്ണിയിൽ നിന്നുണ്ടാകും എന്ന് മുൻകൂട്ടി കണ്ടിട്ടാവും കുഞ്ഞുണ്ണി പറഞ്ഞു.

"അതേയ് നീയിങ്ങനെ വായിൽ കൊള്ളാത്ത സംശയങ്ങളും കൊണ്ടിരിക്കാതെ ആ ആടിനെ തീറ്റാൻ നോക്ക്..."

രാമുണ്ണി തലയും കുമ്പിട്ട് ഇറങ്ങിപ്പോയി. അവൻ മേലനങ്ങി ഒരു പണിയും ചെയ്യില്ലെന്ന് നീലകണ്ഠന് നന്നായറിയാം. മകനെ ഒഴിവാക്കാൻ അയാൾ തന്ത്രപൂർവം പ്രയോഗിച്ച അടവായിരുന്നു അത്.

ഓർത്തപ്പോൾ രാമുണ്ണിക്ക് ചിരി വന്നു. ഉത്തരം മുട്ടുമ്പോൾ അച്ഛന് ഇത് പതിവാണ്. മൊട്ടക്കുന്നുകൾ നിറയെ തവിട്ട് നിറമുള്ള കരിയിലകൾക്കൊപ്പം ചിതറിക്കിടക്കുകയാണ് ആടുകൾ. രാമുവിന് അവറ്റയോട് അനല്പമായ ബഹുമാനം തോന്നി.

ആരും മേയ്ക്കേണ്ടതില്ല. വഴി നടത്തേണ്ടതില്ല. അവർ താനേ മേഞ്ഞ് നടക്കുന്നു. ഇര കണ്ടെത്തുന്നു, ഭക്ഷിക്കുന്നു, ഇണചേരുന്നു. കരുതലും തണലും വഴികാട്ടലും ആവശ്യമില്ലാത്ത ജീവിതം. മനുഷ്യന് അപ്രാപ്യമായ സ്വയംപര്യാപ്തതയുടെ ഭാരവും സ്വാതന്ത്ര്യവും സുഖവും ഒരേ സമയം അവർ അനുഭവിക്കുന്നു. സാമൂഹികവിലക്കുകൾ അവരെ ബാധിക്കുന്നില്ല. എഴുതിവച്ച നിയമങ്ങൾ അലോസരപ്പെടുത്തുന്നില്ല. മനുഷ്യന് അചിന്ത്യമായ ഉപാധിരഹിതജീവിതത്തിന്റെ ഗുണഫലങ്ങൾ അവർ ആസ്വദിക്കുന്നു. രണ്ടും ഒരേ ദൈവത്തിന്റെ സൃഷ്ടികൾ. ജീവന്റെയും ജീവിതത്തിന്റെയും പ്രതിഫലനങ്ങൾ. വ്യത്യസ്തരൂപഭാവങ്ങൾക്കൊപ്പം ജീവിതാവസ്ഥകളും ഇരുകൂട്ടരെയും നയിക്കുന്നു.

പക്ഷേ അവയ്ക്കും മനുഷ്യനെപ്പോലെ വിശപ്പും ദാഹവും കാമവും ക്രോധവുമുണ്ട്. വേദനയും സങ്കടവും സന്തോഷവുമുണ്ട്. ചിന്താശേഷിയും വിവേചനബുദ്ധിയുമില്ലെന്ന് നമ്മൾ ധരിക്കുന്നു. പക്ഷേ പൂർണമായി അങ്ങനെ പറയാൻ കഴിയുമോ? അവരുടെ അവസ്ഥ ആ മാനസികാവസ്ഥയിൽ നിന്ന് കാണുമ്പോഴേ തിരിച്ചറിയാൻ കഴിയൂ. അതിന് അടുത്ത ജന്മത്തിലെങ്കിലും ഒരു ആടായി ജനിക്കണം. താൻ ഒരു ആടായി മാറി മനുഷ്യന്റെ ബാധ്യതകളില്ലാതെ, ഉത്തരവാദിത്വരഹിതവും ഉദാസീനവുമായി പുൽമേടുകളിൽ അലഞ്ഞു തിരിയുന്ന കാഴ്ച അവൻ സങ്കല്പിച്ചു. രാമുവിന്റെ ചുണ്ടിൽ അറിയാതെ ചിരിപൊട്ടി. അത് നോക്കി നിന്ന ഒരു ആട് പരിഹാസദ്യോതകമായി നീട്ടിക്കരഞ്ഞു.

പകലന്തിയോളം രാമു പുൽമേടുകളിൽ ആടുകൾക്കൊപ്പം അലഞ്ഞു നടന്നു. പുൽത്തിട്ടകളിൽ മലർന്നുകിടന്ന് അയാൾ സ്വപ്നം കണ്ടു. അധ്വാനഭാരമില്ലാതെ ഒരു അറബിക്കഥയിലെന്ന പോലെ സമ്പത്തും സൗഭാഗ്യങ്ങളും തന്നെ തേടിയെത്തുന്ന നിമിഷങ്ങൾ. ഉണർച്ചയിലും ഉറക്കത്തിലും ഒരുപോലെ മോഹനസുന്ദരസ്വപ്നങ്ങൾ അയാളെ മഥിച്ചു. കൂടുതൽ സമയവും രാമു ഉറക്കത്തിലായിരുന്നു. മൊട്ടക്കുന്നിലെ കാറ്റും നേരിയ തണുപ്പും സുഖനിദ്രയ്ക്ക് ഹരം പകർന്നു. ആടുകൾ അതിന്റെ വഴിക്ക് പോയി. രാമു അവന്റെ സന്തോഷങ്ങളിലേക്കും.

"രാമൂ... നീയിവിടെ എന്തെടുക്കുവാ..."

കുഞ്ഞുണ്ണിയുടെ അലർച്ച കേട്ട് രാമു ഞെട്ടിയുണർന്നു. കിടന്ന കിടപ്പിൽനിന്നും ചാടിയെണീറ്റ് ഭവ്യതയോടെ അച്ഛന്റെ മുന്നിൽ നിന്നു. ഈ കപടവിനയം ഒരു രക്ഷാകവചമാണെന്നും അതിൽ മയങ്ങുന്നയാളാണ് അച്ഛനെന്നും അറിയാം.

"ചോദിച്ചത് കേട്ടില്ലേ. ഇക്കണ്ട നേരം നീ എന്ത് ചെയ്യുകയായിരുന്നെന്ന്...?"

"ഞാൻ ആടിനെ തീറ്റുകയായിരുന്നു."

"എന്നിട്ട് ആട് എവിടെ?"

രാമുണ്ണി ചുറ്റും നോക്കി. ഒരു ആട്ടിൻകുട്ടിപോലും ആ ചുറ്റുവട്ടത്തെങ്ങുമില്ല.

കുഞ്ഞുണ്ണി വലതുകൈപ്പത്തി കൊണ്ട് അവന്റെ തലയ്ക്ക് ആഞ്ഞൊരടി കൊടുത്തു.

"അമ്മേ..."

രാമുണ്ണി അറിയാതെ നിലവിളിച്ചു പോയി.ഒരു മുഴുത്ത തെറിയാണ് കുഞ്ഞുണ്ണിയുടെ നാവിൽ ആദ്യം വന്നത്.

"...മോൻ... കുടുംബം വെളുപ്പിക്കാൻ ഇറങ്ങീരിക്കുന്നു."

അതുകേട്ട് രാമുണ്ണി ചിരിച്ചു.

"എന്തിനാടാ നിന്ന് ഇളിക്കുന്നത്?"

രോഷം കെട്ടടങ്ങാതെ കുഞ്ഞുണ്ണി ചോദിച്ചു

"ക്ഷേത്രത്തിൽ പൂജ ചെയ്യുന്നവർ ചീത്ത വാക്കുകൾ പറഞ്ഞാൽ പാപമാണെന്ന് മുൻപൊരിക്കൽ അച്ഛൻ ഉപദേശിച്ചിരുന്നു."

കുഞ്ഞുണ്ണിയുടെ മുഖത്ത് ജാള്യത പടരുന്നത് രാമുണ്ണി കണ്ടു.

"നിന്നെയൊക്കെ വളർത്തുമ്പോൾ ഞാൻ പാപിയായില്ലെങ്കിലേ അദ്ഭുതമുള്ളൂ.'

രാമുണ്ണി വീണ്ടും ചിരിച്ചു

"പോടാ... പോയി കുളിച്ച് സന്ധ്യാപൂജയ്ക്ക് കയറടാ..."

"അയ്യോ ഇന്ന് വയ്യച്ഛാ..."

"വയ്യേ... മനസ്സിലായില്ല...."

"തണുപ്പ് വീണാൽ പിന്നെ കുളിക്കാൻ പറ്റില്ല. മേല് കിടുകിടുക്കും."

"നിയെന്നെക്കൊണ്ട് പിന്നേം ചീത്ത വിളിപ്പിക്കും."

"തന്നേമല്ല. അച്ഛൻ പഠിപ്പിച്ച ജപങ്ങളൊക്കെ ഞാൻ മറന്നുപോയി. പൂജയ്ക്ക് കേറീട്ട് ആഴ്ചകള് കൊറെയായില്ലേ."

കുഞ്ഞുണ്ണി മകനെ ദഹിപ്പിക്കും മട്ടിൽ നോക്കി. ഇവനോട് പറഞ്ഞിട്ട് കാര്യമില്ല എന്ന തിരിച്ചറിവിൽ അയാൾ തിരിഞ്ഞു നടന്നു.

രാമു ഒരു കള്ളച്ചിരിയോടെ അത് നോക്കി നിന്നു.

അച്ഛൻ കൈവിട്ടതിന്റെ സമാധാനത്തിൽ അവൻ കുന്നിന്റെ പിൻഭാഗത്ത് കൂടി ഇറങ്ങി, ഇല്ലിപ്പടർപ്പുകൾ ഞാന്നു കിടക്കുന്ന ഇടവഴിയിലെത്തി കാത്തു നിന്നു.

സൗമിനി ക്ഷേത്രത്തിൽ പോകാൻ പതിവായി വരുന്ന വഴിയും സ്ഥലവും അവന് മനഃപാഠമാണ്. രാമുവിന്റെ വീട്ടുകാരേക്കാൾ സൗകര്യങ്ങൾ ഏറെയുണ്ട് സൗമിനിയുടെ വീട്ടില്. പക്ഷേ കുടുംബമാഹാത്മ്യം അത്രയ്ക്കില്ല. സൗമിനിയുടെ അപ്പൻ കുമാരൻ ചെത്തുകാരനായിരുന്നു. കള്ള് കൊടുക്കാൻ ചെന്ന ഉപഷാപ്പിന്റെ ഉടമ നാണുവിന്റെ മകളെ

പ്രണയിച്ച് കെട്ടിയതോടെ അയാളുടെ സമയം തെളിഞ്ഞു. അമ്മായി അപ്പനും മരുമകനുംകൂടി ഒരു ഉപഷാപ്പിന്റെ സ്ഥാനത്ത് നാല് മെയിൻ ഷാപ്പുകൾ സ്ഥാപിച്ചു. കൈനിറയെ പൂത്ത കാശ്. കുമാരന് പെൺമക്കൾ രണ്ട്. സൗമിനിയും ഇളയവൾ സിന്ധൂരിയും. സൗമിനിയുടെ ഭാഗ്യമോ നിർഭാഗ്യമോ എന്നറിയില്ല ഇളയവൾ സിന്ധൂരി അപസ്മാരം വന്ന് മരിച്ചു പോയി.

അതുവരെ ഗുരുദേവനെ മാത്രം പ്രാർത്ഥിച്ച് നടന്ന കുമാരൻ ഭയന്നി ട്ടാവാം ദേവീഭക്തനായി. എല്ലാ മലയാളമാസവും ഒന്നാം തീയതി കൃത്യ മായി സ്വയംവരപാർവതീ ക്ഷേത്രത്തിൽ ദർശനം നടത്തി ആകാവുന്ന വഴിപാടുകളെല്ലാം കഴിക്കും. മൃത്യുഞ്ജയഹോമവും ഗണപതിഹോമവും ഗുരുതിയും ശത്രുസംഹാരപൂജയും മുടക്കാറില്ല.

സ്വയംവരപാർവതീ ക്ഷേത്രം രാമുവിന്റെ കുടുംബവകയാണെങ്കിലും നാട്ടുകാർക്ക് പൊതുസ്വത്തു പോലെയാണ്. അടുത്തെങ്ങും വേറെ അമ്പലം ഇല്ലാത്തതുകൊണ്ട് എല്ലാവരും പതിവായി തൊഴാൻ വരുന്നത് ഇവിടെയാണ്. സൗമിനി ഒരിക്കലും പതിവ് തെറ്റിക്കാറില്ല. പെൺകുട്ടി കൾക്ക് നല്ല കല്യാണം നടക്കാൻ സ്വയംവര പാർവതിയെ പൂജിക്കുന്നത് കേമമെന്നാണ് അവളുടെ അച്ഛനും അമ്മയും വിശ്വസിക്കുന്നത്. ഒരു പരിധി വരെ അവളും.

അച്ഛനില്ലാതിരുന്ന ദിവസം ക്ഷേത്രത്തിൽ പൂജയ്ക്ക് കയറിയ പ്പോഴാണ് രാമു ആദ്യമായി അവളെ കാണുന്നത്. പ്രസാദം വാങ്ങാനായി നീണ്ട ചേതോഹരമായ വിരലുകളാണ് ആദ്യം ശ്രദ്ധയിലേക്ക് വന്നത്. മുഖം രണ്ടാമതാണ് കണ്ടത്. വലിയ സുന്ദരി എന്നൊന്നും പറയാനാ വില്ലെങ്കിലും രാമുവിന്റെ മനസ്സിൽ പെട്ടെന്ന് ഒരു കൊളുത്ത് വീണു. വല്ലാത്ത രണ്ട് കണ്ണുകളാണ് അവനെ കൊളുത്തി വലിച്ചത്. ഹൃദയത്തി ലേക്ക് ചൂഴ്ന്നിറങ്ങുന്ന നോട്ടം. ആണിനെ കോരി വലിച്ച് കുടിക്കാനുള്ള ദാഹമുണ്ടെന്ന് തോന്നും ആ കണ്ണുകൾക്ക്... ആഗ്രഹങ്ങളുടെ ഒരു കടലാ യിരുന്നു അവളുടെ കണ്ണുകൾ. അത് രാമുവിലും അപാരമോഹങ്ങളുടെ തിരത്തള്ളൽ സൃഷ്ടിച്ചു. മറ്റൊന്ന് മൂക്കിന് താഴെ എപ്പോഴും പൊടിയുന്ന വിയർപ്പ് തുള്ളികളാണ്. വിറയ്ക്കുന്ന ചുണ്ടുകൾക്കും വല്ലാത്തൊരു ചൊടിപ്പുണ്ട്. മൂക്കിന് മേൽ മൂക്കുത്തി പോലെ ഒരു കറുത്ത മറുക്. ത്രസിച്ച് നിൽക്കുന്ന വലിയ മുലകളും നടക്കുമ്പോൾ തുളുമ്പുന്ന പിൻ ഭാഗവും എല്ലാം ചേർന്ന് കൊതി തോന്നിപ്പിക്കുന്ന പെണ്ണായിരുന്നു സൗമിനി.

രാമുവിന് അവളോട് തോന്നിയത് സത്യത്തിൽ പ്രണയമായിരുന്നില്ല. തനി കാമമായിരുന്നു. സൗമിനിയെപോലുള്ള ഒരു പെണ്ണിനെയായിരുന്നു അവൻ കിടപ്പറയിൽ ആഗ്രഹിച്ചിരുന്നത്.

പാവം സൗമിനി പക്ഷേ രാമുവിന്റെ മനസ്സ് കണ്ടില്ല. അവന്റെ നിഷ് കളങ്കത തോന്നിക്കുന്ന നോട്ടവും ചിരിയും കാപട്യലേശമില്ലാത്ത

വർത്തമാനങ്ങളും അവളെ ആകർഷിച്ചു. തൊഴുത് നിൽക്കുമ്പോൾ അവളുടെ കണ്ണ് വിഗ്രഹത്തിലായിരുന്നില്ല. രാമുവിന്റെ മേലായിരുന്നു. മനസ്സും.

അവൾതന്നെയാണ് ഒരു ദിവസം ആ പ്രതിസന്ധി അവന്റെ മുന്നിൽ ഉന്നയിച്ചത്.

"ഇങ്ങനെ എന്നും ശ്രീകോവിലിൽ തന്നെ നിന്നാൽ ഞാനെങ്ങിനെ കൊതി തീരെ ഒന്ന് കാണും. സംസാരിക്കും..."

അപ്പോഴാണ് രാമുവും ക്ഷേത്രത്തിന്റെ പരിമിതിയെക്കുറിച്ച് ബോധവാനായത്. പിന്നീടുള്ള ദിവസങ്ങളിൽ ഓരോരോ കാരണങ്ങൾ പറഞ്ഞ് രാമു കീഴ്ശാന്തി പദവിയൊഴിഞ്ഞു. അച്ഛനെ ഒറ്റയ്ക്ക് ദേവിക്ക് വിട്ടുകൊടുത്ത് രാമു അവന്റെ പ്രണയത്തിലേക്ക് മുങ്ങാംകുഴിയിട്ടു.

രാവിലെയും വൈകിട്ടും സൗമിനി ക്ഷേത്രത്തിലക്ക് വരുന്ന ഇല്ലിപ്പടർപ്പുകൾ വീണുകിടക്കുന്ന ഇടവഴി അവരുടെ കൂടിക്കാഴ്ചകൾക്ക് വേദിയായി. ഒരു പുരുഷന്റെ ചിരിയിലും കടക്കണ്ണേറിലും വീണു പോകുന്ന വെറും കഥയില്ലാ പെണ്ണായിരുന്നു സൗമിനി. ജീവിതത്തിന്റെ ദുരൂഹ സമസ്യകളും പ്രായോഗിയാഥാർത്ഥ്യങ്ങളും ഒരു കാലത്തും അവളെ ബാധിച്ചിട്ടില്ല. ജനിച്ചു വീണത് മുതൽ അവൾ കാണുന്നത് സൗഭാഗ്യങ്ങളുടെ ലോകമാണ്. അനായാസമായി എന്തും കരഗതമാവുന്ന അന്തരീക്ഷം. നിരക്ഷരരായ മാതാപിതാക്കൾ. പഠിക്കാൻ തീരെ മോശമായിരുന്നില്ല സൗമിനി. എല്ലാ ക്ലാസിലും കഷ്ടിച്ച് പാസാവും. ഡിഗ്രി വരെ അങ്ങനെ എത്തിപ്പെട്ടു. ഇപ്പോൾ പക്ഷേ അവൾക്ക് പഠിക്കാൻ കഴിയുന്നില്ല. പുസ്തകം തുറന്നാൽ മുന്നിൽ തെളിയുന്നത് രാമുണ്ണിയുടെ മുഖമാണ്. കേൾക്കുന്നത് അവന്റെ ശബ്ദമാണ്.

ആദ്യസ്പർശനത്തിന്റെ സുഖദമായ അനുഭവം എത്ര ശ്രമിച്ചിട്ടും അവളുടെ മനസ്സിൽനിന്നും മാഞ്ഞു പോവുന്നില്ല.

ആദ്യമൊക്കെ ഥിക്കിളിപ്പെടുത്തുന്ന വർത്തമാനങ്ങളിലൂടെയായിരുന്നു തുടക്കം. ഉൾത്തടങ്ങൾ പല കുറി നനയുന്നത് അറിഞ്ഞിട്ടും സൗമിനി അറിയാത്ത മട്ട് നടിച്ചു.

ഒരു ത്രിസന്ധ്യയ്ക്ക് ആരും കാണാതെ രാമു കവിളിൽ ചുംബിച്ചപ്പോഴും അസാധാരണമായി അവൾക്ക് ഒന്നും തോന്നിയില്ല. ഒപ്പം പഠിക്കുന്ന ശ്രീക്കുട്ടി സമാനമായ അനുഭവം പങ്കിട്ടത് അവൾ ഓർത്തു. ബസ്കണ്ടക്ടറായ അർഷാദാണ് അവളുടെ കാമുകൻ.

ചുംബനം എതിരില്ലാതെ പാസ്സായപ്പോൾ രാമുണ്ണിക്ക് ധൈര്യമേറി. ഇക്കുറി അവൻ ചുണ്ടുകളിൽ അമർത്തി ചുംബിച്ചു. ചെറുതായി കടിച്ച് നോവിക്കാനും മറന്നില്ല.

"ഇത് നീ എപ്പോഴും എന്നെ ഓർമ്മിക്കാനുള്ള സമ്മാനമാണ്."

അത് ശരിയാണെന്ന് സൗമിനിക്കും തോന്നി. ഉറക്കം നഷ്ടമായ രാത്രികളിൽ ആ മധുരനൊമ്പരം അവളെ കിക്കിളിപ്പെടുത്തി. രാമുവിനെ

മനസ്സിൽ സങ്കല്പിച്ച് അവൾ ചില കുസൃതികൾ കാട്ടി. ശ്രീക്കുട്ടിയായിരുന്നു അക്കാര്യത്തിലും മാർഗനിർദേശക.

അടുത്ത ദിവസങ്ങളിൽ രാമു കൂടുതൽ സ്വാതന്ത്ര്യം കാട്ടി. അവളുടെ ശരീരത്തിന്റെ സൗമ്യഭാഗങ്ങളിൽ മെല്ലെ തലോടുകയും ഇടയ്ക്ക് അമർത്തി ഞെരിക്കുകയും ചെയ്തു.

ചുരിദാറിൽ നടന്ന സൗമിനി അവന്റെ നിർബന്ധം ഒന്നുകൊണ്ട് മാത്രമാണ് അന്ന് സാരിയുടുത്തു വന്നത്. ആ ദിവസം രാമു അവളുടെ വയറ്റിൽ തടവുകയും പച്ചനിറമുള്ള ബ്ലൗസിനിടയിലൂടെ കൈയിട്ട് ചില ചിത്രപ്പണികൾ ചെയ്തു. സൗമിനി അവനെ വട്ടംപിടിച്ചു. പെട്ടെന്ന് രാമു അവളെ കെട്ടിപ്പിടിച്ച് കഴുത്തിൽ തുരുതുരെ ഉമ്മ വച്ചു. അത്രയുമായപ്പോഴേക്ക് രാമുവിന് സകലനിയന്ത്രണവും നഷ്ടമായിക്കഴിഞ്ഞിരുന്നു. അന്ന് പിരിയാൻ നേരം രാമു പറഞ്ഞു.

"നമുക്ക് എവിടെയെങ്കിലും പോകാം."

"വേണ്ട. അതൊക്കെ കല്യാണം കഴിഞ്ഞ്."

അവൾ വിസമ്മതം അറിയിച്ചു.

"ഏത്? അതിന് അരുതാത്തതൊന്നും ഞാൻ പറഞ്ഞില്ലല്ലോ. സ്വകാര്യമായി ഇത്തിരി സംസാരിക്കാൻ എവിടേക്കെങ്കിലും പോകാം എന്നേ ഉദ്ദേശിച്ചുള്ളൂ."

"തത്കാലം ഇത്രയും സ്വകാര്യത മതി..."

അത് പറയുമ്പോഴും അവളുടെ കണ്ണിൽ തുടിക്കുന്ന കള്ളച്ചിരിയും തിരയിളക്കവും രാമു കണ്ടു. ഒരു പെണ്ണിന്റെ സഹജമായ എതിർപ്പുകൾക്ക് പ്രാഥമികഘട്ടത്തിനപ്പുറം നിലനില്പില്ലെന്ന് രാമുവിന് നന്നായി അറിയാമായിരുന്നു.

രണ്ട്

ഒരു ഞായറാഴ്ചയായിരുന്നു അത്. രാമുണ്ണിയുടെ ഉറ്റസുഹൃത്ത് യൂനുസ് കുഞ്ഞിന്റെ റബ്ബർതോട്ടത്തിലെ ഷീറ്റ് ഉണക്കുന്ന പുരയിൽ അവന്റെ ബാപ്പ വിശ്രമത്തിനായി ഒരുക്കിയ മുറിയുണ്ട്. അതിന്റെ താക്കോൽ കൈമാറുമ്പോൾ യൂനുസ് പ്രത്യേകം പറഞ്ഞു.

"മുറിക്കകത്ത് ഒരു കയറ്റുകട്ടിലും പഞ്ഞിമെത്തയുമുണ്ട്. സിംഗിൾ കോട്ടായതുകൊണ്ട് വീതി കുറയും. കിടക്കുമ്പോൾ ഒന്ന് അഡ്ജസ്റ്റ് ചെയ്യേണ്ടി വരും."

അതൊന്നും സാരമില്ല എന്ന മട്ടിൽ തലയാട്ടിക്കൊണ്ട് രാമു ഒരു വഷളൻ ചിരി ചിരിച്ചു.

ക്ഷേത്രത്തിലേക്ക് എന്ന വ്യാജേനയാണ് സൗമിനി പതിവുപോലെ വീട്ടിൽ നിന്നിറങ്ങിയത്. സാധാരണയിലും നേരത്തെ അവൾ പറഞ്ഞ സ്ഥലത്ത് എത്തി. രാമു റബ്ബർ പുരയിൽ നിന്ന് അത് കണ്ടു. അവളുടെ കണ്ണുകളിൽ ആഗ്രഹത്തേക്കാൾ പരിഭ്രാന്തിയുണ്ടായിരുന്നു.

"എന്തിനാ പേടിക്കണത്. ഞാനില്ലേ കൂടെ..."

അവൻ ആശ്വസിപ്പിച്ചു.

"അതാ കൂടുതൽ പേടി..."

അവൾ ചിരിച്ചു. ആ നോട്ടവും ചിരിയും രാമുവിന്റെ ഹൃദയം തുളച്ചു.

മുടിയിൽ നിറയെ അവൾ മുല്ലപ്പൂ ചൂടിയിരുന്നു. നനഞ്ഞ മുടിയിൽ നിന്ന് ഇറ്റുവീഴുന്ന വെള്ളത്തുള്ളികളും കാച്ചെണ്ണയുടെയും മുല്ലപ്പൂ വിന്റെയും സമ്മിശ്രഗന്ധവും അയാളുടെ നിയന്ത്രണരേഖകൾ തച്ചുടച്ചു.

പുരയ്ക്കുള്ളിൽ കയറി വാതിൽ ബന്ധിച്ചത് ഓർമ്മയുണ്ട്. പിന്നീട് എന്തൊക്കെ സംഭവിച്ചെന്ന് രാമുവിന് തന്നെ നിശ്ചയമില്ല. എല്ലാം കഴിഞ്ഞ് വിയർത്തൊലിച്ച് കിടക്കുമ്പോൾ രാമു പറഞ്ഞു.

"ഈ വിയർപ്പിന്റെയും മുല്ലപ്പൂവിന്റെയും ചേർന്നുള്ള മണം ഭയങ്കര രസമാണ്."

സൗമിനി അതിന് മറുപടി പറഞ്ഞില്ല. അവളുടെ മുഖത്ത് വന്നപ്പോഴുള്ള തിളക്കം രാമു കണ്ടില്ല. ആസക്തിയും ഫലപ്രാപ്തിയും രണ്ടും രണ്ടാണെന്ന് ആ കണ്ണുകൾ നിശ്ശബ്ദം പരിതപിക്കുംപോലെ. അത് മനസ്സിലാക്കിയിട്ടെന്ന പോലെ രാമു കുറ്റസമ്മതം നടത്തി.

"ആദ്യമായതുകൊണ്ട് ആകെയൊരു പകപ്പായിരുന്നു. വല്ലവരും കണ്ടെങ്കിലോ എന്ന പേടി വേറെ..."

അത് ശരിയാവാമെന്ന് അവൾക്കും തോന്നി. വലിയ ആഹ്ലാദങ്ങൾക്ക് മുമ്പേയുള്ള സൂചകം മാത്രമായി അവൾ ആ നിമിഷങ്ങളെ കണ്ടു. വസ്ത്രങ്ങൾ ധരിക്കും മുമ്പ് മാറിലേക്ക് കണ്ണുകൾ പായിച്ച് അവൾ പറഞ്ഞു.

"ഒന്നു കൂടി..."

രാമു അവളുടെ മുന്നിൽ ഒരു നവജാതശിശുവായി. എത്രനേരം നീണ്ടു നിന്നു എന്ന് അവർക്കുതന്നെ ഉറപ്പില്ല. സൗമിനി പുളഞ്ഞുകൊണ്ടേയിരുന്നു. അവന്റെ മുടിയിഴകൾ കൈവിരലുകൾക്കുള്ളിൽ ഒതുക്കി അവൾ പിടിച്ചു വലിച്ചു. മതി... എന്ന് അവൾ പറയുവോളം അവൻ ശിശുവായി.

അവന്റെ മൂക്കിൻതുമ്പിൽ പിടിച്ചു വലിച്ചുകൊണ്ട് അവൾ പറഞ്ഞു.

"എനിക്കിഷ്ടായി..."

രാമുവിന് സമാധാനമായി. തന്റെ വീഴ്ചകൾക്ക് തത്കാലം ഒരു പരിഹാരമായിരിക്കുന്നു.

വസ്ത്രങ്ങൾ വാരിച്ചുറ്റി അവൾ പോയ്ക്കഴിഞ്ഞിട്ടും രാമുവിന് വിശ്വസിക്കാൻ കഴിഞ്ഞില്ല. തനിക്ക് ഇതിനൊക്കെയുള്ള ധൈര്യം എവിടെനിന്ന് കിട്ടി?

വിരുദ്ധമായ മാനസികാവസ്ഥയിലാണ് അയാൾ വീട്ടിലേക്ക് നടന്നത്. ആദ്യവേഴ്ചയുടെ കൗതുകവും ആഹ്ലാദവും സൗമിനി ആഗ്രഹിച്ച തലത്തിൽ എത്താൻ കഴിയാത്തതിന്റെ കുറ്റബോധം, അവൾക്ക് വയറ്റിലുണ്ടായാൽ വന്നുപെടാവുന്ന പൊല്ലാപ്പുകൾ, സൗമിനിയുടെ വീട്ടുകാർ വിവരം അറിഞ്ഞാലുള്ള സംഘർഷങ്ങൾ, എല്ലാം അയാളെ മഥിച്ചു. ദൈവമേ ഒരു കുഴപ്പവും വരാതെ കാത്തുകൊള്ളണേ... അയാൾ മനസ്സുരുകി പ്രാർത്ഥിച്ചു.

"എന്ത് പോക്രിത്തരവും കാണിച്ചിട്ട് രക്ഷപ്പെടാനുള്ള വഴിയാണോടാ ദൈവം..."

മുമ്പൊരിക്കൽ കുഞ്ഞുണ്ണി ഉന്നയിച്ച ചോദ്യം രാമുവിന്റെ ഓർമ്മയിൽ തടഞ്ഞു.

രാത്രി വീട്ടിലെത്തുമ്പോൾ പിന്നിൽ കൈകൾ കെട്ടി മുറ്റത്ത് കൂടെ ഉലാത്തുകയായിരുന്നു കുഞ്ഞുണ്ണി. ഇടയ്ക്കിടെ വഴിയിലേക്ക് നോക്കുന്നുമുണ്ട്. വരാന്തയിൽ കുത്തിയിരിപ്പുണ്ട് അമ്മ. ദൂരെ നിന്നേ രാമു അത് കണ്ടു.

രാമു ഒന്നും സംഭവിക്കാത്ത മട്ടിൽ രണ്ടും കല്പിച്ച് മുറ്റത്തേക്ക് വലതു കാൽ വച്ച് കയറി.

"എന്താ നിന്റെ ഉദ്ദേശ്യം?"

പതിവില്ലാത്ത ചോദ്യം കേട്ട് രാമുണ്ണി ഞെട്ടി. അച്ഛൻ കട്ടകലിപ്പിലാണ്.

രാമു ചോദ്യത്തിന്റെ ആന്തരാർത്ഥം പിടികിട്ടാതെ തലകുമ്പിട്ട് നിന്നു.

"ഇങ്ങനെ കണ്ടകടച്ചാണികളെ പോലെ അഴിഞ്ഞാടി നടന്നാൽ നിന്റെ ജീവിതമാകുമെന്നാണോ വിചാരിക്കുന്നത്?"

അച്ഛന് വല്ല സൂചനയും കിട്ടിയിരിക്കുമോ എന്ന ഉൾഭയം രാമുവിനെ ഗ്രസിച്ചു.

"ഞാനെന്തു ചെയ്തെന്നാണ് അച്ഛൻ പറഞ്ഞു വരുന്നത്?"

ഒന്നും അറിയാത്ത മട്ടിൽ രാമു മറുചോദ്യം ഉന്നയിച്ചു.

"നീ എന്താ ചെയ്തിട്ടുള്ളത്. ഉത്തരവാദിത്തത്തോടെ ഏതെങ്കിലും ഒരു കാര്യം നീ ചെയ്തിട്ടുണ്ടോ? വയസ് 32 കഴിഞ്ഞു. സ്ഥിരമായ ഒരു തൊഴിലില്ല. പെണ്ണും പെടക്കോഴീമില്ല. ഉത്തരവാദിത്തം തീരെയില്ല. പിന്നെങ്ങനെ നീ ശരിയാകും?"

രാമുവിന് ശ്വാസം നേരെ വീണു.

അച്ഛൻ പറഞ്ഞുവരുന്നതും താൻ ആശങ്കപ്പെടുന്നതും രണ്ടും രണ്ടാണ്.

"തറവാട്ട് വക ക്ഷേത്രം പുനരുദ്ധാരണം നടത്തി ഒരു ട്രസ്റ്റ് ഉണ്ടാക്കി വേണ്ട പരസ്യങ്ങളും കൊടുത്താൽ ഒരു തൊഴിലന്വേഷിച്ച് നീ അല യേണ്ടി വരില്ല. നടവരവും ദക്ഷിണയും വഴിപാടുകളും പിന്നെ ഉത്സവ പ്പിരിവും ഹോമം, സ്പെഷൽപൂജ, പ്രശ്നവിധി, പ്രശ്നപരിഹാരം, ജാതക മെഴുത്ത്... എല്ലാം കൂടി മാസം എത്രരൂപ വരുമാനം ഉണ്ടാവുമെന്ന് അറിയോ നിനക്ക്. എത്ര തവണ ഞാനിതൊക്കെ പറഞ്ഞു. എന്നിട്ട് വല്ല വിലയും കല്പിച്ചോ നീയ്."

രാമു മറുപടികളില്ലാതെ തലകുനിച്ചു നിന്നു.

"എന്ത് പറഞ്ഞാലും മുഖത്ത് നോക്കാതെയുള്ള നിന്റെയീ നില്പ് തന്നെ അവലക്ഷണമാണ്."

രാമു മുഖം ഉയർത്തി കുഞ്ഞുണ്ണിയെ നോക്കി.

"നിന്റെ ഭാവിയെക്കുറിച്ച് എന്തെങ്കിലും പദ്ധതി നിന്റെ മനസ്സിലുണ്ടോ? അതാണ് എനിക്കറിയേണ്ടത്."

"രാമൂ നീ എന്തെങ്കിലും ഒരു മറുപടി പറയ്?"

കുഞ്ഞുണ്ണിയുടെ ഭാര്യ ലീലാമണി ഏറ്റുപിടിച്ചു. ഇത്രയുംകാലം ഒപ്പം നിന്ന അമ്മപോലും തനിക്കെതിരെ തിരിഞ്ഞിരിക്കുന്നുവെന്ന് രാമുണ്ണിക്ക് വ്യക്തമായി.

"ക്ഷേത്രപ്പണി എനിക്ക് പറ്റിയതല്ല. വേണോങ്കി ഞാൻ മാജിക്കിന് പോകാം. നമ്മുടെ അപ്പനപ്പൂപ്പന്മാരായി ചെയ്തു വന്ന തൊഴിലല്ലേ?"

കുഞ്ഞുണ്ണിക്ക് കലിപ്പ് മൂത്തു.

"രാമൂ... നീ ആലോചിക്കാതെ വർത്താനം പറേരുത്. ആ കാലമാന്നോ ഈ കാലം. ഇന്ന് ആർക്കു വേണം മാജിക്കും കോപ്പും ഒക്കെ. ചാനലിൽ കൂടി അതിന്റെ സീക്രട്ട് മുഴുവൻ വെളിപ്പെടുത്തുകാ കൊടികെട്ടിയ മാജിക്കുകാര്... അപ്പഴാ അവന്റെയൊരു ഒടുക്കത്തെ മാജിക്ക്..."

"അതല്ലാതെ വെറെ പണിയൊന്നും എനിക്കറിയൂല്ല..."

രാമു കൈമലർത്തി.

"അറിയില്ലേൽ പഠിക്കാൻ ശ്രമിക്കണം. പള്ളിക്കൂടത്തീ പോയി ചൊവ്വേ നേരെ പഠിച്ചിരുന്നേലീ കൊഴപ്പം വല്ലോം വരുവായിരുന്നോ.."

രാമു വീണ്ടും മൗനത്തിലായി.

"മാജിക്കിൽ അവനൊന്ന് ശ്രമിച്ചുനോക്കട്ടെ. വല്ല ഗുണോം കിട്ടിയാ തൊടരാം. അല്ലേ നിർത്താം"

ലീല ഒരു പോംവഴി നിർദ്ദേശിച്ചു.

രാമു കൃതജ്ഞതാപൂർവമായ ഒരു നോട്ടം അമ്മയുടെ നേർക്ക് അയച്ചു.

“അമ്മേം മകനും കൂടി എന്താന്നു വച്ചാ ചെയ്തോ. ഒടുക്കം അതിന്റെ ഫലോം അനുഭവിച്ചോളണം”

അതും പറഞ്ഞ് കുഞ്ഞുണ്ണി ചാടിത്തുള്ളി ഇറങ്ങിപ്പോയി.

നാടകത്തിനും ബാലെയ്ക്കും വേഷഭൂഷാദികൾ വാടകയ്ക്ക് കൊടുക്കുന്നിടത്തു നിന്നാണ് മജീഷ്യന്റെ കോട്ടും സ്യൂട്ടും തലപ്പാവും മാന്ത്രിക വടിയും രാമു സംഘടിപ്പിച്ചത്. മുത്തശ്ശൻ കേളുവിന്റെ കാലത്ത് ഉപയോഗിച്ചിരുന്ന വേഷങ്ങൾ ചിതലെടുത്തുപോയി. വേഷമിട്ട് വാടകക്കാരന്റെ കണ്ണാടിയിൽ നോക്കി അഴകും പാകവും ചേർച്ചയും ഉറപ്പു വരുത്തി.

“നല്ല സ്റ്റൈലായിട്ടുണ്ട്.”

കടക്കാരൻ ആൻഡ്രു പ്രോത്സാഹന കമന്റ് പാസാക്കി.

“ഈ സ്റ്റൈലിന് എന്ത് വാടകയാവും?”

രാമു കമന്റ് ഇഷ്ടപ്പെടാത്ത മട്ടിൽ ചോദിച്ചു

”1000 ഉറുപ്പികയ്ക്കാണ് സാധാരണ കൊടുക്കാറ്. കുഞ്ഞിനായതു കൊണ്ട് 700 ഉറുപ്പികയ്ക്ക് തരാം”

“എനിക്കെന്താ പ്രത്യേകത. നമ്മള് തമ്മി വല്ല മുജ്ജന്മ ബന്ധോം ഒണ്ടോ? ”

“അതല്ല... പിന്നെ...”

ആൻഡ്രൂസ് തലചൊറിഞ്ഞു.

“വേഷംകെട്ട് എടുക്കാതെ മര്യാദയ്ക്ക് ഉള്ള റേറ്റ് പറ ആൻഡ്രൂച്ചേട്ടാ... എനിക്കിത് പതിവായി വേണ്ടതാ. അതിന്റെ റിഡക്ഷനും തരണം.”

ആൻഡ്രു ഒരു ഒലത്തിയ ചിരി ചിരിച്ചു.

“ശരി 500ന് ഉറപ്പിച്ചു.”

“ആര് ഒറപ്പിച്ചു. ഞാൻ 250 തരും. കച്ചവടം പൊടിപൊടിച്ചാൽ റേറ്റ് കൂട്ടിത്തരും. എന്താ?”

“കുഞ്ഞിന്റെ മനസ്സ് അങ്ങനാന്നേൽ പിന്നങ്ങനെ തന്നാകട്ടെ...”

ആൻഡ്രൂസ് ഒരു വെടക്ക് ചിരി ചിരിച്ചു.

രാമുണ്ണി വസ്ത്രം ഭംഗിയായി പൊതിഞ്ഞ് ഒരു പ്ലാസ്റ്റിക്ക് കൂട്ടിലിട്ട് തിരിഞ്ഞു നടന്നു.

“കുഞ്ഞേ അഡ്വാൻസ് വല്ലതും...?”

“അതൊന്നും കൈയിലില്ല ചേട്ടാ... ഷോ കഴിഞ്ഞ് വന്ന് മൊത്തത്തോടെ തന്നേക്കാം.”

നടത്തയ്ക്കിടയിൽ തിരിഞ്ഞു നോക്കാതെ രാമുണ്ണി പറഞ്ഞു.

പരിചയമുള്ള കുട്ടിയായതുകൊണ്ട് തർക്കത്തിനൊന്നും ആൻഡ്രൂസ് നിന്നില്ല. അല്ലെങ്കിലും കളികൾ കുറവുള്ള കാലമാണ്. തർക്കിച്ചും ഉടക്കിട്ടും ഉള്ള കഞ്ഞിയിൽ പാറ്റയിടുന്നത് ബുദ്ധിയല്ല. ആൻഡ്രൂസ് കണക്കുകൂട്ടി.

അയാളുടെ കണക്ക്കൂട്ടൽ പിഴച്ചില്ല. കൊണ്ടുപോയതിന്റെ പിറ്റേ മാസം രാമുണ്ണി വസ്ത്രം തിരികെ കൊണ്ടുവന്ന് തന്നു. വാടകയും തന്നു. ആൻഡ്രൂസിന് സന്തോഷമായി.

“നല്ല കൊയ്ത്താരുന്നില്ല്യോ...”

രാമുണ്ണിയുടെ മുഖത്തെ മ്ലാനത കണ്ടിട്ടും അയാൾ ചോദിച്ചു.

“കൊയ്ത്തും മെതിയും നന്നായിരുന്നു. പലതും എന്റെ ദേഹത്താ യിരുന്നൂന്ന് മാത്രം”

നീര്വച്ച കൺതടം ഉയർത്തിക്കാട്ടി രാമുണ്ണി പറഞ്ഞു

“കല്ല് ഇവിടെ തട്ടി നിന്നത് മഹാഭാഗ്യം. ഇല്ലാരുന്നേൽ ഒരു കണ്ണ് പോയി കിട്ടിയേനെ...”

“കുഞ്ഞ് പറഞ്ഞുവരുന്നത്...?”

“ങ്ഠാ... അത് തന്നെ...”

“അതെന്താ കുഞ്ഞേ...ശരിക്ക് കളി പഠിക്കാതാന്നോ തട്ടേ കേറീത്?”

“അത്യാവശ്യം നമ്മുടെ നാട്ടീ കാണുന്ന എല്ലാ വിദ്യകളും പഠിച്ചിട്ട് തന്നാ പോയത്. പക്ഷേ ജനം പുരോഗമിച്ചു പോയി ആൻഡ്രൂ ചേട്ടാ. ഈ ടിവിയും ഇന്റർനെറ്റും ഒക്കെ വന്നതോടെ ഇതിന്റെയൊക്കെ രസവും പുതുമയും പോയി. പല മാജിക്കിന്റെയും സീക്രട്ട് നമ്മളേക്കാൾ നന്നായി നാട്ടുകാർക്ക് അറിയാം. അച്ഛൻ പറഞ്ഞപ്പോ ഞാനത് കാര്യമാക്കിയില്ല. ങ്ഠാ... മൂത്തവർ ചൊല്ലും മുതുനെല്ലിക്ക ആദ്യം കയ്ക്കും പിന്നെ...”

ആൻഡ്രൂസ് തലകുമ്പിട്ട് അല്പസമയം എന്തോ ആലോചിച്ചു. പിന്നെ കൈനീട്ടി വാങ്ങിയ കാശ് അതേപടി തിരിച്ചേൽപ്പിച്ചു.

“അത് വേണ്ട. ചേട്ടൻ വച്ചോ... ആരായാലും ഞാൻ കൊടുക്കണ്ട തല്ലേ...”

“സാരമില്ല. നിനക്ക് കാശുണ്ടാവുമ്പോൾ ഞാൻ വാങ്ങിച്ചോളാം. തത്കാലം നീ ചെല്ല്...”

രാമുണ്ണിയുടെ കണ്ണ് നിറഞ്ഞു. അത്യാഗ്രഹക്കാരൻ മാപ്പിളയെന്ന് നാട്ടുകാര് ഭള്ള് പറയുന്ന മനുഷ്യനാണ് തന്നോട് വിട്ടുവീഴ്ച കാണിക്കുന്നത്. എല്ലാവരും കുറ്റപ്പെടുത്തുമ്പോൾ, ഒറ്റപ്പെടുത്തുമ്പോൾ ദൈവം ചില കോണുകളിൽനിന്ന് കനിവിന്റെ ഉറവ നമ്മിലേക്ക് ഒഴുക്കുന്നു.

“നന്ദിയുണ്ട്...”

അത്രമാത്രം പറഞ്ഞ് രാമുണ്ണി തിരിഞ്ഞുനടന്നു.

വെയിൽ കനത്ത വഴികളിലൂടെ കുടയും തണലും പ്രത്യാശയുമില്ലാതെ നടക്കുമ്പോൾ ജീവിതം രാമുണ്ണിയെ തുറിച്ചുനോക്കി. രാമുണ്ണി ജീവിതത്തെയും. എന്താണ് തന്റെ വഴിയെന്ന് എത്ര ആലോചിച്ചിട്ടും അയാൾക്ക് കണ്ടെത്താൻ കഴിഞ്ഞില്ല.

കൃത്യമായ ഒരു തൊഴിൽ ഇല്ല. ലക്ഷ്യമില്ല. അറിവുകളില്ല.

ഓളത്തിന്റെ ചലനങ്ങൾക്കൊത്ത് ഇളകിമറിഞ്ഞ് അലക്ഷ്യമായി എങ്ങോട്ടോ ഒഴുകുന്ന പൊങ്ങുതടിയാണ് അയാൾക്ക് ഓർമ്മവന്നത്.

പക്ഷേ ഒന്ന് അയാൾക്ക് ഉറപ്പുണ്ട്. ഏത് പാഴ്ത്തടിയും തനിക്ക് അജ്ഞാതമായ ഏതോ ലക്ഷ്യത്തിൽ ചെന്ന് തട്ടി നിൽക്കും. അങ്ങനെയൊന്ന് എവിടെയോ തന്നെയും കാത്തിരിപ്പുണ്ട്. അനിവാര്യമായ വിധി എന്ന് വിളിക്കുന്നത് അതിനെയാവാം. അറിയില്ല.

മൂന്ന്

വൈകുന്നേരം കോളജ് വിട്ടു വന്ന് നാലുമണി പലഹാരം കഴിച്ച സൗമിനി പലകുറി ഛർദ്ദിച്ചു. ശബ്ദം കേട്ട് ഉമ്മറത്തേക്ക് വന്ന മുത്തശ്ശി ശങ്ക കൂടാതെ പറഞ്ഞു.

"പെണ്ണിന് കഴിച്ചത് വയറ്റിപിടിച്ചു കാണത്തില്ല... അല്ലെങ്കിലും ഈ അവല് നനച്ചത് വായുകോപത്തിന് പിടിക്കത്തില്ല. ഞാൻ പണ്ടേ പറഞ്ഞിട്ടുള്ളതാ..."

നാശം... എന്ന മട്ടിൽ വത്സല അമ്മായിയമ്മയെ തറപ്പിച്ചൊന്ന് നോക്കി.

"പറയുമ്പം പിടിക്കുവേല. ങാ... തള്ളേം മോളും കൂടനുഭവിച്ചോ..."

അവരതും പറഞ്ഞ് അകത്തേക്ക് കയറിപ്പോയി.

വത്സല മകളുടെ മുതുകത്ത് തലോടിയിട്ട് കുടിക്കാൻ ജീരകമിട്ട് തിളപ്പിച്ച വെള്ളവും കൊണ്ട് വന്നു.

ഒറ്റവലിക്ക് വെള്ളം കുടിച്ച് തിരിഞ്ഞ സൗമിനിയുടെ കണ്ണുകൾ നിറഞ്ഞിരിക്കുന്നത് അവർ കണ്ടു.

"മോള് പേടിക്കണ്ട. വല്ലതും വയറ്റിപിടിക്കാഞ്ഞിട്ടാവും..."

അവരുടെ നിഷ്കളങ്കസംശയം കണ്ട് സകലനിയന്ത്രണവും വിട്ട് അവൾ അമ്മയെ ഇറുകെ കെട്ടിപ്പിടിച്ച് പൊട്ടിക്കരഞ്ഞു. വത്സലയ്ക്ക് ഏതോ ആപത്സൂചനയുടെ മണമടിച്ചു.

കാറ് കൊണ്ട മാനം പോലെ അവരുടെ മുഖം ഇരുണ്ടു.

"എന്നാ പറ്റിയെടീ കൊച്ചേ..."

അവരുടെ ശബ്ദം ചിലമ്പിച്ചിരുന്നു.

"കാവിലമ്മ ചതിച്ചമ്മേ..."

സൗമിനി അത്രയേ പറഞ്ഞുള്ളു. അതിൽ എല്ലാം അടങ്ങിയിരുന്നു. വത്സല ആ വാക്കുകളിൽനിന്ന് ഏറെക്കുറെ കാര്യങ്ങൾ വായിച്ചെടുത്തു. അവർക്ക് അറിയേണ്ടത് ഒന്നേ ഉണ്ടായിരുന്നുള്ളു.

"ആരാടീ ഒരുമ്പെട്ടോളേ കാരണക്കാരൻ..."

സൗമിനി ഒളിക്കാനും മറയ്ക്കാനും നിന്നില്ല.

"രാമു... പൂവകത്തെ രാമുണ്ണി..."

അവൾ ഒറ്റശ്വാസത്തിൽ പറഞ്ഞു.

വത്സല ഒന്ന് ഞെട്ടി.

"ദേവീ..."

അവർ നെഞ്ചത്ത് കൈവച്ചു. പിന്നെ തിരിഞ്ഞു കൈവീശി മകളുടെ ചെകിട്ടത്ത് ഒന്ന് പൊട്ടിച്ചു.

"എടീ... കുടുംബദ്രോഹീ... അന്തസ്സുള്ള ഒരുത്തനാരുന്നേല്... ചെന്ന് കൈപിടിച്ച് തരായിരുന്നു. ഇതിപ്പോ മണ്ണിനും ചുണ്ണാമ്പിനും കൊള്ളാത്ത പാഴ്ജന്മം..."

അവർ പരിതപിച്ചു.

"എന്നതാടി അവിടെയൊരു ബഹളം..."

വീണ്ടും നെറ്റി ചുളിച്ച് മുത്തശ്ശി ഇറങ്ങി വന്നു. ഏതും പോരാത്ത തള്ളയെങ്ങാനും അറിഞ്ഞാൽ ചെണ്ടകൊട്ടി നാട്ടിൽ പരസ്യപ്പെടുത്തുന്നതിലും കഷ്ടമാണെന്ന് വത്സലയ്ക്ക് അറിയാം.

"ഒന്നൂല്ല. കൊച്ചിന് ഒരു വയ്യാഴിക... അവളോട് ഒന്ന് കെടക്കാൻ ഞാൻ പറേവാരുന്നു..."

വത്സല തന്ത്രപരമായി പ്ലേറ്റ് മറിച്ചുവച്ചു.

മകളെ കിടപ്പുമുറിയിൽ കൊണ്ടു കിടത്തി ഫുൾസ്പീഡിൽ ഫാനിട്ടു കൊടുത്ത് വത്സല ഒറ്റ മുങ്ങൽ.

ഉപഷാപ്പിൽ ചെന്ന് കുമാരനെ വിളിച്ചിറക്കി ചെവിയിൽ മെല്ലെ പിറുപിറുത്തു.

"ഞാൻ പറയാൻ പോണ കാര്യം കേട്ട് നിങ്ങള് ഒച്ചേം ബഹളോമൊണ്ടാക്കരുത്..."

"എന്നതാടീ.."

കുമാരൻ സഹജമായ അക്ഷമ പുറത്തുകാട്ടി.

"കെടന്ന് കാറാനാണെങ്കീ ഞാൻ പറേന്നില്ല."

വിതുമ്പലടക്കി വത്സല പറഞ്ഞു. പ്രശ്നം വിചാരിക്കുന്നതിലും ഗൗരവം നിറഞ്ഞതാണെന്ന് കണ്ട് കുമാരൻ ഒന്ന് അയഞ്ഞു.

“നീ പറ... ഞാൻ ഒന്നും മിണ്ടുകേല...”

അയാൾ തണുത്തെന്നുകണ്ട് വത്സല തഞ്ചത്തിൽ കാര്യം അവതരിപ്പിച്ചു.

കുമാരൻ പറഞ്ഞ വാക്ക് പാലിച്ചു. ശരിക്കും മിണ്ടാൻ കഴിയാത്ത വണ്ണം നാവിറങ്ങിപ്പോയതുപോലെ.

“ഇനി എന്നാ ചെയ്യുവെടീ...”

എന്തിനും ഏതിനും പോന്ന കുമാരൻ മകളുടെ കാര്യം വന്നപ്പോൾ ദണ്ഡംകൊണ്ട് നിന്ന് വിറച്ചു. അത് കണ്ടപ്പോൾ സൗമിനിക്കും സങ്കടം വന്നു.

“നാണുവൈദ്യനെ ഒന്ന് കണ്ടാലോ... ഇരുചെവിയറിയാതെ കാര്യം നടക്കും. ഇല്ലേ കൊച്ചീലെങ്ങാനും കൊണ്ടുപോയി കലക്കി കളയണം. നാട്ടിലാരേലും അറിഞ്ഞാപിന്നെ മ്മള് ജീവിച്ചിരുന്നിട്ട് കാര്യമില്ല.”

അത് ശരിയാണെന്ന് കുമാരനും തോന്നി.

പക്ഷേ ഒരു തീരുമാനത്തിലെത്താൻ അയാൾക്കും കഴിഞ്ഞില്ല. വിചാരം വികാരത്തിന് അടിമപ്പെട്ട അവസ്ഥ. പെട്ടെന്ന് പെൺബുദ്ധി ഉണർന്ന് പ്രവർത്തിച്ചു.

“നിങ്ങളിങ്ങനെ കല്ല്പോലെ നിന്നിട്ട് കാര്യമില്ല. എന്തേലും ഒന്ന് ചെയ്തേ പറ്റൂ...”

“എവിടെ അവള്....”

കുമാരൻ രോഷം കൊണ്ട് വിറച്ചു.

“പെണ്ണിനെ തല്ലീട്ടും കൊന്നിട്ടും പ്രശ്നം തീരില്ല. പറ്റിയത് പറ്റി. വല്ലാത്ത വിചാരങ്ങള് തോന്നുന്ന പ്രായത്തി കണ്ടറിഞ്ഞ് പ്രവർത്തിക്കേണ്ട ചുമതല തന്തയ്ക്കും തള്ളയ്ക്കുമാ. നമുക്കത് പറ്റീല്ലാന്ന് വിചാരിച്ചാ മതി..”

വത്സല പറയുന്നതിൽ കഴമ്പുണ്ടെന്ന് അയാൾക്കും തോന്നി.

അയാൾ അവളെയും കൂട്ടി പുതുതായി വാങ്ങിയ ഓഡി കാറിൽ കുടുംബവീട്ടിലേക്ക് കത്തിച്ചുവിട്ടു.

മുറ്റത്ത് ചെന്നിറങ്ങുമ്പോൾ കതക് തുറന്നു കിടപ്പുണ്ട്. മുത്തശ്ശി മുറിയിൽ കിടന്ന് കൂർക്കം വലിച്ചുറങ്ങുന്നു. അവർ കേൾക്കാതിരിക്കാൻ പരമാവധി ശബ്ദം താഴ്ത്തി വത്സല പറഞ്ഞു.

“വൈദ്യരെ കണ്ടാ ഒന്നും രണ്ടും പറഞ്ഞ് നാട്ടുകാരറിയും. അതിലും ഭേദം കൊച്ചിക്ക് പോണതാ...”

“നീയാദ്യം അവളെ വിളിക്ക്. അത്യാവശ്യം വേണ്ട തുണിയും ഷീറ്റും എടുത്തോ...”

അരിശം പുകയുമ്പോഴും പരമാവധി സംയമനം പാലിച്ച് കുമാരൻ പറഞ്ഞു.

വത്സല മകളെ വിളിക്കാൻ അവളുടെ മുറിയിലേക്ക് ചെന്നു. ശൂന്യമായ കിടക്കയാണ് ആദ്യം വത്സലയെ അഭിമുഖീകരിച്ചത്.

തൊടിയിലും വീട്ടിലെ മറ്റ് മുറികളിലും അവർ മാറി മാറി പരതി. എങ്ങും സൗമിനിയെ കണ്ടില്ല. മുത്തശ്ശിയെ ഉറക്കത്തിൽ നിന്നും വിളിച്ചുണർത്തി ചോദിച്ചിട്ട് അവർക്കും അറിയില്ല. ഒരു ആപത് സൂചനയുടെ തിരയിളക്കം വത്സലയുടെ കണ്ണുകളിൽ വായിച്ചു കുമാരൻ.

“ന്റെ തേവരെ... പെണ്ണ് വല്ല കടുംകൈയും കാണിച്ചോടീ...”

“പറയാൻ കൊള്ളാത്ത വർത്താനം പറയല്ലേന്റെ മനുഷ്യാ...”

വത്സല നെഞ്ചത്തടിച്ച് നിലവിളിച്ചു.

“നീ ബഹളം കൂട്ടി നാട്ടാരെ അറിയിക്കല്ലേ ന്റെ വത്സേ...”

ആശങ്ക പുകയുമ്പോഴും അപമാനിതനാവാനുള്ള വിമുഖത കുമാരൻ പ്രകടിപ്പിച്ചു.

“എന്നതാടീ കൊച്ചേ പ്രസ്നം...?”

ആകാംക്ഷ കൂർപ്പിച്ച കാതുകളുമായി മുത്തശ്ശി അടുത്തെത്തി.

“തള്ള ഒരടത്ത് അനങ്ങാതെ ഇരിക്കണൊണ്ടോ...”

വത്സല കയർത്തു.

കുമാരനെ വെട്ടിവിയർക്കാൻ തുടങ്ങി. അയാൾ ഇടനെഞ്ച് പൊത്തിപ്പിടിക്കുന്നത് കണ്ട് വത്സല വീണ്ടും അയ്യോ വിളിച്ചു.

അവൾ അയാളെ സെറ്റിയിലേക്ക് ചായ്ച്ച് ഇരുത്തി ഫാൻ ഫുൾസ്പീഡിൽ ഇട്ടുകൊടുത്തു.

“വേണ്ടാത്തതൊക്കെ ആലോചിച്ചു കൂട്ടി നിങ്ങള് ഏനക്കേട് വരുത്തിവയ്ക്കല്ലേ.”

വിതുമ്പിക്കരഞ്ഞുകൊണ്ട് വത്സല അപേക്ഷിച്ചു. കുമാരന് മുൻപൊരിക്കൽ അറ്റാക്ക് വന്നത് അവൾ മറന്നിട്ടില്ല. വത്സല ഓടി അകത്തു ചെന്ന് ഭിത്തിയലമാരയിൽ മരുന്നുകൾ സൂക്ഷിക്കുന്ന റാക്കിൽനിന്നും ആസ്പിരിൻ ഗുളികയും ചില്ലുഗ്ലാസിൽ വെള്ളവുമായി വന്ന് കുമാരന് കൊടുത്തു. അയാൾ ഒറ്റവലിക്ക് വെള്ളം കുടിച്ചിട്ട് പിന്നാലെ ഗുളിക നാവിനടിയിൽ വച്ചു.

വത്സല ഗ്ലാസ് തിരികെ അടുക്കളയിൽ കൊണ്ടുവയ്ക്കാൻ ചെന്നപ്പോൾ പിന്നാമ്പുറത്തെ വാതിലിലൂടെ സൗമിനി കയറി വരുന്നു.

"നീയിതെവടെ പോയി കെടക്കുവാരുന്നെടീ ഒരുമ്പെട്ടോളേ..."

"ഞാനപ്പുറത്തെ അമ്പിളിച്ചേയിയെ ഒന്ന് കാണാൻ പോയതാ..."

"എന്നിട്ട് വിശേഷങ്ങളെല്ലാം വിളമ്പിക്കാണും."

സൗമിനി തലതാഴ്ത്തി നിന്നതല്ലാതെ ഉരിയാടിയില്ല.

"എടി... നിന്നോടാ ചോദിച്ചത്... എല്ലാം നീ എഴുന്നള്ളിച്ചോന്ന്..."

"അമ്പിളിച്ചേയിയോട് ഞാനൊന്നും മറയ്ക്കാറില്ല..."

"ഈശ്വരാ... ഈ തന്തയ്ക്ക് മുൻപൊണ്ടായ പെണ്ണ് ബാക്കിയൊള്ളോരെ നാണം കെടുത്തുവല്ലോ..."

"അമ്മ കെടന്ന് തുള്ളണ്ട. ഇച്ചേയി ആരോടും പറയത്തില്ല. ഇച്ചേയിയെ അമ്മേക്കാൾ വിശ്വസിക്കാം."

"കരണം നോക്കി ഒന്ന് ഇട്ട്തന്നാലൊണ്ടല്ലോ..."

വത്സലയ്ക്ക് വീണ്ടും കലിയിളകി.

"അവള് വന്നോ..."

അങ്ങനെ ചോദിച്ചുകൊണ്ട് കുമാരൻ അടുക്കളയിലേക്ക് കയറി വന്നു.

"നിങ്ങളെന്നാത്തിനാ എണീറ്റ് നടക്കുന്നത്. കൊറച്ചുനേരം കെടക്കാൻ പാടില്ലാരുന്നോ...വല്ലോം വന്നുപോയാൽ ആർക്ക് പോയി. എനിക്ക് പോയി... ഇവക്കൊക്കെ വല്ല ദണ്ണോമൊണ്ടോ..."

വത്സല മകളെ കുറ്റപ്പെടുത്തി.

"നീ വേഗം കൊച്ചിനെ ഒരുക്കീട്ട് ഇറങ്ങാൻ നോക്ക്. വൈകുംമുമ്പ് തിരിച്ചെത്തണം."

കുമാരൻ മകളുടെ നേർക്ക് നോക്കാതെ പറഞ്ഞു.

അയാൾ വഴക്ക് പറയാത്തതിലായിരുന്നു സൗമിനിക്ക് അദ്ഭുതം. അമ്മയേക്കാൾ തീക്ഷ്ണമായി അച്ഛൻ പൊട്ടിത്തെറിക്കുമെന്നാണ് അവൾ വിചാരിച്ചത്. പക്ഷേ കുമാരൻ അതിശയകരമായ സംയമനം പാലിച്ചു. അത് കണ്ട് സൗമിനിക്ക് സങ്കടം വന്നു. അച്ഛൻ മുത്തേ എന്നല്ലാതെ തന്നെ വിളിച്ചിട്ടില്ല. എന്നും വന്നു കയറിയാലുടൻ നീട്ടി വിളിക്കും. താൻ ഓടിച്ചെല്ലുമ്പോൾ ഒരു ഡയറി മിൽക്ക് വച്ച് നീട്ടും. പിന്നെ ചേർത്തു പിടിച്ച് നെറ്റിയിലോ കവിളത്തോ ഒരുമ്മ. അത് മുറതെറ്റാത്ത പതിവാണ്. അതിന് ഇടക്കിടെ മുത്തശ്ശീടെ വക കുശുമ്പും വഴക്കുമുണ്ട്.

"നിനക്ക് നാണമില്ലേ കുമാരാ... തലേം മൊലേം വളർന്ന പെണ്ണിനെ എടുത്ത് കൊഞ്ചിക്കാൻ..."

അച്ഛൻ വിട്ടുകൊടുക്കില്ല.

"അമ്മയൊന്ന് ചുമ്മാതിരിക്കണൊണ്ടോ... മുത്ത്നരച്ചാലും അവളെന്റെ മുത്താ... എനിക്ക് ഇക്കണ്ട ഐശ്വര്യം മുഴുവനുണ്ടായത് അവള് ജനിച്ചേ പിന്നാ..."

അങ്ങനൊള്ള മകളാണ് ഈ പോക്രിത്തരം കാണിച്ചുവച്ചത്. എന്നിട്ടും അച്ഛൻ ക്ഷമിക്കുന്നതിന്റെ കാരണം മാത്രം സൗമിനിക്ക് അവളുടെ പരിമിത ബുദ്ധിയിൽ തെളിഞ്ഞില്ല.

നാല്

കുടുംബവീട്ടിൽ നിന്നും 80 കിലോമീറ്റർ അകലെ കറുവന്നൂരിലെ കലന്തൻ വൈദ്യരുടെ വീട്ടിൽ മൂന്ന് ദിവസം. കുമാരന് പണ്ട് മൂലക്കുരുവും വായുകമ്പവും വത്സലയ്ക്ക് നടുവേദനയും വന്നപ്പോൾ പുഷ്പം പോലെ ചികിത്സിച്ച് മാറ്റിയ ആളാണ് വൈദ്യർ. ആധുനികവൈദ്യശാസ്ത്രം തോൽക്കുന്നിടങ്ങളിൽ വൈദ്യർ ജയിക്കുന്നു. അത്രയും കേമനായ അദ്ദേഹത്തെ തന്നെ ഇക്കാര്യത്തിലും കുമാരൻ ആശ്രയിച്ചു.

ചൂടുവെള്ളത്തിൽ കഴിക്കാൻ ഒരുപൊടി. ദിവസം മൂന്ന് നേരം. പിന്നെ കഷായം പോലെ കയ്ക്കുന്ന ദ്രവരൂപത്തിലുള്ള ഒരു മരുന്ന്. വേദനയില്ല. മറ്റ് പാർശ്വഫലങ്ങളില്ല. പുഷ്പം പോലെ എല്ലാം ശുഭം. വൈദ്യർ വിശദീകരിച്ചു. സമാധാനത്തോടെ കുമാരനും കുടുംബവും മടങ്ങി. സംഭവിച്ചത് സംഭവിച്ചു. ഏതായാലും മാനം പോയില്ലല്ലോ.

പെൺപിള്ളേരാവുമ്പോ ഈ പ്രായത്തിൽ കൊറച്ച് ഉൾത്തരിപ്പ് ഉണ്ടാവും. ആണത്തമുള്ളവനെ ഒത്തുകിട്ടിയാൽ ചിലതൊക്കെ നടന്നെന്നുമിരിക്കും. അത് പ്രകൃതിനിയമമാണ്. പാടില്ലാത്തതാണെന്ന് അറിയാമെങ്കിലും ആ നേരത്ത് അതൊന്നും ഓർത്തെന്ന് വരില്ല. വിശപ്പും ദാഹവും നിയന്ത്രിക്കാൻ പറ്റുമോ? ഇതും അതുപോലെയുള്ളു. പുറത്ത് പറഞ്ഞില്ലെങ്കിലും കുമാരൻ മനസ്സിൽ വിചാരിച്ചു.

വീട്ടിൽ തിരിച്ചെത്തിയ കുമാരൻ വത്സലയോട് ആദ്യം പറഞ്ഞ കാര്യം ഇതായിരുന്നു.

“ഇനി പെണ്ണിനെ പഠിപ്പിക്കാനൊന്നും നിക്കണ്ട. നമ്മുടെ നിലയ്ക്കും വിലയ്ക്കും ഒരുവിധം ചേരുന്ന ഒരുത്തന്റെ കൈപിടിച്ച് കൊടുക്കുക. പണോം പണ്ടോം എത്ര വേണേലും കൊടുക്കാം..”

“അവള് സമ്മതിക്കുവോ...?”

വത്സലയുടെ സംശയം ന്യായമായിരുന്നു.

“അവളുടെ സമ്മതം ആർക്ക് വേണം. നമ്മള് അവക്കടെ ഭാവി മാത്രം നോക്കിയാ മതി...”

“അതല്ല. അവനെ മറക്കാൻ അവള് തയ്യാറാവുമോന്ന്...”

“ആരെ...?”

വത്സല പേര് പറഞ്ഞു. കുമാരൻ നീട്ടി ഒന്ന് ആട്ടി

"ഫ...!!! ആ നരിന്ത് പൊലയാടി മോനോ... അവൻ എന്റെ മുറ്റത്ത് കാലുകുത്തിയാ കൊന്ന് കൊക്കേലെറിയും. കള്ളും കൊണ്ട് നേര്യമംഗലം ഷാപ്പി പോകുന്ന വണ്ടീടെ ഡിക്കീല് സ്ഥലം കൊറച്ചൊന്നുവല്ല."

"എന്നാലും..."

"നീയൊന്ന് ചുമ്മാതിരിക്കുന്നൊണ്ടോ വത്സലേ... എന്റെ പ്രഷറ് കൂട്ടരുത്..."

കുമാരൻ വിറളി പിടിച്ചു.

അപ്രതീക്ഷിതമായി ആ ചർച്ചയുടെ നടുവിലേക്ക് സൗമിനി കയറി വന്നു.

"എന്നാടീ..."

മുത്തേ എന്ന് മാത്രം വിളിച്ചിട്ടുള്ള നാവുകൊണ്ട് കുമാരൻ ദേഷ്യപ്പെട്ടു.

"എനിക്കിപ്പം കല്യാണം വേണ്ട..."

സൗമിനി എടുത്തടിച്ച പോലെ പറഞ്ഞു.

'അത് നീയാ തീരുമാനിക്കുന്നത്...?"

വത്സല ഏറ്റുപിടിച്ചു.

"എന്റെ കല്യാണം പിന്നെ ഞാനല്ലേ തീരുമാനിക്കേണ്ടത്..."

"തർക്കുത്തരം പറയുന്നോടീ അസത്തേ..."

വത്സല വീണ്ടും തല്ലാൻ കൈ ഉയർത്തി. കുമാരൻ തടഞ്ഞു.

"മോള് അകത്തു പോയി വിശ്രമിക്ക്. അതൊക്കെ നമുക്ക് പിന്നെ ആലോചിക്കാം."

കുമാരൻ അങ്ങനെ പ്രതികരിക്കുമെന്ന് വത്സലയും സൗമിനിയും തീരെ കരുതിയില്ല. അയാളുടെ മനസ്സിൽ എന്താണെന്ന് അവർക്ക് പിടികിട്ടിയതുമില്ല.

പിറ്റേ ഞായറാഴ്ച കാലത്ത് ഭാര്യയോടും മകളോടുമായി കുമാരൻ പറഞ്ഞു.

"എന്റെ പഴയ ഒരു പരിചയക്കാരനുണ്ട്. മുക്കത്ത് പലചരക്ക് ഹോൾസെയിൽ കട നടത്തുന്ന ദിവാകരൻ. പൂത്ത കാശാ അവന്. ദിവാകരനും വീട്ടുകാരത്തീം മോനും കൂടെ നമ്മുടെ അമ്പലത്തീ തൊഴാൻ വരുന്നുണ്ട്. ചെക്കന്റെ കല്യാണം വൈകുന്നതിന് ഏതാണ്ട് നേർച്ചയുണ്ട്. അക്കൂട്ടത്തീ ചെലപ്പോ ഇവിടേം ഒന്ന് കേറും."

ആ പറഞ്ഞതിൽ അസ്വാഭാവികതയുള്ളതായി ശുദ്ധഗതിക്കാരിയായ വത്സലയ്ക്ക് തോന്നിയില്ല. സൗമിനി പക്ഷേ കാലേകൂട്ടി അപകടം മണത്തു.

"നമ്മള് വല്ലോം കരുതണ്ടേ?" വത്സല സംശയം പ്രകടിപ്പിച്ചു.

"കാപ്പിക്കുള്ളത് എന്തായാലും വേണം. ഊണിന്റെ കാര്യം ഉറപ്പില്ല. ഏതായാലും രണ്ട് നാടൻകോഴിയെ അങ്ങ് കണ്ടിച്ചേര്..."

കുമാരൻ പറഞ്ഞു.

"ങാ... പിന്നേ... ചെറുപഴമൊന്നും അവർക്ക് വെളമ്പിയേക്കരുത്..."

കുമാരൻ കൂട്ടിച്ചേർത്തു.

"അതെന്നാടാ കുമാരാ... അവര് കൊച്ചിനെ പെണ്ണ് കാണാൻ വരു വാന്നോ... പഴം കൊടുത്താ കല്യാണം നടക്കത്തില്ലെന്നാ പണ്ട് കാല ത്തുള്ളവര് പറേന്നത്."

മുത്തശ്ശി വച്ച് കാച്ചി. കുമാരന്റെ മുഖം കടലാസ് പോലെ വിളറി.

"വേണ്ടാതീനം പറയാതെ അമ്മ അകത്ത് പോണൊണ്ടോ..." അയാൾ ചീറി.

സൗമിനിക്ക് ചിരിയാണ് വന്നത്. എത്ര വേലയിറക്കിയാലും മറ്റൊരു പുരുഷൻ തന്റെ ദേഹത്ത് കൈവയ്ക്കാൻ അനുവദിക്കില്ലെന്ന് അവൾ തീരുമാനിച്ചുറച്ചതാണ്. സൗമിനി നിശ്ചയിച്ചാൽ നിശ്ചയിച്ചതാണ്. അതിനെ പിടിവാശിയെന്നോ അഹമ്മതിയെന്നോ എന്ത് പേരിട്ട് വിളിച്ചാലും തെറ്റില്ല.

മുക്കത്തുകാര് വന്നു. വത്സലയും സൗമിനിയും ചേർന്ന് ഭംഗിയായി വച്ചു വിളമ്പി. അവര് സന്തോഷമായി തിരിച്ചുപോവുകേം ചെയ്തു. എല്ലാം കഴിഞ്ഞ് രാത്രി കിടക്കാൻ നേരം കുമാരൻ ഭാര്യയേം മകളേം അടു ത്തേക്ക് വിളിച്ചു. മുഖവുര കൂടാതെ അയാൾ പറഞ്ഞു.

"മുക്കത്തുകാര് വിളിച്ചിരുന്നു. അവർക്ക് സൗമിനി മോളെ പെരുത്ത് ഇഷ്ടായീന്ന്. ജാതി നോക്കിയാൽ അവര് തീയരാ. എന്നാലും നമ്മള് ചോവൻമാരടെ ഒരു അവാന്തരമായിട്ട് വരും. ഗുരുദേവനെ പ്രാർത്ഥിക്കുന്ന പരിപാടിയൊന്നും അവർക്കില്ല. അത് നമ്മക്ക് ഉണ്ടാക്കിയെടുക്കാംന്നേ... ഞാൻ പറഞ്ഞു വരുന്നത് നിനക്ക് മനസ്സിലാവണുണ്ടോ?"

കുമാരൻ വത്സലയെ നോക്കിയാണ് ചോദിച്ചതെങ്കിലും ലക്ഷ്യം സൗമിനിയായിരുന്നു.

" ചെക്കനും മോളെ വല്ലാതങ്ങ് പിടിച്ചുപോയി. കല്യാണമേ വേണ്ടെന്നും പറഞ്ഞ് ഒറ്റാല് പോലെ നിന്ന പയ്യനാ. ഇപ്പം അവൻ ഇറങ്ങേം കൊണ്ടേ പോവൂന്നാ..."

അതും പറഞ്ഞ് കുമാരൻ ഒരു ഇളിഞ്ഞ ചിരി ചിരിച്ചു.

വത്സലയ്ക്കും ആ നീക്കം ഇഷ്ടമായി. പക്ഷേ സൗമിനിയുടെ നില വിളക്ക് പോലുള്ള മുഖത്ത് കത്തിനിന്ന തിരികൾ അഞ്ചും കെട്ടു. മുറിയിൽ ആകെ ഇരുട്ടു വീണപോലെ.

"എന്താ നിന്റെ അഭിപ്രായം?"

ഇക്കുറി കുമാരൻ മകളുടെ മുഖത്തേക്ക് നോക്കി ചോദിച്ചു.

"രാമുണ്ണീടെ സ്ഥാനത്ത് വേറൊരാളെ കാണാൻ ഇനി എന്നെക്കൊണ്ട് പറ്റില്ല"

അവൾ തീർത്തു പറഞ്ഞു.

"ഫ... എരണംകെട്ടവളെ... ആരാടീ അവൻ... കാൽക്കാശിന് വകയില്ലാത്ത തെണ്ടി. സ്വന്തം വീട്ടുകാർക്ക് പോലും അവനെ പത്തു പൈസേടെ വെലയുണ്ടോ...? ആദ്യം കെട്ട്യോൾക്ക് ചെലവിന് കൊടുക്കാനുള്ള വകയുണ്ടാക്കി കാണിക്കട്ടെ. അതുകഴിഞ്ഞ് തീരുമാനിക്കാം ബാക്കികാര്യം..."

"അച്ഛൻ എന്നാ പറഞ്ഞാലും കെട്ടുന്നൊണ്ടെങ്കിൽ രാമുണ്ണിയേ ഞാൻ കെട്ടൂ.."

മുറിക്ക് പുറത്ത് പാത്തു നിന്ന് അകത്തെ വർത്തമാനം ശ്രദ്ധിച്ച മുത്തശ്ശിയുടെ അഭിപ്രായം ഒരു അശരീരി പോലെ വന്നു.

"പെണ്ണിന് ചെക്കന്റെ സംഗതിയങ്ങ് ഇഷ്ടപ്പെട്ടൂന്ന് തോന്നണു."

അതും പറഞ്ഞ് അവർ ഒരു വഷളൻ ചിരി പാസാക്കി.

"ഫ... പെറ്റതള്ളേന്ന് വിളിച്ച നാവുകൊണ്ട് മറ്റേ വർത്താനം പറയിക്കരുത്. കടന്നു പോകുന്നുണ്ടോ..."

കുമാരൻ ചീറി.

"ഞാൻ പോയേക്കാവേ.." തള്ള വലിഞ്ഞു.

കുമാരൻ ഒരു നിമിഷം ആലോചിച്ചു. അയാൾ അങ്ങനെയാണ്. തീരുമാനങ്ങൾക്ക് കാത്തു നിൽക്കില്ല. എന്തും ഏതും ഞൊടിയിടയ്ക്കുള്ളിൽ നടപ്പാക്കും.

"നീയൊരു കാര്യം ചെയ്യ്. അവനോട് നാളെ കാലത്ത് ഇങ്ങ് വരാൻ പറ..."

സൗമിനിയുടെ നെഞ്ചൊന്ന് കാളി. കൊല്ലാനാണോ വളർത്താനാണോ അച്ഛൻ വിളിക്കുന്നതെന്ന് ആര് കണ്ടു. എന്തായാലും രണ്ടുംകൽപ്പിച്ച് അവൾ രാമുണ്ണിയെ മൊബൈലിൽ വിളിച്ചു. കാര്യമൊന്നും പറഞ്ഞില്ല. നാളെ എത്തിയേ പറ്റൂ എന്ന് കർശനമായി നിഷ്കർഷിച്ചു.

സൗമിനിയെ മനസിൽ ധ്യാനിച്ച് രാത്രി പുതപ്പിനുള്ളിൽ ചുരുണ്ടുകൂടുമ്പഴാണ് അവളുടെ വിളി വന്നത്. രാമുണ്ണിക്ക് ചില്ലറ ആശങ്ക തോന്നാതിരുന്നില്ല. വീട്ടിലേക്ക് അവൾ ധൈര്യപൂർവം വിളിച്ചു വരുത്തണമെങ്കിൽ അതിലെന്തോ കാര്യമുണ്ടെന്ന് അയാൾക്ക് തോന്നി. ഏതായാലും വിളിച്ചത് സൗമിനിയല്ലേ. എന്തെങ്കിലും ഉദ്ദേശം കാണാതെ വിളിക്കില്ല. പൊട്ടിപ്പെണ്ണാണെങ്കിലും അവൾ ഉൾക്കരുത്തുള്ളവളാണെന്ന് രാമുണ്ണിക്ക്

നന്നായി അറിയാം. ആ ധൈര്യത്തിലാണ് അയാൾ പിറ്റേന്ന് അതി രാവിലെ അവളുടെ വീട്ടിലെത്തിയത്.

മുറ്റത്ത് വലിയ കാർ കണ്ടപ്പോഴേ അയാളുടെ പാതിധൈര്യം ചോർന്നു. കുമാരൻ അകത്തുണ്ടെന്ന് ഉറപ്പാണ്. അയാളുടെ സാന്നിദ്ധ്യത്തിൽ എന്ത് പറയാനാവും അവൾ വിളിച്ചത്?

സൗമിനിക്ക് അക്കാര്യത്തിൽ ആശയക്കുഴപ്പം ലവലേശമില്ലായിരുന്നു. അവൾ കുമാരന്റെ തനി മകളാണ്. തീരുമാനം വേഗത്തിലും ദൃഢത യിലുമാണ്. അതിൽ പിന്നീട് ഭേദഗതിയില്ല. ആദ്യമായാണ് അവൾ ഒരാളെ സ്നേഹിക്കുന്നത്. ഒരു പുരുഷന് മുന്നിൽ സ്വന്തം നഗ്നത പ്രദർശിപ്പി ക്കുന്നതും അനാവൃതനായ ആണിനെ കാണുന്നതും ആദ്യമായാണ്. സൗമിനിക്ക് അവൾ സ്വപ്നം കണ്ടതൊന്നും അയാളിൽ നിന്നും ലഭി ച്ചതുമില്ല. അതൊക്കെ ആദ്യാനുഭവത്തിന്റെ പകപ്പിൽ സംഭവിച്ചതാകാ മെന്ന് അവൾ എഴുതിത്തള്ളി. അയാൾക്ക് അവളോടുണ്ടെന്ന് അവളെ വിശ്വസിപ്പിക്കാനായി അയാൾ നടിച്ച സ്നേഹം അവൾക്ക് അതിലും വലുതായിരുന്നു.

രാമുണ്ണി കാളിംഗ്ബെല്ലടിച്ചപ്പോൾ വന്ന് കതക് തുറന്നത് വത്സല യായിരുന്നു. അവനെ കണ്ട് മുഖത്ത് ഭാവവ്യത്യാസം ഒന്നും കാണി ക്കാതെ അവർ പറഞ്ഞു.

"മോൻ കയറിയിരിക്ക്...."

വിശാലമായ ഹാളിലെ പതുപതുത്ത സെറ്റിയിൽ അമർന്നിരിക്കു മ്പോൾ അവൻ കുസൃതിയോടെ ഓർത്തു. ഈ സോഫയ്ക്ക് സൗമിനി യുടെ ശരീരത്തേക്കാൾ മാർദ്ദവമുണ്ട്. ഏറെസമയം കഴിഞ്ഞാണ് കുമാരൻ അവിടേക്ക് കയറി വന്നത്. അയാളെ കണ്ട് അവൻ ബഹുമാനപുരസരം എണീറ്റു.

"ഇരിക്ക്..."

അയാൾ സാമാന്യമര്യാദയുടെ പരിധികൾ ലംഘിക്കാതെ പറഞ്ഞു.

അവർ രണ്ടുപേരും പരസ്പരാഭിമുഖമായി ഇരുന്നു.

വത്സലയുടെ മുഖം അകത്തേക്കുള്ള വാതിലിൽ പ്രത്യക്ഷപ്പെട്ടു. അവൾക്ക് പിന്നിലായി സൗമിനിയുടെ മുഖവും ദൃശ്യമായി. രാമു അവളെ കണ്ട് ചിരിച്ചു. അവളുടെ മുഖത്ത് നാണം കലർന്ന ഒരു ചിരി തലനീട്ടി.

കുമാരന്റെ ദൃഢമായ ശബ്ദം ഉയർന്നു.

"ഒരു മുഖവുരയുടെയോ വിശദീകരണത്തിന്റെയോ ആവശ്യമില്ലെന്ന് അറിയാം. അതുകൊണ്ട് വളച്ചുകെട്ടാതെ കാര്യത്തിലേക്ക് കടക്കാം. എന്റെ മകളും രാമുവും ഒരുമിച്ച് ജീവിക്കാൻ തീരുമാനിച്ചു കഴിഞ്ഞെന്ന് അവൾ പറയുന്നു. അതിൽ എനിക്ക് എതിർപ്പില്ല. കാരണം നമ്മൾ രണ്ടുകൂട്ടരും ഒരു ജാതിയിൽപെട്ടവരാണ്. കുടുംബപാരമ്പര്യത്തിൽ

രാമുവിന്റെ വീട്ടുകാർ ഞങ്ങളേക്കാൾ മുന്തിയവരാണ്. പക്ഷേ അതു കൊണ്ടൊന്നും ജീവിതമാവില്ല. ജീവിക്കാൻ പണം വേണം, തൊഴില് വേണം. സമൂഹത്തിൽ അന്തസും മാന്യതയും ഉണ്ടാവണമെങ്കിൽ ഇത് രണ്ടും വേണം. നിർഭാഗ്യവശാൽ ഈ പറഞ്ഞതൊന്നും നിലവിൽ രാമുവിന് ഇല്ല. എന്നെപ്പോലൊരാൾക്ക് ഇതൊക്കെ അംഗീകരിക്കാൻ ബുദ്ധിമുട്ടുണ്ട്. കാരണം വായിൽ വെള്ളിക്കരണ്ടിയുമായി ജനിച്ചയാളല്ല ഞാൻ. ചെത്തുകാരനായിരുന്നു. പിന്നെ ഷാപ്പിൽ കറിക്കച്ചവടം നടത്താൻ വന്ന വെറും ഒരു കുമാരൻ. 20 വർഷംകൊണ്ട് ആ വെറും കുമാരൻ, കുമാരൻ മുതലാളിയായി. ഇന്ന് ഈ നാട്ടിലെ ഏറ്റവും വലിയ പണ ക്കാരൻ എന്ന് ഞാൻ തന്നെ പറഞ്ഞാൽ അത് അഹങ്കാരമാവും. പക്ഷേ അങ്ങനെയാണെന്ന് നാട്ടുകാർ പറയുന്നു. ഇതൊക്കെ ഞാൻ നേടിയത് ആരുടെയും കൈത്താങ്ങു കൊണ്ടല്ല. സ്വന്തം പ്രയത്നവും മിടുക്കും കൊണ്ടാണ്. എന്നോളം വളർന്നില്ലെങ്കിലും ആരുടെയും മുന്നിൽ കൈ നീട്ടാതെ കെട്ടിയ പെണ്ണിന് ചെലവിന് കൊടുക്കാൻ ശേഷിയുള്ള ഒരു ത്തനെയേ മകളുടെ ഭർത്താവായി ഞാൻ അംഗീകരിക്കൂ. അതിന് സാധിക്കുമെന്ന് രാമുവിന് ആത്മവിശ്വാസമുണ്ടോ? "

രാമുവിന്റെ മുഖം അമേദ്യസ്പർശമേറ്റതു പോലെയായി. സൗമിനി യുടെ കണ്ണുകളിലെ തിളക്കവും മാഞ്ഞു. വത്സല ശ്വാസം അടക്കിപിടിച്ച് നിന്നു. കുമാരന് ലവലേശം കൂസലുണ്ടായിരുന്നില്ല.

"എനിക്കറിയില്ല കുമാരേട്ടാ... ഇപ്പോൾ എനിക്ക് ജോലിയൊന്നുമില്ല. അമ്പലത്തിൽ ശാന്തിപ്പണിക്ക് കൂടാനാ അച്ഛൻ പറേന്നത്."

കുമാരൻ ആക്കിയ മട്ടിൽ ഒന്ന് ചിരിച്ചു.

"നല്ല നാല് നെയ്ത്തിരി കത്തിക്കാൻ നടവരവില്ലാത്ത അമ്പലത്തിൽ ശാന്തിപണിക്ക് നിന്നാൽ നിന്റെ ഭാവി ഭദ്രമാകുമെന്ന് തോന്നുന്നുണ്ടോ രാമുവിന്?"

"അറിയില്ല..."

ഇക്കുറി കുമാരൻ ചൊടിച്ചു.

"എന്ത് ചോദിച്ചാലും നിനക്ക് അറിയില്ല. നിനക്ക് അറിവുണ്ടാക്കണ്ട ബാധ്യതയും എനിക്കില്ല. പക്ഷേ എന്റെ മകളുടെ ജീവിതത്തെക്കുറിച്ച് എനിക്ക് അറിഞ്ഞേ തീരൂ. നിനക്ക് എന്റെ മകളെ കെട്ടിച്ചു തന്നാൽ ഞങ്ങളുടെ കള്ളുകച്ചവടത്തിന്റെ കാര്യങ്ങളും നോക്കി ഉത്തരവാദിത്ത ത്തോടെ ഒപ്പം നിൽക്കാൻ നിനക്ക് പറ്റുവോ...?"

അന്ധൻ ആനയെ കണ്ടതുപോലെ രാമുണ്ണി മിഴ്ക്കസ്യാന്ന് നിന്നു.

"ചോദിച്ചത് കേട്ടില്ലേ. ഷോപ്പ്ബിസിനസ് നോക്കി നടത്താൻ പറ്റോന്ന്..."

"അയ്യോ... അതൊന്നും എനിക്ക് പരിചയമില്ല..."

"ഇതൊന്നും ആരും ജനിക്കുമ്പഴേ പരിചയിച്ചുകൊണ്ടല്ല വരുന്നത്. ചെയ്താണ് പരിചയിക്കുന്നത്. നിനക്ക് അതിനുള്ള ആത്മവിശ്വാസം ഉണ്ടോ എന്നതാണ് പ്രധാനം."

ഇതിനിടയിൽ വീട്ടിൽ വേലയ്ക്ക് നിൽക്കുന്ന മായാവല്ലി ഒരു ട്രേയിൽ രണ്ട് കപ്പ് ചായയും രണ്ട് പ്ലേറ്റുകളിലായി ബേക്കറി പലഹാരങ്ങളും കൊണ്ടുവന്ന് മുന്നിലെ ടീപ്പോയിൽ വച്ചു.

"രാമു ചായ കുടിക്ക്..."

ഗൗരവം വിടാതെ കുമാരൻ പറഞ്ഞു.

ഒരു കൊച്ചുകുട്ടിയുടെ നിഷ്കളങ്കതയോടെ ഒറ്റവലിക്ക് രാമു ചായ കുടിച്ചു.

"അലുവ കഴിക്കില്ലേ. കോഴിക്കോടൻ അലുവയാണ്. നല്ല ടേസ്റ്റാ... ഞാൻ ഒരു യാത്ര പോയപ്പോൾ വാങ്ങിയതാ..."

ചോദിക്കേണ്ട താമസം രാമു അലുവ ഒരു കഷണം എടുത്ത് വായിൽ വച്ചു. ശബ്ദമുണ്ടാക്കി കൊണ്ട് അലുവ ചപ്പി വലിച്ച് കഴിക്കുന്നത് കണ്ടപ്പോൾ സൗമിനിക്ക് നാണം വന്നു. അവൾക്ക് മറ്റ് ചിലത് ഓർമ്മയും വന്നു. പൊട്ടിവച്ച ചിരി അടക്കാനും അമ്മയിൽ നിന്ന് മറയ്ക്കാനും അവൾ നന്നെ പണിപ്പെട്ടു.

അലുവ കഴിച്ച് വലതുകൈപത്തി കൊണ്ട് ചിറി തുടച്ച് വീണ്ടും കുമാരന്റെ മുഖത്തേക്ക് നോക്കി രാമു.

"ഒരുപാട് കളം കണ്ടവനാ ഞാൻ. താൻ ഒരു പാവമാണെന്ന് എനിക്ക് മനസ്സിലായി. പക്ഷേ അതുകൊണ്ട് കാര്യമില്ല. താൻ പാവമായതുകൊണ്ട് എന്റെ മോളുടെ ജീവിതമാകില്ല. പാവങ്ങൾക്കുള്ളതല്ല ഈ ലോകം. അതു കൊണ്ട് ആലോചിക്കാൻ സമയമില്ല. എനിക്ക് രണ്ടിലൊന്ന് അറിയണം. ഇവളെ മാന്യമായി പോറ്റാനുള്ള വരുമാനം കിട്ടുന്ന തൊഴിൽ ആറുമാസത്തിനുള്ളിൽ സംഘടിപ്പിക്കാൻ കഴിയുമോ?"

"സംശയമാണ്..."

രാമു എടുത്തടിച്ചതുപോലെ പറഞ്ഞു.

"എങ്കിൽ ഒരു കാര്യത്തിൽ എനിക്ക് സംശയമില്ല. നിങ്ങൾ തമ്മിലുള്ള കല്യാണം നടക്കില്ല."

സൗമിനി ഒന്ന് നടുങ്ങി. പക്ഷേ അവൾ ഉലഞ്ഞില്ല. ആര് എതിർത്താലും താൻ രാമുവിന് ഒപ്പം നിൽക്കുമെന്ന തീരുമാനം അവളുടെ ഉള്ളിൽ ദൃഢമായിരുന്നു.

"എന്നാൽ ഞാൻ പോട്ടെ..."

രാമു എണീറ്റു.

കുമാരൻ പുച്ഛത്തോടെ ചിറികോട്ടി.

രാമുണ്ണി സൗമിനിയെയും വത്സലയെയും നോക്കി കണ്ണുകൾ കൊണ്ട് ഒരു യാത്ര പറയുമെന്ന് അവർ പ്രതീക്ഷിച്ചു. പക്ഷേ അതുപോലും സംഭവിച്ചില്ല. പിൻതിരിഞ്ഞ് നോക്കാതെ അവൻ നടന്നു മറഞ്ഞു.

വത്സല അടിയേറ്റതു പോലെ നിന്നു.

"നിങ്ങളെന്തിനാ അങ്ങനൊക്കെ പറഞ്ഞത്? ആ ചെക്കന് വിഷമമായി കാണും."

"പിന്നെ ഞാനെന്ത് പറയണം. ഒന്നിനും കൊള്ളാത്ത അവന് പെണ്ണിനെ കെട്ടിച്ചു തരാമെന്നോ?"

വത്സലക്ക് ഉത്തരം മുട്ടി.

"എടീ അവൻ ഒരാണാണോന്ന് പോലും എനിക്ക് സംശയമുണ്ട്. മറ്റേ പരിപാടി ചെയ്താൽ മാത്രം ആണാവില്ല..."

സൗമിനി ഒന്ന് വിളറി. അവൾ പതുക്കെ അകത്തേക്ക് വലിഞ്ഞു.

"എന്നാ വർത്തവാനവാ... ഇത്..."

കുമാരന് അയ്യര് കലിച്ചു.

"പിന്നല്ലാതെ... എടീ അവൻ ഒന്നും നടത്തിയില്ലേലും എന്റെ മുഖത്ത് നോക്കി അന്തസ്സായി ആറുമാസത്തിനുള്ളിൽ ഞാനൊരു തൊഴില് കണ്ടു പിടിച്ച് നിങ്ങടെ മോളെ പോറ്റുമെന്ന് പറഞ്ഞാ മതിയായിരുന്നു. അത് കൂലിപ്പണിയാണെന്ന് പറഞ്ഞാലും ഞാനവനെ മതിച്ചേനെ. ഒന്നും വേണ്ട... നമ്മുടെ ബിസിനസ്സ് നടത്തിക്കാണിക്കാം എന്നേലും അവന് പറയാമായിരുന്നു..."

വത്സല അതിനും മറുപടി പറഞ്ഞില്ല

"എടീ... അവൻ വെറും പാഴാ... ഒരു പെണ്ണിനെ കയ്യും കലാശവും കാണിച്ച് കാര്യം സാധിക്കാനുള്ള മിടുക്കേയുള്ളു അവന്. കാര്യപ്പിടി പ്പില്ലാത്ത ഒരുത്തന്റെ കൈപിടിച്ച് കൊടുത്താലേ അവള് തെണ്ടും. അവള് മാത്രവല്ല വയസാംകാലത്ത് നമ്മളും തെണ്ടും. കാരണം എനിക്ക് മേലാ താവുമ്പം ഇതൊക്കെ നോക്കി നടത്തണേല് സാമർത്ഥ്യം വേണം. സാമർത്ഥ്യം..!!"

കുമാരൻ നിന്ന് കിതച്ചു. വത്സല ഓടി അടുത്തുവന്ന് പുറം തിരുമ്മി. അകത്തേക്ക് നോക്കി വിളിച്ചു പറഞ്ഞു.

"മായേ... ഇത്തിരി ജീരകവെള്ളം..."

"എനിക്കൊന്നുവില്ലെടീ..."

"നിങ്ങളിരിക്ക്... ഇനി കുറച്ചുനേരത്തേക്ക് വർത്തമാനം പറയണ്ട."

വത്സലയ്ക്ക് ആധിയായി. കുമാരൻ സോഫയിൽ ചാരിയിരുന്നു. വത്സല ഫാൻ സ്പീഡ് കൂട്ടിയിട്ടു. സൗമിനി അകത്തു നിന്നും വന്ന് അച്ഛന്റെ നെഞ്ച് തടവി കൊടുത്തു.

“അതിനും മാത്രം ഒന്നുമില്ലെടീ...”

കുമാരൻ ചിരിച്ചു. മായാവല്ലി കൊണ്ടുവന്ന ജീരകവെള്ളം കുടിച്ചപ്പോൾ അയാൾക്ക് പാതി ആശ്വാസമായി.

അന്തരീക്ഷം തെല്ലൊന്ന് ശാന്തമായപ്പോൾ സൗമിനി സെൽ ഫോണിൽ രാമുണ്ണിയെ വിളിച്ചു. ബെല്ലടിച്ച് നിന്നതല്ലാതെ അയാൾ എടുത്തില്ല. തന്നോട് ദേഷ്യമായിക്കാണുമെന്ന് അവൾ ഊഹിച്ചു. വിളിച്ചു വരുത്തി വഴക്ക് കേൾപ്പിച്ചത് താനല്ലേ? എന്നാലും രാമുണ്ണി ഇങ്ങനൊരു കൊഞ്ഞാണൻ ആയിപോയതിൽ അവൾക്ക് മനസ്താപവും തോന്നി.

അഞ്ച്

രാമുവിനെ അതൊന്നും ബാധിച്ചില്ല. ഇടവഴിയിലൂടെ നടക്കുമ്പോൾ തൊട്ടടുത്ത പറമ്പിലെ മരത്തിൽ നിന്നും കാറ്റത്ത് പറക്കുന്ന അപ്പൂപ്പൻ താടികൾ കണ്ട് അയാൾ കൗതുകം പൂണ്ട് ചിരിച്ചു. പിന്നെ അവയെ പിടിക്കാനായി പിന്നാലെ ഓടി. ഇതെന്ത് ജന്മം എന്ന് കണ്ടുനിന്ന പെണ്ണുങ്ങൾ മൂക്കത്ത് വിരൽ വച്ചു. വീട്ടുമുറ്റത്ത് മീൻവെട്ടാനിരുന്ന നബീസുവും സൈക്കിൾ ചവുട്ടി പോയ ദിവസച്ചിട്ടിക്കാരൻ നാരായണനും മാത്രം ചിരിച്ചു. രാമു അതൊന്നും ഗൗനിച്ചില്ല. അവന് മൂന്ന് അപ്പൂപ്പൻതാടി കിട്ടി. അത് പോക്കറ്റിലിട്ട് നല്ല ഗമയിൽ നടന്നു.

പക്ഷേ സൗമിനിക്ക് ആകെ വിഷമമായി. രണ്ട് ദിവസം അവൾ ശരിക്കൊന്ന് ഉറങ്ങിയില്ല. നാലാംപക്കം അമ്മ സ്വന്തം വീട്ടിൽ പോയ തക്കത്തിന് അവൾ മൊബൈലിൽ ശ്രമിച്ചു. ഭാഗ്യത്തിന് രാമുണ്ണി ഫോൺ എടുത്തു. വൈകിട്ട് പതിവ് സ്ഥലത്തു വച്ച് കാണാം എന്ന ഉടമ്പടിയിൽ ഫോൺ വച്ചു.

കണ്ടു, സംസാരിച്ചു, സൗമിനി കാര്യങ്ങൾ വിശദീകരിച്ചു. ആര് എതിർത്താലും ഒപ്പം ഇറങ്ങിവരാനുള്ള സന്നദ്ധതയും അറിയിച്ചു. പക്ഷേ നിർവികാരമായിരുന്നു രാമുണ്ണിയുടെ മുഖം. അയാൾക്ക് അതിലൊന്നും ഒരു ഉത്സാഹവും തോന്നിയില്ല. സുന്ദരിയും സമ്പന്നയും സ്നേഹവതിയുമായ ഒരു പെണ്ണ് ഏത് പ്രതിസന്ധി നേരിട്ടും ഒപ്പം വരാമെന്ന് ഉറപ്പ് നൽകുമ്പോൾ മണ്ണുണ്ണിയെ പോലെ പനയോലത്തുമ്പത്തെ ചെറുകിളിയെയും നോക്കിയിരിക്കുകയായിരുന്നു രാമുണ്ണി. ഇതെന്നാ എടപാടാണെന്ന് പാവം സൗമിനി അമ്പരക്കുകയും ചെയ്തു. രാമുണ്ണിക്ക് കൂസലേതും ഉണ്ടായില്ല.

“രാമു എന്തേലും ഒരു മറുപടി പറയ്...”

അവൾ തിടുക്കം കൂട്ടി.

"എനിക്ക് പേട്യാ കൊച്ചേ... ഞാൻ നിന്നേം കൊണ്ട് ചെന്നാൽ അച്ഛൻ വീട്ടീന്ന് അടിച്ചെറക്കും. തന്നേല്ല, നിന്റച്ഛൻ ചോയിച്ച പോലെ നമ്മളെങ്ങനെ ജീവിക്കും. എനിക്ക് പണിയൊന്നുമില്ലല്ലോ."

ഇല്ലെങ്കിൽ പോയി പണിയുണ്ടാക്കടാ കൊശവാ... എന്നായിരുന്നു ആ ചോദ്യത്തിനുള്ള യഥാർത്ഥ മറുപടി. പക്ഷേ സൗമിനി അത് ചോദിച്ചില്ല. സ്നേഹാന്ധത ആ പെൺകുട്ടിയെ അത്രമേൽ ബാധിച്ചിരുന്നു. അവളുടെ യുക്തിബോധവും ചിന്താശേഷിയും പ്രായോഗികതയും തത്കാലത്തേക്കെങ്കിലും മായ്ച്ചിരുന്നു.

രാമുണ്ണിയെ കൊണ്ട് ഒന്നും നടക്കില്ലെന്ന് ബോധ്യമായി. പക്ഷേ സൗമിനി പ്രതീക്ഷ കൈവിട്ടില്ല. രാമുണ്ണി വീട്ടിൽ ഇല്ലാത്ത ഒരു ദിവസം അവൾ ലീലയെ ചെന്ന് കണ്ടു. സംഭവിച്ച കാര്യങ്ങൾ വള്ളിപുള്ളി വിടാതെ ധരിപ്പിച്ചു.

"എനിക്ക് രാമുണ്ണ്യേട്ടനെ വേണം അമ്മേ... അല്ലാതെ പറ്റത്തില്ല... വേറൊരാണ് ഇനിയെന്നെ തൊടാൻ ഞാൻ സമ്മതിക്കത്തില്ല. അതിന് ഞാൻ ഉണ്ടായെന്നും വരത്തില്ല."

അവർ തീർത്തു പറഞ്ഞു. അതിന്റെ അർത്ഥവും ആഴവും ലീല വളരെ വേഗം ഉൾക്കൊണ്ടു. ഭർത്താവ് വന്നപ്പോൾ അവർ കാര്യം ധരിപ്പിച്ചു. സംഗതിയുടെ ഗൗരവം അയാൾക്കും മനസിലായി. പക്ഷേ ഏറെ ആലോചനകൾക്ക് ശേഷമായിരുന്നു കുഞ്ഞുണ്ണിയുടെ പ്രതികരണം.

"എടീ ലീലാമണി... ഭഗവതി നമ്മുടെ പ്രാർത്ഥന കേട്ടൂന്നാ തോന്നുന്നത്. ഇത് ദൈവം കൊണ്ടു തന്ന ഭാഗ്യവാ..."

പരിമിതബുദ്ധിയായ ലീല കാര്യം മനസ്സിലാവാതെ കണ്ണ് മിഴിച്ചു.

"എടീ... ആ കൊച്ച് ഒറ്റമോളാ... ഇട്ടുമൂടാനുള്ള സ്വത്തുമുണ്ട്. അവനേന്നും പറഞ്ഞ് അവള് ഒറ്റക്കാലീ നിൽപ്പാ. ഇനി അവക്കടെ തന്തേം തള്ളേം എതിർത്താലും അവള് പിൻമാറാൻ പോണില്ല. നമ്മടെ കൊച്ചന്റെ ഭാഗ്യവാടീ ഇത്. അവന് ഇതിലും നല്ലൊരു ബന്ധം എവിടന്ന് കിട്ടാനാ... അവന് രക്ഷപ്പെടാൻ ഇതല്ലാതെ വേറെ മാർഗം എന്തവാടീ..."

കുഞ്ഞുണ്ണി ഒരു കള്ളച്ചിരിയെറിഞ്ഞു. ലീലാമണിക്കും അതിന്റെ സാദ്ധ്യതകൾ തലച്ചോറിൽ മിന്നിത്തുടങ്ങി.

"പക്ഷേ അവക്കടെ വീട്ടുകാര് വിഷയം ഒണ്ടാക്കിയാലോ...?"

"ഓ... എന്തോന്ന് ഒണ്ടാക്കാനാ... ആദ്യം കൊറെ പ്രസ്നവൊക്കെയൊണ്ടാവും. പിന്നതൊക്കെയങ്ങ് ആറിത്തണുക്കത്തില്ലായോ... നമ്മളിതെത്ര കണ്ടിരിക്കുന്നു..."

എന്നിട്ട് ശബ്ദം താഴ്ത്തി കുഞ്ഞുണ്ണി പറഞ്ഞു.

"ഒന്നൂല്ലേലും നമ്മളൊരു ജാതിയല്ല്യോടീ... ഇത് ഗുരുദേവൻ നിശ്ചയിച്ച ബന്ധവാന്നങ്ങ് വിചാരിച്ചാ മതി..."

കുഞ്ഞുണ്ണിയുടെ സമാധാനമൊന്നും ലീലാമണിക്ക് പൂർണ്ണാർത്ഥത്തിൽ ബോധിച്ചില്ല.

എന്തായാലും ചെറുക്കനൊരു നല്ല ഭാവിയുണ്ടായാൽ മതീന്നേ അവർക്ക് തോന്നിയുള്ളു. സൗമിനീടെ വീട്ടുകാർ വഴക്കിന് വന്നാലോ എന്നൊരു ഭയം ഇല്ലാതെയുമിരുന്നില്ല.

ശാന്തിപ്പണി കഴിഞ്ഞ് രാത്രിയിൽ രാമുണ്ണി വീട്ടിൽ വന്നു കയറിയപ്പോൾ കുഞ്ഞുണ്ണി വിഷയം എടുത്തിട്ടു. അവൻ ഒന്നും അറിയാത്ത മട്ടിൽ പൊട്ടൻ കളിക്കാൻ നോക്കിയെങ്കിലും കുഞ്ഞുണ്ണി വിട്ടില്ല.

“എടാ... മൈകൊണാപ്പാ... നിന്നേ മതീന്നും പറഞ്ഞ് ഈ വീട്ടി കയറി വന്ന് പറയാനുള്ള തന്റേടം ആ പെങ്കൊച്ചിനൊണ്ടായി. അതുപോലും നിനക്കില്ലല്ലോ എന്റെ ദേവീ... ങ്ടാ... അതുപോട്ടെ... ശരിക്കും നീയവളെ സ്നേഹിച്ചതാന്നോ...”

“ങ്ടാ...”

രാമു പെണ്ണുങ്ങളെ പോലെ തലകുമ്പിട്ടു നിന്നു. അവനോട് സംസാരിച്ചിട്ട് കാര്യമില്ലെന്ന് കുഞ്ഞുണ്ണിക്ക് തോന്നി. അയാൾ ഭാര്യയെ നോക്കി പറഞ്ഞു.

“ചെറുക്കൻ കൂട്ടരെന്ന നിലയിൽ ബന്ധത്തിന് മുൻകൈ എടുക്കേണ്ടത് നമ്മളാ... പെണ്ണ് ചോദിച്ച് ചെല്ലണ്ടതും നമ്മളാ...”

“അയ്യോ... അവര് അടിച്ചെറക്കിയാ... എന്തോ ചെയ്യും?”

ലീലാമണി നിഷ്കളങ്കമായ സംശയം പങ്കുവച്ചു.

“അതപ്പോ നോക്കാം...”

കുഞ്ഞുണ്ണിക്ക് അപാരമായ ആത്മവിശ്വാസമായിരുന്നു. പിന്നെ ഒന്നാലോചിച്ച് അയാൾ പറഞ്ഞു.

“അവർക്ക് വല്യ മൂച്ചാണെങ്കീ ആ കൊച്ചിനേം കൊണ്ട് ഞാനിങ്ങ് പോരും...”

രാമുണ്ണി ഞെട്ടി. അവന് ധൈര്യമില്ലാത്ത കാര്യം നടപ്പിലാക്കുമെന്ന് അച്ഛൻ വെല്ലുവിളിക്കുന്നു.

ഏതായാലും കുഞ്ഞുണ്ണി രണ്ടും കല്പിച്ച് കുമാരന്റെ വീട്ടുപടി കയറി. അയാൾ വലതുകാൽ വച്ചപ്പഴേ കുമാരനും വത്സലയ്ക്കും സംഭവം കത്തി. ഒന്നും പുറമെ കാണിക്കാതെ അവർ കുഞ്ഞുണ്ണിയെ സ്വീകരിച്ചിരുത്തി. നിത്യവും ദേവിയെ പൂജിച്ച് പ്രസാദം തരുന്നയാളല്ലേ?

വിഷയം അങ്ങോട്ട് അവതരിപ്പിക്കും മുൻപ് കുമാരൻ പറഞ്ഞു.

“കുഞ്ഞുണ്ണിയേട്ടന് വിഷമം തോന്നരുത്. ഇത് നടക്കില്ല.”

പ്രതീക്ഷിച്ച മറുപടിയായതു കൊണ്ട് കുഞ്ഞുണ്ണി പകച്ചില്ല. ചിരിച്ചു കൊണ്ട് ചോദിച്ചു.

"ഞങ്ങൾക്ക് സാമ്പത്തികം കൊറഞ്ഞു പോയതോണ്ടാന്നോ..."

"അങ്ങനെ പറേരുത്. എനിക്ക് ഈ കാണുന്നതൊക്കെ എന്നാ ഒണ്ടായത്. കാശ് വരാനും പോകാനുമൊന്നും അധികസമയം വേണ്ട."

"പിന്നെ എന്നതാ പ്രശ്നം?"

കുഞ്ഞുണ്ണി കണ്ണ് മിഴിച്ചു.

"നിങ്ങടെ കൊച്ചന് ഒരു കഴകത്തില്ല. അത് അവനോട് ഒന്ന് സംസാരിച്ചപ്പഴേ എനിക്ക് മനസ്സിലായി. ജീവിക്കാൻ അറിയാത്ത ഒരുത്തന് ഞാനെന്റെ പെണ്ണിന്റെ കൈ പിടിച്ച് കൊടുക്കത്തില്ല."

കുമാരൻ പറഞ്ഞാൽ പറഞ്ഞതാണെന്ന് കുഞ്ഞുണ്ണിക്ക് അറിയാം. അവൻ വളർന്ന് ഈ നിലയിലെത്തിയതും ഈ നിശ്ചയദാർഢ്യം ഒന്നു കൊണ്ടാണെന്നും അറിയാം.

"പിന്നിപ്പോ നമ്മളെന്തുവാ ചെയ്യുന്നേ... പിള്ളേരിത് മതീന്നും പറഞ്ഞ് ഒറ്റ നിപ്പാ..."

കുഞ്ഞുണ്ണി ആഞ്ഞ് ഒരു തട്ട് തട്ടി.

"എന്റെ മോളെ ഒതുക്കി നിർത്താൻ എനിക്ക് അറിയാം. നിങ്ങടെ ചെറുക്കന്റെ കാര്യം നിങ്ങള് നോക്കിക്കോണം."

കുമാരൻ കോല് ഒടിച്ചിട്ട പോലെ പറഞ്ഞു.

എത്ര വാദിച്ചാലും സംഗതി നടക്കുന്ന കോളില്ലെന്ന് കുഞ്ഞുണ്ണിക്ക് ഉറപ്പായി. ഒടുക്കം ലീലാമണി പ്രവചിച്ചതു പോലെ തന്നെ സംഭവിച്ചു. അല്ലേലും എത്താവുന്ന കൊമ്പത്തേ നോക്കാവൂന്ന് പഴമക്കാര് പറേന്നത് എത്ര സത്യം?

കുഞ്ഞുണ്ണി മനസ്സിൽ പറഞ്ഞു.

വത്സല കൊണ്ടു വന്ന കാപ്പി കുടിക്കാൻ അയാൾ നിന്നില്ല. കുഞ്ഞുണ്ണ്യേട്ടൻ ഇത് കുടിച്ചിട്ട് പോ... എന്ന് പിന്നാലെ വന്ന് കുമാരൻ പറഞ്ഞിട്ടും അയാൾ കേട്ടഭാവം നടിച്ചില്ല.

ഒറ്റവേഗത്തിൽ നടന്നങ്ങ് പോയി.

എല്ലാം കണ്ടുംകേട്ടും സൗമിനി അകത്ത് തന്നെയുണ്ടായിരുന്നു. അവൾക്ക് വിശേഷവിധിയായി ഒന്നും തോന്നിയില്ല. അച്ഛൻ ഇത്രയും മാന്യമായി പെരുമാറിയല്ലോ എന്നതായിരുന്നു അദ്ഭുതം.

പിറ്റേന്ന് കറുത്തവാവായിരുന്നു. അമ്പലത്തിൽ ആണ്ടുബലിക്കുള്ള തിരക്കായിരുന്നു. കുമാരനും ഭാര്യയും ഒന്നും സംഭവിക്കാത്ത മട്ടിൽ വന്ന് ബലിയിട്ട് പോയി. മന്ത്രങ്ങൾ ചൊല്ലിക്കൊടുത്തത് കുഞ്ഞുണ്ണിയായിരുന്നു. ചടങ്ങ് കഴിഞ്ഞ് നൂറുരൂപ ദക്ഷിണയും നൽകി. അപ്പോഴും അയാൾ കുഞ്ഞുണ്ണിയുടെ മുഖത്ത് നോക്കിയില്ല. രാമു ശ്രീകോവിലിനുള്ളിലായിരുന്നു. ക്ഷേത്രദർശനം കഴിഞ്ഞ് പ്രസാദം നൽകുമ്പോൾ അവൻ

കുമാരനെ ഒന്ന് പാളിനോക്കി. അയാൾ അവനെ കണ്ടതായി ഭാവിച്ചില്ല. വിഗ്രഹത്തിലായിരുന്നു ശ്രദ്ധ മുഴുവനും.

ദീപാരാധനയും അത്താഴപൂജയും കഴിഞ്ഞ് പതിവിലും വൈകിയാണ് അച്ഛനും മകനും അന്ന് വീട്ടിലെത്തിയത്.

"നല്ല വിശപ്പ്, വേഗം വല്ലതും എടുത്തോ..."

അങ്ങനെ വിളിച്ചു പറഞ്ഞുകൊണ്ടാണ് കുഞ്ഞുണ്ണി അകത്തേക്ക് കയറിയത്. മേൽകഴുകി അത്താഴത്തിനിരുന്നപ്പോൾ രാമു വെട്ടിവലിച്ച് കഴിക്കുന്നത് അയാൾ കണ്ടു.

"അത്താഴം കഴിഞ്ഞ് എണീക്കാൻ ധൃതി കൂട്ടണ്ട. ഇന്ന് ഇത്തിരി പാൽപായസം ഉണ്ടാക്കീട്ടുണ്ട്..."

ലീലാമണി പറഞ്ഞു.

"രാത്രീലാന്നോടീ പായസം. പോരാത്തതിന് കറുത്ത വാവും. നിനക്കി തെന്നാ പറ്റി?"

കുഞ്ഞുണ്ണി ഭാര്യയെ കളിയാക്കി. ലീല അടുക്കളയിലേക്ക് നോക്കി വിളിച്ചു.

"മോളേ... വാ..."

പാദസരങ്ങൾ കിലുങ്ങുന്ന ശബ്ദം കേട്ട് കുഞ്ഞുണ്ണിയും രാമുവും അകത്തേക്ക് നോക്കി. ഒരു കുഞ്ഞുചരുവത്തിൽ പാൽപായസവുമായി നടന്നു വന്നു സൗമിനി. കുളിച്ചുകുറിയിട്ട് നനഞ്ഞ മുടി അറ്റം കെട്ടിയി രുന്നു അവൾ. കസവ് സെറ്റും മുണ്ടിലും അവളുടെ പ്രഭ ഒന്ന് കൂടി വർദ്ധിച്ചിരുന്നു. വെള്ളം കുടിച്ചുകൊണ്ടിരുന്ന രാമുവിന് നെറുകയിൽ തങ്ങി. അവൻ ചുമച്ച് ശബ്ദമുണ്ടാക്കിയപ്പോൾ അവൾ പാത്രം മേശ പ്പുറത്തു വച്ച് വലതുകൈ കൊണ്ട് ഉച്ചിയിൽ തിരുമ്മി. അതുകണ്ട് ലീലാ മണി നാണിച്ച് ചിരിച്ചു. ഉരുളയിട്ട വായും പൊളിച്ച് കുഞ്ഞുണ്ണി അവളെ നോക്കി അന്തംവിട്ടിരുന്നു. സ്വബോധം വീണപ്പോൾ അയാൾ ചോദിച്ചു.

"ഞാനിതെന്നാ സ്വപ്നം കാണുവാന്നോ...?"

ലീലാമണി ചിരിച്ചു.

"ഉച്ചയ്ക്ക് പരിപ്പുകറിക്ക് അരച്ചോണ്ടിരുന്നപ്പഴാ കൊച്ച് വന്നുകേറി യത്. ഇനി ഞാനരയ്ക്കാം അമ്മേന്നും പറഞ്ഞ്. ഇനി ഞാനെങ്ങോട്ടും പോകുന്നില്ലാന്നും അവള് പറഞ്ഞു. സ്ത്രീധനം തന്നു വന്നു കേറുമ്പം എറക്കിവിടാൻ പറ്റുവോ നമുക്ക്... ഇവനെ പോലെ അത്ര കണ്ണീച്ചോര യില്ലാത്തോരല്ലല്ലോ നമ്മള്..."

ലീലാമണി മകനെ ഉദ്ദേശിച്ച് പറഞ്ഞു.

"അയ്യോ... കുമാരനും ഭാര്യേം കൊച്ചിനെ തെരക്കത്തില്ലായോ...?"

കുഞ്ഞുണ്ണിക്ക് അതായിരുന്നു ഉത്ക്കണ്ഠ.

“വൈകുന്നേരം ഞാൻ അമ്മേ വിളിച്ച് വിവരം പറഞ്ഞു. അമ്മ കൊറേ കരഞ്ഞു. കൂടെ ഞാനും കരഞ്ഞു.”

“എന്നാപിന്നെ എന്തിനാ കുഞ്ഞേ ഈ വേണ്ടാതീനത്തിന് എറങ്ങി പൊറപ്പെട്ടേ...”

“അമ്മയ്ക്കെല്ലാം അറിയാം. അമ്മയ്ക്കങ്ങനെ വല്യ എതിർപ്പൂല്ല... അച്ഛനാ പ്രശ്നം.”

“അയ്യോ... കുമാരൻ ഇതും പറഞ്ഞിനി വഴക്കിന് വരുവോ...?”

കുഞ്ഞുണ്ണിയുടെ സംശയം രാമുവിന്റെ മുഖത്ത് ആശങ്കയുടെ നിഴൽ വീഴ്ത്തി.

“ഏയ് ഇല്ലെന്നേ... കുറച്ച് മുൻപ് ഞാൻ ജോലിക്കാരി വല്ലിചേച്ചിയെ വിളിച്ചിരുന്നു. അച്ഛൻ ഭിത്തിയിൽ തൂക്കിയിരുന്ന എന്റെ ഫോട്ടോയ്ക്ക് മാലയിട്ടെന്ന് ചേച്ചി പറഞ്ഞു.”

സൗമിനി അതും പറഞ്ഞ് ചിരിച്ചു. അവളുടെ ലാഘവത്വം കുഞ്ഞുണ്ണിയെ അദ്ഭുതപ്പെടുത്തി.

“നാളെ തന്നെ നമുക്ക് കല്യാണം രജിസ്റ്റർ ചെയ്യണം. ഇല്ലേല് നിയമ പരമായി അത് വല്യ പ്രസ്നവാ...”

കുഞ്ഞുണ്ണി പറഞ്ഞു.

“ഞാനിതങ്ങോട്ട് പറയാനൊരുങ്ങുവാരുന്നു...”

ലീലാമണി കൂട്ടിച്ചേർത്തു.

“അതുവരെ കൊച്ച് നിന്റെ കൂടെ കിടന്നാ മതി...”

കുഞ്ഞുണ്ണി പറഞ്ഞതു കേട്ട് സൗമിനി ഒരു കള്ളച്ചിരിയോടെ രാമുവിനെ നോക്കി. അയാൾക്ക് ആകെ പരിഭ്രമമായിരുന്നു. വരാൻ പോകുന്ന ഭവിഷ്യത്തുകളേക്കാളേറെ മുന്നോട്ടുള്ള ജീവിതം ഓർത്തുള്ള ആകുലതകളാവാം അതിന് പിന്നിലെന്ന് സൗമിനി ഊഹിച്ചു.

രജിസ്റ്റർ കല്യാണത്തിന് കുഞ്ഞുണ്ണി ആരെയും ക്ഷണിച്ചില്ല.

ചടങ്ങ് കഴിഞ്ഞ് വീട്ടിൽ തിരിച്ചെത്തിയപ്പോൾ ലീലാമണി ചോദിച്ചു.

“അടുപ്പമുള്ള പത്തുപേർക്ക് ഒരിലയിട്ട് സദ്യ കൊടുക്കണ്ടേ?”

“ഓ... എന്നാത്തിനാ... സദ്യേം കഴിഞ്ഞ് കുറ്റോം കുറവും പറഞ്ഞ് ആൾക്കാര് പോകും. അവന്റെ യോഗം ഇങ്ങനാന്ന് അങ്ങ് കരുതിയാ മതി...”

കുഞ്ഞുണ്ണി ഭാവഭേദമില്ലാതെ പറഞ്ഞു. ആ കാശും ലാഭിച്ചല്ലോ എന്ന ചിന്തയായിരുന്നു അയാളുടെ മനസ്സിൽ.

വിവാഹം കഴിഞ്ഞ് പെണ്ണിനെ നിലവിളക്ക് വച്ച് വീട്ടിൽ കയറ്റിയിട്ടും രാമുവിന്റെ മുഖത്ത് സന്തോഷമൊന്നും കണ്ടില്ല. സൗമിനിക്ക് എത്ര ആലോചിച്ചിട്ടും അതിന്റെ കാരണം പിടികിട്ടിയില്ല.

രാമു പതിവായി കിടക്കുന്ന മുറിയായിരുന്നു അവർക്ക് മണിയറയായി അലങ്കരിച്ചിരുന്നത്. പുതിയ ഷീറ്റും രണ്ട് തലയിണയും ഒഴിച്ചാൽ അങ്ങനെ എടുത്തുപറയത്തക്ക അലങ്കാരങ്ങൾ ഒന്നുമില്ല. സൗമിനി കുളിച്ച് അത്താഴം കഴിഞ്ഞുവന്നു. രജിസ്റ്റർ കച്ചേരിക്കടുത്തുള്ള പൂക്കടയിൽ നിന്ന് അവൾ രണ്ട് മുഴം മുല്ലപ്പൂ വാഴയിലയിൽ പൊതിഞ്ഞു വാങ്ങിയിരുന്നു. അത് വെള്ളം നനച്ച് കിടപ്പ്മുറിയിൽ സൂക്ഷിച്ചിരുന്നു. രാമു വരും മുൻപ് സൗമിനി അതെടുത്ത് ഭംഗിയായി മുടിയിൽ ചൂടി. മുല്ലപ്പൂവിന്റെ മണം പുരുഷനെ ഹരം പിടിപ്പിക്കുമെന്ന് എവിടെയോ വായിച്ചത് അവൾ ഓർത്തു.

സൗമിനി പ്രതീക്ഷയോടെ കിടക്കയിൽ കാത്തിരുന്നു. ഏറെസമയം കഴിഞ്ഞാണ് രാമു അകത്തേക്ക് വന്നത്.

രാമുവിന് വല്ലാത്ത ഉൾഭയവും ആശങ്കയും അനുഭവപ്പെട്ടു. ഇത് തന്റെ ആദ്യരാത്രിയാണ്. സൗമിനി തന്നേക്കാൾ നാലിരട്ടി ആരോഗ്യമുള്ള യുവതിയാണ്. പെൺകുട്ടികൾക്ക് ആണുങ്ങളേക്കാൾ കാമം ഏറിയിരിക്കും എന്നാണ് ക്ഷേത്രമൈതാനിയിലെ സുഹൃത്സദസിലുള്ളവർ പറഞ്ഞു കേട്ടിരിക്കുന്നത്. അവളുടെ കണ്ണുകളിലും ആ നോട്ടത്തിലും ഒക്കെ ഒരു കടലോളം ആഴമുള്ള കാമത്തിന്റെ തിരയിളക്കം തനിക്ക് പലപ്പോഴും അനുഭവപ്പെട്ടിട്ടുണ്ട്. അവളെ തൃപ്തിപ്പെടുത്താൻ തനിക്ക് കഴിയുമോ? അഥവാ ഇല്ലെങ്കിൽ അവൾക്ക് ഇന്നേവരെ തന്നോട് തോന്നിയ ഇഷ്ടവും മതിപ്പും എല്ലാം നഷ്ടമാവില്ലേ? ഈശ്വരാ അങ്ങനെയൊന്നും സംഭവിക്കരുതേ... അടുത്ത നിമിഷം രാമുവിന് ലജ്ജ തോന്നി. ഈശ്വരനോടാണോ ഈ വക കാര്യങ്ങൾ പങ്ക് വയ്ക്കുന്നത്. അല്ല, പങ്ക് വച്ചാലെന്താ... ഭഗവാൻ പരമശിവനും കൃഷ്ണനും ഒക്കെ ആരാ പുള്ളികള്. ഈ വക കാര്യങ്ങൾ അറിയാത്തവരല്ലല്ലോ. സർവജ്ഞനായ ദൈവത്തെ ശങ്കിക്കുകയും അവിടത്തെ മുന്നിൽ ലജ്ജിക്കുകയും ചെയ്തതിൽ രാമുവിന് ആത്മനിന്ദ തോന്നി.

“എവിടെയായിരുന്നു ഇതുവരെ?”

അവൾ നാണം കലർന്ന ചിരിയോടെ അന്വേഷിച്ചു.

“കൊറച്ച് കൂട്ടുകാർക്ക് ചെലവ് ചെയ്യണംന്ന്. ഞാൻ പിന്നെ അവൻമാർക്ക് കഴിക്കാനുള്ള കാശ് കൊടുത്തുവിട്ടു.”

“അതിന് കാശൊക്കെ കയ്യിലുണ്ടാരുന്നോ?”

സൗമിനി ഒരു ഇണക്കത്തിന് ചോദിച്ചു.

“ബലിയിടാൻ വന്നവര് തന്ന ദക്ഷിണേടെ മിച്ചമുണ്ടാരുന്നു. കൂട്ടത്തിൽ നിന്റച്ഛൻ തന്ന നൂറുരൂപയും.”

പെട്ടെന്ന് അവളുടെ മുഖം മങ്ങി.

“ഇപ്പഴെന്തിനാ അച്ഛന്റെ കാര്യം പറയാൻ പോയേ... ഞാനത് തത്കാലം ഒന്ന് മറക്കാൻ നോക്കാരുന്നു.”

“അപ്പോ നിനക്ക് ഇപ്പഴും അങ്ങോട്ട് ഒരു ചായ്‌വുണ്ട്...”

“അതു പിന്നങ്ങനല്ലാണ്ട് വരോ... എന്റപ്പനും അമ്മേം അല്ലേ...”

ഇക്കുറി രാമു ചിരിച്ചു.

അവൻ ഷർട്ടും മുണ്ടും അഴിച്ച് കൈലി ഉടുത്തു. അന്നത്തെ വേഴ്ചയ്ക്ക് ശേഷം ഇന്നാണ് സൗമിനി അവന്റെ ശരീരം കാണുന്നത്. വെളുത്ത് ബലിഷ്ഠമായ ദേഹം രോമാവൃതമാണ്. അവൾ അടുത്തു ചെന്ന് നെഞ്ചിലെ രോമങ്ങളിൽ വിരലോടിച്ചു.

“ജിമ്മിൽ പേകാറുണ്ടോ?”

“ഈ കുഗ്രാമത്തിലോ.... ഇവിടെ നല്ലോരമ്പലമില്ല. പിന്നാ ജിമ്മ്...”

“അപ്പോ മ്മടെ ദേവീടമ്പലവോ? അത് നല്ലതല്ലേ...”

“അത് ഞങ്ങടെ കുടുംബക്ഷേത്രവല്ലേ... വേറെ വഴിയില്ലാഞ്ഞിട്ടല്ലേ, നിന്റച്ഛനടക്കം എല്ലാരും അവിടെ തൊഴാൻ വരുന്നത്...”

“അങ്ങനൊന്നും പറയല്ല്. അത് നല്ലച്ചട്ടുള്ള ദേവിയാ... വിളിച്ചാൽ വിളിപ്പുറത്താ... അല്ലേപിന്നെ എനിക്കെന്റെ രാമൂനെ കിട്ടോ...”

അവൾ കൊഞ്ചി.

“രാമൂനെന്താ ഒരു സന്തോഷോല്ലാത്തത്...?”

“ആര് പറഞ്ഞു എനിക്ക് സന്തോഷമില്ലെന്ന്... എനിക്കങ്ങനെ പ്രകടിപ്പിക്കാൻ ഒന്നും അറിയത്തില്ല. എല്ലാം മനസ്സിലാ...”

“അതൊക്കെ ശരി. പക്ഷേ മുഖത്ത് എന്തോ ഒരു തെളിച്ചക്കുറവുണ്ട്...”

“അത് പിന്നെ... പെട്ടെന്നിങ്ങനൊക്കെ വേണ്ടിവരുംന്ന് ഞാൻ തീരെ കരുതിയില്ല.”

“എങ്ങനെ?”

അവൾ കൗതുകത്തോടെ തിരക്കി.

“ഒരു കല്യാണവും അതിന്റെ ഉത്തരവാദിത്തങ്ങളും ഒക്കെ...”

“അതൊക്കെയങ്ങ് നടക്കുംന്നേ...”

അവൾ അതും പറഞ്ഞ് ചൂണ്ടുവിരൽതുമ്പ് കൊണ്ട് അവന്റെ മുലക്കണ്ണിൽ കിറുമ്പി. രാമു നാണം കൊണ്ട് ഒന്ന് പുളഞ്ഞു.

“ഈ പ്രായത്തിലും ചെക്കന് നാണം മാറിയിട്ടില്ല... സാരമില്ല, ഞാൻ മാറ്റിയെടുത്തോളാം.”

അവൾ അതും പറഞ്ഞ് ആ മുലക്കണ്ണിൽ മൃദുവായി ചുംബിച്ചു. ഇക്കുറി രാമു ശരിക്കും പുളഞ്ഞുപോയി. അവൻ അവളെ ഇറുകെ പുണർന്നു. അതിലേറെ കരുത്തോടെ അവളും അവനെ ചുറ്റിവരിഞ്ഞു. രാമു അവളെ തൂക്കിയെടുത്ത് കിടക്കയിലേക്ക് ഇട്ടു. പിന്നെ എന്തൊക്കെ

കാട്ടിക്കൂട്ടിയെന്ന് അവർക്ക് തന്നെ അറിയില്ല. എല്ലാം കഴിഞ്ഞ് തളർന്ന് മയങ്ങുമ്പോൾ അവൻ ചോദിച്ചു.

"എങ്ങനൊണ്ടാരുന്നു. ഇഷ്ടപ്പെട്ടോ...?"

അവളുടെ മുഖം തെളിഞ്ഞില്ല. എന്നിട്ടും നാണം അഭിനയിച്ച് അവൾ പറഞ്ഞു.

"ഞാനെന്നാ പറയാനാ..."

എന്നിട്ട് അവനെതിരെ തിരിഞ്ഞു കിടന്നു. അസംതൃപ്തിയുടെ കാർമേഘം അവൻ കാണാതൊളിക്കുന്നതിനിടയിലും അവൾ സമാശ്വസിച്ചു. പരിചയക്കുറവു കൊണ്ടല്ലേ, എല്ലാം ശരിയാവുമായിരിക്കും.

ആറ്

സൗമിനി വല്യഭാവമൊന്നും കാണിച്ചില്ല. താൻ കാശുള്ള വീട്ടിൽ ജനിച്ചു വളർന്ന പെണ്ണാണ് എന്ന് ഭാവിച്ചാൽ അത് ഈ വീട്ടിലുള്ളവരിൽ അപകർഷത നിറയ്ക്കും. അത് ഇതുവരെയുള്ള സ്വരചേർച്ചയെ ബാധിക്കും. അതുകൊണ്ട് പരമാവധി അവരുടെ തലത്തിലേക്കിറങ്ങി വന്ന് പെരുമാറാൻ തുടക്കത്തിലേ അവൾ ശീലിച്ചു. അതികാലത്ത് തന്നെ എണീറ്റ് കുളിച്ച് പൂജാമുറിയിൽ വിളക്ക് വച്ചു. മുറ്റം അടിച്ചുവാരി. അടുക്കളയിൽ കയറി കട്ടനിട്ട് അച്ഛനും അമ്മയ്ക്കും രാമുവിനും കൊണ്ടുപോയി കൊടുത്തു. എല്ലാവരുടെയും ഇഷ്ടാനിഷ്ടങ്ങൾ ലീലാമണിയോട് ചോദിച്ചറിഞ്ഞ് കാലത്തെ പുട്ടും കടലക്കറിയും ഉണ്ടാക്കി. ഉച്ചയ്ക്കത്തേക്ക് ചോറും അവിയലും ഉള്ളിത്തീയലും കുടംപുളിയിട്ട അയലക്കറിയും വച്ചു. വൈകുന്നേരം ശർക്കരയിട്ട് അവല് നനച്ചു. തെക്കേ പുറത്ത് പഴുത്ത് വെളഞ്ഞ് നിന്ന പാളയൻതോടൻ കൊല അവൾ തന്നെ വെട്ടി അവലിന് കൂട്ടായി കൊണ്ടു വച്ചു. രാവിലെ ഇറങ്ങും മുൻപ് കുഞ്ഞുണ്ണിയെ പ്രത്യേകം ഓർമ്മിപ്പിച്ചു.

"ഇനി തൊട്ട് അച്ഛൻ അമ്പലത്തിലെ പടച്ചോറ് കഴിക്കണ്ടാട്ടോ... വീട്ടിൽ വന്ന് ഉണ്ടാമതി. അച്ഛനിഷ്ടമുള്ള കറികള് അമ്മയോട് ചോദിച്ച് ഞാൻ ഉണ്ടാക്കി വച്ചോളാം..."

'നോക്കെടീ, സ്നേഹമുള്ള കൊച്ച്...' എന്ന അർത്ഥത്തിൽ കുഞ്ഞുണ്ണി ഭാര്യയെ നോക്കി ചിരിച്ച് കണ്ണിറുക്കി.

ഒരു പെൺകൊച്ച് വന്ന് കയറിയപ്പോൾ ആ കുടുംബത്തിൽ ഇതുവരെയില്ലാത്ത ഒരു താളവും ലയവും കൈവന്നതായി കുഞ്ഞുണ്ണിക്കും ലീലാമണിക്കും തോന്നി.

രാമു കൃത്യമായി ക്ഷേത്രത്തിൽ പോയി തുടങ്ങി. പഴയ ഉഴപ്പും താളം തല്ലിനടപ്പും ഇല്ലാതായി. മകന്റെ രീതികളിൽ വന്ന മാറ്റം അവരെ തെല്ലൊന്നുമല്ല സന്തോഷിപ്പിച്ചത്. പക്ഷേ അവന്റെ മുഖത്ത് പ്രകടമായ സന്തോഷമൊന്നും അവർ കണ്ടില്ല. സൗമിനിയും പുറമെ കളിച്ചു ചിരിച്ച് നടക്കുന്നുണ്ടെങ്കിലും പലപ്പോഴും അവൾ തനിച്ചിരുന്ന് ആലോചിക്കുന്നത് ലീലാമണി ശ്രദ്ധിച്ചു. രാത്രി കുട്ടികൾ കിടന്നു കഴിഞ്ഞ് സ്വന്തം കിടക്കറയിൽ തനിച്ചായപ്പോൾ കുഞ്ഞുണ്ണി ലീലാമണിയോട് ചോദിച്ചു.

“എടിയേ കാര്യം എന്നതൊക്കെയാന്ന് പറഞ്ഞാലും പിള്ളേരടെ മുഖത്ത് പുതുമോടീടെ ആ ഒരു സന്തോഷമില്ലല്ലോ?”

ലീലാമണി ബ്ലൗസിന്റെ താഴത്തെ ഹുക്ക് ഒന്ന് അയച്ച് വിട്ടുകൊണ്ട് കിടക്കയിലേക്ക് ചാഞ്ഞിട്ട് പറഞ്ഞു.

“അതുപിന്നെ പുതുമോടിയൊക്കെ പണ്ടേ കഴിഞ്ഞുകാണും...”

“നീ അനാവശ്യം പറേരുത്. അവൻ എന്റെ ചെക്കനാ... കുടുംബത്തിന് നിരക്കാത്തതൊന്നും അവൻ കാണിക്കുവേലാ...”

“അതുകൊണ്ടാ എനിക്ക് സംശയം. മൂക്കി പല്ല് മൊളച്ചിട്ടും നിങ്ങടെ കൂത്ത് ദെവസോം ഞാൻ കാണുന്നതല്യോ...”

“എന്നാ ഇനി നീയതും കണ്ടോണ്ടിരുന്നാ മതി...”

കുഞ്ഞുണ്ണി അതും പറഞ്ഞ് ലീലാമണിയെ പിടിച്ചുലച്ച് മാറത്തേക്ക് വലിച്ചിട്ടു. ലീലയുടെ ചിരികിലുക്കം അപ്പുറത്തെ മുറിയിൽ കേട്ടു. സൗമിനിക്ക് നാണം വന്നു. അവൾ തലചെരിച്ച് രാമുവിനെ നോക്കി. അയാളും നാണിച്ച് തലതാഴ്ത്തി. സൗമിനി കൈലിയുടെ കോന്തലയിൽ പിടിമുറുക്കി.

“നാണമില്ലാത്തൊരു പെണ്ണ്...”

രാമു അവളെ സ്നേഹമധുരമായി കുറ്റപ്പെടുത്തി.

അവന്റെ അരയിലെ കറുത്തചരട് കണ്ട് അവള് കളിയാക്കി ചിരിച്ചു.

“കൊച്ചുന്നാളില് പേടി തട്ടാതിരിക്കാൻ കാളീക്ഷേത്രത്തിൽ കൊണ്ടുപോയി ജപിച്ചു കെട്ടിയിരുന്നു അമ്മ എന്റെ അരേലും ഇമ്മാതിരിയൊരു ചരട്... ഈ പ്രായത്തിൽ ഇതെന്തിനാണാവോ...”

“നിക്കും ലേശം പേടിയുണ്ടെന്ന് കൂട്ടിക്കോ...”

രാമു പാതി തമാശയായി പറഞ്ഞു. പറച്ചിലിനിടയിൽ അവന്റെ വിരലുകൾ അവളുടെ അരക്കെട്ടിൽ ഇഴഞ്ഞു. നല്ലസൽ വെള്ളിയിൽ തീർത്ത അരഞ്ഞാണം അവളുടെ അരയിലും ഉണ്ടായിരുന്നു.

“എന്നാലും നിന്റപ്പൻ ആ അർക്കീസ് കുമാരന് ഒരു സ്വർണ്ണ അരഞ്ഞാണം വാങ്ങിത്തരാൻ തോന്നീല്ലല്ലോ...”

"പിന്നേ... അച്ഛനല്ലേ ഇതൊക്കെ വാങ്ങിത്തരുന്നത്. ഇതെന്റെ തിരണ്ടല് കഴിഞ്ഞപ്പോ അമ്മ വാങ്ങിത്തന്നതാ..."

"അന്നേ നിന്റരക്കെട്ടിന് ഇത്രേം വണ്ണമുണ്ടാരുന്നോ..."

"പൊയ്ക്കോണം... ഇത് നാലാമത്തെയാ..."

"അപ്പോ ആ കാർത്തികേയൻ തട്ടാർക്ക് നിന്റെ അരവണ്ണം നല്ല നിശ്ചയാന്ന് അർത്ഥം"

"പോടാ..."

അവൾ അവനെ വരിഞ്ഞുചുറ്റി തന്റെ മേലേക്ക് മറിച്ചിട്ടു.

"എന്തൊരു ഭാരം മനുഷ്യന്റെ ജീവൻ പോവൂല്ലോ..."

അവൾ പരിതപിച്ചു. അവൻ ഉറക്കെ പൊട്ടിച്ചിരിച്ചു.

"അങ്ങനെ തന്നെ വേണം..."

അവൾ കൈനീട്ടി ലൈറ്റണച്ചു. ഇരുമുറികളിൽ നിന്നായി ഇരുട്ടിൽ സീൽക്കാരങ്ങളും പൊട്ടിച്ചിരികളും ഇടകലർന്നു. ആ രാത്രി അവർ ഉറങ്ങിയില്ല. വെളുക്കാൻ നേരത്താണ് രാമു ഒന്ന് കണ്ണടച്ചത്. മൂന്ന് തവണ അവൻ തന്റെ ആഴങ്ങൾ തിരഞ്ഞത് സൗമിനിക്ക് ഓർമ്മയുണ്ട്. പക്ഷേ അവൾക്ക് തവണകളിൽ വിശ്വാസമുണ്ടായില്ല. ഒരു തവണ പോലും അവൾ സങ്കൽപ്പിച്ചിരുന്നതും പ്രതീക്ഷിച്ചതുമായ ഒന്നും അവൾക്ക് ലഭിച്ചില്ല. ദൈവമേ ഇതായിരുന്നോ ഞാൻ സ്വപ്നം കണ്ട ജീവിതം? ഇതായിരുന്നോ... അവൾ ശബ്ദമില്ലാതെ തേങ്ങി.

ഏഴ്

അമ്പലത്തിലെ നടവരവ് കൊണ്ട് കഷ്ടിച്ച് കുടുംബം നടന്നു പോകുന്നതിന്റെ സമാധാനത്തിലായിരുന്നു കുഞ്ഞുണ്ണി. അതിനിടയിൽ ഒരശനിപാതം വന്നുപെടുമെന്ന് അയാൾ സ്വപ്നേപി വിചാരിച്ചില്ല.

അമ്പലത്തോട് ചേർന്നുള്ള ഒരേക്കർ സ്ഥലം കുമാരൻ വിലയ്ക്ക് വാങ്ങിയപ്പോൾ വല്ല കൃഷി ആവശ്യത്തിനുമാവുമെന്നാണ് അയാൾ ധരിച്ചത്. എന്നാൽ നാട്ടുകാർ പറഞ്ഞ് ചിലതൊക്കെ കുഞ്ഞുണ്ണിയും കേട്ടുതുടങ്ങി. കുമാരന് ഒരു രാത്രി സ്വപ്നദർശനം ഉണ്ടായി പോലും. നൂറ്റാണ്ടുകൾ പഴക്കമുള്ള കാളീവിഗ്രഹം ഈ പറമ്പിൽ കിടപ്പുണ്ടെന്നും അത് കണ്ടെടുത്ത് ക്ഷേത്രം പണിത് പ്രതിഷ്ഠിക്കണമെന്നുമാണ് ദർശനം. കുഞ്ഞുണ്ണിക്ക് അത് അത്ര വിശ്വസനീയമായി തോന്നിയില്ല. തന്നോടും മകനോടും കണക്ക് തീർക്കാൻ കുശാഗ്രബുദ്ധിയായ കുമാരൻ പുറത്തെടുക്കുന്ന പതിനെട്ടാമത്തെ അടവാണതെന്ന് അയാൾക്ക് ഉറപ്പായിരുന്നു.

പക്ഷേ ദൈവത്തിന്റെ പേരിൽ വിശ്വാസിയായ ഒരാൾ അങ്ങനെ ചെയ്യുമോ എന്ന സംശയവും ഇല്ലാതിരുന്നില്ല.

എന്തായാലും രായ്ക്ക്രാമാനം ആരൊക്കെയോ ആ പറമ്പിൽ വന്നു പോകുന്നതായി കേട്ടുകേൾവിയുണ്ടായി. ഒരു ദിവസം പകൽസമയത്ത് കുമാരനും കൂട്ടരും വലിയ വാഹനങ്ങളും മറ്റ് സന്നാഹങ്ങളുമായി വന്നിറങ്ങി. ചില പത്രക്കാരും ചാനലുകാരും പിന്നാലെ വന്നു. അവരുടെ സാന്നിദ്ധ്യത്തിൽ കുമാരന്റെ കാവൽപട്ടാളം ഭൂമിയിൽ പ്രശ്നം വച്ച് നോക്കുന്നതും കുഴിക്കുന്നതും മറ്റും കണ്ടു. പിന്നീട് കാണുന്നത് പത്ത് അടി താഴ്ച തുരന്നപ്പോൾ പൊന്തി വന്ന ദേവീവിഗ്രഹമാണ്. ഒറ്റനോട്ടത്തിൽ തന്നെ അതിന്റെ പഴക്കം വ്യക്തമാണ്. ശാസ്ത്രീയ പരിശോധനയിൽ അത് തെളിയുകയും ചെയ്തു. അഞ്ഞൂറ് വർഷം പഴക്കമുള്ള വിഗ്രഹമാണെന്ന് പുരാവസ്തു വിഭാഗം സർട്ടിഫിക്കറ്റ് നൽകുകയും ചെയ്തു.

പ്രസിദ്ധനായ മേൽപ്പത്തൂർ നീലകണ്ഠൻ നമ്പൂതിരിയെ കൊണ്ട് പ്രശ്നം നോക്കിയപ്പോൾ കുഴിച്ചെടുത്ത സ്ഥലത്തു തന്നെ അമ്പലം പണിത് വിഗ്രഹം പ്രതിഷ്ഠിക്കണം പോലും. നൂറുകണക്കിന് ആളുകളെ നിർത്തി അതിമനോഹരമായ വാസ്തുശിൽപ്പവൈദഗ്ധ്യത്തോടെ കുമാരൻ അമ്പലം പണിതു. സകലമാന പത്രങ്ങളിലും മാസികകളിലും ചാനലുകളിലും വാർത്തയും പരസ്യവും നൽകി. ഈ മഹാസംഭവം കാണാൻ പുറംനാടുകളിൽ നിന്നുപോലും ധാരാളം പേർ ഒഴുകിയെത്തി.

പ്രതിഷ്ഠാകർമ്മം നിർവഹിക്കാൻ കർണ്ണാടകയിൽ നിന്നും മഠാധിപതിയെ വരുത്തി. മേലുകാവ് ഗ്രാമത്തിന്റെ പെരുമ ഇന്റർനെറ്റ് വഴിയും പ്രചരിപ്പിച്ചു. ഭക്തജനങ്ങളെകൊണ്ട് ക്ഷേത്രം നിറഞ്ഞു കവിഞ്ഞു. മാസങ്ങൾ കൊണ്ട് കാളീക്ഷേത്രം നാടികനകത്തും പുറത്തും മഹാസംഭവമായി. വലിയ നടവരവും വഴിപാടുകളും നടന്നു. ആരും കുഞ്ഞുണ്ണിയുടെ അമ്പലത്തിലേക്ക് തിരിഞ്ഞു നോക്കിയില്ല. പെയിന്റ് അടിക്കാത്ത ചുവരുകളും മതിലുകെട്ടിത്തിരിക്കാതെ കാടുപിടിച്ച ചുറ്റുപാടും എണ്ണയില്ലാത്തതു മൂലം കത്താത്ത ചുറ്റുവിളക്കുകളും കണ്ടാൽ തകർന്ന ഒരു തറവാടിന്റെ പരിഛേദം പോലെ.

കുമാരന്റെ ലക്ഷ്യം താൻ അനുമാനിച്ചത് തന്നെയെന്ന് കുഞ്ഞുണ്ണിക്ക് തീർച്ചയായി. യാദൃശ്ചികമായി പരസ്പരം കാണുമ്പോൾ അയാൾ കുഞ്ഞുണ്ണിയെ നോക്കി ഒരു ഊളച്ചിരി ചിരിക്കാൻ തുടങ്ങി. നിന്നെ പാഠം പഠിപ്പിച്ചു ഞാൻ എന്ന അർത്ഥം വരുന്ന ചിരി.

വീട്ടിലെ വരുമാനം നാലിലൊന്നായി കുറഞ്ഞു. ക്ഷേത്രത്തിൽ നിത്യപൂജയ്ക്കുള്ള സമാഗ്രികളും എണ്ണയും വാങ്ങാൻ പോലും പണം തികയാതെയായി. സൗമിനിയുടെ കഴുത്തിലും കയ്യിലും കാതിലും അവശേഷിച്ചിരുന്ന സ്വർണ്ണത്തരികൾ ഒന്നൊന്നായി പണയപ്പീടികയിൽ അണിനിരന്നു.

വച്ചുവിളമ്പാനും ഇല്ലവല്ലായ്മകൾ ഏറ്റുവാങ്ങാനുമുള്ള ഒരു അഭിശപ്തജന്മമായി മാറി അവൾ. ആ നിത്യദുരിതത്തിലേക്ക് ജീവന്റെ ഒരു തുടിപ്പ് കൂടി കടന്നു വന്നു. സൗമിനിക്ക് കുളിതെറ്റിയപ്പോഴേ ലീലാമണി കാര്യം ഗ്രഹിച്ചതാണ്. ഒരു സ്ഥിരീകരണത്തിനായി അവർ പ്രാഥമിക ആരോഗ്യ കേന്ദ്രത്തിലേക്ക് കൊണ്ടുപോയി. ഊഹിച്ചത് സത്യമായി ഭവിക്കുകയും ചെയ്തു.

"നമുക്ക് ഈ കുഞ്ഞിനെ കളയാം മിനി. ഇപ്പഴത്തെ സ്ഥിതീല് ഒരു കുട്ടികൂടി വരുകാന്ന് വച്ചാൽ..."

രാമുണ്ണിയുടെ ആശങ്ക കേട്ടപ്പോൾ ചെവിക്കുറ്റിക്ക് ഒന്ന് കൊടുക്കാനാണ് അവൾക്ക് തോന്നിയത്. ആറ്റുനോറ്റുണ്ടായ ഒരു സന്തതിയെ വേണ്ടെന്ന് വയ്ക്കാം പോലും...

"പിച്ചയെടുത്തിട്ടായാലും ഞാനീ കുഞ്ഞിനെ വളർത്തും. നിങ്ങള് കാരണം ഒരു ജീവൻ മുളയിലേ നുള്ളിയവളാണ് ഞാൻ. ഇനി വയ്യ..."

അവളുടെ സ്വരത്തിൽ ദേഷ്യവും നിരാശയും ആത്മനിന്ദയും പകയും എല്ലാം ഉണ്ടായിരുന്നു. താൻ സ്വപ്നം കണ്ടതിന് കടകവിരുദ്ധമായ ദിശയിലൂടെയാണ് ജീവിതം ഒഴുകുന്നതെന്ന് അതിനോടകം അവൾ തിരിച്ചറിഞ്ഞിരുന്നു. പണമോ സൗകര്യങ്ങളോ അവൾ മോഹിച്ചില്ല. ഏത് കഷ്ടപ്പാടിലും ഒപ്പം നിൽക്കാനും തയ്യാറായിരുന്നു. ഒരു സ്ത്രീയെന്ന നിലയിൽ എല്ലാ മോഹങ്ങളും കുഴിച്ചുമൂടിയ ജീവിതത്തെ പോലും അവൾ നേരിട്ടു. പക്ഷേ രാമുണ്ണിയുടെ അവഗണന അവൾക്ക് താങ്ങാവുന്നതിലും അപ്പുറമായിരുന്നു. അത്താഴത്തിന് കയ്യുംകഴുകി അയാൾ പാത്രത്തിന് മുന്നിൽ വന്നിരിക്കും. ഒരിക്കലും അവൾ കഴിച്ചോ എന്ന് അയാൾ ചോദിച്ചില്ല. നിനക്ക് വിശക്കുന്നുണ്ടോ എന്ന് അറിയാൻ ശ്രമിച്ചില്ല. വിശപ്പും ദാഹവും കാമവും സ്വപ്നങ്ങളും വിചാരങ്ങളുമുള്ള മനുഷ്യജീവിയാണ് അവളും എന്ന് അയാൾ ചിന്തിച്ചില്ല. അവനവൻ കേന്ദ്രീകൃതമായ ഒരു സങ്കുചിത ലോകത്തിന്റെ പരിമിതവൃത്തങ്ങളിൽ അഭിരമിക്കുന്നതിലായിരുന്നു രാമു എക്കാലവും രസം കണ്ടെത്തിയിരുന്നത്. സ്വാർത്ഥത എന്ന വികാരത്തിന് ഇത്രമേൽ ഭീതിദവും അരോചകവുമായ മുഖമുണ്ടെന്നത് സൗമിനിയെ അദ്ഭുതപ്പെടുത്തി.

എത്ര വഴക്കിട്ടാലും തിരുത്താൻ ശ്രമിച്ചാലും ഇതൊന്നും തന്നെ ബാധിക്കുന്നില്ല എന്ന മട്ടായിരുന്നു രാമുവിന്. വികാരങ്ങളും പ്രതികരണങ്ങളുമില്ലാത്ത അവസ്ഥ. എന്തിനെയും കടുത്ത നിസംഗതയോടെ അയാൾ കണ്ടു. ഒരു നിർഗുണപരബ്രഹ്മം എന്നൊക്കെ ചിലപ്പോൾ അവൾക്ക് തോന്നി. എന്നിട്ടും ഒരു പരിധിയിൽ കവിഞ്ഞ് അയാളെ കുറ്റപ്പെടുത്താതെ, വേദനിപ്പിക്കാതെ അവൾ പരമാവധി ശ്രദ്ധിച്ചു.

പക്ഷേ ക്ഷമയും സഹനവും എല്ലാവർക്കും ഉണ്ടായിക്കൊള്ളണമെന്നില്ല. പലചരക്ക് കടയിൽ പറ്റ് പെരുകിയപ്പോൾ ഇനി കടം തീർക്കാതെ സാധനം തരാൻ പറ്റില്ലെന്ന് വറീത് മാപ്പിള തീർത്തു പറഞ്ഞു.

അഭിമാനിയായ കുഞ്ഞുണ്ണി പിന്നെ ആ വഴിക്ക് പോയില്ല. അരിപ്പെട്ടിയിൽ അവശേഷിച്ചിരുന്ന അരിയും തൊടിയിലെ വാഴച്ചുണ്ടും വാഴക്കൂമ്പും കാന്താരി ചമ്മന്തിയും കൊണ്ട് പിടിച്ചു നിൽക്കുന്നതിന് പരിധിയുണ്ടെന്ന് കുഞ്ഞുണ്ണി ഉൾപ്പെടെ എല്ലാവർക്കും അറിയാമായിരുന്നു.

ആ പരിതസ്ഥിതിയിലാണ് ഒരു ദേവദൂതനെ പോലെ വസ്തു ബ്രോക്കർ കുര്യാച്ചൻ അവതരിച്ചത്.

"മുഖവുര കൂടാതെ ഞാൻ കാര്യത്തിലേക്ക് കടക്കാം. പെട്ടെന്ന് കേൾക്കുമ്പോ ഒരു മനപ്രയാസമൊക്കെ തോന്നും. അത് കുഞ്ഞുണ്ണിച്ചേട്ടനെന്നല്ല എനിക്കായാലും തോന്നും. പക്ഷേ അവനവന്റെ ജീവിതം പ്രധാനമാകുമ്പോ മറ്റൊന്നും നോക്കീട്ട് കാര്യമില്ല."

എന്താണ് ഈ കശ്മലൻ പറഞ്ഞു വരുന്നതെന്ന് എന്ന സന്ദേഹത്തോടെ കുഞ്ഞുണ്ണിയും ലീലാമണിയും പരസ്പരം നോക്കി. രാമു അമ്പലത്തിലായിരുന്നു.

സൗമിനി അടുക്കളയിൽ കറിവയ്ക്കുന്ന തിരക്കിലും.

"കുഞ്ഞുണ്ണ്യേട്ടന്റെ ഇപ്പഴത്തെ അവസ്ഥ എനിക്കറിയാം. കാര്യം കുടുംബവക ക്ഷേത്രമാണെന്ന് പറഞ്ഞാലും അമ്പലം കൊണ്ട് ഇനി മുന്നോട്ട് പോകുന്ന കാര്യം പ്രയാസവാ... അതുകൊണ്ട് ആ സ്ഥലവങ്ങ് കൊടുക്കാൻ സമ്മതിച്ചാൽ മേടിക്കാൻ ആൾക്കാരൊണ്ട്. സാമാന്യം നല്ല വെലേം കിട്ടും. ആര് വാങ്ങുന്നു എന്നൊന്നും ആലോചിക്കണ്ട. തത്കാലം നമ്മുടെ കാര്യം നടത്തുക എന്നതല്ലേ പ്രധാനം."

കുര്യാച്ചൻ പറഞ്ഞു വരുന്നത് ന്യായമാണെങ്കിലും അതിൽ ഒരു അപായസൂചനയുള്ളതായി കുഞ്ഞുണ്ണിക്ക് തോന്നി. ഒന്ന് തനിക്ക് അനഭിമതനായ ആരോ ആ വസ്തുവിൽ കണ്ണെറിഞ്ഞിട്ടുണ്ട്. ഇനി തന്റെ സ്വന്തപ്പെട്ടവര് വന്ന് വാങ്ങിയെന്ന് പറഞ്ഞാലും അയാൾക്കത് കരള് പറിച്ചു കൊടുക്കുംപോലെയാണ്. സ്വന്തം പൈതൃകവും പാരമ്പര്യവും വിൽക്കുന്ന അവസ്ഥ. അയാളുടെ അച്ഛന്റെയും മുത്തച്ഛന്റെയും ശ്വാസനിശ്വാസങ്ങൾ പതിഞ്ഞ മണ്ണാണ് അത്. ഏത് വിഷമഘട്ടത്തിലും അവിടെ നിൽക്കുമ്പോൾ അവർ കൂടെയുള്ളതായി അയാൾക്ക് തോന്നും. ഇതൊക്കെ അന്ധവിശ്വാസമാണെന്ന് പറഞ്ഞാലും ചില സന്ദർഭങ്ങളിൽ അത്തരം വിശ്വാസങ്ങൾ ഒരു ശക്തിയാണ്. തളരുമ്പോൾ താങ്ങാകാൻ എന്തെങ്കിലും ഒന്ന് കൂടെ വേണ്ടേ? ഇതൊന്നും മറ്റൊരാൾക്ക് പറഞ്ഞാൽ മനസ്സിലാവണമെന്നില്ല.

ലീലാമണിക്കും അത് കേട്ടപ്പോൾ പ്രയാസം തോന്നി. രാമുണ്ണിയോട് ആലോചിച്ചപ്പോൾ പതിവ് നിസ്സംഗതയ്ക്ക് പിന്നാലെ ഒറ്റവാചകത്തിൽ ഒരു മറുപടി വന്നു.

"അതൊക്കെ അച്ഛന്റെ ഇഷ്ടം പോലെ ചെയ്യ്..."

ഇങ്ങനെയൊരു മകനെയും വച്ച് ഈ വഞ്ചി തുഴയുന്നതിൽ അർത്ഥമില്ലെന്ന് കുഞ്ഞുണ്ണിക്ക് തോന്നി. അയാൾ ചങ്ക് പറിയുന്ന വേദനയോടെ ആധാരത്തിൽ എഴുതി ഒപ്പിട്ട് കൊടുത്തു. അഡ്വാൻസ് വാങ്ങാൻ നിന്നില്ല. ഒറ്റവില പറഞ്ഞ് ഉറപ്പിച്ച് ഒരു കച്ചവടം. രജിസ്ട്രേഷനും കയ്യോടെ നടന്നു. പണം വാങ്ങി യാത്ര പറഞ്ഞിറങ്ങാൻ നേരം തോളിൽ കയ്യിട്ട് മാറ്റി നിർത്തി കുര്യാച്ചൻ ഒരു രഹസ്യം പറഞ്ഞു.

"എനിക്കുള്ള കമ്മീഷൻ കിട്ടി. എന്റെ കാര്യോം കഴിഞ്ഞു. എന്നാലും നമ്മള് തമ്മിലുള്ള ഇരിപ്പുവശം വച്ച് ഞാനൊരു വഞ്ചന ചെയ്തെന്ന് കുഞ്ഞുണ്ണ്യേട്ടന് തോന്നരുത്."

പറഞ്ഞു വരുന്നത് കുഞ്ഞുണ്ണി ഏറെക്കുറെ ഊഹിച്ചു. എന്നാലും കുര്യാച്ചന്റെ വായിൽ നിന്ന് അത് കേൾക്കണമെന്ന് അയാൾക്ക് നിർബന്ധമായിരുന്നു

"എന്നതാ കുര്യാച്ചാ..."

കുര്യാച്ചനെ പോലെ തന്നെ അയാളും അജ്ഞത നടിച്ചു.

"സ്ഥലം എഴുതി വാങ്ങിയ ഹരിക്കുട്ടൻ നമ്മടെ കുമാരൻ മുതലാളീടെ അനന്തിരവനാ. തെളിച്ചു പറഞ്ഞാൽ ഒരു തരം ബിനാമി എടപാട്. അയാൾക്ക് നിങ്ങടെ കൺവെട്ടത്ത് വരാനുള്ള ബുദ്ധിമുട്ട്. പിന്നെ ടാക്സ് വെട്ടിക്കാനും ഇതാണ് എളുപ്പം. ഇയാള് എൻ.ആർ.ഐയാ. അവർക്ക് എന്ത് തോന്ന്യാസവും ആവാല്ലോ..."

അതും പറഞ്ഞ് കുര്യാച്ചൻ ഒരു വെടക്ക് ചിരി ചിരിച്ചു.

കുഞ്ഞുണ്ണിയുടെ കണ്ണുകൾ പെട്ടെന്ന് നിറഞ്ഞു. അയാൾ പൊട്ടിത്തെറിക്കുമെന്ന് കുര്യാച്ചൻ ഭയന്നു. പക്ഷേ അങ്ങേയറ്റം സംയമനത്തോടെയാണ് അയാൾ പ്രതികരിച്ചത്. വളരെ സൗമ്യതാളത്തിൽ പതിഞ്ഞ ശബ്ദത്തിൽ ഇത്രമാത്രം പറഞ്ഞു.

"ഒരു കണക്കിന് ആലോചിച്ചാൽ എന്നോട് പകരം തീർക്കാൻ നടക്കുന്ന അവനാണ് മണ്ടൻ. കാരണം അയാൾക്ക് ഒറ്റമോളാണ്. അയാൾ എന്നെ തോല്പിച്ച് വാങ്ങിക്കൂട്ടുന്ന ഈ വസ്തു അടക്കം നാളെ ഒരു കാലത്ത് എന്റെ മകനും മകൾക്കും തന്നെ തിരിച്ചു വരേണ്ടതാണ്. അങ്ങനെയെങ്കിലും ഞാനൊന്ന് സമാധാനിച്ചോട്ടെന്റെ കുര്യാച്ചാ..."

അപ്പോഴേക്കും ആ ശബ്ദം ഇടറിയോ എന്ന് കുര്യാച്ചന് തോന്നി. അയാൾ പിന്നെ നിന്നില്ല. യാത്ര പറഞ്ഞ് പോയി. ലീലാമണി എല്ലാം കണ്ടുകൊണ്ട് ദൂരെ നിൽക്കുന്നുണ്ടായിരുന്നു. അവർ ഭർത്താവിനെ സമാധാനിപ്പിച്ച് കാലത്ത് വിളിച്ച ടാക്സിയിൽ നേരെ ബാങ്കിൽ പോയി രണ്ട് അക്കൗണ്ടുകളിലായി കുറച്ച് കാശ് നിക്ഷേപിച്ചു. ബാക്കിപണം പൊതിഞ്ഞുകെട്ടി വീട്ടിലെ മച്ചിന് മുകളിൽ വച്ച് പൂട്ടി. അത് പണ്ടേയുള്ള രീതിയാണ്.

സൗമിനി എല്ലാം മനസ്സിലാക്കിയിട്ടും ഒന്നും അറിയാത്ത മട്ട് നടിച്ചു. ചെറുപ്പത്തിന്റെ ആവേശത്തിൽ താൻ കാണിച്ച ഒരു പൊട്ടത്തരം രണ്ട് കുടുംബങ്ങൾ നശിപ്പിക്കുന്നതിന്റെ നിശ്ശബ്ദചിത്രത്തിന് മൂകസാക്ഷിയായി അവൾ നിന്നു. രാമുണ്ണിക്കൊപ്പം കൂടി അവളും നിർവികാരത ശീലിച്ചു തുടങ്ങി. ഒന്നിനോടും പ്രതികരിക്കാതെ നിസ്സംഗമായ ഒരു ജീവിതം. അവളുടെ പ്രതീക്ഷ മുഴുവൻ ജനിക്കാനിരിക്കുന്ന ആ കുഞ്ഞിലായിരുന്നു. അതിനെ വളർത്തിയെടുക്കണം. പൊലിഞ്ഞുപോയ സ്വപ്നങ്ങൾ ആ കുഞ്ഞിലൂടെ സാക്ഷാത്കരിക്കണം. സൗമിനിയെ പോലെ ഒരു സ്ത്രീക്ക് പരമാവധി മോഹിക്കാൻ കഴിയുന്നത് അതു മാത്രമാണെന്ന് അവൾ ധരിച്ചു. എന്തൊക്കെ കുറവുകളുണ്ടെങ്കിലും രാമുണ്ണിയെ അവൾക്ക് ജീവനാണ്. അയാളുടെ കാലൊന്ന് മുറിഞ്ഞ് ചോര പൊടിഞ്ഞാൽ ഉടനെ അവൾ തൊടിയിലേക്കോടും. കൃഷ്ണതുളസിയുടെ ഇലകൾ പറിച്ച് പിഴിഞ്ഞ് നീരെടുത്ത് പുരട്ടും. എന്നിട്ടും ഭേദമായില്ലെങ്കിൽ നിർബന്ധിച്ച് ഡോക്ടറുടെ അടുത്തെത്തിക്കും. അത്തരം ചില്ലറ ആവശ്യങ്ങൾക്കായി അവൾ പണം സ്വരൂപിച്ചു വച്ചിട്ടുണ്ട്. ഹൈസ്കൂളിൽ പഠിക്കുന്ന കാലത്ത് വെറുതെ ഒരു രസത്തിന് അയലത്തെ രാധേച്ചിയുടെ അടുത്ത് തയ്യല് പഠിക്കാൻ പോയത് ഇപ്പോൾ ഗുണകരമായി. അത്യാവശ്യ കാര്യങ്ങൾ ക്കുള്ള പണം അവൾ ആ വഴിക്ക് ഉണ്ടാക്കും. കാതിപ്പൂ വിറ്റ കാശു കൊണ്ട് ഒരു തയ്യൽമെഷീൻ വാങ്ങിയതും ഇപ്പോൾ ഉപകാരമായി.

കൈയിൽ കാശ് വന്നിട്ടും കുഞ്ഞുണ്ണിക്ക് ആ രാത്രി ഉറക്കം വന്നില്ല. അതിനടുത്ത രാത്രികളിലും സ്ഥിതി വിഭിന്നമായിരുന്നില്ല.

പണം മഴയത്ത് ചോരുന്ന കൂര പോലെയാണ്. നേർത്ത വിടവിലുടെ ഒലിച്ച് പോകും. ഇന്നത്തെ കാലത്ത് ബാങ്കിൽ കിടന്നാൽ കാര്യമായ പലിശ കിട്ടില്ല.

ഏതെങ്കിലും സംരംഭങ്ങളിൽ സമർത്ഥമായി അത് നിക്ഷേപിച്ച് ഒരു സ്ഥിരവരുമാനമാക്കുന്നതിലാണ് മിടുക്ക്. പക്ഷേ അതാര് ചെയ്യും? പാലം കുലുങ്ങിയാലും കേളൻ കുലുങ്ങില്ല എന്ന മട്ടിലാണ് കുഞ്ഞുണ്ണി. ഈ വയസ്സുകാലത്ത് താൻ ഓടിയാൽ എവിടം വരെ ഓടാനാ..? ആകെ ഒരു പോംവഴിയുള്ളത് ആ പെൺകൊച്ചിനെ ചുമതല ഏൽപ്പിക്കുകയാണ്. പക്ഷേ പാതി ഗർഭം ചുമന്ന് നടക്കുന്ന അതിന് ഈ അവസ്ഥയിൽ വലിയ അദ്ധ്വാനമോ ഉത്തരവാദിത്തങ്ങളോ ഏറ്റെടുക്കാൻ പറ്റില്ല. ആലോചിക്കു ന്തോറും കുഞ്ഞുണ്ണിയുടെ സ്വൈര്യത നശിച്ചു.

"ജീവിതം ഭീഷണമായ എന്തോ ഒന്നു പോലെ തലയ്ക്ക് മീതെ നിൽക്കുകയാണ്. എന്തു തന്നെയായാലും ജീവിച്ചല്ലേ പറ്റൂ."

കവലയിൽ കുറഞ്ഞ പകിടിക്ക് ഒരു കടമുറി കൊടുക്കാനുണ്ട്. അത് വാടകയ്ക്ക് എടുത്ത് എന്തെങ്കിലും തുടങ്ങിയാൽ നന്നായിരിക്കുമെന്ന് ഉപദേശിച്ചത് കുര്യാച്ചൻ തന്നെയാണ്. പക്ഷേ തലയ്ക്ക് മൂളയില്ലാത്ത ചെക്കനെ വിശ്വസിച്ച് എന്ത് ബിസിനസ് ഏല്പിക്കാനാണ്. അതിനും പോംവഴി കുര്യാച്ചൻ തന്നെ പറഞ്ഞു കൊടുത്തു.

"ഒരു പലേരക്ക് കടയങ്ങട് തൊടങ്ങ് കുഞ്ഞുണ്ണ്യേട്ടാ... അതിന് ഇക്കണ്ട ബുദ്ധി വല്ലോം വേണോ? കണക്ക് കൂട്ടാൻ അറിയണം. അത്ര തന്നെ. അത് ഏതായാലും കൊച്ചന് അറിയാം..."

അത് ശരിയാണെന്ന് കുഞ്ഞുണ്ണിക്കും തോന്നി.

"പിന്നെ ചേട്ടൻ പറേംപോലെ അത്ര ഊളയൊന്നുമല്ല കൊച്ചൻ. ഒന്നൂല്ലേലും കല്യാണം കഴിഞ്ഞ് പിറ്റേമാസം പെണ്ണിന് വയറ്റിലൊണ്ടാക്കി കളഞ്ഞില്ലേ... മിടുക്കൻ..."

അതും പറഞ്ഞ് കുര്യാച്ചൻ തലചൊറിഞ്ഞു കൊണ്ട് ഒരു വെടക്ക് ചിരി വച്ചുകാച്ചി.

"അത് പിന്നെ അവൻ എന്റെ മോനല്ലേ..."

കുഞ്ഞുണ്ണി മേനി നടിച്ചു.

കുര്യാച്ചൻ പറഞ്ഞത് ശരിയാണെന്ന് കുഞ്ഞുണ്ണിക്കും തോന്നി. പലചരക്ക്കട തുടങ്ങുന്നതാവും മെച്ചം. അമ്പലം പൂട്ടിപ്പോയ സ്ഥിതിക്ക് തനിക്കും കടയിലിരുന്ന് കാര്യങ്ങൾ നിയന്ത്രിക്കാം. സാധനങ്ങൾ തൂക്കാനും എടുത്തുകൊടുക്കാനും രാമുവിനെ ഏൽപ്പിക്കാം. എങ്ങനെ പോയാലും വീട്ടുചെലവിനുള്ള കാശ് ഒത്തുകിട്ടും. ആ സമാധാനത്തോടെയാണ് തുടർന്നുള്ള രാത്രികളിൽ അയാൾ ഉറങ്ങിയത്. അമ്പലം കൂടി ഇല്ലാതായതോടെ രാമുണ്ണിക്ക് സന്തോഷമായി. രാപ്പകൽ അയാൾ ഗ്രാമത്തിലൂടെ അലഞ്ഞു തിരിഞ്ഞു നടന്നു. ചീട്ടുകളി സംഘത്തിലും സമീപദേശങ്ങളിലെ ഉത്സവപ്പറമ്പുകളിലും രാമു നിത്യ സാന്നിദ്ധ്യമായി. മറ്റ് നേരമ്പോക്കുകളില്ലാത്ത ദിവസങ്ങളിൽ ടിവിയുടെ മുന്നിൽ ചടഞ്ഞ് കൂടും. ഇല്ലെങ്കിൽ പോത്തുപോലെ കിടന്നുറങ്ങും. നല്ല കറികൾ വയ്ക്കുന്ന ദിവസങ്ങളിൽ ചോറ് വെട്ടിവിഴുങ്ങും. പറമ്പിൽ എന്തെങ്കിലും പണിക്ക് കൂടാൻ പറഞ്ഞാൽ മുഖം വീർപ്പിക്കും. ആ ദിവസങ്ങളിൽ കവലയിലേക്ക് മുങ്ങും.

സൗമിനിക്ക് ഇത് മൂന്നാം മാസമായി. ഉദരഭാഗത്ത് നേർത്ത തടിപ്പ് പ്രത്യക്ഷമായി. ഗർഭിണിയാണെന്ന് തിരിച്ചറിയാൻ പാകത്തിൽ ഒരു വീർപ്പ് പോലെ. ഗർഭകാലത്ത് പെണ്ണുങ്ങൾക്ക് ലൈംഗികാസക്തി ഏറുമെന്ന് ഏതോ വനിതാ മാസികയിൽ വായിച്ചത് അവൾ ഓർത്തു. അത് സത്യമാണെന്ന് അനുഭവം അവളോട് പറഞ്ഞു. പല രാത്രികളിലും നേർത്ത മയക്കം കഴിഞ്ഞ് പൊടുന്നനവെ ഞെട്ടിയുണരും. ആ സമയത്ത് ഒരു വ്യാഘ്രം തന്നെ കീഴ്പെടുത്തിയിരുന്നെങ്കിലെന്ന് അവൾ വ്യാമോഹിക്കും. അത്രയ്ക്കുണ്ട് ആഗ്രഹം. രാമു കൂർക്കം വലിച്ച് ഉറക്കമായിരിക്കും. ഈയിടെയായി കൂർക്കംവലി പഴയതിലും കൂടിയിട്ടുണ്ട്. ബോട്ട്പോകും പോലെ!

സഹികെട്ട് കുലുക്കിയുണർത്താൻ നോക്കി. വിരലുകൾ കൊണ്ട് അവന്റെ സ്നിഗ്ധതയിൽ ചലനങ്ങൾ സൃഷ്ടിക്കാൻ നോക്കി. ഈർഷ്യയോടെ ശബ്ദമുണ്ടാക്കി മുഖം തിരിച്ചു കിടന്നതല്ലാതെ ഫലമുണ്ടായില്ല. ഒരിക്കൽ അവൾ പരാതി പറഞ്ഞപ്പോൾ മറുപടി ഇങ്ങനെയായിരുന്നു.

"ഒരു കൊച്ചായില്ലേ... ഇനിയെങ്കിലും ഒന്ന് അടങ്ങിക്കിടന്നൂടേ...?"

അവൾ ഞെട്ടിപ്പോയി. കുഞ്ഞുങ്ങളെ സൃഷ്ടിക്കാൻ വേണ്ടി മാത്രമാണ് ഇക്കാര്യങ്ങളെന്നാണോ ഇയാൾ ധരിച്ചുവച്ചിരിക്കുന്നത്. റബ്ബർ പുരയിൽ വച്ച് കണ്ട ആ ആവേശവും തിടുക്കവുമൊക്കെ എവിടെ പോയി?

പുതുമ നഷ്ടപ്പെടുന്നതോടെ പുരുഷന്റെ ലൈംഗികമോഹത്തിന് നിറം മങ്ങുന്നുവെന്നും അവൾ എവിടെയോ വായിച്ചിട്ടുണ്ട്. പിന്നെ പുതിയ ആകർഷണങ്ങളോടായി അവന് കമ്പം. രാമുവിന്റെ മനസ്സും മറ്റ് എവിടെയെങ്കിലും ചേക്കേറിയിട്ടുണ്ടാവുമോ എന്ന് അവൾ ഭയന്നു. അതിനും സാദ്ധ്യത കുറവാണ്. ഈയിടെയായി മുഴുവൻ സമയവും വീട്ടിനുള്ളിൽ തന്നെയാണ്. അലസതയോടും ഉദാസീനതയോടും അലക്ഷ്യമായ ജീവിതത്തോടുമാണ് രാമുവിന്റെ പ്രേമം എന്ന് അവൾക്ക് തോന്നി. അർത്ഥശൂന്യമായി നേരം കൊല്ലുന്നതിലാണ് അയാൾ ആഹ്ലാദം കണ്ടെത്തുന്നത്. ജീവിതത്തിന്റെ ഗതിവിഗതികളിൽ പൂർണ്ണമായും നിയന്ത്രണം നഷ്ടപ്പെട്ട മനുഷ്യൻ. ചില നേരങ്ങളിൽ അവൾക്ക് അവനോട് പുച്ഛം തോന്നി. ചിലപ്പോൾ സഹതാപവും.

വിവാഹം കഴിഞ്ഞ് കുറഞ്ഞ കാലത്തിനുള്ളിൽ ഒരു കാര്യം അവൾ തിരിച്ചറിഞ്ഞു. അനിവാര്യമായ വിധി അഭിശപ്തമായ ജീവിതപരിതോവസ്ഥയിലേക്ക് തന്നെ എത്തിച്ചിരുന്നു. അച്ഛന്റേയും അമ്മയുടേയും വാക്കുകൾ ധിക്കരിച്ച് താൻ തിരഞ്ഞെടുത്ത ജീവിതം തനിക്ക് എല്ലാ അർത്ഥത്തിലും വിനയായി ഭവിച്ചിരിക്കുന്നു. ഇതിൽ നിന്നും ഉടനടി ഒരു രക്ഷപ്പെടൽ അസാദ്ധ്യമാണ്. കുട്ടി ജനിക്കും മുൻപായിരുന്നെങ്കിൽ എല്ലാ തെറ്റുകളും ഏറ്റു പറഞ്ഞ് വീട്ടിൽ അഭയം തേടാമായിരുന്നു. ഇനിയും അത് സാധിച്ചെന്നു വരാം. പക്ഷേ തന്റെ കുഞ്ഞ്... അച്ഛനില്ലാത്ത ഒരനാഥ ശിശുവായി എത്ര സൗഭാഗ്യങ്ങൾക്കിടയിൽ വളർന്നാലും അതിന് സ്വസ്ഥത കിട്ടില്ല. പരിഹാസത്തിന്റെ നിറമുള്ള സമൂഹക്കണ്ണുകൾ അവനെ അനുധാവനം ചെയ്തുകൊണ്ടേയിരിക്കും.

ആ കുഞ്ഞിനു വേണ്ടി അനുകൂലമായ ഒരവസരം ഒരുങ്ങുന്നത് വരെ സ്വന്തം ജീവിതം അടിയറവയ്ക്കാൻ അവൾ തീരുമാനിച്ചു.

എട്ട്

പലചരക്ക് കടയുടെ ഉദ്ഘാടനം അതിഗംഭീരമായിരുന്നു. പഞ്ചായത്ത് പ്രസിഡണ്ട് സഖാവ് കുരീപ്പുഴ പത്മനാഭനാണ് നാട മുറിച്ച് ഉദ്ഘാടനം നിർവഹിച്ചത്. ചടങ്ങിന് ആളെക്കൂട്ടാൻ മിമിക്രിതാരം ജാൻ അബ്ബാസിനെയും കുഞ്ഞുണ്ണി മുൻകൈ എടുത്ത് ഇറക്കുമതി ചെയ്തിരുന്നു.

കുഞ്ഞുണ്ണിയുടെ ഒരു പരിചയക്കാരന്റെ മകനാണ് ജാൻ അബ്ബാസ്. മരിച്ചു പോയ പൊതുപ്രവർത്തകരെയും സിനിമാ താരങ്ങളെയും വികൃതമായി അനുകരിക്കുന്നതിൽ പ്രത്യേകവൈദഗ്ധ്യം നേടിയ ആളാണ് അബ്ബാസ്.

ഏതായാലും കുഞ്ഞുണ്ണിയുടെ പുതിയ സംരംഭത്തിന് ദൃക്സാക്ഷിയാകാൻ സാമാന്യം നല്ല ജനക്കൂട്ടം തന്നെ എത്തിയിരുന്നു. വി.എസിന്റെ നീട്ടിവലിച്ചുള്ള സംഭാഷണവും നായനാരുടെ സംസാരത്തിലെ നർമ്മവുമൊക്കെ ഭംഗിയായി അവതരിപ്പിച്ച് ജാൻ കയ്യടി നേടി. കവലയിൽ വെറ്റിലക്കച്ചവടം നടത്തുന്ന തലമൂത്ത കമ്മ്യൂണിസ്റ്റ് കേശവേട്ടൻ മാത്രം പ്രതിഷേധിച്ചു.

“ജനിച്ച വീടും കുടുംബോം എല്ലാം പാർട്ടിക്ക് വേണ്ടി സമർപ്പിച്ച നിസ്വാർത്ഥരായ കമ്മ്യൂണിസ്റ്റാരുന്നു അവര്. അവരെയൊക്കെ കളിയാക്കീട്ട് വേണം ഇവനൊക്കെ കയ്യടി വാങ്ങാൻ...”

“ഇതൊരു കലയല്ലേ കേശവേട്ടാ. നമ്മളതിനെ അങ്ങനെ കണ്ടാൽ പോരേ?”

കേട്ടു നിന്ന സഖാവ് ജോർജ് പാറയ്ക്കൻ അതിനെ പിൻതാങ്ങി.

“കൊല... എന്നെക്കൊണ്ടൊന്നും പറയിക്കരുത്...”

അങ്ങനെ പറഞ്ഞിട്ടും സമാധാനം വരാതെ കേശവേട്ടൻ ഒരു മുഴുത്ത തെറി പറഞ്ഞു. പാറയ്ക്കൻ ചെവിപൊത്തി. ഉത്തരാധുനിക കമ്മ്യൂണിസ്റ്റായ അദ്ദേഹത്തിന് അത് കേട്ടു നിൽക്കാനുള്ള ശക്തിയില്ലായിരുന്നു.

“ഇപ്പോൾ പാർട്ടി ക്ലാസ് ഒന്നൂല്ലേടാ ജോർജേ...”

കേശവേട്ടൻ ചോദിച്ചു.

“അതിനൊക്കെ സമയം എവിടന്നാ കേശവേട്ടാ. സോഷ്യൽമീഡിയാ അപ്ഡേഷന് തന്നെ സമയം തികയുന്നില്ല. ഫേസ്ബുക്കും ഗൂഗിൾ പ്ലസും ട്വിറ്ററും ഒരു വശത്ത്. ബ്ലോഗും വെബ്സൈറ്റും മറുവശത്ത്. മോദിയണ്ണൻ അതിലൊക്കെ തകർക്കുമ്പോ നമുക്ക് ചുമ്മാതിരിക്കാൻ പറ്റുവോ...”

അതും പറഞ്ഞ് അടുത്തു നിന്ന സഖാവ് ഹുസൈനെ വിളിച്ച് പാറയ്ക്കൻ ശകാരിച്ചു

“എടാ... കക്ഷിരാഷ്ട്രീയ ചേരിതിരിവുകൾ മറന്ന് കുഞ്ഞുണ്ണ്യേട്ടന്റെ കട ഉദ്ഘാടനം ചെയ്യുകയാണ് സഖാവ് പത്മനാഭൻ. അതിന്റെ ഫോട്ടോ ഉടൻ തന്നെ ഫേസ്ബുക്കിൽ വീശണം. നമ്മുടെ പാർട്ടിയുടെ വർഗേതര നിലപാടുകളിലെ വിശാലത ജനം ഒന്നറിയട്ടെ...”

കൂടുതൽ മുഴുത്ത തെറി പറയാനുള്ള വൈമുഖ്യം കൊണ്ട് കേശവേട്ടൻ സ്ഥലം കാലിയാക്കി.

ഈ വൈരുദ്ധ്യങ്ങളൊന്നും രാമുണ്ണിയെ ബാധിച്ചതേയില്ല. അയാൾ തന്റെ അടിസ്ഥാന നിലപാടുകളിൽനിന്നും തെല്ലും വ്യതിചലിക്കാതെ

ബസ് സ്റ്റോപ്പിൽ വണ്ടി കാത്തുനിന്ന പെൺകുട്ടികളെ വിശാലമായി വായ്നോക്കി. അവന്റെ തലയ്ക്ക് കിഴുക്കിക്കൊണ്ട് കുഞ്ഞുണ്ണി അലറി.

"വായ്നോക്കി നിൽക്കാതെ പോയി ഗസ്റ്റുകൾക്ക് ചായേം ബിസ്കറ്റും എടുത്ത് കൊടുക്കടാ കൊശവാ..."

രാമു ആർക്കാനും വേണ്ടി ഓക്കാനിക്കും മട്ടിൽ ചൂട്ചായ നിറഞ്ഞ ടംബ്ലർ എടുത്തുയർത്തി.

തുടർച്ചയായ ക്ഷീണവും തലചുറ്റലും മൂലം സൗമിനി ചടങ്ങിന് വന്നില്ല. അവൾക്ക് കൂട്ടായി ലീലാമണിയും വീട്ടിലിരുന്നു.

ഒരാഴ്ച കടന്നു പോയി. കടയിൽ കാര്യമായ കച്ചവടം ഒന്നും തന്നെ നടന്നില്ല. കവലയിൽ വേറെയും രണ്ട് കടകൾ ഉണ്ടായിരുന്നു. അവിടത്തെ സ്ഥിരം പറ്റുപടിക്കാർക്ക് റെഡികാഷ് കൊടുത്ത് സാധനം വാങ്ങാൻ താത്പര്യം ഉണ്ടാവില്ലല്ലോ?

മാത്രമല്ല സാധനം വാങ്ങുന്നതിലും കടകൾ തെരഞ്ഞെടുക്കുന്ന തിലും പലർക്കും ജാതീയമായ മാനദണ്ഡങ്ങൾ ഉണ്ടായിരുന്നു. ഔസേപ്പ് മാപ്ലയുടെയും വീരാനിക്കയുടെയും കടകൾ ഉള്ളപ്പോൾ വേറെ കട അന്വേഷിക്കേണ്ട ആവശ്യം ഇല്ല.

"സഖാവ് പത്മനാഭൻ ഉത്ഘാടനം ചെയ്ത കട എന്ന നിലയിൽ പാർട്ടി അനുഭാവികൾ മാത്രം സാധനം വാങ്ങിയാലും കട വൻവിജയ മായേനെ..."

ലോക്കൽ കമ്മറ്റി സെക്രട്ടറി സഖാവ് സുഗുണൻ കുഞ്ഞുണ്യോ ടുള്ള ലോഹ്യം വച്ച് ഒരഭിപ്രായം പറഞ്ഞു.

"അതെങ്ങനെ നടക്കും സുഗുണാ... പാർട്ടി അവരുടെ വോട്ട്ബാങ്കു കളെ മറന്ന് മറ്റുള്ളവരെ പ്രീണിപ്പിക്കാനുള്ള തത്രപ്പാടിലല്ലേ..."

പാറയ്ക്കനും ഹുസൈനും കൂടെയുള്ളതു കൊണ്ട് ആ സംസാരം അധികം നീട്ടാൻ സുഗുണന് താത്പര്യം തോന്നിയില്ല. അയാൾ യാത്ര പറഞ്ഞ് തത്കാലം തടിയൂരി.

"കുഞ്ഞുണ്യേട്ടാ ഒരു സിംപോസിയം ഉണ്ടേ... നവമാധ്യമങ്ങളും ഇടതുപക്ഷ രാഷ്ട്രീയവും... സമയത്ത് ചെന്നില്ലേ ജില്ലാസെക്രട്ടറി നല്ല പുളിച്ച തെറി പറയും... പോട്ടെ..."

സുഗുണൻ കതിനയ്ക്ക് തീ കൊളുത്തിയ പോലെ നടന്നു.

കുഞ്ഞുണ്ണിക്ക് ഉള്ളിൽ ചിരി പൊട്ടി.

"മുറ്റത്തെ മുല്ലയ്ക്ക് മണമില്ല..."

അയാൾ ആത്മഗതമെന്നോണം പറഞ്ഞു.

"അതിന് നമ്മടെ മുല്ല പൂത്തില്ലല്ലോ അച്ഛാ.."

കേട്ടുനിന്ന രാമു ചോദിച്ചു.

"മിണ്ടാതിരിയെടാ കഴുതേ..."

അയാൾ മകനെ ശാസിച്ചു.

"കടയിൽ കച്ചോടം വരാത്തേന് അച്ഛനെന്തിനാ എന്റെ നേരെ മെക്കിട്ട് കേറുന്നത്. ഇങ്ങനാന്നേല് ഞാനിവിടെ നിൽക്കുന്നില്ല."

അതും പറഞ്ഞ് രാമു പിണങ്ങി ഇറങ്ങി ഒറ്റ നടത്തം. കടയിൽ നിന്ന് രക്ഷപ്പെടാനുള്ള അഭ്യാസമാണ് അതെന്ന് കുഞ്ഞുണ്ണിക്ക് അറിയാം. എന്നാലും അവൻ പറഞ്ഞതിലും കാര്യമുണ്ടെന്ന് അയാൾക്ക് തോന്നി. കടയിൽ ആള് വരാത്തതിന് അവനെ കുറ്റം പറഞ്ഞിട്ട് കാര്യമുണ്ടോ? തന്റെ തീരുമാനം തെറ്റായിപ്പോയെന്ന് ആഴ്ചകൾക്കുള്ളിൽ അയാൾക്ക് ബോധ്യപ്പെട്ടു. ഇക്കണക്കിന് പോയാൽ കടവാടക കൊടുക്കാനുള്ള കാശ് പോലും പിരിഞ്ഞ് കിട്ടില്ല. കറണ്ട്ചാർജ് വേറെ. അവശേഷിച്ച പണം ബാങ്കിൽ കിടപ്പുണ്ട്. നക്കാപ്പിച്ച ബാങ്ക്പലിശ കൊണ്ട് കോണകം വാങ്ങാൻ തികയില്ല. ഇങ്ങനെ മുന്നോട്ട് പോയാൽ ജീവിതം നായ നക്കി യത് തന്നെ. അയാൾ നെടുവീർപ്പിട്ടു.

ക്ഷീണം അകന്ന് പഴയ ഉത്സാഹം തിരികെ വന്നപ്പോൾ സൗമിനി കുഞ്ഞുണ്ണിയോട് പറഞ്ഞു.

"അച്ഛൻ എന്നും ഇങ്ങനെ ഒറ്റക്കാലിൽ നിന്ന് കഷ്ടപ്പെടണ്ട. ഇടയ്ക്ക് ഞാനും കടയിൽ വരാം.."

"ഈ വയറും വച്ചോണ്ട് നീയെങ്ങനാ മക്കളേ അവടെ വന്നിരിക്കു ന്നത്..."

"കുറച്ച്സമയം ഇരിക്കുന്നേന് കൊഴപ്പമില്ലച്ഛാ..."

"അത് വേണ്ട മക്കളേ... നീ അമ്മേ സഹായിച്ചോണ്ട് ഇവിടിരുന്നാ മതി..."

"അടുക്കളക്കാര്യവൊക്കെ ഞങ്ങള് കാലത്തേ തീർക്കും അച്ഛാ.."

ലീലാമണിയെ നോക്കി സൗമിനി പറഞ്ഞു.

"മോൾക്കത്ര ആഗ്രഹവാന്നേല് നിങ്ങള് അവളേക്കൂടി കൊണ്ടുപോ..."

ലീലാമണി പിൻതാങ്ങി.

ജനിക്കാതെ പോയ സ്വന്തം മകളുടെ സ്ഥാനത്താണ് അവർ രണ്ടു പേരും അവളെ കാണുന്നത്. പാഴായി പിറന്ന ഒരു മകനിൽ നിന്ന് കിട്ടാത്ത സ്നേഹവും കരുതലും അവളിൽ നിന്ന് അവർക്കും ലഭിക്കുന്നു. രാമുവിന് ഇളയതായി ഒരു മകൾ പിറന്നതാണ് ലീലാമണിക്കും കുഞ്ഞുണ്ണിക്കും. പക്ഷേ ചാപിള്ളയായി പോയി. പ്രസവത്തോടെ കുഞ്ഞിന്റെ ചേതനയറ്റ ശരീരം കാണേണ്ടി വന്ന ആഘാതത്തിൽ ഇനിയൊരു പരീക്ഷണം വേണ്ടെന്ന് അവർ തീരുമാനിച്ചു. എല്ലാ സൗഭാഗ്യങ്ങളും നൽകി ഉള്ള ഒരു ആൺതരിയെ വളർത്തുക. അതിങ്ങനെയായി പോകുമെന്ന് ആര് കണ്ടു?

ആ കുറവും വേദനയും നികത്തിയത് സൗമിനിമോൾ വന്നു കയറിയ ശേഷമാണ്.

അവൾ ഒരു ആഗ്രഹം പറഞ്ഞാൽ മറുത്തൊരക്ഷരം പറയാൻ അവർക്ക് കഴിഞ്ഞില്ല. യഥാർത്ഥത്തിൽ കുഞ്ഞുണ്ണിയുടെ കഷ്ടപ്പാട് കണ്ട സഹതാപം കൊണ്ടാണ് കടയിൽ സഹായത്തിന് ചെല്ലാൻ സൗമിനിക്ക് തോന്നിയത്. അവളുടെ ആ മനസ്സ് അവർക്ക് അറിയുകയും ചെയ്യാം. അതുകൊണ്ട് ആരും എതിര് പറഞ്ഞില്ല. രാമുവിനും സന്തോഷമായി. അച്ഛന് സഹായത്തിന് സൗമിനിയുള്ളപ്പോൾ തനിക്ക് തന്നിഷ്ട പ്രകാരം ഉഴപ്പിത്തല്ലി നടക്കാമല്ലോ?

സൗമിനി കടയിൽ വന്നിരിക്കുന്ന വിവരം കവലയിൽ പാട്ടായി. അതുവരെ കട കണ്ടാൽ തിരിഞ്ഞു നോക്കാത്ത ചില വായ്നോക്കികൾ കടയിലെ സ്ഥിരം പറ്റുപടിക്കാരായി.

സൗമിനിയുടെ ആഗമനം തന്നെ പല രീതിയിൽ വ്യാഖ്യാനിക്കപ്പെട്ടു. കവലയിലെ ചായക്കടയിലെ ചർച്ചാവിഷയങ്ങളിൽ സൗമിനിയും കടയും സ്ഥാനം പിടിച്ചു. കടയിൽ കച്ചവടം ഉണ്ടാക്കുന്നതിന് കുഞ്ഞുണ്ണി ഇറക്കിയ തുറുപ്പുചീട്ടാണ് സുന്ദരിയായ മരുമകളെന്ന് ചിലർ. ലക്ഷാധിപനായ കുമാരൻ മുതലാളിയുടെ മകൾക്ക് ഇതിന്റെ വല്ല കാര്യവുമുണ്ടോയെന്ന് മറ്റു ചിലർ.

ഏതായാലും സൗമിനിയുടെ വരവ് നാട്ടിൽ പാട്ടായി. പക്ഷേ കച്ചവടത്തിന് അതൊന്നും ഗുണം ചെയ്തില്ല. പുതുതായി വന്നവരിൽ ഏറെയും പറ്റുപടിക്കാരായിരുന്നു. കടയിൽ കടം കുമിഞ്ഞപ്പോൾ സാധനങ്ങൾ സ്റ്റോക്ക് ചെയ്യാനുള്ള പണം കണ്ടെത്താൻ സാധിക്കാതെ കുഞ്ഞുണ്ണി നട്ടം തിരിഞ്ഞു.ബാങ്കിലെ പണം കുറേശ്ശേ പിൻവലിച്ച് തത്കാല പരിഹാരം കണ്ടെത്തി. ലാഭം പോയിട്ട് മുതലു പോലും നഷ്ടപ്പെടുന്ന അവസ്ഥയിലായി കച്ചവടം. ആദ്യത്തെ കൗതുകം മാഞ്ഞപ്പോൾ സൗമിനിയുടെ രൂപഭംഗി കാണാൻ പോലും ആളുകൾ വരാതായി.

സമയം കൊല്ലാമെന്നല്ലാതെ പലചരക്ക്കട ജീവിതമാർഗമാവില്ലെന്ന് കുഞ്ഞുണ്ണിക്ക് ഉറപ്പായി. പല രാത്രികളിലും അയാൾക്ക് ഉറക്കം നഷ്ടപ്പെട്ടു. കളിയും ചിരിയും വർത്തമാനങ്ങളും ഇല്ലാതായി. ഭർത്താവിൽ വന്ന മാറ്റം ലീലാമണി കൃത്യമായി മനസ്സിലാക്കുന്നുണ്ടായിരുന്നു. സൗമിനിയുടെ സമാധാന വാക്കുകൾ മാത്രമായിരുന്നു അയാൾക്ക് ഏക ആശ്വാസം. രാമുണ്ണി അമ്പലത്തിന് പിന്നിലെ കാട്പിടിച്ച പറമ്പിലിരുന്ന് പതിവായി കാശു വച്ച് ഗുലാൻപെരശ് കളിച്ചു.

സൗമിനിയെ ചാക്കിട്ട് പണം സംഘടിപ്പിച്ചാണ് കളി. ചില ദിവസങ്ങളിൽ നേടും. ചില ദിവസങ്ങളിൽ പോകും.

എന്തിന് വേണ്ടി ജീവിക്കുന്നുവെന്ന് സത്യത്തിൽ അയാൾക്ക് തന്നെ അറിയില്ലായിരുന്നു. കിടപ്പറയിൽ സൗമിനി നിത്യകന്യകയായി. പക്ഷേ

അവൾക്ക് ഇപ്പോൾ വലിയ സങ്കടമില്ല. പ്രതീക്ഷാനിർഭരമായ ഒരു ലക്ഷ്യത്തെ അവൾ സ്നേഹിക്കുന്നു. ഉടൻ ഭൂമിയുടെ വെളിച്ചം കാണാൻ ഒരുങ്ങുന്ന തന്റെ കുഞ്ഞ്... അതിനെ വളർത്തി വലുതാക്കണം. തനിക്ക് പറ്റിയ അബദ്ധങ്ങൾ അവളിലൂടെ തിരുത്തണം. ചിലപ്പോൾ അവൻ അല്ലെങ്കിൽ അവൾ... രണ്ടും മാറി മാറി സ്വപ്നം കാണും. സംശയ നിവൃത്തിക്കായി പ്രാഥമിക ആരോഗ്യകേന്ദ്രത്തിലെ ഡോക്ടറെ ആശ്രയിച്ചു. നഗരത്തിലെ ആശുപത്രിയിൽ പോയി സ്കാൻ ചെയ്യാൻ അവർ നിർദ്ദേശിച്ചു. മകളുടെ ആഗ്രഹം ലീലാമണി സാധിച്ചുകൊടുത്തു. കൂടെ ചെന്നത് അവരാണ്. സ്കാനിംഗിൽ ആൺകുട്ടിയെന്ന് തെളിഞ്ഞു. സൗമിനിക്ക് സന്തോഷമായി. അവൾ അവന് ഒരു പേര് മനസ്സിൽ കുറിച്ചിട്ടു. ശിവശങ്കരൻ... ശങ്കു എന്ന് വിളിക്കാം. പണ്ടേ അവളൊരു ശിവഭക്തയായിരുന്നു. നാട്ടിൽ ശിവക്ഷേത്രങ്ങളില്ലെങ്കിലും മാസത്തിലൊരിക്കൽ ഏറ്റുമാനൂരിൽ പോയി തൊഴും. എല്ലാ സന്ധ്യയ്ക്കും വിളക്കുവച്ച് ശിവ സഹസ്രനാമം ജപിക്കും.

എന്നിട്ടും ഭഗവാൻ എന്തിന് തന്നെ പരീക്ഷിക്കുന്നു എന്ന് അവൾ മനസ്സിൽ കലഹിക്കും. ക്ഷിപ്രപ്രസാദിയെന്ന പോലെ ക്ഷിപ്രകോപിയുമാണല്ലോ ശിവൻ എന്ന് ആശ്വസിക്കും. മാതാപിതാക്കളെ വേദനിപ്പിച്ചത് ചിലപ്പോൾ ഇഷ്ടമായിക്കാണില്ല.

ഭഗവാന്റെ നിലപാട് എന്തായിരുന്നാലും കുമാരന് മകളോട് ഒട്ടും ക്ഷമിക്കാൻ കഴിഞ്ഞില്ല. തലയിൽ വച്ചാൽ പേനരിക്കും താഴത്തുവച്ചാൽ ഉറുമ്പരിക്കും എന്നപോലെ വളർത്തിയ മകൾ പലചരക്ക് കടയിൽ സാധനം തൂക്കി കൊടുക്കുന്നതും നാട്ടുകാർക്ക് പ്രദർശനവസ്തുവായി നിൽക്കുന്നതും കേട്ടറിഞ്ഞപ്പോൾ കുമാരന് അത് തീരാവേദനയായി. തന്റെ സ്നേഹം തിരിച്ചറിയാതെ ഇറങ്ങിത്തിരിച്ച അവളോട് തീർത്താൽ തീരാത്ത കലിപ്പും തോന്നി.

പുതിയ ബെൻസ്കാറിൽ കവലയിലൂടെ അയാൾ പാസ് ചെയ്തു. പോകുംവഴി കടയിലിരിക്കുന്ന മകളെ ഒരു മിന്നായം പോലെ കണ്ടു. അവളുടെ മുഖം കരുവാളിച്ചിരിക്കുന്നതും ഓജസ് വറ്റിയതും ഒറ്റനോട്ടത്തിൽ ആ പിതൃഹൃദയം കണ്ടു. തീവ്രമായ വേദന ഉള്ളിലെ രോഷത്തെ മറച്ചു.

അയാൾ അലക്ഷ്യമായി കാറോടിച്ചു. കുറെദൂരം ചെന്നപ്പോൾ വണ്ടി റിവേഴ്സ് എടുത്ത് കവലയിലേക്ക് തിരിച്ചുവന്നു. അയാൾ പലചരക്ക് കടയുടെ അൽപ്പം മാറ്റി വണ്ടി നിർത്തി. കടയിൽ കുഞ്ഞുണ്ണി ഉണ്ടായിരുന്നില്ല. നേരെ കടയിലേക്ക് കയറി ചെന്നു. അയാളെ കണ്ട് സൗമിനി എണീറ്റു. അവളുടെ കണ്ണുകൾ സന്തോഷം കൊണ്ട് തിളങ്ങി. മുഖത്തേക്ക് ഒന്ന് പാളിനോക്കിയിട്ട് അയാൾ മുഖം താഴ്ത്തി. പിന്നെ കയ്യിലിരുന്ന ലിസ്റ്റ് അവൾക്ക് നേരെ നീട്ടി. അരി, പയർ, പരിപ്പ്... നീണ്ട ലിസ്റ്റ്.

"അച്ഛാ..."

ഹൃദയം നുറുങ്ങുന്ന വേദനയോടെ അവൾ വിളിച്ചു.

അയാൾ അത് കേട്ടതായി ഭാവിച്ചില്ല. വഴിയിൽ മേഞ്ഞുനടന്ന തെരുവ് പട്ടികളിലായിരുന്നു അയാളുടെ ശ്രദ്ധ.

അവൾ വീണ്ടും ശബ്ദിച്ചു.

"എന്നെ വെറുക്കല്ലേ അച്ഛാ..."

"എനിക്ക് പോകാൻ ധൃതിയുണ്ട്. സാധനങ്ങൾ വേഗം വേണം..."

"അച്ഛന്റെ മിനിമോളെ ഒന്ന് നോക്ക് അച്ഛാ..."

"എനിക്ക് മക്കളില്ല. ഒരു മകളുണ്ടായിരുന്നത് മരിച്ചു പോയി."

മുഖത്തടിച്ചതു പോലെ അയാൾ പറഞ്ഞു.

സൗമിനി പൊട്ടിക്കരഞ്ഞു പോയി.

"സാധനങ്ങൾ എടുത്തു തരുന്നോ അതോ ഞാൻ പോകണോ?"

അയാൾ പരുഷമായ സ്വരത്തിൽ ചോദിച്ചു.

അവൾ ചുരിദാറിന്റെ ഷാൾ കൊണ്ട് കണ്ണീര് തുടച്ച് സാധനങ്ങൾ എടുക്കാനായി പോയി. പ്ലാസ്റ്റിക്ക് കൂടിൽ പൊതിഞ്ഞ പഞ്ചസാര കുനിഞ്ഞെടുക്കുമ്പോൾ അയാൾ ശ്രദ്ധിച്ചു. അവളുടെ വയറിന് കനം വച്ചിരിക്കുന്നു. എന്റെ പേരക്കുട്ടി... പെട്ടെന്ന് അയാളുടെ ഹൃദയത്തിലൂടെ ഒരു മിന്നൽ കടന്നു പോയി. എന്ത് പ്രതീക്ഷയോടെയാണ് ഞാൻ എന്റെ മകളെ വളർത്തിക്കൊണ്ടു വന്നത്. ഓർക്കുന്തോറും അയാൾക്ക് സങ്കടം വന്നു. ഇന്നലെ കണ്ട ഒരുത്തന്റെ ചേഷ്ടകളിൽ മയങ്ങി ജീവനെ പോലെ സ്നേഹിച്ച അച്ഛനെയും അമ്മയെയും നഷ്ടമാക്കിയതിൽ അവൾക്കും വല്ലാത്ത ഇച്ഛാഭംഗം തോന്നി. ചില അനിവാര്യതകൾക്ക് പ്രതിരോധം തീർക്കാൻ മനുഷ്യൻ അശക്തനാണ്.

വലിയ സഞ്ചി നിറയെ സാധനങ്ങൾ തൂക്കിയത് കാറിലേക്ക് എടുത്തു വയ്ക്കാനായി അവൾ ഒരുങ്ങി. ഭാരക്കൂടുതൽ കൊണ്ട് അവൾ വളഞ്ഞു പോകുന്നത് കണ്ട് അയാൾക്ക് നൊന്തു. അയാൾ ഓടിച്ചെന്ന് അവളുടെ കൈയിൽ നിന്നു സഞ്ചി പിടിച്ചുവാങ്ങി. വിരലുകൾ തമ്മിൽ സ്പർശിച്ചപ്പോൾ അയാളുടെ കണ്ണുകൾ നിറഞ്ഞു. അവളുടെയും. നെഞ്ചിൽ കിടത്തിയുറക്കിയ ഒരു ബാല്യകാലചിത്രം അയാളുടെ മനസിൽ കിടന്ന് വിങ്ങി.

സാധനങ്ങൾ കാറിന്റെ ഡിക്കിയിൽ വച്ചിട്ട് അയാൾ തിരിച്ചു വന്നു. ആവശ്യമുണ്ടായിട്ടല്ല ഇതൊന്നും വാങ്ങുന്നതെന്ന് അവൾക്ക് അറിയാം. വീട്ടിൽ പതിവായി പലചരക്ക് വാങ്ങുന്നത് ഷാപ്പിലെ ജോലിക്കാരാണ്. അച്ഛൻ തന്നെ സഹായിക്കുകയാണ്. അച്ഛൻ...! ഉപാധികളില്ലാതെ സ്നേഹിക്കാൻ കഴിയുന്നത് അച്ഛനും അമ്മയ്ക്കും മാത്രമാണെന്ന് അവൾക്ക് തോന്നി. അത് മക്കൾ തിരിച്ചറിയാൻ വൈകുന്നു എന്ന് മാത്രം.

അവൾ ചിന്തിച്ച് നിൽക്കുമ്പോൾ അയാൾ രണ്ടായിരത്തിന്റെ ഒരു നോട്ട് വച്ചു നീട്ടി.

"വേണ്ടച്ഛാ.."

അവൾ പറഞ്ഞു.

"പണം കൊടുക്കാതെ സാധനങ്ങൾ വാങ്ങുന്ന പതിവ് എനിക്കില്ല..."

അയാൾ അയവില്ലാതെ പറഞ്ഞു.

അവൾ ആ നോട്ട് വാങ്ങി അയാളുടെ പോക്കറ്റിലേക്ക് തിരുകി വച്ചു.

പെട്ടെന്ന് അയാളുടെ കണ്ണുകൾ നിറഞ്ഞു.

"അമ്മയെ ഞാൻ ചോദിച്ചെന്ന് പറയണം."

അത്രമാത്രം പറഞ്ഞ് അവൾ ഓടി അകത്തു കയറി. ഉള്ളിൽ ചെന്നിരുന്ന് അവൾ ഏങ്ങലടിക്കുന്നത് അയാൾക്ക് കേൾക്കാമായിരുന്നു. അല്പസമയം കൂടി അയാൾ അവിടെ നിന്നു. ഒരു പ്രതിമ പോലെ. പിന്നെ അവൾ കേട്ടത് കാർ സ്റ്റാർട്ട് ചെയ്യുന്ന ശബ്ദമാണ്.

ഒമ്പത്

കുഞ്ഞുണ്ണിക്ക് സുഖമില്ലാതിരുന്നതു കൊണ്ട് അന്ന് മുഴുവൻ അവൾക്കായിരുന്നു കടയിൽ ഡ്യൂട്ടി. രാമു ഈ നാട്ടുകാരനല്ല. അങ്ങ് മാവിലായിക്കാരനാണല്ലോ?

വൈകുന്നേരം നേരത്തെ കട അടച്ച് ഇറങ്ങിക്കൊള്ളാൻ കുഞ്ഞുണ്ണി മൊബൈലിൽ വിളിച്ചു പറഞ്ഞു. പോരുന്ന കച്ചവടം നടക്കട്ടെ എന്നു കരുതി സന്ധ്യയാകുവോളം അവൾ ഇരുന്നു. തട്ടിയിടാൻ ആരെ സഹായത്തിന് വിളിക്കും എന്ന് ആലോചിച്ച് ഇരിക്കുമ്പോൾ കടയ്ക്ക് മുന്നിൽ ഒരു ജീപ്പ് വന്നു നിന്നു. വെളിച്ചം മങ്ങിയ പകലിലും അവൾ ഒറ്റനോട്ടത്തിൽ ആളെ തിരിച്ചറിഞ്ഞു. ഷാപ്പ് മാനേജർ സുഗതൻ ചേട്ടൻ.

കൊച്ചുന്നാൾ മുതൽ മോളേന്നും പറഞ്ഞ് എടുത്തുകൊണ്ട് നടന്നിട്ടുള്ളയാളാണ്.

"സുഗതൻ ചേട്ടാ..."

അവൾ സന്തോഷംകൊണ്ട് മതിമറന്ന് വിളിച്ചു.

"മോളേ... മോക്ക് സുഖവാന്നോ...?"

പെട്ടെന്ന് അവളുടെ കണ്ണുകൾ നിറഞ്ഞു. അസ്വാരസ്യം നിറഞ്ഞ ഒരു ജീവിതസ്പർശം ആ കണ്ണീരിൽനിന്നും അയാൾ വായിച്ചറിഞ്ഞു.

അത് പുറമെ കാണിക്കാതെ അയാൾ കുശലം ചോദിച്ചു. അവളും അയാളുടെ വീട്ടുകാര്യങ്ങൾ തിരക്കി. എല്ലാം പറഞ്ഞു തീർത്തശേഷം അയാൾ ഇത്രയും കൂട്ടിചേർത്തു.

"ഒക്കെ ശര്യാവും മോളെ... കുമാരേട്ടനും ചേച്ചിക്കും മോള് മോളല്ലാണ്ടാവോ... ഇതൊക്കെ ഒരു താത്കാലികപ്രശ്നംന്നങ്ങ് കരുതിയാ മതി..."

"സുഗതൻ ചേട്ടൻ എവിടെ പോണവഴിയാ..."

"വഴിയൊന്ന്വല്ല... ഞാൻ മോളെ കാണാൻ തന്നിറങ്ങിയതാ..."

"അയ്യോടാ... എന്തുപറ്റി പെട്ടെന്നിങ്ങനെ തോന്നാൻ..."

ഒന്ന് ആലോചിച്ചിട്ട് അവൾ തന്നെ പറഞ്ഞു.

"അച്ഛൻ പറഞ്ഞിട്ടുണ്ടാവും... ഇന്ന് ഇതിലെ വന്നിരുന്നു..."

"ങ്ഹാ..."

അയാൾ അലക്ഷ്യമായി മൂളി.

"ങ്ഹാ... കുഞ്ഞേ നേരം വൈകി. ഞാനിറങ്ങുകാ... ഷാപ്പിൽ ചെന്നിട്ട് കുറെ പണിയുണ്ട്.."

തിരിഞ്ഞ് നടക്കുംമുൻപ് അയാൾ പോക്കറ്റിൽ നിന്നും ഒരു കവർ എടുത്തു. അവളുടെ കൈകൾ ബലമായി പിടിച്ച് എടുത്ത് ഉള്ളം കൈയിലേക്ക് അത് വച്ചുകൊടുത്തു.

"ഇത് എന്നതാ..."

"ഇത് കുഞ്ഞിനെ ഏൽപ്പിക്കാൻ കുമാരേട്ടൻ പറഞ്ഞു..."

അവൾ ധൃതിയിൽ കവർ തുറന്ന് നോക്കി. ഒരു ലക്ഷം രൂപയുടെ ഒരു അക്കൗണ്ട്പേയി ചെക്കാണ്. അച്ഛൻ അവളുടെ പേർക്ക് എഴുതി ഒപ്പിട്ടിരിക്കുന്നു. എന്ത് ചെയ്യണമെന്നോ പറയണമെന്നോ അറിയാത്തതിന്റെ പകപ്പോടെ അവൾ ഒരു നിമിഷം നിന്നു.

"അപ്പാ ഞാൻ ചെല്ലട്ടെ കുഞ്ഞേ..."

സുഗതൻ നടന്നു. അവൾ പിന്നാലെ വിളിച്ചു. അയാൾ തിരിഞ്ഞു നിന്നു. അവൾ അയാൾക്ക് അടുത്തേക്ക് ചെന്ന് കവർ അയാളുടെ നേർക്ക് നീട്ടിയിട്ട് പറഞ്ഞു.

"ഇപ്പോ എനിക്ക് കാശിന് ആവശ്യം ഒന്നൂല്യ. ആവശ്യം വരുമ്പോൾ ഞാൻ അച്ഛനോട് വാങ്ങിക്കോളാംന്ന് സുഗതൻ ചേട്ടൻ ഒന്ന് പറഞ്ഞേരെ.."

സുഗതൻ ചിരിച്ചു.

"കുമാരേട്ടന്റെ സ്വഭാവം എന്നേക്കാൾ നന്നായി കുഞ്ഞിനറിയാല്ലോ. ഇതും കൊണ്ട് ഞാൻ തിരിച്ചു ചെന്നാൽ നല്ല കണ്ണുപൊട്ടുന്ന ചീത്ത വിളിക്കും മൂപ്പര്. ചെലപ്പോ ഒന്നങ്ങിട്ട് തരേം ചെയ്യും. വെറുതെ അങ്ങോരടെ കയ്യീന്ന് എന്നെ ചീത്ത കേപ്പിക്കണോ. ഇനി നിർബന്ധാണേൽ കുഞ്ഞ് തന്നെ നേരിട്ട് ചെന്ന് കൊടുത്തേച്ചാ മതി.."

മറുപടിക്ക് കാത്തുനിൽക്കാതെ അയാൾ ജീപ്പിൽ കയറി സ്റ്റാർട്ട് ചെയ്ത് ഓടിച്ചു പോയി.

സൗമിനി ഒന്നും ചെയ്യാൻ ശേഷിയില്ലാതെ നിന്നുപോയി.

വിവരം അറിഞ്ഞ് കുഞ്ഞുണ്ണി വഴക്ക് പറയുമെന്നാണ് അവൾ കരുതിയത്. പക്ഷേ നേർവിപരീതദിശയിലായിരുന്നു പ്രതികരണം. അയാൾ ലീലാമണിയെ നോക്കി അർത്ഥം വച്ച് ഒന്നു ചിരിച്ചു. തന്റെ കണക്കുകൂട്ടലുകൾ ഫലിച്ചു തുടങ്ങിയിരിക്കുന്നു എന്ന സൂചന അതിലുണ്ടായിരുന്നു. സൗമിനി കാര്യം മനസിലാകാതെ നിന്നപ്പോൾ അയാൾ തുറന്ന് പറഞ്ഞു.

"ഇതോർത്ത് മോള് വിഷമിക്കണ്ട കാര്യം ഒന്നൂല്ല. നിനക്ക് അവകാശപ്പെട്ട പണം അച്ഛൻ തന്നൂന്നങ്ങ് കരുതിയാ മതി. നമ്മടെ കഷ്ടപ്പാട് കണ്ട് ദൈവം തോന്നിപ്പിച്ചതാ ഇത്... ഒന്നൂല്ലേലും കുമാരന്റെ ശത്രുതേം വാശീം കുറഞ്ഞല്ലോ. അതുതന്നെ വല്യ കാര്യം. അല്ലെയിലും സ്വന്തം ചോരേ പിറന്ന കുഞ്ഞിനോട് എത്രകാലം വൈരാഗ്യപ്പെട്ടിരിക്കാൻ കഴിയും...?"

പണത്തേക്കാൾ ആ മറുപടി അവളുടെ മനസ്സ് തണുപ്പിച്ചു.

വൈകിട്ട് ഊരുതെണ്ടൽ കഴിഞ്ഞ് മടങ്ങി വന്ന രാമു ഒന്ന് അമ്പരന്നു. സൗമിനിയുടെ മുഖത്തെ നിരാശ മാഞ്ഞിരിക്കുന്നു. പതിവില്ലാത്ത തിളക്കം സ്ഥാനം പിടിച്ചിരിക്കുന്നു. അവൾ കുളിച്ച് പുതുവസ്ത്രങ്ങൾ ധരിച്ചിരിക്കുന്നു. തലയിൽ മുല്ലപ്പൂ ചൂടിയിട്ടുമുണ്ട്. നീളത്തിൽ കണ്ണ് എഴുതിയിട്ടുമുണ്ട്. ഈ പാതിരാത്രിയിൽ ഇത്ര ചമഞ്ഞ് ഒരുങ്ങണമെങ്കിൽ ഇവൾക്ക് ഇത് എന്തുപറ്റിയെന്ന് അയാൾ അതിശയിച്ചു. മുൻപ് തന്നെ ആകർഷിക്കാനായിരുന്നു ഈ ഒരുക്കങ്ങളൊക്കെ. തന്നിൽനിന്നും അവൾ ആഗ്രഹിക്കുന്നത് ഒന്നും കിട്ടാതെ വന്നശേഷം അത് പതിവില്ല. സന്ധ്യയ്ക്ക് കുളിക്കുന്ന പതിവ് തന്നെ നിർത്തി. ഇപ്പോൾ എല്ലാം പുനഃസ്ഥാപിക്കപ്പെട്ടിരിക്കുന്നു. ആകാശനീലനിറമുള്ള നൈറ്റി പുതുതായി വാങ്ങിയതാണോ എന്നും അയാൾ സംശയിച്ചു. അയാൾ അത് മുൻപ് കണ്ടിട്ടില്ല. രാമു കാരണം തിരക്കും മുൻപ് അവൾ അങ്ങോട്ട് ചോദിച്ചു.

"ഇന്നെനിക്ക് വളരെ സന്തോഷമുള്ള ദിവസമാണ്. കാരണം പറയ്യോ?"

"അത് ഞാനെങ്ങനറിയും. നീ പറഞ്ഞാലല്ലേ അറിയൂ..."

പതിവ് ഉദാസീനതയോടെയായിരുന്നു മറുപടി. അത് അവളെ നിരാശപ്പെടുത്തി. കണ്ണുകളിലെ തിളക്കം കെട്ടു. ഭാര്യയുടെ ചെറിയ ചെറിയ സന്തോഷങ്ങൾ പോലും ഭർത്താവ് ഏറ്റെടുക്കണമെന്നാണ് അവൾ ആഗ്രഹിക്കുന്നത്.

"ശരി.എന്നാൽ ഞാൻ സസ്പെൻസിടുന്നില്ല. കാര്യം നേരെ ചൊവ്വേ അങ്ങ് പറയാം."

അയാൾ അങ്ങനെയെങ്കിലും സജീവമാകട്ടെ എന്ന ധാരണയിൽ അവൾ കാര്യം തുറന്ന് പറഞ്ഞു.

രാമുവിന്റെ മുഖത്ത് കാര്യമായ തെളിച്ചമൊന്നും കണ്ടില്ല.

"ഓ... ഇത് വെറും പിച്ചക്കാശ്. സ്ത്രീധനം കൊടുത്ത് നിന്നെ കെട്ടിക്കേണ്ടി വന്നിരുന്നേല് ഇത് തന്നാൽ മതിയായിരുന്നോ..."

കരണക്കുറ്റി അടിച്ച് തെറിപ്പിക്കാൻ കൈ ചൊറിഞ്ഞു വന്നതാണ്. പക്ഷേ ഒരു ഭാര്യയ്ക്ക് അതിനുള്ള അവകാശമില്ലല്ലോ? അതൊക്കെ ഭർത്താക്കൻമാർക്ക് മാത്രം പറഞ്ഞിട്ടുള്ളതാണല്ലോ?

അവൾ ഒന്നും മിണ്ടാതെ കിടക്കയിൽ കയറി കഴുത്തറ്റം മൂടിപ്പുതച്ച് കിടന്നു. ഈ വാർത്ത കേൾക്കുമ്പോൾ രാമു മതിമറക്കുമെന്നും അച്ഛനെ വാനോളം പുകഴ്ത്തുമെന്നും സന്തോഷം കൊണ്ട് തന്നെ എടുത്ത് വട്ടം കറക്കുമെന്നും ഇത് നമ്മുടെ മോന്റെ ഭാഗ്യമാണെന്ന് പറയുമെന്നും തന്നെ കിടക്കയിലേക്ക് മറിച്ചിട്ട് റബ്ബർപുരയിലെ പകൽ ആവർത്തിക്കുമെന്നുമൊക്കെ മനക്കോട്ട കെട്ടിയത് വെറുതെയായി.

ഒരു പെണ്ണിനെ തുയിലുണർത്താനുള്ള മനസും ശേഷിയുമുള്ളവനാണ് ഭർത്താവ്. രണ്ടും ഇല്ലാത്ത ഒരു ജഡത്തെ പഴി ചാരിയിട്ട് എന്ത് കാര്യം? അങ്ങനെ സ്വയം സമാധാനിച്ച് സൗമിനി കിടന്ന് ഉറങ്ങിപ്പോയി. അവളുടെ യൗവ്വനം അസ്പൃശ്യമായ ഒരു സത്യമായി.

പരിമിതബുദ്ധിയുള്ള ഒരു സ്ത്രീക്ക് കാഴ്ചയുടെയും കാഴ്ചപ്പാടുകളുടെയും ആഴം കുറയും. ഉപരിതലസ്പർശിയായ ചിന്തകൾ അവളെ നയിക്കും. അവളുടെ അഭിപ്രായങ്ങളും സംഭാഷണങ്ങളും ആ തലത്തിന്റെ പരിധിക്കുള്ളിലൊതുങ്ങും. അത് തിരിച്ചറിഞ്ഞ് തിരുത്താൻ ഭർത്താവിന് കഴിഞ്ഞില്ലെങ്കിൽ അയാളും അവൾക്കൊപ്പം കുഴിയിൽ ചെന്ന് ചാടും. കുഞ്ഞുണ്ണിയുടെ ജീവിതത്തിൽ അത്തരം അനുഭവങ്ങളുടെ തനിയാവർത്തനങ്ങൾ തന്നെ ഉണ്ടായിട്ടുണ്ട്. എന്നിട്ടും ലീലാമണിയുടെ നിഷ്കളങ്കതയിൽ അഭിരമിക്കാനാണ് അയാൾ കൂടുതൽ ഇഷ്ടപ്പെട്ടത്. അവൾ പറയുന്ന പലതും യാഥാർത്ഥ്യത്തോട് ഒട്ടും ചേർന്നു നിൽക്കുന്നതല്ലെന്ന് അറിഞ്ഞിട്ടും അയാൾ അവളെ അക്ഷരംപ്രതി അനുസരിച്ചു. പെൺകോന്തനായ ഭർത്താവ് എന്ന് പലരും പരിഹസിച്ചപ്പോഴും അയാൾ അതിനെ അവഗണിച്ചു. ഒരു കാര്യത്തിലും ലീലാമണിക്ക് വേദനിക്കരുതെന്ന് മാത്രമേ അയാൾ ചിന്തിച്ചുള്ളൂ. കാശുകാരനായ കുമാരന്റെ മകളെ മരുമകളായി വീട്ടിൽ കയറ്റി വാഴിക്കാമെന്ന് അവൾ പറഞ്ഞപ്പോൾ അതിലെ പതിരുകൾ അയാൾ ആലോചിക്കാഞ്ഞിട്ടല്ല. അവളുടെ തീരുമാനം നടക്കട്ടെയെന്ന് കരുതി. ഇപ്പോഴും അവരെ അനുസരിക്കാനാണ് കുഞ്ഞുണ്ണിയുടെ മനസാക്ഷി അയാളോട് പറഞ്ഞത്. ഇക്കുറി ലീലാമണിയുടെ ആഗ്രഹവും അതിന്റെ ന്യായാന്യായങ്ങളും ഇതായിരുന്നു.

"അതേയ്... എന്തൊക്കെ പറഞ്ഞാലും അവര് കാശുകാരാ. നമ്മടെ മുന്നി തലകുനിക്കണ്ട ആവശ്യം അവർക്കില്ല. അങ്ങോര് ഇങ്ങോട്ടു വന്ന്

ഇത്രയൊക്കെ ചെയ്ത സ്ഥിതിക്ക് ഇനി നമ്മളായിട്ട് ബലം പിടിച്ചെന്ന് അവർക്ക് തോന്നണ്ട. നമ്മക്ക് ഒന്ന് മോളേം കൂട്ടി അവടെ വരെ പോയാലോ?"

"കുമാരന്റെ പൊരേലേക്കോ...?"

ലീലാമണി മൂളി.

"അവർക്കത് പിടിച്ചില്ലെങ്കിലോ?"

"അങ്ങനെ വരത്തില്ലെന്നാ എനിക്ക് തോന്നുന്നേ. അവൾക്ക് വയറ്റിലുള്ള സ്ഥിതിക്ക് അവരങ്ങനെ പെരുമാറുവോ...?"

ഒറ്റനോട്ടത്തിൽ അത് ശരിയാണെന്ന് കുഞ്ഞുണ്ണിക്ക് തോന്നി. പക്ഷേ മനുഷ്യന്റെ മനസ്സ് അളക്കുക എളുപ്പമല്ലെന്നും അയാൾക്ക് അറിയാം. മകളുടെ ദയനീയത കണ്ട് സഹായിച്ചു എന്ന് കരുതി അവൾ വരുത്തി വച്ച അപമാനം പൊറുക്കണമെന്നുണ്ടോ? അതിന് കൂട്ടുനിന്നവരോട് ക്ഷമിക്കണമെന്നുണ്ടോ? മിനിമോളെയും കൂട്ടി ചെന്ന് അത്തരമൊരു അപമാനം ഏറ്റുവാങ്ങുന്നത് ബുദ്ധിയല്ലെന്ന് അയാൾക്ക് തോന്നി. അവളോട് പറയാതെയാണ് അവർ കുമാരന്റെ വീട്ടിലേക്ക് യാത്രയായത്. ആ സമയത്ത് സൗമിനി കടയിലായിരുന്നു. അവൾ മടങ്ങി വരും മുൻപ് തിരിച്ചെത്താമെന്ന പ്രതീക്ഷയിലാണ് അവർ പോയത്.

ഗേറ്റ് കടന്ന് ചെല്ലുമ്പോൾ മുറ്റത്തെ ചെടികൾക്ക് വെള്ളമൊഴിച്ചു കൊണ്ട് നിൽക്കുകയായിരുന്നു വത്സല.

"ഞങ്ങളെ മനസ്സിലായോ?"

ഒരു തുടക്കത്തിന് വേണ്ടി ലീലാമണി ചോദിച്ചു

വത്സലയുടെ മുഖം മങ്ങി. അവർ പെട്ടെന്ന് ഒരു മറുപടി പറഞ്ഞില്ല.

മുന്നറിയിപ്പില്ലാതെ വീണ മഴ പോലെ അവർ വിതുമ്പി.

"എന്റെ മോൾക്ക് അവിടെ സുഖമാണോ?"

അതും ചോദിച്ച് അവർ തേങ്ങി. ലീലാമണി അവരെ ചേർത്തുപിടിച്ച് ആശ്വസിപ്പിച്ചു.

"എന്നാലും ഞങ്ങളോട് നിങ്ങളിത് ചെയ്തല്ലോ?"

വത്സലയുടെ അടുത്ത പരിവേദനം കേട്ട് കുഞ്ഞുണ്ണിയുടെ മുഖം വിളറി.

"ഞങ്ങളെന്നാ തെറ്റ് ചെയ്തിട്ടാരുന്നു..."

അവർ വീണ്ടും പഴിക്കുകയാണ്. വന്നത് അബദ്ധമായെന്ന ഭാവം കുഞ്ഞുണ്ണിയുടെ മുഖത്ത് വായിച്ചു ലീലാമണി.

"ഒരല്ലലും അറിയിക്കാതെ പൊന്നുപോലെ വളർത്തിക്കൊണ്ടു വന്ന കൊച്ചാ. ഇക്കണ്ടതെല്ലാം ഒണ്ടായത് അവക്കടെ ഐശ്വര്യം കൊണ്ടാന്നാ

എല്ലാരും പറേന്നത്. ഇവളിപ്പം അന്നന്നത്തെ അഷ്ടിക്ക് പലേരക്ക് കടേ സാധനം തൂക്കാൻ നിക്കുന്നു."

വത്സല വീണ്ടും പൊട്ടിക്കരഞ്ഞു.

"ഈ ചെയ്ത കൊലച്ചതിക്ക് നിങ്ങളനുഭവിക്കാതെ പോകത്തില്ല..."

പരിദേവനം ശാപത്തിന്റെ തീവ്രതയ്ക്ക് വഴിമാറുന്നത് കണ്ട് കുഞ്ഞുണ്ണി പറഞ്ഞു.

"വാ... ലീലാമണി നമുക്ക് പോവാം.."

"അങ്ങനങ്ങ് പോകാൻ വരട്ടെ. അയലത്ത് കെടന്നോണ്ട് ഈ പണി ചെയ്യാവോന്ന് പറഞ്ഞിട്ട് പോ."

"അതു പിന്നെ പിള്ളേര് തമ്മീ ഇഷ്ടത്തിലായപ്പോ നമ്മളെതിർത്താലും അവര്..."

"ഒരു ചുക്കും ചെയ്യത്തില്ല. അതിനൊള്ള തന്റേടം നിങ്ങടെ ചെക്കനില്ലെന്ന് എന്നേക്കാളീ നിങ്ങക്കറിയാം. എന്റെ കൊച്ച് ഒരു ബുദ്ധിമോശം കൊണ്ട് നിങ്ങടെ പെരേ വന്ന് കേറിയപ്പം അതിനെ ഗുണദോഷിച്ച് പറഞ്ഞയക്കേണ്ടതിന് പകരം നിങ്ങള് രണ്ട് കയ്യും നീട്ടി സ്വീകരിച്ചു. അതാരുന്നോ അതിന്റെ മര്യാദ... പറ..."

വത്സല നിന്ന് ചീറുകയാണ്.

"ചെയ്തത് തെറ്റാന്നേ വത്സല ക്ഷമിക്ക്. അല്ലാതിനിയിപ്പോ എന്നാ ചെയ്യാനാ..."

ലീലാമണി ധർമ്മസങ്കടം തുറന്നു പറഞ്ഞു.

"ക്ഷമ പറയാൻ തക്ക തെറ്റൊന്നും നമ്മള് ചെയ്തിട്ടില്ല ലീലേ... വീട്ടിൽ വന്നു കയറിയ കൊച്ചിനെ ഇറക്കിവിടാതെ കയറ്റി താമസിപ്പിച്ചതാന്നോ തെറ്റ്..."

കുഞ്ഞുണ്ണിയുടെ ആത്മാഭിമാനം പത്തിവിടർത്തി

"പന്നത്തരം കാണിച്ചിട്ട് നിന്ന് ന്യായം പറയല്ലേ..."

വത്സലയുടെ ഉൾത്താപം രൂക്ഷമായി

കുഞ്ഞുണ്ണി ഭാര്യയെ ബലമായി പിടിച്ച് വലിച്ചുകൊണ്ട് പറഞ്ഞു.

"വാടീ... ഇനീം ഇത് കേട്ടോണ്ടു നിന്നാൽ എന്റെ ക്ഷമകെട്ടു പോകും."

അവർ വന്ന ആട്ടോറിക്ഷ പുറത്ത് കാത്തുനിൽപ്പുണ്ടായിരുന്നു. വണ്ടിയിൽ കയറും മുൻപ് ലീലാമണി ഒരിക്കൽക്കൂടി തിരിഞ്ഞുനോക്കി. വത്സല രണ്ടുകയ്യും തലയ്ക്ക് മീതെ ഉയർത്തി പ്രാകുന്നുണ്ടായിരുന്നു. എന്താണ് അവൾ പറയുന്നതെന്ന് വ്യക്തമല്ല. ഇരുട്ടടി കിട്ടിയ പോലെയാണ് ലീലാമണിക്ക് തോന്നിയത്. വെളുക്കാൻ തേച്ചത് പാണ്ടായത് പോലെ.

വീട്ടിൽ ചെന്നിറങ്ങിയ പാടെ കുഞ്ഞുണ്ണി കട്ടിലിൽ കയറി കിടന്നു. ഉച്ചയ്ക്ക് ഉണ്ണാൻ വിളിച്ചിട്ടും അയാൾ ചെന്നില്ല. ലീലാമണി നിർബന്ധിച്ചപ്പോൾ പറഞ്ഞു.

“വിശപ്പില്ല...”

അവർ അയാളുടെ അടുത്ത് ചെന്നിരുന്ന് ആ നെറ്റിയിൽ കൈവച്ചു.

“ചൂടുണ്ടല്ലോ...”

“ഉള്ള് ചുട്ടുപഴുക്കുവല്ലേ.”

കുറച്ചുസമയത്തെ മൗനത്തിന് ശേഷം അയാൾ പറഞ്ഞു.

“എന്നാലും പോവണ്ടായിരുന്നു...”

“ഉം...”

ലീലാമണിയുടെ മൂളലിൽ ഒരു ക്ഷമാപണം അന്തർലീനമായിരുന്നു.

“നമ്മള് പോയ കാര്യം കൊച്ചറിയരുത്. അവനും.”

അതിനും അവർ മൂളി. ശബ്ദിക്കാൻ അവകാശം നഷ്ടപ്പെട്ടതുപോലെ.

ദാരിദ്ര്യം ഉൾപ്പെടെ എന്തും സഹിക്കും കുഞ്ഞുണ്ണി. പക്ഷേ അപമാനം താങ്ങാൻ പറ്റില്ല. അത് ലീലാമണിക്ക് നന്നായറിയാം. കഴിഞ്ഞ ദിവസത്തെ പ്രവൃത്തി കണ്ടപ്പോൾ അവരുടെ ഭാഗത്തുനിന്നും ഇങ്ങനെയൊരു പ്രതികരണം ഉണ്ടാവുമെന്ന് ലീലാമണി തീരെ പ്രതീക്ഷിച്ചില്ല. കുഞ്ഞുണ്ണി അപ്പോഴും ഗാഢമായ ആലോചനയിലായിരുന്നു.

“എന്നതാ ഈ ചിന്തിച്ച് കൂട്ടുന്നത്?”

അവൾ ചോദിച്ചു.

“പട്ടിണി കെടന്നാലും ശരി, അവരടെ കാശങ്ങ് തിരിച്ചുകൊടുത്താലോ?”

“അപ്പോ കൊച്ചറിയത്തില്ല്യോ... നമ്മൾ പോയതൊക്കെ.”

ലീലാമണി ആദ്യമായി ബുദ്ധിപരമായി ഒരഭിപ്രായം പറഞ്ഞു.

“കൂടുതൽ ആലോചിച്ചപ്പോൾ അത് വേണ്ടായിരുന്നുവെന്ന് എനിക്ക് തോന്നീന്ന് നീ അവളോട് പറ.”

കുഞ്ഞുണ്ണി തന്നെ ഒരു പരിഹാരം നിർദ്ദേശിച്ചു.

“എന്നാലും അതുവേണോ?”

ലീലാമണി ചോദിച്ചു

“എന്തേ...?”

കുഞ്ഞുണ്ണിക്ക് അവൾ ഉദ്ദേശിച്ചത് എന്താണെന്ന് വ്യക്തമായില്ല.

“കൊച്ചിന് അത് പ്രയാസമാവും... മാസം ആറ് കഴിഞ്ഞു. ഈ സമയത്ത് അവളെ വെഷമിപ്പിക്കണോ?”

ആ പറഞ്ഞത് പൂർണമായും ശരിയാണെന്ന് അയാൾക്ക് തോന്നി.

"എന്നാ... ആ കാശീന്ന് നയാപൈസ ഇവിടത്തെ ആവശ്യത്തിന് എടുക്കണ്ട. അത് അവൾടെ പ്രസവത്തിനും മറ്റ് കാര്യങ്ങൾക്കും ഉപയോഗിക്കാം..."

അയാൾ പറഞ്ഞതിൽ കാര്യമുണ്ടെന്ന് ലീലാമണിക്ക് തോന്നി.

കടയടച്ച് സൗമിനി വന്നപ്പോൾ അശുഭകരമായി ഒന്നും നടന്നതായി രണ്ടുപേരും ഭാവിച്ചില്ല. കൃത്രിമമായ സന്തോഷം നടിച്ചു. പതിവ് പോലെ തന്നെ അവളോട് പെരുമാറി. എന്നിട്ടും അവൾ വരികൾക്കിടയിലൂടെ വായിച്ചു. ഭാവാന്തരങ്ങളിലെ സൂക്ഷ്മവ്യതിയാനങ്ങൾ വരെ പിടിച്ചെടുക്കാൻ പ്രാപ്തമായിരുന്നു അവളുടെ മനസ്സ്.

അത്താഴം കഴിഞ്ഞ് ഒരുമിച്ചു നിന്ന് പാത്രങ്ങൾ കഴുകുമ്പോൾ അവൾ ചോദിച്ചു.

"എന്താ അമ്മേ... മുഖത്ത് ഒരു വിഷമം പോലെ..."

"ഏയ്.. എനിക്കോ... ഒന്നൂല്ല... മോൾക്ക് തോന്നുന്നതാ..."

"അല്ല... എന്തോ ഒണ്ട്... അമ്മ പറ..."

"ഇല്ല മോളെ. ഒണ്ടേൽ ഞാൻ പറയത്തില്ലേ. അച്ഛന് ഗുളിക എടുത്തു കൊടുക്കണം. ഞാൻ അകത്തോട്ട് ചെല്ലട്ടെ. ബാക്കി പാത്രം മോള് കഴുകി വച്ചോ..."

അതൊരു ഒഴിഞ്ഞുമാറലാണെന്ന് അവൾക്ക് വ്യക്തമായി.

ലീലാമണി കുഞ്ഞുണ്ണിക്ക് കിടക്കാനുള്ള ഷീറ്റ് കുടഞ്ഞുവിരിക്കുമ്പോൾ പിന്നിൽ ആളനക്കം കേട്ട് തിരിഞ്ഞുനോക്കി. പുറത്ത് കിണറ്റിൻ ചുവട്ടിൻ കുളിക്കാൻ പോയ കുഞ്ഞുണ്ണി ഇത്രവേഗം മടങ്ങിവന്നല്ലോ എന്ന അതിശയത്തോടെയാണ് തിരിഞ്ഞുനോക്കിയത്. മുന്നിൽ ഒരു കുറ്റം കണ്ടുപിടിച്ച കള്ളച്ചിരിയോടെ സൗമിനി.

"എന്താ മോളെ...?"

അവളെ നേരിടാനുള്ള വൈമുഖ്യം അവരുടെ മുഖത്തുണ്ടായിരുന്നു.

"അമ്മയെന്നോട് കള്ളം പറയാനും തുടങ്ങിയല്ലേ?"

ലീലാമണിക്ക് എന്തോ അപകടം മണത്തു. അവർ ഒരു മറുപടിക്ക് പാങ്ങില്ലാതെ തലകുനിച്ചു.

"കടേലിരിക്കുമ്പോ... എന്റെ അമ്മ മൊബൈലിലേക്ക് വിളിച്ചിരുന്നു. പെട്ടെന്നുണ്ടായ ദേഷ്യത്തിലും വിഷമത്തിലും അങ്ങനെയൊക്കെ പറഞ്ഞുപോയതിൽ അമ്മയ്ക്ക് സങ്കടമുണ്ട്. ക്ഷമ പറയാൻ എന്നോട് പറഞ്ഞു. ഒന്നും വേണമെന്ന് വച്ച് പറഞ്ഞതല്ലന്നും പറയാൻ പറഞ്ഞു."

ലീലാമണി അവിശ്വസനീയതയോടെ അത് കേട്ടു നിന്നു.

“ഇത്രയും കാലത്തിനിടേ ഇതാദ്യമായിട്ടാ അമ്മയെന്നെ ഒന്ന് വിളിക്കുന്നത്. ഇങ്ങനെയെങ്കിലും അമ്മേടെ ശബ്ദം ഒന്ന് കേൾക്കാൻ പറ്റി. അതിന് ഇടയാക്കിയതിൽ എനിക്ക് നന്ദിയുണ്ട്.”

സൗമിനി ഒന്ന് നിർത്തിയിട്ട് എന്തോ ആലോചിച്ചു. എന്നിട്ട് പറഞ്ഞു.

“ഇരുപത്തിനാല് വർഷം എന്നെ അടുത്തറിഞ്ഞ സ്വന്തം വീട്ടുകാരേക്കാൾ എന്നെ മനസ്സിലാക്കിയത് ഇവിടത്തെ അച്ഛനും അമ്മേമാണ്. നിങ്ങൾക്കുണ്ടാകുന്ന ഏത് വിഷമവും എന്റേം കൂടിയാണ്. അതുകൊണ്ട് ആ ചെക്ക് ഞാൻ കൊടുത്തുവിട്ടു. കവലേൽ സൈക്കിൾകട നടത്തുന്ന ആ ചെക്കനില്ലേ, ദാസപ്പൻ... അവൻ സഹായിച്ചു.”

നെടുവീർപ്പിടുന്ന സ്വരം കേട്ട് സൗമിനി തിരിയുമ്പോൾ വാതിലിന് പിന്നിൽ എല്ലാം കേട്ട്കൊണ്ടു നിന്ന കുഞ്ഞുണ്ണിയെ അവൾ കണ്ടു. ലീലാമണിയും ഇപ്പോഴാണ് അയാളെ കാണുന്നത്. കുഞ്ഞുണ്ണിയുടെ കണ്ണുകൾ നിറഞ്ഞ് തൂവിയിരുന്നു. അവളുടെ അടുത്തേക്ക് വന്ന് ആ കൈകൾ കവർന്നെടുത്ത് കവിളിലേക്ക് ചേർത്ത് അയാൾ പറഞ്ഞു.

“ഒരു മകളില്ലാതെ പോയ സങ്കടം ഇന്നത്തോടെ തീർന്നു കുഞ്ഞേ... മകനുള്ളതും ഇല്ലാത്തതും ഒരുപോലാ... നിനക്കറിയാല്ലോ... ഞങ്ങൾക്കിനിയെല്ലാം നീയാണ്... നാളെ ഞാൻ മരിച്ചാലും ഈ സ്നേഹം മറക്കില്ല.”

പെട്ടെന്ന് അവൾ ചൊടിച്ചു

“അച്ഛനെന്തിനാണ് ആവശ്യമില്ലാത്തതൊക്കെ പറേന്നത്. മരിക്കാൻ വേണ്ടിയാണോ ഞാൻ അച്ഛനേന്നും പറഞ്ഞ് ജീവിക്കുന്നത്. സമാധാനമായി കിടന്നുറങ്ങ്. കടയിൽ ഇപ്പോൾ ആവശ്യത്തിന് കച്ചോടംണ്ട്. നമുക്ക് ജീവിക്കാൻ ഇതൊക്കെ മതിയച്ഛാ. നമുക്ക് വലിയ സ്വപ്നങ്ങൾ ഒന്നൂല്ലല്ലോ... കഴിഞ്ഞുകൂട്യാ മതി...”

അത് ശരിവച്ച പോലെ അയാൾ തലയാട്ടി. ലീലാമണിയുടെ കണ്ണുകളും അറിയാതെ നിറഞ്ഞു.

ഇനിയും നിന്നാൽ താനും വിതുമ്പിപോകുമെന്ന് സൗമിനിക്ക് തോന്നി. എന്നാൽ അച്ഛൻ കിടന്നോ... എന്നും പറഞ്ഞ് അവൾ പുറത്തേക്ക് പോയി.

കുഞ്ഞുണ്ണിയും ലീലാമണിയും മുഖാമുഖം നോക്കി. അയാളുടെ മുഖത്ത് ഒരു നനഞ്ഞ പുഞ്ചിരി വിരിഞ്ഞു.

“നമ്മൾ ഏത് ജന്മത്തിൽ ചെയ്ത പുണ്യത്തിന്റെ ഫലമാ ലീലാമണിയേ ഈ അനുഭവിക്കുന്നത്?”

അവരും ചിരിച്ചു. ആ സന്ദർഭത്തിന്റെ ആനന്ദം ഏറ്റുവാങ്ങിയതു പോലെ.

സൗമിനി കടന്ന് ചെല്ലുമ്പോൾ ലൈറ്റണച്ച് കിടക്കയിൽ ജഡം പോലെ കിടന്നുറങ്ങുകയായിരുന്നു രാമു. അവൾ സഹതാപത്തോടെ അയാളെ

നോക്കി നിന്നു. ഉണ്ണാനും ഉറങ്ങാനും സമയംകൊല്ലാനുമായി ഒരു വ്യർത്ഥ ജന്മം.

അവൾ ഇരുട്ടിൽ തപ്പിത്തടഞ്ഞ് കിടക്കയിൽ വന്ന് കിടന്നു. അയാളെ പതുക്കെ കെട്ടിപ്പിടിച്ച് തേങ്ങി. ശബ്ദം പുറത്തുവരാതെ പരമാവധി ശ്രദ്ധിച്ചു. പതുപതുത്ത ചിത്രപ്പണികളുള്ള തലയിണ കണ്ണീർ കൊണ്ട് ചിത്രം വരച്ചു. എത്ര ശ്രമിച്ചിട്ടും അവൾക്ക് അയാളെ വെറുക്കാൻ കഴിഞ്ഞില്ല. ആ കിടപ്പിൽ അവൾ എപ്പോഴോ മയങ്ങി.

അലാറം വയ്ക്കാൻ മറന്നു പോയിട്ടും പതിവുപോലെ അതിരാവിലെ തന്നെ ഉണർന്നു.

അടുക്കളയിൽ ചെല്ലുമ്പോൾ അമ്മ വിറക് അടുപ്പ് കത്തിച്ചിരിക്കുന്നു.

"മോള് കുറച്ച്നേരം കൂടി കെടന്നോളാൻ മേലാരുന്നോ... ഇങ്ങനിരിക്കുമ്പം ഇത്തിരി റെസ്റ്റെടുക്കേണ്ടത് ആവശ്യമാ."

"ഇക്കാലത്ത് അങ്ങനൊന്നും ഇല്ലമ്മേ... അമ്മ ഒറ്റയ്ക്ക് കഷ്ടപ്പെടുമ്പം എനിക്ക് ഒറക്കം വരുകേലാ."

ലീലാമണി സ്നേഹവാത്സല്യങ്ങളോടെ സൗമിനിയെ പാളിനോക്കി.

"അച്ഛനെണീറ്റില്ലേ... പത്രം വന്നുകാണുമല്ലോ."

"ക്ഷീണമുള്ള ദെവസം എണീക്കാൻ വൈകും..."

"പാവം നല്ല സങ്കടമുണ്ടാവും."

"ഏയ്... ഇന്നലെ വലിയ സന്തോഷത്തിലാ ഒറങ്ങീത്. ഏത് പ്രയാസത്തിലും നിനക്ക് നമ്മടെ മോള് കൂടേണ്ടാവുംന്ന് പറഞ്ഞു. നിങ്ങളതിന് എവിടെ പോകുന്നെന്ന് ചോദിച്ചപ്പോ ഞാനില്ലേലും എന്നു പറഞ്ഞു."

കത്തി നിന്ന നിലവിളക്ക് പെട്ടെന്ന് അണഞ്ഞതുപോലെ സൗമിനിയുടെ മുഖം മങ്ങി.

ഏതോ ഒരു അപായസൂചന അവളെ ഗ്രസിച്ചു.

"അമ്മ കാപ്പിയിട്ടോ... ഞാൻ അച്ഛനെ വിളിച്ചിട്ട് വരാം. അങ്ങനെ മടിപിടിച്ചാൽ പറ്റില്ല. എനിക്ക് ചില വിശേഷങ്ങൾ പറയാനുള്ളതാ."

അവൾ അതും പറഞ്ഞ് ഉത്സാഹത്തിൽ പുറത്തേക്ക് പോയി. ലീലാമണി ആ പോക്ക് നോക്കി നിന്ന് മന്ദഹസിച്ചു.

ചാരിയിട്ട വാതിൽ ശബ്ദമില്ലാതെ തുറന്ന് സൗമിനി ഉള്ളിൽ കടന്നു. കൈയെത്തിച്ച് ലൈറ്റിന്റെ സ്വിച്ചിട്ടു. മുറിയിൽ പ്രകാശം പരന്നു. കട്ടിലിൽ കുഞ്ഞുണ്ണിയെ കണ്ടില്ല. ബാത്ത്റൂമിലാവുമെന്ന് കരുതി അവിടേക്ക് നടന്നപ്പോൾ എന്തോ കാലിൽ തടഞ്ഞു. നോക്കുമ്പോൾ വെറും തറയിൽ കമിഴ്ന്നു കിടന്ന് ഉറങ്ങുന്നു.

"ഉഷ്ണമാന്നേൽ ജനല് തൊറന്നിട്ടാപോരാരുന്നോ അ്ചഛാ. ഈ തറേല് വന്നു കിടന്ന് വാതം പിടിപ്പിക്കണ്ട വല്ല കാര്യമുണ്ടോ?"

അങ്ങിനെ ചോദിച്ചുകൊണ്ട് അവൾ കുനിഞ്ഞ് താഴത്തിരുന്നു. അവളുടെ മുഖത്ത് കറുത്ത പുക പോലെ വീര്യമുള്ള ഒരു കാർമേഘം ഉരുണ്ടുകൂടിയിരുന്നു. നെഞ്ച് പടപടാ മിടിക്കുന്നത് അവൾക്ക് കേൾക്കാമായിരുന്നു.

അവൾ നനുത്ത വിരലുകൾ നീട്ടി കുഞ്ഞുണ്ണിയെ മെല്ലെ തട്ടിവിളിച്ചു.

"അച്ഛാ... അച്ഛാ..."

പ്രതികരണമുണ്ടായില്ല. അവൾ ആ കവിളിൽ കൈവിരലുകൾ അമർത്തി. മുഖം ഐസ് പോലെ തണുത്തിരിക്കുന്നു. കൈപ്പടം അവൾ മൂക്കിന് താഴേക്ക് അടുപ്പിച്ചു. ശ്വാസത്തിന്റെ നേരിയ ചൂട് പോലുമില്ല. സൗമിനി അയാളുടെ വലതുകൈത്തണ്ടയെടുത്ത് രണ്ട് വിരലുകൾ ചേർത്ത് പൾസ് പരിശോധിച്ചു. നേരിയ സ്പന്ദനം പോലുമില്ല.

സൗമിനിയെ ആകെ വിറയ്ക്കാൻ തുടങ്ങി. ഭയക്കുന്നത് സംഭവിച്ചെന്ന് മനസ്സിനെ വിശ്വസിപ്പിക്കാതിരിക്കാൻ അവൾ ആവുന്നത്ര ശ്രമിച്ചു. എന്നിട്ടും അപാരമായ ആപത്ശങ്ക അവളെ ഇളക്കിമറിച്ചു. ഒരു ധൈര്യത്തിനോ ആശ്രയത്തിനോ വേണ്ടി അവൾ ഉറക്കെ വിളിച്ചു.

"അമ്മേ..."

ചൂടുകാപ്പി അടുപ്പത്തു നിന്ന് ഇറക്കി വയ്ക്കുന്നതിനിടയിൽ മോളേ എന്ന് വിളിച്ചുകൊണ്ട് ലീലാമണി അവിടേക്ക് ഓടി വന്നു.

വെറും തറയിൽ കിടക്കുന്ന കുഞ്ഞുണ്ണിയെ കണ്ട് അവർ സ്തബ്ധയായി.

"അയ്യോ എന്നാ പറ്റി അച്ചോ..."

എന്നു ചോദിച്ച് അവർ നിലത്ത് കുനിഞ്ഞിരുന്നു.

"അച്ഛൻ പോയി അമ്മേ..."

സൗമിനി വിങ്ങിപ്പൊട്ടി.

"എന്റെ പൊന്നുമോളേ..."

ലീലാമണിയുടെ നിലവിളി ഹൃദയം പിളർക്കുന്നതായിരുന്നു.

പത്ത്

വീടിന്റെ ഇറയത്തെ ചുവരിൽ കുഞ്ഞുണ്ണി ഫ്രെയിം ചെയ്ത് മാലയിട്ട ഒരു ചിത്രം മാത്രമായി. ലീലാമണിയുടെയും സൗമിനിയുടെയും ഓർമ്മകളിൽ മാത്രം അയാൾ അവശേഷിച്ചു. നാട്ടുകാർ പതിവുപോലെ കുറെ സഹതാപം പറഞ്ഞ് ചർച്ച ചെയ്തു. പിന്നെ അവരവരുടെ ജീവിത വൃത്തികളിൽ മുഴുകി. സഞ്ചയനം വരെ പലചരക്കുകട അടഞ്ഞു കിടന്നു.

പട്ടിണി കിടക്കുമെന്നായപ്പോൾ രാമു തന്നത്താനെ ചാവി വാങ്ങി കട തുറന്നു. താങ്ങാൻ ഒരു കൈ ഉള്ളപ്പോൾ ജീവിതത്തിന്റെ ആയാസത നമ്മൾ അറിയുന്നില്ല. ജീവിതം നമുക്ക് അനായാസമായ അനുഭവമായി മാറുന്നു. തുണ നഷ്ടമാകുമ്പോൾ മറിച്ചും.

പതിനാറിന് രാമുണ്ണിയുടെ ചിതാഭസ്മം നാട്ടിലെ പുഴയിൽ ഒഴുകി. ചിത കത്തിയ സ്ഥലത്ത് പരികർമ്മി നാട്ടിയ വാഴയ്ക്ക് രാമു പതിവായി വെള്ളം നനച്ചു. മണ്ണുമായി സന്ധി ചെയ്ത മട്ടിൽ വാഴ തലയുയർത്തി ജീവസ്സുറ്റപോലെ നിന്നു. രാമുവിന്റെ നിസ്സംഗതയുടെ കവചകുണ്ഡലങ്ങൾ തകർന്നുടയുന്നത് സൗമിനി ആദ്യമായി കണ്ടു.

ചിതയ്ക്ക് തീകൊളുത്തുമ്പോൾ അയാൾ ഒരു പിഞ്ചുകുഞ്ഞിനെ പോലെ ഹൃദയം പൊട്ടി കരയുന്നത് അവൾ കണ്ടു. അയാൾക്ക് എല്ലാം അച്ഛനായിരുന്നു എന്ന് അവൾക്ക് അറിയാം. ഇനി അയാൾക്ക് വേണ്ടി ചിന്തിക്കാനും കഷ്ടപ്പെടാനും അച്ഛനില്ല എന്ന സത്യത്തോട് പൊരുത്തപ്പെടാൻ രാമുവിന് അത്ര എളുപ്പം കഴിയില്ല. എന്നിട്ടും കാലം അയാളെ മുന്നോട്ടു നടത്തി.

നഷ്ടങ്ങളാണ് ജീവിതത്തിന്റെ വിലയും അർത്ഥവും നമ്മെ ബോധ്യപ്പെടുത്തുന്നതെന്ന് അവൾക്ക് തോന്നി.

കുഞ്ഞുണ്ണിയെ അവസാനമായി ഒന്ന് കാണാൻ കുമാരനും ഭാര്യയും വരുമോ എന്ന് മരണവീട്ടിലെ അതിഥികൾ പലകുറി ചർച്ച ചെയ്തു. ചിലതൊക്കെ അവളും കേട്ടു. അവൾക്കും അക്കാര്യത്തിൽ അത്ര ഉറപ്പുണ്ടായിരുന്നില്ല. ഒന്നു മാത്രം അവൾക്കറിയാം. തന്റെ അച്ഛനും അമ്മയും അത്ര ദുഷ്ടഹൃദയരല്ല. സൗമിനിയുടെ കണക്ക്കൂട്ടൽ ശരിയാണെന്ന് അനുഭവം തെളിയിച്ചു. മൃതദേഹം എടുക്കുംമുൻപ് കുമാരനും വത്സലയും വീട്ടിൽ വന്നു. ചിത കത്തിയടങ്ങുവോളം മകൾക്ക് ഒപ്പമിരുന്നു. യാത്ര പറഞ്ഞിറങ്ങും മുൻപ് വത്സല ഒരു പൊതിക്കെട്ട് മകളെ ഏൽപ്പിച്ചു.

“ഇതിരുന്നോട്ടെ. പൈസക്ക് ഒരുപാട് ആവശ്യങ്ങളുള്ളതല്ലേ.”

“വേണ്ടമ്മേ... അതൊക്കെയുണ്ട്.”

കുഞ്ഞുണ്ണിക്ക് വിഷമം ഉണ്ടാക്കുന്ന ഔദാര്യം സ്വീകരിക്കാൻ അവൾ വിമുഖത പ്രകടിപ്പിച്ചു. വത്സലയുടെ നിർബന്ധം ഏറിയപ്പോൾ അവൾ പൊതിക്കെട്ട് കൈയിൽ വാങ്ങി.

കാർ കിടന്ന സ്ഥലം വരെ സൗമിനി അവരെ അനുഗമിച്ചു. കാറിൽ കയറും മുൻപ് വത്സല പറഞ്ഞു.

“സൗകര്യം പോലെ മോള് നമ്മുടെ വീട്ടിലേക്കിറങ്ങണം കേട്ടോ.”

അവളുടെ മനസ്സ് പെട്ടെന്ന് കുളിർത്തു. കുറച്ച് വൈകിയെങ്കിലും അച്ഛനും അമ്മയും തന്നെ മനസ്സിലാക്കുന്നുണ്ടല്ലോ?

കാർ അകന്നു പോയിട്ടും അവൾക്ക് സങ്കടമല്ല, സമാധാനമാണ് തോന്നിയത്. അച്ഛൻ നഷ്ടപ്പെട്ടെങ്കിലും പ്രതീക്ഷിക്കാൻ ചിലതുണ്ടല്ലോ?

അവളുടെ പ്രതീക്ഷകൾ തെറ്റിയില്ല. കുഞ്ഞുണ്ണിയുടെ വിയോഗം ആ കുടുംബത്തിൽ ദുരന്തങ്ങളല്ല, വസന്തങ്ങളുടെ മഴ പെയ്യിക്കുകയാണുണ്ടായത്.

കുമാരനെയും വത്സലയെയും സഞ്ചയനത്തിനും പതിനാറിനും നാൽപ്പത്തൊന്നിനും അവൾ ക്ഷണിക്കുകയും അവർ വന്ന് സംബന്ധിക്കുകയും ചെയ്തു.

മകളെ പ്രസവത്തിന് കൂട്ടിക്കൊണ്ടു പോകുന്ന കാര്യം അവർ ലീലാമണിയോട് സൂചിപ്പിക്കുകയും ചെയ്തു.

രണ്ട് കുടുംബങ്ങൾ എന്നത് വിട്ട് ഒരു കുടുംബമായി മാറുന്ന അവസ്ഥയുടെ രജതരേഖകൾ പ്രത്യക്ഷപ്പെട്ടു തുടങ്ങി. രാമുവിനും സന്തോഷത്തിന് കുറവുണ്ടായില്ല. കട നടത്തിപ്പിന്റെ തലവേദനകൾ ഒഴിഞ്ഞ്, ചുമ്മാതിരുന്ന് തിന്നാനും നേരംകളയാനും പറ്റുമല്ലോ എന്നതിലായിരുന്നു അവന് ഉത്സാഹം. കുമാരന് ഇട്ടുമൂടാനുള്ള സ്വത്തുണ്ട്. ഇപ്പോഴും അയാൾ നന്നായിട്ട് അദ്ധ്വാനിക്കുന്നുണ്ട്. അതിന്റെ പുറത്ത് താനായിട്ട് കഷ്ടപ്പെടേണ്ട ആവശ്യം വരില്ല. അയാൾ മനക്കോട്ടകൾ കെട്ടിത്തുടങ്ങി.

സൗമിനി പക്ഷേ വല്ലാത്തൊരു മാനസികപ്രയാസത്തിലായിരുന്നു. ഒരു ദിവസം വത്സല വന്ന് മകളെ വീട്ടിലേക്ക് കൂട്ടിക്കൊണ്ടുപോയി. ഭർത്തൃവീട്ടിലെവിശേഷങ്ങൾ സവിസ്തരം ചോദിച്ചറിഞ്ഞു. ആ കുടുംബത്തിലെ ഓരോ അംഗത്തെക്കുറിച്ചും അവൾ വിശദീകരിച്ച് പറഞ്ഞു. അന്ന് അവിടെ തങ്ങാൻ അമ്മ നിർബന്ധിച്ചപ്പോൾ അവൾക്ക് വഴങ്ങേണ്ടി വന്നു.

ആ രാത്രിയിൽ തന്നെ മകൾ പറഞ്ഞ കാര്യങ്ങൾ വത്സല കുമാരനെ ധരിപ്പിച്ചു. അവർ രണ്ടുപേരും ചേർന്ന് വെളുക്കുവോളം അതേക്കുറിച്ച് ചർച്ച ചെയ്തു.

പിറ്റേന്ന് പ്രാതൽ കഴിഞ്ഞ് അവർ മകളെ അടുത്ത് വിളിച്ചിരുത്തി, വളരെ സ്നേഹമായും സൗമ്യമായും ചിലത് സംസാരിച്ചു. വത്സലയാണ് സംസാരത്തിന് തുടക്കമിട്ടത്.

“അമ്മയൊരു കാര്യം പറഞ്ഞാൽ മോൾക്ക് വഴക്ക് തോന്നരുത്. നിനക്ക് പൂർണ്ണസമ്മതമാണെങ്കിൽ മാത്രം അംഗീകരിച്ചാൽ മതി. ഇനി നീ എതിർത്താലും പഴയതു പോലെ ഞങ്ങൾക്ക് പിണക്കമൊന്നും തോന്നത്തില്ല.”

അമ്മ പറഞ്ഞു വരുന്നതിനെക്കുറിച്ച് ചില ഊഹാപോഹങ്ങൾ അവളുടെ മനസ്സിലും ഉടലെടുത്തു. എന്നിട്ടും അവൾ ക്ഷമയോടെ കാത്തിരുന്നു.

“കേട്ടിടത്തോളം രാമു ഒരു നിർഗുണനാണ്. മോൾടെ ജീവിതത്തിന് അവൻ ഒരിക്കലും ഗുണം ചെയ്യില്ല. നമുക്ക് ഈ കുഞ്ഞിനെ ഒരു

രാജകുമാരനെ പോലെ വളർത്താം. നമ്മുടെ സ്ഥിതി വച്ച് നോക്കുമ്പോൾ ഒരു കുട്ടിയുണ്ടെങ്കിലും നിനക്ക് മറ്റൊരു നല്ല ബന്ധം കിട്ടാൻ പ്രയാസം വരില്ല. ഞാൻ ആദ്യമേ പറഞ്ഞല്ലോ, നീ എന്ത് തീരുമാനിച്ചാലും ഞങ്ങൾക്കത് സമ്മതമാണ്. നിന്റെ ഭാവി, നിന്റെ സന്തോഷം അത് മാത്രമേ ഞങ്ങൾക്ക് വേണ്ടൂ."

സൗമിനി ക്ഷുഭിതയാകുമെന്നാണ് അവർ ധരിച്ചത്. പക്ഷേ അസാധാരണമായ പക്വതയോടെ അവൾ മൗനം പാലിച്ച് ഏറെനേരം ഇരുന്നു.

"മോളെന്താ ഒന്നും മിണ്ടാത്തത്. നിനക്ക് വിഷമമായോ?"

കുമാരൻ ചോദിച്ചു. അവൾ അച്ഛനെ സൂക്ഷിച്ചുനോക്കി. പിന്നാലെ അമ്മയെയും.

"അച്ഛനും അമ്മയും പറഞ്ഞത് നൂറുശതമാനം ശരിയാണ്. സത്യത്തിൽ ഞാനും ആ മനുഷ്യനെ വെറുത്തു കഴിഞ്ഞു. പക്ഷേ രണ്ട് കാരണങ്ങൾ കൊണ്ട് എനിക്ക് ആ വീടുപേക്ഷിക്കാൻ കഴിയില്ലമ്മേ. ഒന്ന് കുറഞ്ഞകാലം കൊണ്ട് സ്വന്തം പെറ്റതള്ളയേപ്പോലെ എനിക്ക് സ്നേഹം തന്നവരാ അവിടത്തെ അമ്മ. അച്ഛൻ കൂടി പോയ സ്ഥിതിക്ക് ഇനി അവർക്ക് ഞാനേയുള്ളു. മകൻ ഉള്ളതും ഇല്ലാത്തതും ഒരുപോലാ. അത് അവർക്കും അറിയാം. അവരെ ഒറ്റയ്ക്കാക്കി ഒരു രക്ഷപ്പെടൽ എനിക്ക് വേണ്ടമ്മേ."

അടുത്തതായി അവൾ എന്താണ് പറയാൻ പോകുന്നതെന്ന ആകാംക്ഷയോടെ കുമാരൻ നോക്കി.

"പിന്നെ എന്റെ കുഞ്ഞ്. അവൻ ജനിക്കുംമുൻപേ തന്തയില്ലാത്തവനാകാൻ പാടില്ല. എന്നും അതൊരു പഴിയായി അവന്റെ മേൽ കിടക്കും. നമ്മുടെ നാട്ടുകാരെ അമ്മയ്ക്ക് അറിയാല്ലോ? തന്നെയല്ല, വേറൊരാൾക്ക് നമ്മുടെ മോനെ ആ നിലയ്ക്ക് കാണാൻ കഴിയണമെന്നില്ല. കുറച്ചുകൂടെ തെളിച്ചു പറഞ്ഞാൽ എത്ര മോശക്കാരനാണെങ്കിലും അയാൾ എന്നെ സ്നേഹിച്ചിട്ടില്ലെങ്കിലും ഞാൻ ആദ്യമായി സ്നേഹിച്ച പുരുഷൻ അയാളാണ് അമ്മേ. എന്തോ എനിക്കയാളെ മറക്കാൻ പറ്റുമെന്ന് തോന്നുന്നില്ല. വിട്ടുകളയാനും."

അതും പറഞ്ഞ് അവൾ ഏങ്ങലടിച്ചു. അങ്ങനെയൊരു വർത്തമാനം വേണ്ടിയിരുന്നില്ലെന്ന് വത്സലയ്ക്കും കുമാരനും തോന്നി.

അങ്ങനെയൊരു സംസാരം ഉണ്ടായ വിവരം സൗമിനി ലീലാമണിയോട് ഭാവിച്ചതേയില്ല. അത് അവരെ എത്രമാത്രം വേദനിപ്പിക്കുമെന്ന് അവൾക്ക് നന്നായറിയാം. പക്ഷേ വീട്ടിൽ പോയി വന്നശേഷം സൗമിനിക്ക് പതിവ് സന്തോഷവും പ്രസാദാത്മകതയും നഷ്ടമായിരിക്കുന്നുവെന്ന് ലീലാമണിക്ക് തോന്നി. സാധാരണ അവർ വിഷമിച്ചിരിക്കുമ്പോൾ

ആശ്വാസവചനങ്ങളുമായി അടുത്തുകൂടുന്നതും തമാശകൾ പൊട്ടിച്ച് അവരെ ഉന്മേഷവതിയാക്കുന്നതും അവളാണ്. മനസ്സിലെ മ്ലാനത പുറത്തേക്ക് പടരാതിരിക്കാൻ സൗമിനി കഴിയുന്നത്ര ശ്രമിച്ചിട്ടും ലീലാമണി അത് മണത്തറിഞ്ഞു. അവരത് തുറന്നു ചോദിക്കുകയും ചെയ്തു. പെട്ടെന്ന് ഉചിതമായ ഒരു മറുപടിക്കായി അവൾ വിഷമിച്ചെങ്കിലും പരിഭ്രമം അവർക്ക് മനസ്സിലാവാത്ത മട്ടിൽ അവൾ മറികടന്നു.

"അത് വേറൊന്നുമല്ലമ്മേ.. ഡേറ്റ് അടുത്തുവരുവല്ലേ... അതിന്റെ ചെറിയൊരു പേടി."

അവൾ പറഞ്ഞത് കള്ളമാണെന്ന് അവർക്ക് മനസ്സിലായി. പക്ഷേ കൂടുതൽ ചോദ്യങ്ങൾ അവളെ വിഷമിപ്പിച്ചേക്കുമോ എന്നു ഭയന്ന് ലീലാമണി മൗനം പാലിച്ചു.

ആഴ്ചകൾ വീണ്ടും കടന്നുപോയി. കുമാരനും ഭാര്യയും ആ വീട്ടിലെ പതിവ് സന്ദർശകരായി. സൗമിനി പലപ്പോഴും അവളുടെ വീട്ടിൽ പോനി ഒന്നുരണ്ട് ദിവസം തങ്ങാനും തുടങ്ങി. ലീലാമണി തനിച്ചായതിനാൽ അക്കാര്യം പറഞ്ഞ് രാമുവിനെ അവർ കൊണ്ടുപോയതുമില്ല. ആദ്യത്തെ പ്രസവം എടുക്കാനുള്ള അവകാശവും ചുമതലയും നാട്ടുനടപ്പനുസരിച്ച് പെൺകൂട്ടർക്കാണല്ലോ? അതിലുപരി നഗരത്തിലെ നല്ല ചികിത്സാ സൗകര്യങ്ങൾ കൂടി നൽകാം എന്ന കാരണം പറഞ്ഞ് സൗമിനിയെ പ്രസവത്തിന് കൊണ്ടുപോകുന്ന കാര്യം വത്സല ലീലാമണിയോട് സൂചിപ്പിച്ചു. ഒരു ദിവസം പോലും മകളെ പിരിയുന്ന കാര്യം അവർക്ക് ആലോചിക്കാൻ കൂടി പ്രയാസമായിരുന്നു. സൗമിനിക്കും അതറിയാം. എന്നിട്ടും വത്സല അത് ചോദിച്ചപ്പോൾ സൗമിനിയുടെ കൂടി താത്പര്യം അതിന് പിന്നിലുണ്ടോയെന്ന് ലീല സ്വാഭാവികമായും സംശയിച്ചു. അവളുടെ ഇഷ്ടം അതാണെങ്കിൽ എതിർക്കേണ്ടതില്ലെന്നും അവർ തീരുമാനിച്ചു.

"രാമൂനോട് കൂടെ ആലോചിച്ച് പറഞ്ഞാ പോരേ?"

തത്കാലം അങ്ങനെയൊരു ഒഴുക്കൻ മറുപടി പറഞ്ഞ് അവർ തടിതപ്പി.

വത്സലയും കുമാരനും മടങ്ങിയപ്പോൾ മുതൽ ലീലാമണി അകത്ത് സ്വന്തം കിടപ്പുമുറിയിൽ പോയി മിണ്ടാതെ കിടന്നു. ആ ഭാവമാറ്റം സൗമിനി പ്രത്യേകം ശ്രദ്ധിച്ചു. വയറ് വലുതായി വരുന്ന സ്ഥിതിക്ക് ഈയിടെയായി അവൾ കടയിൽ പോകാറില്ല. പകൽ മുഴുവൻ ലീലയെ അടുക്കളയിൽ സഹായിച്ചുകൊണ്ട് വീട്ടിൽ തന്നെയുണ്ടാകും. കച്ചവടം ഏറെക്കുറെ പൂർണ്ണമായും രാമുവിന്റെ തലയിലായി. ആർക്കാനും വേണ്ടി ഓക്കാനിക്കുന്ന പോലെയാണ് രാമുവിന്റെ കട നടത്തിപ്പ്.

പിറ്റേന്ന് പുലർച്ചെയും എന്നത്തെയും പോലെ സൗമിനിയും ലീലാമണിയും അടുക്കളപ്പണിക്ക് കയറി. ലീലാമണിയുടെ മുഖം മ്ലാനമായിരുന്നു. പതിവുള്ള കളിചിരിയും വർത്തമാനവും സ്നേഹപ്രകടനങ്ങളും

ഒന്നും ഉണ്ടായില്ല. സൗമിനിക്ക് വേഗം കാര്യം പിടികിട്ടി. ഈ അകൽച്ച ഇങ്ങനെ പോയാൽ പറ്റില്ലെന്ന് അവൾക്ക് തോന്നി. കാര്യങ്ങളുടെ സത്യ സ്ഥിതി അമ്മ അറിയണം. കഞ്ഞിക്കുള്ള അരി കഴുകാൻ ലീലാമണി പുറത്തേക്ക് പോയപ്പോൾ അവൾ കൈയിൽ കടന്നുപിടിച്ചു.

"അമ്മ ഒന്നു നിന്നേ..."

അവർ നിന്നു. മുഖത്ത് പതിവ് ചിരിയില്ല.

"എന്തു പറ്റി... ഒരു പിണക്കം പോലെ..."

"ഒന്നൂല്ല മോളെ..."

അവർ സൗമ്യമായി തന്നെ പ്രതികരിച്ചു.

"നമ്മള് തമ്മില് ഒരു ഒളിച്ചുകളി വേണോമ്മേ... എന്റെ വീട്ടുകാര് നാട്ടുനടപ്പനുസരിച്ച് ഒരു കാര്യം ചോദിച്ചു. ഞാനതിന് ഈ നിമിഷം വരെ ഒരു മറുപടി പറഞ്ഞിട്ടില്ല. അമ്മേം രാമുവേട്ടനേം തനിച്ചാക്കീട്ട് പോവാൻ എനിക്ക് സമ്മതാണെന്ന് തോന്നുന്നുണ്ടോ അമ്മയ്ക്ക്..."

ലീലാമണി അതിന് മറുപടി പറഞ്ഞില്ല

"അമ്മയെന്നെ അങ്ങനാന്നോ മനസ്സിലാക്കിയിരിക്കുന്നത്..."

അതിനും ഉത്തരമുണ്ടായില്ല

"എന്നാൽ ഇനി ഞാൻ തെളിച്ചുപറയാം. എന്ത് വന്നാലും ശരി ഞാൻ പോകുന്നില്ല. ഈ നാട്ടിലും പെണ്ണുങ്ങള് പ്രസവിക്കുന്നുണ്ടല്ലോ. അവരാരും പട്ടണത്തിലെ ആശൂത്രീൽ പോയിട്ടല്ല പേറെടുക്കുന്നത്. അവർക്കില്ലാത്ത ഒരു സൗകര്യവും എനിക്ക് വേണ്ട. അതിനി അമ്മ സമ്മതിച്ചാലും ശരി..."

ലീലാമണിക്ക് പെട്ടെന്ന് വല്ലായ്മ തോന്നി. അതുവരെ കാത്ത മൗനം ഭഞ്ജിച്ച് പതിഞ്ഞസ്വരത്തിൽ അവർ പറഞ്ഞു.

"അതുപിന്നെ മോളെ കാണാതിരിക്കാൻ എനിക്ക് ഒരു പ്രയാസം. അതും ഞാൻ എങ്ങനേലും സഹിച്ചേനെ. അതിനേക്കാട്ടീ വല്യ ഒരു പ്രസനവുണ്ട് മോളെ"

സൗമിനിയുടെ നെറ്റിയിൽ ആകാംക്ഷയുടെ ചുളിവുകൾ വീണു.

"മോക്കറിയാവല്ലോ... അന്നത്തെ ആ ഒറ്റ സംഭവത്തിന്റെ പേരിലാ അച്ഛൻ വീണത്. മൂപ്പര് മറ്റെന്ത് സഹിച്ചാലും അപമാനം താങ്ങുകേല. അല്ലെങ്കീ ഇത്ര പെട്ടെന്ന് പുള്ളിക്കാരൻ പോവത്തില്ലാരുന്നു... എല്ലാം അറിഞ്ഞിട്ടും മോളതൊക്കെ മറന്ന് അങ്ങോട്ട് പോകുന്നതോർക്കുമ്പോ മനസ്സിന് വല്ലാത്ത ദണ്ഡം."

അതും പറഞ്ഞ് അവർ വിതുമ്പി. അവർ പറയുന്നതിൽ കാര്യ മുണ്ടെന്ന് അവൾക്കും തോന്നി. അന്നത്തെ മാനസികാഘാതം കൊണ്ടാവാം കുഞ്ഞുണ്ണിയുടെ മരണം പെട്ടെന്ന് സംഭവിച്ചതെന്ന് ആരും പറയാതെ തന്നെ അവൾക്കും തോന്നിയിരുന്നു.

പക്ഷേ അതിന്റെ പേരിൽ സ്വന്തം മാതാപിതാക്കളോട് ആജീവനാന്ത വിരോധം വച്ചുകൊണ്ടിരിക്കാൻ പറ്റുമോ? അന്ന് പെട്ടെന്നുണ്ടായ ദണ്ഡം കൊണ്ട് പറഞ്ഞു പോയതാണെന്നു സമ്മതിച്ച് അമ്മ തന്നെ ക്ഷമ ചോദിച്ചതാണ്. അല്ലെങ്കിലും ഇങ്ങനെയൊക്കെ സംഭവിക്കണമെന്ന് വിചാരിച്ചായിരിക്കില്ലല്ലോ അമ്മ അന്ന് പൊട്ടിത്തെറിച്ചത്. മകളെ നഷ്ട പ്പെട്ട ഒരമ്മയുടെ സങ്കടം. നാട്ടുകാരുടെ മുന്നിൽ അപമാനിതയായതിന്റെ രോഷം. ഒരു കണക്കിന് താനാണ് തെറ്റുകാരി. ഒന്നിനും കൊള്ളാത്ത ഒരുത്തന്റെ വാക്കുകൾ വിശ്വസിച്ച്, അയാളുടെ താത്കാലിക ഭ്രമം സ്നേഹമെന്ന് തെറ്റിദ്ധരിച്ച് ഇറങ്ങി പുറപ്പെട്ട വിഡ്ഢി. എന്നിട്ട് അയാൾക്ക് എന്ത് സംഭവിച്ചു. മൂന്നുനേരം ഉണ്ട് ഉറങ്ങി സുഖമായി കഴിയുന്നു. പോയത് പാവം ഈ അമ്മയ്ക്കും പിന്നെ തന്റെ ജീവിതവും...

എന്തായാലും സ്നേഹിക്കാൻ മാത്രം അറിയുന്ന ഈ അമ്മ സങ്കട പ്പെടാൻ പാടില്ല. പ്രസവം നാട്ടിൽ തന്നെ മതിയെന്നും തത്കാലം താൻ വീട്ടിലേക്കില്ലെന്നും അവൾ വത്സലയെ വിളിച്ച് പറഞ്ഞു.

“അച്ഛനും അമ്മയ്ക്കും എന്നെയും കുഞ്ഞിനെയും കാണണമെന്ന് തോന്നുമ്പോ എപ്പോ വേണോങ്കിലും ഇവിടെ വരാം. അല്ലെങ്കിൽ കാറ യച്ചാൽ ഞാനങ്ങോട്ട് വരാം. സ്ഥിരമായി വന്നു നിൽക്കാൻ എനിക്ക് പറ്റില്ലമ്മേ..”

“അതെന്താ ആരെങ്കിലും അവിടെ പ്രസനവുണ്ടാക്കിയോ?”

“ഏയ്.. അമ്മയെന്താ ഈ പറേന്നേ... ഇവിടെയാര് പ്രശ്നവുണ്ടാ ക്കാൻ... ഇവിടത്തെ അമ്മ അച്ഛൻ മരിച്ചശേഷം ആകെ തകർന്നിരിക്കുവാ... അമ്മേ തനിച്ചാക്കീട്ട് ഞാനങ്ങോട്ട് വന്നാ എനിക്ക് സമാധാനം കിട്ടത്തില്ല. അതുകൊണ്ടാ... അല്ലേൽ അമ്മേ കരുതുന്ന ഒരു മകൻ ഇവിടുണ്ടായിരി ക്കണം. ഇത് അതുല്ലാ...”

മകൾ പറയുന്നതിൽ ന്യായമുണ്ടെന്ന് വത്സലയ്ക്കും തോന്നി. അവർ പിന്നെ തർക്കിക്കാൻ പോയില്ല. അല്ലെങ്കിലും ഈ അവസ്ഥയിൽ നിൽ ക്കുന്ന പെൺകൊച്ചിനെ ഒരു കാര്യത്തിന്റെ പേരിലും വിഷമിപ്പിക്കുന്നത് ബുദ്ധിയല്ലെന്ന് വത്സലയ്ക്ക് തോന്നി.

പതിനൊന്ന്

ഏറെക്കാലത്തിന് ശേഷം പ്രശ്നസങ്കീർണ്ണതകളില്ലാതെ ജീവിതം കടന്നു പോകുന്നതായി സൗമിനി തിരിച്ചറിഞ്ഞു. ഇരുവീട്ടുകാരും തമ്മിൽ പരസ്പരം സ്നേഹിച്ചും സഹകരിച്ചും കഴിഞ്ഞു. ലീലാമണിയെ കൂടുതൽ അടുത്തറിഞ്ഞപ്പോൾ വത്സലയ്ക്കും കുമാരനും അവരോട്

സ്നേഹബഹുമാനങ്ങൾ തോന്നി. മകളെ പൊന്നുപോലെയാണ് അവർ നോക്കുന്നത്. തങ്ങളേക്കാൾ സ്നേഹം അവർക്കാണോ എന്നു പോലും തോന്നും. കുമാരനും ഭാര്യയും ആഗ്രഹിച്ചതും അതായിരുന്നു. സ്വന്തം വീട്ടിലേക്കാൾ സന്തോഷത്തിലാണ് സൗമിനി അവിടെ ജീവിക്കുന്നത്. പ്രസവം അടുത്തതോടെ അവളെ അടുക്കളയിൽ കയറാൻ പോലും ലീലാമണി സമ്മതിച്ചില്ല. നാൽപ്പാമരമിട്ട് തിളപ്പിച്ച വെള്ളം ചൂടാക്കുന്നതും അവളെ കുളിപ്പിക്കുന്നതും പുറത്ത് ഇഞ്ചയും സോപ്പും തേയ്ക്കുന്നത് പോലും അവരാണ്.

"അമ്മേ ഇതൊക്കെ പ്രസവരക്ഷകളല്ലേ... പ്രസവത്തിന് ശേഷം ചെയ്യണ്ടതല്ലേ..."

അവൾ ചോദിക്കും.

"അങ്ങനെയൊന്നും ആരും ഒരടത്തും എഴുതിവച്ചിട്ടില്ല. എന്റെ മോൾ ഈ വയറും വച്ച് കുളിമുറിയിലെങ്ങാനും തെന്നിവീണാലോ... എനിക്ക് പേടിയാ..."

അവരുടെ സ്നേഹവും കരുതലും കാണുമ്പോൾ അവളുടെ കണ്ണ് നിറയും, മനസ്സും.

കൂടെ പഠിച്ച പലരുടെയും വിവാഹം കഴിഞ്ഞു. അവരിൽ ചിലർ ഇടയ്ക്ക് വിളിക്കുമ്പോൾ പരിദേവനങ്ങളുടെ ഭാണ്ഡക്കെട്ട് അഴിക്കും. മിക്കവർക്കും പറയാനുള്ളത് അമ്മായിയമ്മപോരിന്റെ കഥകളാണ്. താൻ സ്വന്തം അനുഭവം വിവരിക്കുമ്പോൾ ആരും വിശ്വസിക്കില്ല. നീ കള്ളം പറയുകയാണെന്ന് തർക്കിക്കും. സംശയമുണ്ടെങ്കിൽ ഒരാഴ്ച ഇവിടെ വന്ന് താമസിക്കാൻ അവൾ വെല്ലുവിളിക്കും. ഇങ്ങനൊരു അമ്മായിയമ്മയെ കിട്ടിയത് പൂർവജന്മസുകൃതമാണെന്ന് ചിലർ പറയും. അമ്മായിഅമ്മ യല്ല, സ്വന്തംഅമ്മയാണെന്ന് സൗമിനി തിരുത്തും. വാക്കിലും പ്രവർ ത്തിയിലും എല്ലാ അർത്ഥത്തിലും അവർ പരസ്പരം അങ്ങനെ തന്നെ യായിരുന്നു.

എന്നാൽ ഇതൊന്നും രാമുണ്ണിയെ ബാധിച്ചതേയില്ല. ഞാനൊന്നുമറി ഞ്ഞില്ലേ രാമനാരായണ... എന്ന മട്ടിലാണ് ഇപ്പോഴും. വഴിപാട് പോലെ കാലത്തെ കടയിൽ പോകും. അതിന് സമയക്ലിപ്തതയൊന്നുമില്ല. എപ്പോൾ ഉറക്കമുണരുന്നോ അതാണ് കട തുറക്കുന്ന സമയം. സൗമിനി വഴക്ക് പറഞ്ഞാൽ തട്ടിക്കയറും.

"എനിക്ക് സൗകര്യമുള്ളപ്പം തുറക്കും. വേണേ വകവച്ചാ മതി."

അതാണ് സ്ഥിരം മറുപടി. വന്നു വന്ന് അവൾ തർക്കിക്കാറില്ല.

"പോത്തിന്റെ ചെവിയിൽ വേദമോതീട്ട് വല്ല കാര്യമുണ്ടോ കുഞ്ഞേ..."

ലീലാമണി ചോദിക്കും.

അവൾക്കും അതറിയാഞ്ഞിട്ടല്ല. എങ്ങനെയെങ്കിലും നല്ല ബുദ്ധി തോന്നട്ടെ എന്നാണ് അവളുടെ വിചാരം. പ്രാർത്ഥനയും. രാമുവിന്റെ കാര്യത്തിൽ മാത്രം ഒരു ദൈവങ്ങളും അവളുടെ പ്രാർത്ഥന കേട്ടില്ല. ദൈവങ്ങൾ പോലും കൈവിട്ട ജന്മം.

രാത്രിയിൽ കട അടയ്ക്കുന്നതിനും കൃത്യസമയമില്ല. ഒക്കെ മൂപ്പരടെ മൂഡ് പോലിരിക്കും. കടയിൽ ഏതെങ്കിലും സാധനം സ്റ്റോക്ക് തീർന്നാൽ പോയി എടുത്തു വയ്ക്കില്ല. സപ്ലൈ ചെയ്യുന്നവരെ വിളിച്ചു പറയുക പോലുമില്ല. മറ്റാരുടെയോ ആവശ്യം എന്ന നിലയിലാണ് രാമു ആ കടയെ കാണുന്നത്. സ്വന്തം ജീവിതത്തെയും.

വീട്ടിൽ വന്നാൽ ഉറങ്ങുന്നതു വരെ ടിവിയും കണ്ടിരിക്കും. പ്രസവ ത്തീയതിയെക്കുറിച്ചോ പണസംബന്ധമായ കാര്യങ്ങളെക്കുറിച്ചോ ഒരക്ഷരം ശ്രദ്ധിക്കില്ല. എന്തിന് സ്നേഹത്തോടെ ഒരു നോട്ടം പോലു മില്ല. പ്രണയം ചോർന്നു പോയ ഒരു മനസുമായാണോ ഈ മനുഷ്യൻ ജീവിക്കുന്നതെന്ന് പലപ്പോഴും അവൾക്ക് സംശയം തോന്നും.

തീറ്റയുടെ കാര്യത്തിൽ മാത്രം മടുപ്പില്ല. പിന്നെ കൂർക്കം വലിച്ച് ഉറക്കം. വല്ലപ്പോഴും ഒരു ചൂടുള്ള ചുംബനം കൊതിച്ച് താൻ അടുത്തു ചെന്നാൽ ഈർഷ്യയോടെ കൈതട്ടി മാറ്റും.

“ഒന്ന് ശല്യപ്പെടുത്താതെ കിടന്നുറങ്ങുന്നുണ്ടോ...”

അത് കേൾക്കുമ്പോൾ മനസ് ഇടിയും. നിരാകരണത്തേക്കാൾ വലിയ വേദനയില്ല ഒരു പെണ്ണിന്റെ ജന്മത്തിലെന്ന് തോന്നും. അത് മനസ്സിലാ ക്കാത്ത പുരുഷനെ സംബന്ധിച്ച് അതൊന്നും ഒരു പ്രശ്നമല്ല.

ഏത് വിഷമഘട്ടത്തിലും ജീവിക്കാൻ പ്രേരിപ്പിക്കുന്ന ചില പഴുതു കൾ ബാക്കി നിൽക്കും.കാറ്റിൽ കൂട്ടത്തോടെ അണയുമ്പോഴും കെടാതെ ബാക്കി നിൽക്കുന്ന മൺചിരാതുകൾ പോലെ.

അമ്മയുടെ സ്നേഹം, മാതാപിതാക്കളുടെ വാത്സല്യം, പിറക്കാൻ ഒരുങ്ങുന്ന കുഞ്ഞിന്റെ തിരയിളക്കം... ജീവിക്കാൻ അതൊക്കെ തന്നെ ധാരാളം. ഈയിടെയായി അവൻ വയറ്റിൽ കിടന്ന് ചവിട്ടും തൊഴിയും തുടങ്ങീട്ടുണ്ട്. കുറുമ്പൻ...

സൗമിനി അടിവയറ്റിൽ അരുമയായി തലോടി. ഇവനെയെങ്കിലും എല്ലാം തികഞ്ഞ ആണായി വളർത്തണം. ഈശ്വരാ... കുഞ്ഞ് എങ്ങാനും ഇയാളെ പോലെ ആയാൽ... അങ്ങനെ സംഭവിക്കാതിരിക്കാൻ അവൾ ദേവിക്ക് കറുകഹോമം നേർന്നു.

സങ്കടങ്ങളിലേക്ക് തുറക്കുന്ന വാതിലുകളാണ് ക്ഷേത്രങ്ങളെന്ന് പലപ്പോഴും അവൾക്ക് തോന്നിയിട്ടുണ്ട്. അത് സത്യമാണെന്ന് ഇക്കുറിയും തെളിയിച്ചു. കുഞ്ഞിന് ഭാരക്കൂടുതലായതു കൊണ്ട് സിസേറിയൻ വേണ്ടി വരുമെന്ന് ഡോക്ടർമാർ സൂചിപ്പിച്ചിരുന്നെങ്കിലും സാധാരണപ്രസവം

തന്നെ നടന്നു. സുഖപ്രസവം എന്ന് പറയാം. വേദന തീരെ അറിഞ്ഞില്ല. കുഞ്ഞിനെ ആദ്യമായി കണ്ടപ്പോൾ സൗമിനിയുടെ ഇരുകണ്ണുകളും സന്തോഷം കൊണ്ട് നിറഞ്ഞ് ഒഴുകി. രാമുണ്ണിയുടെ ഛായയേയില്ല. അവളെ പോലെ തന്നെ വെളുത്തു തുടുത്ത് യോഗ്യനായ ഒരു കുഞ്ഞ്. കാഴ്ചയിലെ ഭംഗി മാത്രമല്ല ആരോഗ്യവാനുമാണെന്ന് ഒറ്റനോട്ടത്തിൽ തന്നെ അറിയാം.

കുമാരന്റെയും വത്സലയുടെയും ലീലാമണിയുടെയും സന്തോഷത്തിന് അതിരുകളില്ലായിരുന്നു. കുഞ്ഞിനെ എങ്ങനെ ഓമനിക്കണം, അവന് എന്തൊക്കെ വാങ്ങണം എന്ന കാര്യത്തിൽ പരസ്പരം മത്സരമായിരുന്നു. ആശുപത്രിക്കിടക്കയിൽ ക്ഷീണിതയായി കിടക്കുമ്പോഴും ആ നിമിഷ ങ്ങൾക്ക് അവൾ ഒരു പേര് മനസ്സിൽ കുറിച്ചിട്ടു. "സ്നേഹമത്സരം."

ഇത്തവണയെങ്കിലും രാമു നിസ്സംഗത വെടിയുമെന്ന് അവൾ പ്രതീക്ഷിച്ചു. അതും വിഫലമായി. നവജാതശിശുവിനെ ആദ്യമായി കാണുന്ന ഒരു അച്ഛന്റെ പ്രതികരണത്തെക്കുറിച്ചുള്ള അവളുടെ സങ്കല്പ ങ്ങൾക്ക് നിരക്കുന്നതായിരുന്നില്ല അവന്റെ ഭാവപ്രകടനങ്ങൾ. സൗമിനി യുടെ മുഖം മങ്ങുന്നത് ലീലാമണി ശ്രദ്ധിച്ചു. രാമു ചായ വാങ്ങാൻ ഫ്ളാസ്ക്കുമായി പുറത്തേക്ക് പോയ തക്കത്തിന് അവർ അവളെ സമാ ധാനിപ്പിച്ചു.

"അവന്റെ പ്രകൃതം അങ്ങനാ... സ്നേഹം പുറത്ത് കാണിക്കാൻ അറിയത്തില്ല. സന്തോഷവും.., എല്ലാം മനസിലാ... അച്ഛൻ മരിച്ചപ്പം മാത്രം മാറി നിന്ന് പൊട്ടിക്കരയുന്നത് കണ്ടു..."

അതുകേട്ടപ്പോൾ സൗമിനിക്കും തോന്നി. ചിലപ്പോൾ അങ്ങനെയാവാം. ആരുടെയും മനസ്സിന്റെ ആഴക്കയങ്ങൾ കാണാൻ നമുക്ക് കഴിയില്ലല്ലോ?

പ്രസവം കഴിഞ്ഞ് സ്വന്തം വീട്ടിലേക്ക് പോകാൻ ലീലാമണി പൂർണ്ണ മനസ്സോടെ അവളെ അനുവദിച്ചു. വീട്ടിൽ രാജകീയ സൗഭാഗ്യങ്ങളോ ടെയാണ് അവൻ വളർന്നത്. കുഞ്ഞിനെയും അമ്മയെയും കുളിപ്പിക്കാനും ഊട്ടാനും ഉറക്കാനും തൊട്ടിലാട്ടാനും എന്നു വേണ്ട എന്തിനും ഏതിനും പരിചാരകർ. പ്രസവാനന്തര ശുശ്രൂഷകൾക്കായി കുമാരൻ പണം വാരി ക്കോരി ചെലവഴിച്ചു. ലീലാമണിയെ വത്സല തന്നെ നേരിട്ടു ചെന്ന് നിർ ബന്ധിച്ച് ഇടയ്ക്ക് വീട്ടിൽ കൊണ്ടു വന്നു നിർത്തി. സൗമിനിയുടെ സന്തോഷത്തിനു വേണ്ടി കഴിഞ്ഞതെല്ലാം മറന്ന് അവരും ആ സ്നേഹ ത്തിൽ പങ്ക് ചേർന്നു.

ഇതൊന്നും പക്ഷേ രാമുണ്ണിയെ മാറ്റിമറിച്ചില്ല. സൗമിനി പല കുറി നിർബന്ധിച്ചു. കുമാരനും വത്സലയും നേരിട്ട് ക്ഷണിച്ചു. ആരൊക്കെ പറഞ്ഞിട്ടും അവൻ കുമാരന്റെ വീട്ടിൽ വന്നു താമസിച്ചില്ല. ഇടയ്ക്ക് പകൽസമയങ്ങളിൽ കുഞ്ഞിനെ കാണാൻ വരും. പത്തുമിനിറ്റ് ഇരുന്നിട്ട്

പോകും. സൗമിനി പരിഭവം പറഞ്ഞപ്പോൾ അവന്റെ മറുപടി ഇങ്ങനെയായിരുന്നു.

"അച്ചിവീട്ടിൽ വന്നു കെടക്കാൻ എന്നെ കിട്ടത്തില്ല."

"അതിന് ഞങ്ങള് അച്ചികളല്ല. നല്ല ഒന്നാംതരം ചോവൻമാരാ..."

"ഞാനുദ്ദേശിച്ചത്..."

"മനസ്സിലായി..."

"എനിക്ക് മടിയാടീ... ഇങ്ങനെ വന്ന് നിൽക്കാൻ... നിന്റപ്പനൊക്കെ വല്യ നെലേലുള്ള ആൾക്കാരല്ലേ... നമ്മള് വെറും അത്തപ്പാടി..."

"അതാരടെ കുറ്റം കൊണ്ടാ... അങ്ങ് ആകാൻ മേലാരുന്നോ... ആരേലും കയ്യേപ്പിടിച്ചിട്ടുണ്ടാരുന്നോ... അപ്പ മെയ്യനങ്ങാൻ മേല...അപ്പോ ഈ പറേന്ന അസുഖത്തിന്റെ പേരാണ് അപകർഷതാബോധം. അത് മാറാതെ ഈ ജന്മത്ത് നന്നാവുകേലാ.'

"നീയൂടെന്നെ പ്രാകിക്കോ... ഒന്നാതെ മുഴുവൻ കൂടോത്രാ... അതിന്റൂടെ..."

"അയ്യടാ നിങ്ങക്ക് കൂടോത്രം ചെയ്യാൻ ആരാണ്ട് വരുന്നു. എന്നെക്കൊണ്ടൊന്നും പറേപ്പിക്കരുത്."

സൗമിനി മുഖം തിരിച്ചു. കൂടുതൽ നിന്നാൽ വഴക്കിൽ കലാശിക്കുമെന്ന് രാമുവിന് അറിയാം. അയാൾ പേരിന് ഒരു യാത്ര പറഞ്ഞ് ഇറങ്ങി.

"എന്നാൽ ഞാൻ പൂവാ..."

പോവും മുൻപ് തൊട്ടിലിൽ കിടക്കുന്ന കുഞ്ഞിനെ എടുത്ത് ഒന്ന് ഉമ്മ വയ്ക്കുമെന്നും കൊഞ്ചിക്കുമെന്നും അവൾ പ്രതീക്ഷിച്ചു. പക്ഷേ ഒന്നും സംഭവിച്ചില്ല. ദാ വന്നു... ദാ പോയി...

സമാധാനിക്കാൻ ലീലാമണിയുടെ ഒരു പഴയവാക്ക് മാത്രം അവൾക്ക് തുണയായി.

"അവന്റെ സ്നേഹം മുഴുവൻ മനസ്സിലാ... പ്രകടിപ്പിക്കാൻ അറിയത്തില്ല..."

അതിന്റെ ശരിതെറ്റുകളെക്കുറിച്ച് അവൾ ചികഞ്ഞില്ല. ദൈവമേ അതാവണേ ശരിയെന്ന് മാത്രം പ്രാർത്ഥിച്ചു.

കുഞ്ഞ് തൊട്ടിലിൽ കിടന്ന് കൈകാലുകളിട്ടടിച്ച് ചിരിച്ചു. പിന്നെ കരഞ്ഞു. കുമാരൻ അവന് ആരോമൽ എന്ന് പേരിട്ടു. ഉണ്ണിയെന്ന് വീട്ടിൽ വിളിച്ചു. താൻ മനസ്സിൽ കരുതിയ പേരുകൾ സൗമിനി തത്കാലം വെട്ടിക്കളഞ്ഞു. അച്ഛന്റെ ഇഷ്ടം നടക്കട്ടെ.

രണ്ട് വീടുകളിലായി മാറി മാറി താമസിച്ച് ഉണ്ണി വളർന്നു. ആദ്യം കമിഴ്ന്നു വീണു, പിന്നെ മുട്ടിലിഴഞ്ഞു, ഒത്തിയൊത്തി നടന്നു, പതിയെ

പിച്ചവച്ചു. പിന്നെ വേഗത്തിൽ നടക്കാനും ഓടാനും കുറുമ്പുകൾ കാട്ടാനും തുടങ്ങി. രാമു ഒഴികെ എല്ലാവരും അത് ആസ്വദിച്ചു. അവരുടെയൊക്കെ ജീവിതത്തിന് പുതിയ അർത്ഥതലങ്ങൾ ഉണ്ടായതായി അനുഭവപ്പെട്ടു.

കുഞ്ഞ് കുറെക്കൂടി മുതിർന്നതോടെ രാമുവിന്റെ നിലപാടിലും മാറ്റം വന്നു തുടങ്ങി. അവനൊപ്പം കളിക്കാനും ചിരിക്കാനുമായി കൗതുകം. പലപ്പോഴും കച്ചവടകാര്യങ്ങൾ പോലും മറന്ന് കുഞ്ഞിനെ ചുറ്റിപറ്റി നിൽക്കും. ശൈശവനിഷ്കളങ്കത ഏത് ശിലാഹൃദയവും അലിയിക്കുമെന്ന് സൗമിനി ഓർത്തു. അടുത്തനിമിഷം അവൾ തിരുത്തി. ശിലാഹൃദയം എന്ന് ആര് കണ്ടു? മനസ്സിന്റെ ദുർബലത കൊണ്ടല്ലേ ഈ മടിയും ഉദാസനീതയും നിരുത്തരവാദിത്തവും അപകർഷതയും എല്ലാം... കരുത്തനായ ഒരു പുരുഷന് ഇങ്ങനെ ഓളങ്ങളിൽ ഉലയാൻ സാധിക്കുമോ?

എല്ലാം അറിഞ്ഞിട്ടും ഒന്നും മനസ്സിലാകാത്ത മട്ടിൽ മൗനം പാലിക്കുകയായിരുന്നു സൗമിനി. ഒരു ദിവസം അവൾ രാമുണ്ണിയെ പിടിച്ചു നിർത്തി തന്നെ ചോദിച്ചു.

"എന്താ രാമുണ്ണ്യേട്ടന്റെ ഉദ്ദേശം?"

ചോദ്യത്തിന്റെ അർത്ഥം മനസിലാകാതെ രാമു കണ്ണ് മിഴിച്ചു.

സൗമിനിയുടെ സ്വരം കൂടുതൽ ഗൗരവതരമായി.

"നിങ്ങളുടെ ജീവിതം നിങ്ങളുടെ മാത്രമല്ല. എന്റേത് കൂടിയാണ്. അത് വെറുതെ പന്ത് തട്ടിക്കളിക്കാനുള്ളതല്ല... നമ്മൾ എത്ര ശ്രമിച്ചാലും കച്ചവടം കുറഞ്ഞ ഈ കട കൊണ്ട് ഒരിടത്തും എത്താൻ സാധിക്കില്ല. പഴയതു പോലല്ല. നമുക്കിന്നൊരു കുഞ്ഞ് കൂടിയുണ്ട്. അവൻ വളർന്നു വരികയാണ്. ഇനിയെങ്കിലും ജീവിതത്തെ നിങ്ങൾ സീരിയസായി കാണണം."

"ഞാനെന്തു വേണമെന്നാണ് നീ പറഞ്ഞു വരുന്നത്?"

"എന്റച്ഛന്റെ ബിസിനസ്സുകൾക്ക് ഒരേയൊരവകാശിയാണ് ഞാൻ. അത് നന്നായി നോക്കി നടത്തിയാൽ ജീവിതത്തിൽ ഒരിക്കലും നമുക്ക് മുട്ടുണ്ടാവില്ല. അച്ഛന്റെ കൂടെക്കൂടാൻ ഒരു പ്രയാസവും വിചാരിക്കേണ്ട കാര്യമില്ല. എന്റെ ഭർത്താവ് എന്ന നിലയിൽ അത് നിങ്ങൾക്ക് കൂടി അവകാശപ്പെട്ടതാണ്."

"അമ്മായിയപ്പന്റെ ഔദാര്യം പറ്റിക്കഴിയാൻ എന്നെ കിട്ടില്ല."

രാമു എടുത്തടിച്ചതുപോലെ പറഞ്ഞു.

"ഇതിന് നാട്ടുഭാഷയിൽ ദുരഭിമാനം എന്ന് പറയും. നല്ലതാണ്. പക്ഷേ അതിനുള്ള യോഗ്യതയെക്കുറിച്ച് കൂടി ഒന്നാലോചിക്കണം. അമ്മായിയപ്പനെ ആശ്രയിക്കാൻ മടിയുള്ളയാൾ അതിനേക്കാൾ നന്നായി കാര്യങ്ങൾ നടത്തി ഭാര്യയെയും കുഞ്ഞിനെയും സംരക്ഷിച്ച് കാണിക്കണം."

ചങ്കിൽ ഒരിടി കിട്ടിയതു പോലെ തോന്നി രാമുവിന്. തന്റെ ബല ഹീനതകളിലാണ് അവൾ ആണിയടിക്കുന്നത്. എത്ര കഴിവുകെട്ട പുരുഷനും തന്റെ കുറവുകൾ എടുത്തിട്ട് ഒരാൾ അമ്മാനമാടുമ്പോൾ അസഹ്യമായി തോന്നും. പക്ഷേ സൗമിനി പറയുന്നതിലും കാര്യമുണ്ട്. പലചരക്കുകട കൊണ്ട് ജീവിതം ഒരിടത്തും എത്താൻ പോകുന്നില്ല. സൗമിനിയുടെ അച്ഛന് ലക്ഷങ്ങൾ വരുമാനമുള്ള ബിസിനസ്സുണ്ട്.അവർ തന്നെ അംഗീകരിക്കുകയും കുടുംബങ്ങൾ തമ്മിൽ ഒന്നാവുകയും ചെയ്ത സ്ഥിതിക്ക് താനായിട്ട് മാറി നിൽക്കേണ്ട കാര്യമെന്ത്?

ഷാപ്പിന്റെ കാര്യങ്ങൾ മുഴുവൻ നോക്കി നടത്തുന്നത് സൗമിനിയുടെ അച്ഛനാണ്. തനിക്ക് അവിടെ ഒരു കാഴ്ചക്കാരന്റെയോ കയ്യാളിന്റെയോ റോൾ മാത്രമേ ഉണ്ടാവൂ. ഉത്തരവാദിത്തങ്ങളില്ലാതെ, അല്ലലില്ലാതെ സുഖമായി ജീവിക്കാം. നല്ല ഭക്ഷണം, വീട്, കാർ, ആഡംബരജീവിതം... എല്ലാം കൈയെത്തും ദൂരത്ത് നിൽക്കുമ്പോൾ അഭിമാനം പോയി പണി നോക്കാൻ പറ...

കൈവരാൻ പോകുന്ന സൗഭാഗ്യങ്ങളോർത്ത് രാമുണ്ണി മനസ്സിൽ ചിരിച്ചു. ആ മനസ്സ് മുഖത്തേക്കും വ്യാപിച്ചു. തന്റെ അമ്പ് ലക്ഷ്യത്തിൽ വന്ന് തറച്ചുവെന്ന് സൗമിനിക്ക് മനസ്സിലായി. അവൾ അയാളെ കെട്ടിപ്പിടിച്ച് ഗാഢമായി ചുംബിച്ചു. കസ്തൂരിമഞ്ഞളിന്റെയും രാമച്ചത്തിന്റെയും ഗന്ധമുണ്ടായിരുന്നു അവളുടെ ശരീരത്തിന്. പ്രസവരക്ഷയുടെ ഭാഗമായ കുളിയുടെ ബാക്കിപത്രമാണ്. ശരീരത്തിലൂടെ വൈദ്യുതി പാഞ്ഞുപോയ പോലെ തോന്നി രാമുണ്ണിക്ക്. അയാൾ എല്ലാം മറന്ന് അവളെ വരിഞ്ഞു മുറുക്കി കണ്ണിലും കവിളിലും ചുണ്ടുകളിലും മാറി മാറി ചുംബിച്ചു. സൗമിനിയെ ആകെ വിറച്ചു. പ്രസവം കഴിഞ്ഞ പെണ്ണുങ്ങൾക്ക് കാമം ഏറുമെന്ന് എവിടെയോ വായിച്ചത് ആ നേരത്തും അവൾ ഓർത്തു.

രാമുണ്ണി അവളെ കിടക്കയിലേക്ക് എടുത്തു മറിച്ചു. കുഞ്ഞിന് പാലു കൊടുക്കേണ്ടതു കൊണ്ട് നേർത്ത നൈറ്റിക്കടിയിൽ അടിവസ്ത്രങ്ങൾ കുറവായിരുന്നു. രാമു വളരെ വേഗം അവളെ ദിഗംബരയാക്കി. മദം പൂണ്ട ഒറ്റയാൻ കാട്ടിൽ ചിന്നംവിളിച്ച് അലറിമേഞ്ഞ് നടക്കും പോലുള്ള പരാക്രമങ്ങളായിരുന്നു പിന്നീട്. രാമുവിന് ഇതെന്തു പറ്റിയെന്ന് ആവേശത്തിനിടയിലും സൗമിനി അതിശയിച്ചു. കുഞ്ഞ് ഒന്നുമറിയാതെ തൊട്ടിലിൽ സുഖമയക്കത്തിലായിരുന്നു.

എല്ലാം കഴിഞ്ഞ് തളർന്ന് മയങ്ങുമ്പോഴും സൗമിനിക്ക് മനസ്സ് നിറഞ്ഞില്ല. എവിടെയോ ചില അപൂർണതകൾ ബാക്കിനിൽക്കുന്നതായി അവൾക്ക് തോന്നി. തന്റെ ലക്ഷ്യങ്ങളുടെ ഗിരിശൃംഗങ്ങളിലേക്ക് ഒപ്പം പറന്നെത്താൻ എന്തുകൊണ്ടോ രാമുണ്ണിക്ക് കഴിയുന്നില്ല. അവൾ സഹതാപത്തോടെ അയാളെ പാളി നോക്കി. രാമു ഒരു കൊച്ചുകുഞ്ഞിനെ പോലെ ക്ഷീണിച്ച് ഉറങ്ങുന്നു.

അവളുടേത് വലിയ മനസ്സായിരുന്നു.അതിന്റെ ആഴം തിരിച്ചറിയാനുള്ള ബോധം അയാൾക്ക് ഇല്ലായിരുന്നു. ഏറെക്കാലത്തിന് ശേഷം മടങ്ങി യെത്തിയ ആ രാത്രിക്ക് ദൈവത്തിന്റെ കരസ്പർശമുണ്ടായിരുന്നു.

പന്ത്രണ്ട്

ആദ്യത്തെ കുഞ്ഞിന് ഒരു വയസ്സ് തികയും മുൻപ് സൗമിനി വീണ്ടും ഗർഭിണിയായി. വിവരം അറിഞ്ഞവർ നാണം കലർന്ന ചിരിയൊതുക്കി. കുമാരനും വത്സലയ്ക്കും സന്തോഷമായിരുന്നു. ഒരു പെൺകുട്ടി കൂടി വേണമെന്നായിരുന്നു അവരുടെ ആഗ്രഹം. പക്ഷേ അതിത്ര പെട്ടെന്ന് സംഭവിക്കുമെന്ന് തീരെ പ്രതീക്ഷിച്ചില്ല.

"കാര്യത്തിന് കൊള്ളത്തില്ലെങ്കിലും ഇക്കാര്യത്തിൽ അവൻ മിടുക്കനാ..."

ഒരു രാത്രി കുമാരൻ വത്സലയോട് അടക്കം പറഞ്ഞു.

"ഷാപ്പിലെ കാര്യങ്ങളൊക്കെ ഒരു വിധം പഠിച്ചോ..."

'പഠിക്കാൻ ഇതെന്നാ യൂണിവേഴ്സിറ്റിയോ... എടീ ഈ ബിസി നസ്സൊന്നൊക്കെ പറേന്നത് ബ്ലഡിലുള്ളതാ... ശാന്തിപണിയും കൊണ്ട് നടന്ന ആ തന്തേടെയല്ലേ മോൻ. അവനിൽനിന്ന് ഇത്രയൊക്കെ പ്രതീക്ഷിച്ചാ മതി. ങാ... പിന്നെ ഞാനുള്ളിടത്തോളം കാലം കാര്യങ്ങൾ കുഴപ്പമില്ലാതെ പോകും. എന്റെ കണ്ണടഞ്ഞാൽ പിന്നെ കട്ടപ്പൊക. കർത്താവേ എന്റെ കൊച്ച് പട്ടിണി കെടക്കാതിരുന്നാൽ മതിയായിരുന്നു."

"അറം പറ്റുന്ന വർത്താനം പറയല്ലേ... മനുഷ്യനേ..."

കുമാരൻ ചിരിച്ചു.

"നമുക്ക് ചൊവ്വാഴ്ച പള്ളീല് നൊവേനയ്ക്ക് പോയാലോ... നിങ്ങള് നോക്കിക്കോ 9 ചൊവ്വാഴ്ചയ്ക്ക് മുൻപ് അവന്റെ ബുദ്ധിതെളിയും..."

"കർത്താവ് തമ്പുരാൻ നേരിട്ട് വന്നാലും ഇവൻ ശരിയാകുമെന്ന് എനിക്ക് വിശ്വാസമില്ല. ഏതായാലും നീ പറഞ്ഞതല്ലേ നമുക്ക് പോകാം."

അമ്പലത്തിലെ വഴിപാടുകൾ എല്ലാം കഴിഞ്ഞിട്ടും തൃപ്തിവരാതെ വത്സല കണ്ടുപിടിച്ച പുതിയ ഈശ്വരസാന്നിദ്ധ്യമാണ് ചൊവ്വാഴ്ച പള്ളി. അടങ്ങാത്ത ഭൗതികമോഹങ്ങൾക്ക് കുടപിടിക്കാൻ അവിടത്തെ പ്രാർ ത്ഥനയ്ക്ക് കഴിയുമെന്ന് അവർ വിശ്വസിക്കുന്നു. നഷ്ടമായി എന്ന് ഭയന്ന മകൾ തങ്ങളിലേക്ക് തിരിച്ചെത്തിയതും കുമാരന്റെ കടുത്ത നിലപാടു കളിൽ അയവ് വന്നതും ചൊവ്വാഴ്ച പള്ളിയുടെ സിദ്ധിവിശേഷമാണെന്ന്

അവർ വിശ്വസിക്കുന്നു. ഓരോരുത്തരുടെയും വിശ്വാസങ്ങളും ധാരണകളുമാണല്ലോ അവരുടെ സത്യം.

എന്നാൽ അത്തരം സങ്കുചിത സത്യങ്ങളുടെ പരിധിയിൽ ഒതുങ്ങി ജീവിക്കാൻ കഴിയുമായിരുന്നില്ല രാമുണ്ണിക്ക്.

സാധാരണ ചെറുപ്പക്കാരെ സംബന്ധിച്ച് ഷാപ്പുബിസിനസ്സ് നല്ല ചാകരയായിരുന്നു. ആരും നയാപൈസ കടം പറയില്ല. രാത്രി ഷാപ്പ് അടയ്ക്കുമ്പോൾ കള്ള് കച്ചവടവും കറിക്കച്ചവടവും ചേർത്ത് കയ്യിൽ വരുന്നത് പതിനായിരങ്ങളാണ്. നാല് ഷാപ്പിലെ വരുമാനം കൂട്ടുമ്പോൾ അതിന്റെ തോത് ആനുപാതികമായി ഉയരും.

സഞ്ചരിക്കാൻ ഏ.സി.കാർ, എല്ലാ ആഢംബരങ്ങളുമുള്ള വീട്, സുന്ദരിയായ ഭാര്യ, സ്നേഹിക്കാൻ തങ്കക്കുടം പോലെ രണ്ട് കുഞ്ഞുങ്ങൾ, ഒരല്ലലും അലട്ടലുമില്ലാത്ത ജീവിതം... ഇതൊക്കെയുണ്ടായിട്ടും ജീവിതം വിരസവും നിരർത്ഥകവുമായി തോന്നി രാമുവിന്. ഒരേ ദിശയിൽ സഞ്ചരിക്കുന്ന ജീവിതചക്രത്തോട് അയാൾക്ക് വെറുപ്പും മടുപ്പും തോന്നി. പഴയതുപോലെ പുറത്ത് കറങ്ങി നടക്കാനോ കൂട്ടുകാരുമൊത്ത് നേരം പോക്കാനോ കഴിയുന്നില്ല. അതിരാവിലെ ഉണർന്ന് ബിസിനസ് കാര്യങ്ങൾക്ക് പോകണം. രാത്രി വൈകി എത്തിയാൽ വീട്ടുകാര്യങ്ങളും കുട്ടികളുടെ കാര്യങ്ങളുമായി ഒരു കൂട്ടം പരാതികൾ പറയാനുണ്ടാവും സൗമിനിക്ക്. എല്ലാം കഴിഞ്ഞ് തളർന്ന് ഒരു മയക്കം. വല്ലപ്പോഴും ഒരു വഴിപാട് പോലെ സൗമിനിയുടെ നിമ്നോന്നതങ്ങളിൽ പടർന്ന് കയറും. അതിലും താത്പര്യം തീരെ തോന്നാതായി. നിത്യപരിചയം കൊണ്ട് പഴകിയ ശരീരത്തിന്റെ ഗന്ധവും മിനുമിനുപ്പും ഒക്കെ അരോചകമായി അയാൾക്ക് തോന്നി. വേറിട്ട അനുഭവങ്ങൾക്കായി അയാളുടെ മനസ്സ് കൊതിച്ചു. അത് ലഭ്യമാവാത്തതിന്റെ അസഹ്യതയും സമ്മർദ്ദവും സംഘർഷവും മനസ്സിനെ വരിഞ്ഞുമുറുക്കി. രാമുണ്ണിയുടെ ഭാവമാറ്റങ്ങളും മുഖത്തെ അസന്തുഷ്ടിയും സൗമിനിയും മനസിലാക്കിത്തുടങ്ങിയിരുന്നു.

ഒരു ദിവസം രാത്രി അത്താഴം കഴിഞ്ഞ് അയാൾ കിടക്കയിൽ ആലോചനാമഗ്നനായി കിടക്കുമ്പോൾ അടുത്തു വന്ന് സ്നേഹത്തോടെ ശിരസ്സിൽ തലോടി അവൾ ചോദിച്ചു.

"എന്ത് പറ്റി...?"

അയാൾ തലചെരിച്ച് നിസ്സഹായനായി അവളെ ഒന്ന് നോക്കി. സത്യത്തിൽ അയാൾക്ക് മറുപടിയില്ലായിരുന്നു. സാധാരണഗതിയിൽ ഒരു വ്യക്തിയെ ആകുലചിത്തനാക്കുന്ന ഒരു ഭൗതികസാഹചര്യവും നിലവിൽ അയാൾക്ക് ഉണ്ടായിരുന്നില്ല. എന്ത് സമാധാനമാണ് താൻ സൗമിനിയോട് പറയുക? എന്തിന്റെ കുറവാണ് തനിക്കുള്ളത്? ജീവിതസുഖം എന്നത് ഇതാണെങ്കിൽ ഇതിനപ്പുറം ഒരു ലോകമില്ല. സൗഭാഗ്യങ്ങളില്ല.

അത്രയധികം സമ്പൽസമൃദ്ധിയും മറ്റ് ജീവിതസൗകര്യങ്ങളും ഈ കുടുംബാന്തരീക്ഷത്തിലുണ്ട്.

സ്നേഹത്തിന്റെ കാര്യം പറഞ്ഞാൽ സ്വന്തം മകനെ പോലെയാണ് കുമാരനും വത്സലയും രാമുവിനെ കരുതുന്നത്. ലീലാമണിക്കും മുൻപെന്നത്തേക്കാൾ സ്നേഹമാണ് രാമുവിനോട്. ജീവന് തുല്യം തന്നെ സ്നേഹിക്കുന്ന മരുമകൾ അവന്റെ കണ്ടെത്തലാണല്ലോ?

എല്ലാം തികഞ്ഞ ഒരു ജീവിതം എന്ന് ഒറ്റനോട്ടത്തിൽ മറ്റുള്ളവർക്ക് തോന്നാം. പക്ഷേ അപൂർണതകളുടെ ആകെത്തുകയായിരുന്നു രാമുവിന്റെ അന്തരാത്മാവിൽ അയാളുടെ ജീവിതം. എവിടെയോ എന്തൊക്കെയോ ബാക്കി നിൽക്കുന്നു. പൂരിപ്പിക്കപ്പെടാത്ത പദപ്രശ്നം പോലെ. അകാരണമായ ഒരു വിങ്ങൽ മനസ്സിൽ ബാക്കി നിൽക്കുന്നു. അത് മറ്റുള്ളവർക്ക് പറഞ്ഞാൽ മനസ്സിലാവണമെന്നില്ല. തനിക്ക് തന്നെയും പലപ്പോഴും മനസ്സിലാക്കാൻ കഴിയുന്നില്ല. സത്യത്തിൽ പരമമായ ആനന്ദത്തിന്റെയും സംതൃപ്തിയുടെയും വേരുകൾ എവിടെയാണ് മറഞ്ഞിരിക്കുന്നത്?

പെട്ടെന്ന് ഒരുത്തരം കണ്ടെത്താൻ അയാൾക്ക് കഴിഞ്ഞില്ല. പക്ഷേ ഒന്ന് മാത്രം അയാൾക്ക് തീർച്ചയായിരുന്നു. എല്ലാ ബന്ധങ്ങളുടെയും ബന്ധനങ്ങളുടെയും നിയമങ്ങളുടെയും സാമൂഹ്യാചാരങ്ങളുടെയും കെട്ടുപാടുകൾക്കപ്പുറത്ത് ഒരു ജീവിതം. പൂർണസ്വതന്ത്രവും സ്വന്തം നിയന്ത്രണങ്ങളുടെ ചരടുകൾക്കൊത്ത് ചലിക്കുന്നതുമായ നിമിഷങ്ങൾ. ഓരോ ദിവസവും മാറി മാറി വരുന്ന അനുഭവങ്ങൾ. പുതുമ നിറഞ്ഞ മുഹൂർത്തങ്ങളുടെ ഒരു സമാഹാരമാവണം ജീവിതം.

മറ്റുള്ളവർക്ക് ഇതൊക്കെ ഭ്രാന്തൻ സ്വപ്നങ്ങളായി തോന്നാം. പക്ഷേ ജീവിതത്തിന്റെ പരമമായ സുഖം പതിയിരിക്കുന്നത് വൈവിധ്യത്തിലാണ്. നൂതനവും മൗലികവുമായ അനുഭവങ്ങളുടെ വിഭിന്നതയിലാണ്. ഒരുപക്ഷേ പുറത്ത് പറഞ്ഞില്ലെങ്കിലും ഓരോ മനുഷ്യന്റെ ഉള്ളിലും സമാനമായ ആഗ്രഹങ്ങൾ പതിയിരിക്കുന്നുണ്ടാവാം. അപ്രാപ്യമെന്ന് തിരിച്ചറിയുമ്പോൾ അനിവാര്യമായ വിധി നൽകുന്ന വിരസമായ നിമിഷങ്ങളുടെ പരിമിതിക്ക് കീഴടങ്ങി അവർ ജന്മം അവസാനിപ്പിക്കുകയാവാം. തനിക്ക് എന്തോ അതേക്കുറിച്ച് ആലോചിക്കാൻ കൂടി കഴിയുന്നില്ല. അങ്ങനെയൊരു ജീവിതം മരണത്തേക്കാൾ ഭയാനകമാണ്. ആത്മഹത്യാപരം എന്നൊക്കെ വിശേഷിപ്പിക്കാം. ജീവിച്ചിരിക്കുന്നു എന്ന തോന്നൽ തന്നെ നമുക്ക് സ്വന്തമാകുന്നത് ആവർത്തനരഹിതമായ അനുഭവങ്ങളുടെ നൂതനത്വം കൈവരുമ്പോഴാണ്. പക്ഷേ അത് എങ്ങനെ ലഭ്യമാകും? പെട്ടെന്ന് ആ ചോദ്യത്തിന് ഉത്തരം ലഭിക്കുന്നില്ല. ഒരേ വീടിന്റെ ചുവരുകൾ കണ്ട്, ഒരേ മുറിയിൽ അന്തിയുറങ്ങി, ഒരേ തൊഴിൽ ചെയ്ത്, ഒരേ മനുഷ്യരുടെ മാത്രം മുഖങ്ങൾ കണ്ട് എരിഞ്ഞു തീരുന്ന രാപ്പകലുകൾ.

സൗമിനിയുടെ ശരീരത്തിന് ആട്ടിറച്ചിയുടെ ഗന്ധമായിരുന്നു. ഒരിക്കൽ ആ ഗന്ധം തന്നെ മത്ത് പിടിപ്പിച്ചിരുന്നു. വിയർത്ത് നനഞ്ഞ കക്ഷങ്ങളിൽ മുഖം അമർത്തി അതിന്റെ ഉപ്പുരസം നുണഞ്ഞ രാവുകൾ ഇനിയും മറന്നിട്ടില്ല. ഇപ്പോൾ തനിയാവർത്തനത്തിന്റെ വൈരസ്യം നിറയ്ക്കുന്ന ഗന്ധം മനസിൽ ഓക്കാനമുണ്ടാക്കുന്നു. ആസക്തിയുടെ നാളുകൾ മൃത തുല്യമായ ഓർമ്മകളിലൊതുങ്ങുന്നു.

അപ്രാപ്യമായ ശരീരങ്ങളുടെ അകലക്കാഴ്ചകൾ പോലും അനിയന്ത്രിതമോഹങ്ങളുടെ അഗ്നി പടർത്തുന്നു. ആർക്കും മനസിലാവാത്ത, ആരോടും പങ്ക് വയ്ക്കാനാവാത്ത ആത്മീയപ്രതിസന്ധിയുടെ നടുവിൽ നിന്ന് രാമുണ്ണി വിഷമിച്ചു. തന്റെ മനോവ്യാപാരങ്ങൾ അറിഞ്ഞാൽ ഒന്നുകിൽ ആളുകൾ പരിഹസിക്കും, അല്ലെങ്കിൽ ഭ്രാന്തായി എഴുതി ത്തള്ളും. അതുകൊണ്ട് എല്ലാം മനസ്സിൽ കുഴിച്ചുമൂടി രാമു സന്തുഷ്ട നായ ഗൃഹസ്ഥനായി അഭിനയിച്ചു.

സന്തോഷം അഭിനയിക്കുക എന്നത് അസ്വാസ്ഥ്യജനകമായി അയാൾക്ക് തോന്നി. അത് അനായാസവും സ്വാഭാവികവുമായി ഉള്ളിൽ നിറയേണ്ടതാണ്, ഉള്ളിൽ നിന്ന് വരേണ്ടതാണ്.

ഇരുട്ടിൽ വൈരക്കല്ലുകൾ പോലെ തിളങ്ങുന്ന രണ്ട് കണ്ണുകൾ കണ്ട് രാമു ഞെട്ടിയെണീറ്റു.

“ഈ പാതിരാത്രിയിൽ ഇരുട്ടത്ത് നിങ്ങൾ എന്ത് ചെയ്യുവാ...?”

സൗമിനി അസഹ്യമായ രോഷം മറച്ചുവച്ച് ചോദിച്ചു. കിടപ്പറ വാതിൽ ശബ്ദമുണ്ടാക്കാതെ തുറന്ന് സ്വീകരണമുറിയുടെ വിജനവിശാലതയിൽ ഇരിക്കുകയായിരുന്നു അയാൾ. അവളുടെ ചോദ്യത്തിന് കൃത്യവും വ്യക്ത വുമായ ഉത്തരം നൽകാനാവാതെ അയാൾ വിഷമിച്ചു.

മറുപടിക്ക് നിൽക്കാതെ അവൾക്ക് മുൻപേ നടന്ന് കിടപ്പറയിൽ കടന്ന് തന്റെ സ്ഥാനത്ത് ചെന്ന് നീണ്ടുനിവർന്ന് കിടന്നു. ലൈറ്റണച്ചു വന്ന് സൗമിനിയും കിടന്നു. കുട്ടികൾ ഗാഢമായ ഉറക്കത്തിലായിരുന്നു. അവർ ഒന്നും അറിയുന്നുണ്ടായിരുന്നില്ല. ഇരുട്ടിൽ സൗമിനിയുടെ ഒതുക്കിയ തേങ്ങലുകൾ കേട്ടു. രാമുവിന് അസ്വാഭാവികമായ എന്തോ സംഭവിക്കുന്നു എന്ന തിരിച്ചറിവിന്റെ രേഖീയസ്വരമായിരുന്നു അവളുടെ തേങ്ങലുകൾ. അയാൾക്ക് അത് മനസ്സിലാവുകയും ചെയ്തു. പക്ഷേ ഒന്നും അയാൾ വരുത്തിവച്ചതായിരുന്നില്ല. വിചിത്രമായ മാനസികാവസ്ഥയുമായി തന്നെ ഭൂമിയിലേക്ക് അയച്ച അജ്ഞാതശക്തിയോട് അയാൾക്ക് ഒരേസമയം വെറുപ്പും സ്നേഹവും തോന്നി. അനന്തമായ ആ ആകാംക്ഷയെ അയാൾ ദൈവം എന്നു തന്നെ വിളിച്ചു. മനുഷ്യനെ വിഷമകരമായ അവസ്ഥാ വിശേഷങ്ങളിലേക്ക് തള്ളിവിട്ട് വിദൂരതയിലിരുന്ന് അത് കണ്ട് ചിരിക്കുന്ന ദൈവം.

അയാൾ ദൈവമാകാൻ മോഹിച്ചു. സങ്കടങ്ങളും സംഘർഷങ്ങളും അവ്യക്തതകളും ആശയക്കുഴപ്പങ്ങളും സമ്മർദ്ദങ്ങളും നിയമങ്ങളും ബന്ധനങ്ങളുമില്ലാത്ത ഒരു ലോകത്തിന്റെ മഹാസ്വച്ഛതയിലും സ്വാതന്ത്ര്യത്തിലും അഭിരമിക്കാൻ ഏറ്റവും എളുപ്പവഴി ഈശ്വരനാണെന്ന് അയാൾ ധരിച്ചു. ധാരണ തെറ്റാവാം, ശരിയാവാം. പക്ഷേ അപ്രാപ്യമായ, അസ്പൃശ്യമായ ഒന്നിനെക്കുറിച്ചുള്ള സങ്കല്പങ്ങൾ നൽകുന്ന സ്വാസ്ഥ്യം പരമപ്രധാനമാണ്.

രാത്രി കൂടുതൽ ഇരുണ്ട് വെളുത്തു. ഉന്മേഷരഹിതമായ പുതിയ പ്രഭാതത്തിലേക്ക് രാമു അസഹ്യതയോടെ ഉണർന്നു. അയാൾക്ക് പ്രതീക്ഷിക്കാൻ പുതുതായി ഒന്നുമില്ലായിരുന്നു. പണം ഉണ്ടാക്കുന്ന ഒരു യന്ത്രമായിരുന്നു കുമാരൻ. കള്ളിന്റെയും കറികളുടെയും ചിരപരിചിത ഗന്ധം നിറഞ്ഞ ഷാപ്പിന്റെ ചുവരുകൾക്കുള്ളിൽ പകലന്തിയോളം വരവ് ചിലവ് കണക്കുകളുമായി അയാൾ മല്ലിട്ടു. വൈകുന്നേരങ്ങളിൽ പണം വലിയ ബാഗിൽ പൊതിഞ്ഞുകെട്ടി വീട്ടിൽ നിക്ഷേപിച്ചു. പിറ്റേന്ന് അതിന് ബാങ്കുകളിലേക്ക് സ്ഥാനചലനം നൽകി. അയാളുടെ അക്കൗണ്ടുകളിലെ സംഖ്യകൾക്ക് വാലറ്റം വർദ്ധിച്ചു. പൂജ്യങ്ങളുടെ എണ്ണം ക്രമാതീതമായി വർദ്ധിച്ചു കൊണ്ടേയിരുന്നു.

എന്നിട്ടും നല്ല ഭക്ഷണം കഴിക്കാനാവാതെ അയാൾ വിമ്മിഷ്ടപ്പെട്ടു. കൊളസ്ട്രോൾ 300 കടന്നപ്പോൾ വറുത്തതിനും പൊരിച്ചതിനും മാംസ ഭക്ഷണത്തിനും ചികിത്സകർ വിലക്ക് കല്പിച്ചു. മധുരപലഹാരങ്ങൾ അയാൾക്ക് മധുരിക്കുന്ന ഓർമ്മയായി. വേദനിപ്പിക്കുന്നതും. പ്രമേഹം ഇൻസുലിന്റെ പിടിയിൽ ഒതുങ്ങാതെ വന്നപ്പോൾ അലമാരയിലെ കണ്ണാടി ടിന്നുകളിലിരുന്ന് കൊതിപ്പിക്കുന്ന ലഡുവും ജിലേബിയും അയാൾക്ക് കൗതുകവസ്തുവായി. പേരക്കുട്ടികൾ ആർത്തിയോടെ നുണയുമ്പോൾ അയാൾ മുഖം തിരിച്ചിരുന്ന് സ്വയം നിയന്ത്രിച്ചു. രാമു ഇതെല്ലാം കണ്ട് ചിരിയൊതുക്കി. എന്നിട്ടും ഒരു യന്ത്രപ്പാവപോലെ അയാൾ ആർക്കു വേണ്ടിയെന്നില്ലാതെ പണിയെടുത്തുകൊണ്ടേയിരുന്നു. അയാളുടെ ജീവിതം കാലചക്രത്തിനിടയിൽ ഞെരിഞ്ഞും എരിഞ്ഞും ഇല്ലാതായിക്കൊണ്ടേയിരുന്നു.

എന്നിട്ടും അയാളാണ് നാട്ടിലെ ഏറ്റവും വലിയ ശരിയെന്ന് എല്ലാവരും വിശ്വസിച്ചു. വിജയിയായ മനുഷ്യൻ എന്ന് വിധിയെഴുതി. അതിലെ വൈരുദ്ധ്യാത്മകത രാമുവിനെ ഒരേ സമയം വേദനിപ്പിക്കുകയും അതിശയിപ്പിക്കുകയും ചെയ്തു. യാന്ത്രികമായ ജീവിതചര്യകളിൽ നിന്നും ഒരു വഴിമാറി നടത്തം എന്ന ആശയം ഒരു സ്വപ്നമായി അയാൾ കൊണ്ടു നടന്നു.

സൗമിനി അയാളുടെ സാന്നിദ്ധ്യം അറിയാത്ത മട്ടിൽ സ്വന്തം ജീവിതം മുന്നോട്ട് കൊണ്ടുപോയി. കുട്ടികൾക്ക് അവൾ നല്ല അമ്മയായി.

അച്ഛനമ്മമാരോടും ലീലാമണിയോടും അവൾ നീതിപാലിച്ചു. ലീലാമണിക്ക് സുഖമില്ലാതെ വന്നപ്പോൾ രാമുവിന്റെ അഭിപ്രായത്തിന് കാത്തുനിൽക്കാതെ വത്സലയെയും കൂട്ടി അവൾ ആശുപത്രിയിൽ എത്തിച്ചു. ഏറ്റവും നല്ല ചികിത്സ നൽകി. എന്തേ അമ്മയുടെ അസുഖവിവരം എന്നോട് പറഞ്ഞില്ല എന്ന് രാമു പരാതിപ്പെട്ടില്ല. അയാൾക്ക് അമ്മയോട് സ്നേഹക്കുറവ് ഉണ്ടായിരുന്നില്ല. ഉള്ളിന്റെയുള്ളിൽ അയാൾ അമ്മയെ അങ്ങേയറ്റം സ്നേഹിച്ചിരുന്നു. എന്നിട്ടും അമ്മയോടുള്ള കടമകൾ നിറവേറ്റാൻ അയാൾക്ക് കഴിഞ്ഞില്ല. ആശുപത്രിക്കിടക്കയിൽ ഒരു രാത്രി കൂട്ടിരിക്കാൻ പോലും അയാൾ വൈമുഖ്യം കാട്ടി. സൗമിനി അതിനും പരാതി പറഞ്ഞില്ല. താൻ തെരഞ്ഞെടുത്ത ജീവിതം ഒരു വലിയ തെറ്റായിരുന്നുവെന്ന് മറ്റുള്ളവർ പഴിക്കാനിട വരരുതെന്ന് അവൾ കർശനമായി നിഷ്കർഷിച്ചു. ആശുപത്രിയിലെ രോഗാതുരമായ അന്തരീക്ഷത്തിൽ പ്രതിരോധശേഷി കുറഞ്ഞ രണ്ട് കുഞ്ഞുങ്ങൾക്കൊപ്പം അവൾ ലീലാമണിക്ക് കൂട്ടിരുന്നു. എല്ലാം കണ്ടും കേട്ടും മൗനം പാലിച്ച ലീലാമണി ഒരു രാത്രി അവളുടെ മൂർദ്ധാവിൽ തലോടിക്കൊണ്ട് കണ്ണീരോടെ പറഞ്ഞു.

“നീയെന്റെ വയറ്റിൽ പിറന്നില്ലല്ലോ മോളെ....”

സൗമിനി കണ്ണീരിനിടയിലൂടെ പുഞ്ചിരിച്ചു.

“അതിനെന്താ ഞാൻ അമ്മയ്ക്ക് മോളായി ഒപ്പമില്ലേ...”

“ജീവിതത്തിലെ ഏറ്റവും വലിയ സമാധാനം അതാണ്...”

അനുഗ്രഹവർഷം പോലെ ആ വാക്കുകൾ അവൾ സ്വീകരിച്ചു. ലീലാമണി മകനെ കുറ്റപ്പെടുത്തിയില്ല. ആരെയും ശപിച്ചുമില്ല. അനിവാര്യമായ വിധി, ചില നഷ്ടങ്ങൾ ചില നേട്ടങ്ങളാക്കി പരിവർത്തിപ്പിക്കുന്നുവെന്ന് തിരിച്ചറിഞ്ഞു.

രാമു അമ്മയുടെ മനസ്സ് അറിയുന്നുണ്ടായിരുന്നില്ല. ആരെയും അയാൾ അറിയാൻ ശ്രമിച്ചില്ല. അഥവാ അയാൾക്ക് അതിന് കഴിഞ്ഞില്ല. സ്വന്തം മനസ്സിന്റെ പരിമിതവൃത്തങ്ങളിലെ കണക്കുകൂട്ടലുകളും വ്യഥകളും അസന്തുഷ്ടിക്കുമിടയിൽ അയാൾ ജീവിച്ചു. അതിന്റെ പരിധികൾ അതിര് കടന്നപ്പോൾ അയാൾ സൗമിനിയോട് തുറന്നു പറഞ്ഞു.

“ഈ ജീവിതം എനിക്ക് മടുത്തു. എനിക്ക് എന്റേതായ സ്വാതന്ത്ര്യം വേണം. സന്തോഷങ്ങൾ വേണം...”

“രാമുണ്ണ്യേട്ടൻ എന്താണ് ഉദ്ദേശിക്കുന്നത്? ഈ കുഞ്ഞുങ്ങൾ നമ്മുടെ സന്തോഷമല്ലേ? ഈ സൗകര്യങ്ങൾ...”

അയാൾ വെറുപ്പോടെ മുഖം കോട്ടി.

“ആയിരിക്കാം. അല്ലെന്ന് പറയുന്നില്ല. പക്ഷേ ഇതിനപ്പുറത്തും ചിലതൊക്കെയില്ലേ...”

"എന്നു വച്ചാൽ...? എനിക്കൊന്നും മനസിലാവുന്നില്ല..രാമുണ്ണ്യേട്ടന് എന്താണ് വേണ്ടതെന്നുവച്ചാൽ തെളിച്ചു പറ."

ഏറെസമയം ആലോചിച്ച് ഇരുന്ന ശേഷം അയാൾ പറഞ്ഞു.

"സത്യത്തിൽ അതും എനിക്കറിയില്ല."

സൗമിനി വല്ലാത്ത ഭാവത്തിൽ അയാളെ ആകമാനം ഒന്നു നോക്കി. എന്നിട്ട് പറഞ്ഞു.

"എനിക്ക് പേടി തോന്നുന്നു. രാമുണ്ണ്യേട്ടാ... ഇങ്ങക്ക് എന്തോ സംഭവിച്ചിട്ടുണ്ട്... നമുക്ക് ഒരു സൈക്കോളജിസ്റ്റിനെ പോയി കണ്ടാലോ. നമ്മൾ രണ്ടുപേരും മാത്രം അറിഞ്ഞാൽ മതി."

രാമു പൊട്ടിച്ചിരിച്ചു. ഉറക്കെയുറക്കെ ചിരിച്ചു. നിർത്തില്ലാത്ത ചിരി. പഴയ മൂന്നാംകിട വാണിജ്യസിനിമകളിലെ വില്ലനെയാണ് അവൾക്ക് ഓർമ്മ വന്നത്. അവൾക്ക് എന്നും പേടി സ്വപ്നമായിരുന്നു വില്ലൻവേഷം ചെയ്യുന്ന അത്തരം അഭിനേതാക്കൾ. ചിരി അടങ്ങി ശാന്തമായപ്പോൾ രാമു പറഞ്ഞു.

"നീ വിചാരിക്കുംപോലെ എനിക്ക് വട്ടൊന്നുമില്ല. അമിതാസക്തികൾ കൊണ്ടു നടക്കുന്നവരാണ് ഭ്രാന്തൻമാർ. ഞാൻ നിസ്സംഗനാണ്. ആസക്തി കളുടെ സ്വാധീനങ്ങളെ മറികടന്നവൻ. സർവസംഗപരിത്യാഗി. ഒന്നിലും മനസ്സിനെ ബന്ധിച്ച് നിർത്താതെ ജീവിക്കാൻ എനിക്ക് കഴിയും... എനിക്ക് വേണ്ടത് സ്വാതന്ത്ര്യമാണ്..."

"സ്വാതന്ത്ര്യം എന്ന് വച്ചാൽ രാമുവേട്ടന് സ്വന്തമായി ബിസിനസ് ചെയ്യണോ? അച്ഛന്റെ മേൽനോട്ടത്തിലല്ലാതെ..."

അയാൾ വീണ്ടും പഴയചിരിയിലേക്ക് മടങ്ങി വന്നു.

"നീ വീണ്ടും അർത്ഥമില്ലാതെ സംസാരിക്കുന്നു..."

"പിന്നെ...?"

സൗമിനി പുരികം ചുളിച്ചു.

"ആകാശത്തിലെ പറവകളെ കണ്ടിട്ടില്ലേ? വെള്ളത്തിലെ ചെറു മീനുകളെ കണ്ടിട്ടില്ലേ... കാട്ടിലെ മൃഗങ്ങളെ കണ്ടിട്ടില്ലേ? അവയെ ആരെങ്കിലും നിയന്ത്രിക്കുന്നോ? അവർ ജീവിക്കുന്നത് നിയമങ്ങൾ അനുസരിച്ചാണോ? ജീവജാലങ്ങളിൽ മനുഷ്യർക്ക് മാത്രമായി എന്തി നാണ് ഇതൊക്കെ..."

"അപ്പോൾ രാമുവേട്ടനും ഒരു മനുഷ്യനല്ലേ..?"

അതിനും അയാൾ ഉറക്കെ പൊട്ടിച്ചിരിച്ചു.

തന്റെ കൺമുന്നിൽ നിൽക്കുന്ന മനുഷ്യൻ തീർത്തും അന്യനും അപരിചിതനും അജ്ഞാതനുമാണെന്ന് സൗമിനിക്ക് തോന്നി.

പതിമൂന്ന്

അന്ന് ഞായറാഴ്ചയായിരുന്നു. അലസതയുടെ സൗമ്യതാളത്തിൽ കിടക്കയിൽ രാമു ചുരുണ്ടുകൂടി കിടന്നു. ചായയുമായി വന്ന സൗമിനിയുടെ കയ്യിൽ പതിവുപോലെ പത്രക്കടലാസുമുണ്ടായിരുന്നു. താത്പര്യരഹിതമായ ഭാവത്തോടെ രാമു പത്രം കയ്യിൽ വാങ്ങി ജനാലയ്ക്കടുത്തേക്ക് വച്ചു. ചായ ടീപ്പോയിൻമേൽ വയ്ക്കാൻ കൈ കൊണ്ട് നിർദ്ദേശം നൽകി. അയാൾ എസ് പോലെ വളഞ്ഞ് കിടക്കയിലേക്ക് ചുരുണ്ടുകൂടി കിടന്നു. കൈകൾ തുടകൾക്കിടയിലേക്ക് തിരുകി കിടക്കുന്നത് വാക്കുകൾകൊണ്ട് വിവരിക്കാൻ കഴിയാത്ത ഒരു സുഖമാണ് രാമുവിന്. പലരും സമാനമായ അനുഭൂതി പങ്ക് വച്ചത് കിടന്നകിടപ്പിൽ അയാൾ ഓർമ്മിച്ചു. അപ്പോഴാണ് മിനിക്കുട്ടി ചിണുങ്ങിക്കൊണ്ട് കയറി വന്നത്.

"സത്യത്തിൽ അങ്ങനെയൊരു ദേശമുണ്ടോ അച്ഛാ?"

അവൾ സംശയരൂപേണ ചോദിച്ചു.

അവളുടെ സാമീപ്യത്തിൽ എല്ലാ ക്ഷീണവും മറക്കുന്നതാണ് അയാളുടെ ശീലം. വാത്സല്യത്തിന് അലസതയെ മറികടക്കാനുള്ള പ്രത്യേക ശക്തിവിശേഷമുണ്ടെന്ന് അയാൾക്ക് തോന്നി.

രാമു തലയിണ ചാരി വച്ച് അതിന്മേൽ ചാഞ്ഞിരുന്നു.

മിനിക്കുട്ടി അയാൾക്കരികിലേക്ക് വന്ന് ചേർന്നിരുന്നു. രാമു വാത്സല്യാതിരേകത്തോടെ അവളുടെ മുടിയിഴകളിൽ തലോടി.

പിന്നെ പതുക്കെ മുഖം കുനിച്ച് കവിളിൽ ചുംബിച്ചു.

"ഛേ... ഈ അച്ഛന് രാവിലെ പല്ല് തേച്ചുകൂടെ?"

അവൾ എടുത്തടിച്ചതു പോലെ ചോദിച്ചു. അയാളുടെ മുഖം ചുളിഞ്ഞു. പരസ്യമായി നഗ്നനാഃക്കപ്പെട്ട ഒരുവന്റെ ജാള്യതയോടെ അയാൾ തലചൊറിഞ്ഞു.

"ശരിക്കും ഈ തസ്രാക്ക് എവിടെയാണ് അച്ഛാ?"

ആകാംക്ഷയുടെ അഗാധത നിഴലിക്കുന്ന കണ്ണുകൾ ഉയർത്തി അവൾ ആരാഞ്ഞു.

രാമു ഉറക്കെ ചിരിച്ചു.

"കാലത്തെ ഈ പുരാണകഥയൊക്കെ ആരാ നിന്നെ പറഞ്ഞു കേൾപ്പിച്ചത്. മുത്തശ്ശിയാണോ?"

"പുരാണകഥയല്ലച്ഛാ... നമ്മുടെ നാട്ടിലെ തസ്രാക്ക്... മലയാളം പറയുന്ന മനുഷ്യർ താമസിക്കുന്ന തസ്രാക്ക്."

"നീ സ്വപ്നം കണ്ടോ? കാലത്തെ തമാശപറയുന്നു..."

"തമാശയല്ലച്ഛാ... ദാ... എല്ലാം ഇതിലുണ്ട്..."

ജനലഴിയിൽ കൊരുത്തുവച്ചിരുന്ന പത്രം വലിച്ചെടുത്ത് അയാളുടെ നേർക്ക് നീട്ടിക്കൊണ്ട് അവൾ പറഞ്ഞു.

അത് ഒരു ഞായറാഴ്ച പതിപ്പായിരുന്നു.

രാമു ആകാംക്ഷയോടെ അതിന്റെ താളുകൾ മറിച്ചു. അതിലെ ചിത്രങ്ങളാണ് ആദ്യം കണ്ണിലുടക്കിയത്. ഉയരം കുറഞ്ഞ മനുഷ്യർ മാത്രം വസിക്കുന്ന ഒരു നാട്. അതിന്റെ വാസ്തുശിൽപ്പം ഒരു ദേവനഗരത്തോട് ചേർന്നു നിൽക്കുന്നതാണ്. ചുറ്റും വെള്ളത്താൽ ചുറ്റപ്പെട്ട ഒരു ദ്വീപാണത്. അവിടെ ആരും വിദ്യാലയങ്ങളിൽ പോകാറില്ല. കലാലയങ്ങൾ ഇല്ലെന്ന് തന്നെ പറയാം. അതിന്റെ പേരാണ് അയാളെ അതിശയിപ്പിച്ചത്.

മിനിക്കുട്ടി പറഞ്ഞതു പോലെ തസ്രാക്ക് എന്ന് തന്നെ. കാഴ്ചയിലും ഒരു സവിശേഷത അതിനുണ്ട്. ഇങ്ങനെയൊരു നാടിനെക്കുറിച്ച് ഇതിന് മുൻപൊരിക്കലും താൻ കേട്ടിട്ടില്ലല്ലോയെന്ന് വിസ്മയത്തോടെ അയാൾ ഓർത്തു.

അതിന്റെ വൈചിത്ര്യപൂർണ്ണമായ സവിശേഷതകൾ വായിക്കുന്തോറും അയാളെ ഭ്രമിപ്പിച്ചു. കണ്ണുകൾ അക്ഷരങ്ങളെ അനുധാവനം ചെയ്തു. അക്ഷരങ്ങൾ മനസിൽ വാങ്മയചിത്രങ്ങൾ വരച്ചു.

മുൻപ് കേട്ടുകേൾവിയില്ലാത്ത വിധം മൗലികമായിരുന്നു അവിടത്തെ രീതികൾ. അപൂർവത നിറഞ്ഞ അവരുടെ ആചാരങ്ങൾ അയാളെ അമ്പരപ്പിച്ചു. പെണ്ണുകാണാൻ പോകുന്ന ചെക്കനും പെണ്ണും കാരണവന്മാരുടെ സമ്മതത്തോടെ ഒരു രാത്രി ഒന്നിച്ച് കൂടും. ഇരുകൂട്ടർക്കും ആവശ്യമെങ്കിൽ പെണ്ണുകാണൽ ദിവസം തന്നെ ഇണചേരാനും അനുവാദമുണ്ട്. ആദ്യവേഴ്ചയിൽ ഇരുകൂട്ടരും തൃപ്തരായാൽ വിവാഹത്തിന് പച്ചക്കൊടി കാട്ടും. രണ്ടിലൊരാൾക്ക് അതൃപ്തി തോന്നിയാൽ പിന്മാറുകയും ആവാം.

രസാവഹവും കൗതുകകരവും വിചിത്രവും വിസ്മയഭരിതവുമായിരുന്നു ആചാരങ്ങളിൽ പലതും. പച്ചകലർന്ന തവിട്ടു നിറമായിരുന്നു ആണുങ്ങൾക്ക്. ഗോതമ്പിന്റെ നിറം പെണ്ണുങ്ങൾക്കും.

അവിടെ ക്ഷേത്രങ്ങളില്ല. മറ്റ് ആരാധനാലയങ്ങളില്ല. പൂർവപിതാമഹന്മാരാണ് അവർക്ക് തത്കാലദൈവങ്ങൾ. അവരുടെ എണ്ണച്ഛായാചിത്രം വരച്ച് ചുവരിൽ തൂക്കും. ജീവിച്ചിരിക്കുന്നവർ സങ്കടങ്ങൾ ഉണർത്തിക്കുന്നതും സഹായം തേടുന്നതും അവരോടാണ്. എന്നാൽ മനുഷ്യാതീതമായ ഒരു ദൈവികസാന്നിദ്ധ്യം തങ്ങളുടെ ജീവിതത്തെയും ചലനങ്ങളെയും സ്വാധീനിക്കുന്നുണ്ടെന്ന് അവർ വിശ്വസിക്കുന്നു. എന്നെങ്കിലും ഒരിക്കൽ ആ വിശുദ്ധരൂപം തങ്ങൾക്ക് പ്രത്യക്ഷീഭവിക്കുമെന്ന് അവർ ഉറച്ച് വിശ്വസിക്കുന്നു. ദൈവം അവർക്ക് അനന്തമായ

ആകാംക്ഷയാണ്. അജ്ഞേയവും വിദൂരവുമായ സ്വപ്നമെങ്കിലും സമീപ സ്ഥമായ സാന്നിദ്ധ്യമാണ്.

അതിന്റെ രൂപം അവർ സങ്കല്പിക്കുന്നില്ല. പക്ഷേ ഒരു രൂപം ഉണ്ടാവുമെന്ന് അവർ പ്രതീക്ഷിക്കുന്നു.

ഇന്ദ്രജാലത്തെക്കുറിച്ച് അവർക്ക് കേട്ടുകേൾവി പോലുമില്ല. അവർക്ക് അവരുടേതായ തനത്കലാരൂപങ്ങൾ, പാട്ടുകൾ... അങ്ങനെ തങ്ങളുടെ പരിമിതികളുടെ ദൈന്യതയിലാണ് അവരുടെ ആഹ്ലാദം നുരയ്ക്കുന്നത്.

ആ ദേശം നേരിൽ കാണാനുള്ള അദമ്യമായ ആകാംക്ഷ രാമുവിനെ ഭരിച്ചു. തസ്രാക്ക് ഭാഷയ്ക്കൊപ്പം മലയാളം സംസാരിക്കുന്നവരും അവിടുണ്ട്. കേരളത്തിന്റെ അതിർത്തിയോട് ചേർന്നു കിടക്കുന്നതു കൊണ്ടാവാം അങ്ങനെ സംഭവിച്ചത്. രാമുവിനെ അത്ഭുതപ്പെടുത്തിയത് മറ്റൊന്നുമല്ല.ഇങ്ങനെയൊരു ദേശത്തെക്കുറിച്ച് ചരിത്രകാരന്മാരോ സർക്കാരോപോലും പരാമർശിച്ചു കേട്ടിട്ടില്ല. മാധ്യമങ്ങളുടെ കണ്ണെത്തിയിട്ടില്ല. അപൂർവവും വിചിത്രവുമായ ആചാരങ്ങളും ജീവിതരീതികളും നിലനിൽക്കുന്ന ദേശം. പുറംലോകവുമായി കാര്യമായ ബന്ധങ്ങളില്ലാത്ത ലോകം. അവർക്ക് അവരുടേത് മാത്രമായ നിയമങ്ങളും രീതികളും.

താൻ കാത്തിരുന്ന നൂതനമായ ലോകം ഇതാണെന്ന് രാമുവിന് തോന്നി. അവിടെ എത്തിപ്പെടാനുള്ള അദമ്യമായ ആഗ്രഹം അയാളെ മഥിച്ചു. പക്ഷേ വഴി അറിയില്ല. വഴി അറിയുന്നവർ പോലുമില്ല. പക്ഷേ ആവശ്യമാണ് സൃഷ്ടിയുടെ മാതാവ്. ഒരിടത്ത് എത്തിപ്പെടണമെന്ന തീവ്രമായ അഭിവാഞ്ഛയ്ക്ക് മുന്നിൽ മറ്റൊന്നും ഒരു തടസമല്ല. അവിടെ എത്തിപ്പെടുക തന്നെ ചെയ്യും. താത്വികമായി അങ്ങനെയൊക്കെ സമാശ്വസിച്ചാലും യഥാർത്ഥത്തിൽ അവിടേക്കുള്ള മാർഗം അജ്ഞാതമായി തന്നെ തുടർന്നു. ഉത്സാഹാതിരേകത്തോടെ അയാൾ ഓർത്തു. ആ പത്രവാർത്ത എഴുതിയ ലേഖകന് എന്തായാലും വഴി അറിയാതിരിക്കില്ല. എത്തിയേ തീരൂ എന്ന് അതിതീവ്രമായി അഭിലഷിക്കുന്ന ഒരു ലക്ഷ്യത്തിലേക്ക് അയാൾ മനസ്സുകൊണ്ട് നടന്നടുത്തു. സ്വപ്നങ്ങളിൽ തസ്രാക്ക് അയാളെ കൂട്ടിക്കൊണ്ടുപോയി. പത്രവാർത്തയിൽ കാണാത്ത പലതും അവിടെ കണ്ടു. ആ സമാന്തരലോകം ഒരു മോഹമായി അയാളുടെ മനസ്സിൽ വളർന്നു. എല്ലാം ഉപേക്ഷിച്ച് ആ മണ്ണിൽ ചെന്നെത്താനുള്ള ആഗ്രഹം അയാളുടെ ഓരോ അണുവിനെയും ആഴത്തിൽ സ്പർശിച്ചു.

ആ രാത്രി രാമുവിന് ഉറക്കം വന്നില്ല. സൗമിനി ഗാഢനിദ്രയിലാണെന്ന് കൂർക്കംവലിയിൽ നിന്നും അയാൾ മനസ്സിലാക്കി. അവളുടെ മുഖത്തേക്ക് അയാൾ സൂക്ഷിച്ചു നോക്കി. കണ്ണീർപ്പാട് ഉണങ്ങിയ കവിളുകൾ. ഒരുപാട്

വേദനകൾ അവൾ ഉള്ളിൽ ഒതുക്കുന്നുണ്ട്. ചിലപ്പോഴൊക്കെ തന്റെ അസാന്നിദ്ധ്യത്തിൽ രഹസ്യമായി തേങ്ങാറുമുണ്ട്. പക്ഷേ തന്റെ മുന്നിൽ അവൾ ഒന്നും ഭാവിക്കില്ല. ഏതെങ്കിലും തരത്തിൽ വിഷമം അനുഭവിക്കുന്ന ഒരാളാണെന്ന് തീരെ ഭാവിക്കില്ല. അതാണ് തന്നെ തളർത്തിക്കളയുന്നത്. അവൾ ഉറക്കെ ഒന്ന് ശാസിച്ചിരുന്നെങ്കിൽ, നേരിയ തോതിലെങ്കിലും പരിഭവിച്ചിരുന്നെങ്കിൽ, വായിൽ കൊള്ളാത്ത രണ്ട് ചീത്ത വിളിച്ചിരുന്നെങ്കിൽ, എങ്കിൽ തനിക്ക് ഇത്രയും വിഷമം തോന്നുമായിരുന്നില്ല. അവളുടെ മൗനം ക്രൂരമാണ്. മൂർച്ചയേറിയതും. തന്നെ കുത്തിക്കൊല്ലാൻ, മുറിവിൽനിന്ന് രക്തം ഒഴുക്കാൻ കഴിയുന്ന, മാരക പ്രഹരശേഷിയുള്ള ഒന്നാണ് ആ മൗനം.

ദുർബലനും നിസ്സഹായനുമായ ഒരു ഭർത്താവിനെ വേൾക്കേണ്ടി വന്ന ഒരു പെൺകുട്ടി, ഒന്നും പുറമെ ഭാവിക്കാതെ തന്റെ വിധിക്ക് നിശ്ശബ്ദം കീഴടങ്ങുന്നു.

തനിക്കറിയാം. എല്ലാ അർത്ഥത്തിലും ഈ വീട്ടിൽ താൻ അന്യനാണ്. എല്ലാവരും തന്നെ സഹിക്കുകയാണ്. സ്നേഹിക്കുന്നതായി ഭാവിക്കുകയാണ്. അവരുടെ താത്കാലികമായ സമാധാനത്തിന് വേണ്ടി. ജീവിതത്തിന്റെ താളം നിലനിർത്തുന്നതിനു വേണ്ടി. കച്ചവടത്തിന് കൊള്ളാത്ത തന്നെ ഒപ്പം കൂട്ടുമ്പോഴും സൗമിനിയുടെ അച്ഛന്റെ മനസ്സ് തന്നെ വെറുക്കുന്നുണ്ട്. കാര്യപ്രാപ്തിയില്ലാത്ത ഒരുവനെ സഹിക്കേണ്ടിവരുന്നതിലുള്ള അസഹ്യത അയാളുടെ മനസ്സിന്റെ കോണുകളിൽ പതിയിരിപ്പുണ്ട്. പുറമെ അനിഷ്ടം പ്രകടിപ്പിക്കാതെ ശ്രദ്ധിക്കുമ്പോഴും സൗമിനിയുടെ അമ്മ മനസ്സുകൊണ്ട് തന്നെ ശപിക്കുന്നുണ്ട്. മകൾക്ക് ലഭ്യമാകേണ്ടിയിരുന്ന വലിയ ഒരു ബന്ധവും സാദ്ധ്യതകളും താൻ കാരണമാണ് ഇല്ലാതായത്. സ്വന്തം അമ്മയ്ക്കുപോലും ഉള്ളിന്റെയുള്ളിൽ താനൊരു ബാധ്യതയാണ്. നന്നായി സംരക്ഷിക്കുകയും പരിചരിക്കുകയും ചെയ്യാൻ കഴിയുന്ന, സ്നേഹം പ്രകടിപ്പിക്കാനും നൽകാനും ശേഷിയുള്ള മക്കളെ കാണുമ്പോൾ അത്തരമൊന്ന് സ്വന്തം വയറ്റിൽ പിറന്നില്ലല്ലോയെന്ന് അവർ ഉള്ളുകൊണ്ടെങ്കിലും പരിതപിക്കും.ഇതൊക്കെ സാധാരണവും മനുഷ്യസഹജവുമാണ്. പ്രണയമാണ് തന്നെ കുരുക്കിയത്. അനർഹമായ ഒരു ലോകത്ത് വന്നുപെടാൻ ഇടയാക്കിയത്. ക്ഷണിക്കാതെ വന്നു കയറിയ വിരുന്നുകാരന്റെ ജാള്യതയും ആത്മനിന്ദയും സഹിച്ച് ജീവിക്കുന്നതിലും ഭേദം പലായനമാണ്. പ്രണയിച്ച് ഒപ്പം കൂട്ടിയ പെണ്ണിനെ പാതിവഴിയിൽ ഉപേക്ഷിച്ച് കടന്നുകളയുന്നതിലെ നൈതികത എന്താണെന്ന് മനസ്സാക്ഷി രാമുവിനോട് ചോദിച്ചു. അതിനും അയാൾക്ക് ഉത്തരമുണ്ടായിരുന്നു.

പ്രണയം നിലനിൽക്കുമ്പോൾ മാത്രമാണ്, ആ അനുഭവതലത്തിലൂടെ കടന്നുപോകുമ്പോൾ മാത്രമാണ് ആ വാക്ക് വിവക്ഷിക്കുന്ന അർത്ഥവും

സൗന്ദര്യവും പ്രകാശവും പ്രസരിക്കുന്നുള്ളൂ. തന്റെയും സൗമിനിയുടെയും ജീവിതത്തിൽനിന്ന് പ്രണയം എന്നേക്കുമായി ഒഴിഞ്ഞു പോയിരിക്കുന്നു. ഉത്തരവാദിത്തപൂർണമായ ഒരു ജീവിതം നയിക്കുന്നതിലാണ് അവളുടെ മുഴുവൻ ശ്രദ്ധയും. സൗമിനി ഇന്ന് ഒരു കേവല പ്രണയിനിയല്ല. അവൾ രണ്ട് കുട്ടികളുടെ അമ്മയാണ്. ഒരു കുടുംബത്തിന്റെ നാഥയാണ്. ദുർബലനായ ഒരു ഭർത്താവിന്റെ ചുമതലയുടെ അധികഭാരം കൂടി ഏറ്റെടുത്ത് നടത്താൻ വിധിക്കപ്പെട്ടവളാണ്. ഒരേ സമയം രണ്ട് അമ്മമാരുടെ ആകുലതകൾ ചുമക്കാൻ ബാധ്യസ്ഥയാണ്. അതിനിടയിൽ എന്ത് പ്രണയം?

തന്നെ സംബന്ധിച്ച് താത്കാലികമായ ഒരു ഭ്രമം മാത്രമായിരുന്നു പ്രണയം. സൗമിനിയുടെ രൂപഭംഗിയോട് തോന്നിയ ഒരാകർഷണം. അവളുടെ മാംസമൃദുലതകളോട് തോന്നിയ ആസക്തി. അതിനെ പ്രണയം എന്ന് വിളിക്കാനാവുമോ? പുതുമ മങ്ങുമ്പോൾ അത് സ്വാഭാവികമായി കെട്ടടങ്ങുന്നു. വായനശാലയിൽ നിന്ന് കടമെടുത്ത് വായിച്ച പുസ്തകത്തിലെ വരികൾ ഓർമ്മ വരുന്നു.

“പ്രണയം കുന്നുകയറും പോലെയാണ്. ഉച്ചിയിലെത്തുന്നതോടെ അതിന്റെ കൗതുകം അവസാനിച്ചു.”

അത് നശ്വരമായ പ്രണയത്തിന്റെ കഥ. എന്നാൽ ജരാനരകൾ ബാധിച്ച ശേഷവും യൗവനകാലത്തേക്കാൾ തീവ്രവും ആവേശകരവുമായി പ്രണയിച്ചവരില്ലേ? ശരീരത്ത് ഒന്ന് സ്പർശിക്കുക പോലും ചെയ്യാതെ പ്രണയിച്ചവർ. പരസ്പരം കാണാതെ പ്രണയിച്ചവർ. അവരുടെ സ്നേഹം മനസ്സിലായിരുന്നു. മനസിനേക്കാൾ വലിയ ഒരു സത്യമുണ്ടോ?

പെട്ടെന്ന് രാമു ചിന്തകൾക്ക് പൂർണ്ണവിരാമമിട്ടു. ഈയിടെയായി ചിന്തകൾ കാട് കയറുന്നു. ഒരു വിഷയകേന്ദ്രീകൃതമായി തുടങ്ങും. പല വിഷയങ്ങളിലേക്ക് തെന്നിനീങ്ങും. ചിന്തകൾപോലും ഒന്നിലും ഉറച്ചുനിൽക്കുന്നില്ല. മനസ്സ് അലസമായി പാറി നടക്കുന്നു.

വിരക്തമായ മനസ്സ് സ്വയം തീർക്കുന്ന പ്രതിരോധമോ രക്ഷാകവചമോ ആവാം ഈ ചാഞ്ചാട്ടങ്ങൾ. ഇതിൽ നിന്നും മോചനം നേടാൻ ഒരു മാർഗമേയുള്ളു. പലായനം..! നിലനിൽക്കുന്ന സാഹചര്യങ്ങളിൽ നിന്നുള്ള മാറ്റം.

പലായനം ഏറ്റവും വലിയ രക്ഷാകവചമാണ്. എല്ലാറ്റിൽ നിന്നും സ്ഥിരമോ അസ്ഥിരമോ ആയ ഒളിച്ചോടൽ. അത് നൽകുന്ന മാനസിക സുഖവും സുരക്ഷിതത്വബോധവും അപാരമാണ്.

നമ്മുടെ ജീവിതം കൊണ്ട് കുറഞ്ഞപക്ഷം നമുക്കെങ്കിലും ഗുണം വേണം. ആർക്കും വേണ്ടാത്ത, ഒന്നിനും കൊള്ളാത്ത ഒരു ജന്മം. എല്ലാവരാലും അപഹസിക്കപ്പെട്ട് ആരുടെയോക്കെയോ ദയാവായ്പിനും

ഔദാര്യത്തിനും വിധേയനായി ഒരു ജീവിതം. ഇത് അവസാനിപ്പിക്കാൻ സമയമായി എന്ന് രാമുവിന് തോന്നി. പക്ഷേ എങ്ങനെ? ആത്മഹത്യ യാണ് എല്ലാത്തിൽനിന്നും പെട്ടെന്ന് രക്ഷപ്പെടാനും ഒളിച്ചോടാനുമുള്ള പോംവഴി. പക്ഷേ അതിനും തനിക്ക് ധൈര്യമില്ല. ജീവിതം അവസാനി പ്പിക്കാൻ സഹായിക്കുന്ന പല മാർഗങ്ങളെക്കുറിച്ച് ചിന്തിച്ചു. വിഷം, തൂക്കു കയർ, റെയിൽപ്പാളം... ഓരോന്നും അനുഭവതലത്തിൽ വരുമ്പോൾ സംഭവിക്കാനിടയുള്ള കാര്യങ്ങൾ മനസ്സിൽ സങ്കൽപ്പിച്ചു. ജീവനും മരണ ത്തിനുമിടയിൽ പിടയുന്ന തീവ്രവേദനയുടെ നിമിഷങ്ങൾ. തിളച്ച വെള്ള ത്തിൽ ചാടിയ പൂച്ചയുടെ ചിത്രം മനസ്സിൽ വന്നു. രാമുവിന് വല്ലാത്ത അസഹ്യത തോന്നി. മരണം ജീവിതത്തേക്കാൾ ശ്രമകരമാണ്. ഭയാ നകവും. വേണ്ട, തത്കാലം അതിനെക്കുറിച്ച് ആലോചിക്കുകപോലും വേണ്ട.

പിന്നെന്താണ് ഒരു പോംവഴി. ഈ നാടും സാഹചര്യങ്ങളും അത് തന്നിൽ അടിച്ചേല്പിക്കുന്ന ഉത്തരവാദിത്തങ്ങളിൽ നിന്നും മോചനം വേണം.

പെട്ടെന്ന് കഴിഞ്ഞ ദിവസം പത്രത്തിൽ കണ്ട വാർത്ത മനസ്സിലേക്ക് കയറി വന്നു. ഒരു വെളിപാടുപോലെയായിരുന്നു അത്. ഒരു നിമിത്തം. തന്റെ നിയോഗത്തിന്റെ ഏതോ വേരുകൾ പൂണ്ട് കിടക്കുന്ന ഒരു മണ്ണ് മാടി വിളിക്കും പോലെ. യാത്രയ്ക്കുള്ള വഴി അറിയില്ല. പരിചിതരില്ല. ഭാഷപോലും അറിയില്ല. മലയാളം സംസാരിക്കുന്നവരുണ്ടെങ്കിലും തസ്രാക്ക് ഭാഷയാണ് അവിടെത്ത മുഖ്യ ആശയവിനിമയമാർഗം. എന്നിട്ടും അജ്ഞാതവും വിചിത്രവും ഒറ്റപ്പെട്ടതുമായ ആ ദ്വീപിലേക്ക് എത്തിപ്പെടാൻ രാമുവിന്റെ മനസ്സ് തീവ്രമായി അഭിലഷിച്ചു.

കൈയിൽ കിട്ടിയ ഉടുപ്പുകൾ, അത്യാവശ്യ വഴിച്ചെലവിനുള്ള പണം... അതുമാത്രം ഒരു തുകൽബാഗിലേക്ക് അടുക്കി വച്ചു. നിദ്രയുടെ സുഖ കരമായ പരിലാളനയിൽ അമർന്നു കിടക്കുന്ന സൗമിനിയെയും കുഞ്ഞു ങ്ങളെയും മാറി മാറി നോക്കി. കൂടുതൽ സമയം അവിടെ നിന്നാൽ സ്വന്തം തീരുമാനങ്ങൾ മാറിമറിഞ്ഞേക്കാമെന്ന് അയാൾ ഭയന്നു.

തിരിഞ്ഞു ശബ്ദമുണ്ടാക്കാതെ നടന്നു. ശബ്ദം തീരെ പുറത്തുകേൾ ക്കാതെ കതകിന്റെ ഓടാമ്പൽ എടുത്തു.

ഇരുട്ടിൽ വികാരങ്ങളില്ലാത്ത ഒരുവനെപോലെ തീർത്തും നിസ്സംഗ നായി അയാൾ നടന്നു. അപമാനങ്ങളും അവഹേളനങ്ങളും പരിചിതരും ഇല്ലാത്ത ഒരു നാട്ടിൽ എത്തിപ്പെടുക മാത്രമായിരുന്നു ലക്ഷ്യം.

കാസർകോട് വണ്ടിയിറങ്ങിയത് ഓർമ്മയുണ്ട്. അവിടെനിന്ന് സുൽ ത്താൻ ബത്തേരിക്ക്. ഇനിയങ്ങോട്ട് ബസ് സർവീസുകളില്ല. ഒരു ചരക്ക് ലോറിയിൽ കിലോമീറ്ററുകളോളം യാത്ര ചെയ്തത് വഴിയുടെ അവസാനം

എന്ന് പറയാവുന്ന ഒരു വിജനപ്രദേശത്ത് എത്തി. അവിടെ നിന്നങ്ങോട്ട് വാഹനഗതാഗതമില്ല.

രണ്ട് വഴികളാണുള്ളത്. ഒന്ന് ചെന്നു നിൽക്കുന്നത് ഒരു കായലിലേക്കാണ്. മറ്റൊന്ന് കൊടുംകാട്ടിലേക്കും. ജനവാസത്തിന്റെ വിദൂരസൂചന പോലുമില്ലാത്തവിധം ഭീതിദമായ വന്യത നിറഞ്ഞ കാട്. വന്യമൃഗങ്ങളുടെ ആവാസകേന്ദ്രമാണെന്ന് ഒറ്റനോട്ടത്തിൽ അറിയാം. മരണത്തേക്കാൾ കടുത്ത ഇരുട്ട് വീണുകിടക്കുന്ന കാട്. നിലാവിന്റെ നേരിയ പാടവീണു കിടക്കുന്നതു കൊണ്ട് മാത്രമാണ് കാടാണെന്ന് പോലും തിരിച്ചറിയാൻ കഴിയുന്നത്. അയാൾ മറുവഴിയിലുടെ അതിദ്രുതം നടന്ന് കായൽക്കരയിലെത്തി. മുനിഞ്ഞ് കത്തുന്ന ഒരു വഴിവിളക്കും വിജനതയിൽ ആരെയോ കാത്തിരിക്കുന്ന ഒരു കടത്തുകാരനും മാത്രം ദൃശ്യമായി. ആ കടത്ത്വഞ്ചിയിലായിരുന്നു തുടർയാത്ര. നാലുപാടും വെള്ളത്താൽ ചുറ്റപ്പെട്ട ഒരു ദ്വീപിലേക്കായിരുന്നു ജലയാത്ര. ആളെയിറക്കി പണവും വാങ്ങി കടത്തുകാരൻ മടങ്ങിപ്പോയി. രാമുണ്ണി പല സംശയങ്ങൾ ചോദിച്ചെങ്കിലും അയാൾ ഒന്നിനും മറുപടി പറഞ്ഞില്ല. അയാൾ മൂകനും ബധിരനുമാണോ എന്ന് പോലും സംശയിച്ചു. കടത്തുകൂലി എത്രയെന്ന ചോദ്യത്തിനും മറുപടിയുണ്ടായില്ല. ഒരു തുണ്ടുകടലാസിൽ തുക കുറിച്ച് കൈയിൽ തന്നു. വഞ്ചിയിൽ താനൊഴികെ യാത്രികർ ആരും തന്നെ ഉണ്ടായില്ല എന്നതും രാമുവെ അദ്ഭുതപ്പെടുത്തി. ദ്വീപും പുറംലോകവുമായി കാര്യമായ സമ്പർക്കം ഒന്നുംതന്നെയുണ്ടാവില്ലെന്ന് അയാൾ ഊഹിച്ചു. പത്രവാർത്തയിലും അങ്ങനെയായിരുന്നല്ലോ സൂചിപ്പിച്ചിരുന്നത്.

കടത്ത് ഇറങ്ങി കരയിൽ എത്തിയ രാമു ചുറ്റുപാടും കണ്ണോടിച്ചു.

നേരം പുലർന്നു തുടങ്ങിയിരുന്നു. കുതിരവണ്ടിയിലും രഥങ്ങളിലും പല്ലക്കുകളിലുമായി ആളുകൾ യാത്ര ചെയ്യുന്നു. ഏതോ പൗരാണിക കാലത്ത് ചെന്നുപെട്ട പ്രതീതി അനുഭവപ്പെട്ടു രാമുവിന്. കെട്ടിടങ്ങളുടെ വാസ്തുവിദ്യ പോലും പൗരാണികശൈലിയിലുള്ളതായിരുന്നു.

ലക്ഷ്യമില്ലാത്ത നടത്തത്തിനിടയിൽ സമീപത്ത്കൂടി നടന്നുപോയ തദ്ദേശ നിവാസികളെ രാമുണ്ണി ശ്രദ്ധിച്ചു. കാഴ്ചയിൽ കുറുകിയവരാണ് ഏറെയും. ചിലർ അസാധാരണമാംവിധം ഉയരംകൂടിയവർ. എല്ലാവരുടെയും കൃതാവ് നീട്ടിയിരിക്കുന്നു. മുടിയിഴകൾ നാട്ടിലെ സ്പൈക്കുകളെ പോലെ എഴുന്നു നിൽക്കുന്നു.

വലിയ മുലയുള്ള പെണ്ണുങ്ങളാണ് ഏറെയും. പ്രായം കുറഞ്ഞ പെൺകുട്ടികളുടെ മുലകൾക്ക് അത്ര വലിപ്പമില്ല. എന്നാൽ അവ വസ്ത്രം തുളഞ്ഞ് ഇറങ്ങും എന്ന് തോന്നിക്കുംവിധം എഴുന്ന് നിൽക്കുന്നു. ഭൂമിശാസ്ത്രത്തിലെന്ന പോലെ ശരീര ശാസ്ത്രപരമായ പ്രത്യേകളിലും മൗലികത പ്രകടമായിരുന്നു. അവർ സംസാരിക്കുന്നത് മലയാളമാണെങ്കിലും തമിഴ്-കന്നട-തുളു ഭാഷയുടെ സ്പർശം അതിലുണ്ടായിരുന്നു.

പ്രഥമശ്രവണമാത്രയിൽ അതിന്റെ ആന്തരാർത്ഥം ഗ്രഹിക്കുക അനായാസമല്ല.

രാമുണ്ണിയെ യഥാർത്ഥത്തിൽ അലട്ടിയത് ഇതൊന്നുമായിരുന്നില്ല. അപരിചിതമായ നാട്, അവ്യക്തമായ ഭാഷ, ലക്ഷ്യരഹിതമായ ആഗമനം.... തുടർന്നുള്ള ജീവിതം ഇനി എങ്ങനെയെന്ന് അയാൾ സ്വയം ചോദിച്ചു. അയാൾക്ക് അതിന് ഉത്തരമില്ലായിരുന്നു. അച്ഛൻ പതിവായി പറയുന്ന വാക്കാണ് പെട്ടെന്ന് മനസ്സിലേക്ക് വന്നത്.

"വാ കീറിയ ദൈവം ഇരയും തരും."

പ്രായോഗിക തലത്തിൽ അങ്ങനെ സമാധാനിക്കാൻ പഴുതുകളില്ലായിരുന്നു. അനിശ്ചിതവും ആശങ്കാകുലവുമായ ജീവിതാവസ്ഥ അയാളെ വല്ലാത്ത ഒരു മാനസികനിലയിലെത്തിച്ചു. ഇങ്ങോട്ട് വരേണ്ടിയിരുന്നില്ലെന്ന് പോലും തോന്നി. പക്ഷേ ചില അനിവാര്യതകളെ ചെറുക്കാൻ മനുഷ്യന് കഴിയില്ല. രാമുണ്ണിക്ക് നിയതി കല്പിച്ച ചില ദൗത്യങ്ങളുണ്ട്. അത് സാധിതമാവാൻ യോജിച്ച ഭൂമിക ഒരുപക്ഷേ ഇതായിരിക്കാം.

അങ്ങനെ സമാശ്വസിക്കുമ്പോഴും അജ്ഞേയമായ വിധിക്ക് കാത്തിട്ടെന്ന പോലെ അലക്ഷ്യമായി എങ്ങോട്ടെന്നില്ലാതെ അയാൾ നടന്നു.

പതിന്നാല്

ആ പകൽ മുഴുവൻ രാമുണ്ണി തെരുവിലൂടെ അലഞ്ഞു. ഒരു വിചിത്ര ജീവിയെ എന്ന പോലെ ആളുകൾ അയാളെ തുറിച്ചുനോക്കി. തങ്ങളുടെ രൂപഭാവങ്ങളിൽനിന്ന് പാടെ വിഭിന്നനായ ഒരാൾ വന്നുപെട്ടതിന്റെ വിസ്മയം അവരുടെ മുഖത്തുനിന്നും വായിച്ചെടുക്കാമായിരുന്നു. അത് മനസ്സിലായിട്ടും ഒന്നും അറിയാത്ത ഒരാളെ പോലെ അയാൾ തല കുമ്പിട്ട് നടന്നു. ചില മുഖങ്ങൾ തന്നെത്തന്നെ തുറിച്ചു നോക്കുന്നതു കണ്ട് അയാൾ അവരെ നോക്കി ചിരിച്ചു. ചിരിക്ക് ഭാഷയില്ലല്ലോ? അവരിലൊരാൾ ചോദിച്ചു.

"ആരാണ് നിങ്ങൾ? എവിടെ നിന്ന് വരുന്നു?"

രാമു സ്വന്തം നാടും വ്യക്തിത്വവും വെളിപ്പെടുത്തി.

"എന്തിനാണ് ഈ നാട്ടിലേക്ക് വന്നത്?"

അയാൾ വീണ്ടും ചോദിച്ചു.

"അറിയില്ല."

രാമുവിന്റെ മറുപടി അയാളുടെ മുഖത്ത് അമ്പരപ്പ് നിറച്ചു.

കൂടുതൽ ചോദ്യങ്ങൾ വരും മുൻപ് രാമു അതിന് വിശദീകരണം നൽകി.

"ഞങ്ങളുടെ നാട്ടിലെ വർത്തമാനപത്രങ്ങളിൽ ഈ നാടിനെക്കുറിച്ച് വായിച്ചു. അപ്പോൾ ഒരു കൗതുകം തോന്നി. അങ്ങനെ വന്നതാണ്."

ആ മറുപടി ചോദ്യകർത്താവിന് ബോധിച്ചു എന്ന് തോന്നി. അയാൾ പിന്നീട് ഒന്നും ചോദിച്ചില്ല. യാത്ര പറഞ്ഞ് പിരിയും മുൻപ് അയാൾ ചോദിച്ചു.

"ഈ നാട്ടിൽ എന്ത് ചെയ്യാൻ പോകുന്നു?"

രാമു അതിന് മറുപടി പറഞ്ഞില്ല. ആ ചോദ്യം അയാൾ അയാളോട് തന്നെ ചോദിച്ചുകൊണ്ടേയിരുന്നു.

ഉത്തരമില്ലാത്ത ചോദ്യങ്ങളും സന്ദേഹങ്ങളുമായി രാമു യാത്ര തുടർന്നു.

മാർഗമധ്യേ അയാൾ ഒരു പെൺകുട്ടിയെ കണ്ടു. കരിനീല നിറമായിരുന്നു അവൾക്ക്. പുരാണകഥയിലെ കാർവർണ്ണനെയാണ് അയാൾക്ക് ഓർമ്മവന്നത്. അയാൾ വിസ്മയത്തോടെ നോക്കുന്നത് കണ്ട് അവൾ ചോദിച്ചു.

"മലാക്ക് സൂഡക്ക് തദാമിനാനുഗി?"

ഏത് ഭാഷയാണ് ഈ പെൺകുട്ടി പറയുന്നത്?

രാമു അന്തംവിട്ട് ചുറ്റും നോക്കി. സഹായത്തിന് ആരുംതന്നെ അവിടെ ഉണ്ടായിരുന്നില്ല. അല്ലെങ്കിൽ തന്നെ മലയാളം അറിയുന്ന ആരെങ്കിലും ഈ നാട്ടിലുണ്ടാവുമെന്ന് എന്താണ് ഉറപ്പ്. പെൺകുട്ടി ചോദ്യം ആവർത്തിച്ചുകൊണ്ടേയിരുന്നു. അവൾ ഉച്ചത്തിൽ കയർത്ത് സംസാരിക്കുന്നതു പോലെ തോന്നി.

"ഞാൻ... ഞാൻ മലയാളിയാണ്. കുട്ടി പറയുന്നത് എനിക്ക് മനസ്സിലാവുന്നില്ല?"

"കാഗസ്?"

അവൾ വീണ്ടും ആവർത്തിച്ചു. "മലാക്ക് സൂഡക്ക് തദാമിനാനുഗി?"

അയാളുടെ നിസ്സഹായത തിരിച്ചറിഞ്ഞിട്ടാവും വഴിപോക്കരിൽ ഒരാൾ സഹായത്തിനെത്തി.

"നിങ്ങൾ പെൺകുട്ടികളെ കണ്ടിട്ടില്ലേ എന്നാണ് അവൾ ചോദിക്കുന്നത്?"

അയാൾ ചിരിച്ചു.

"അങ്ങനെ ചോദിക്കാൻ കാരണം?"

"ഇയാൾ ആ കുട്ടിയെ തുറിച്ചുനോക്കിയിട്ടുണ്ടാവും"

"ഉവ്വ്. ഈ നിറമുള്ള പെൺകുട്ടികൾ ഞങ്ങളുടെ നാട്ടിൽ ഇല്ല."

വൃദ്ധൻ പെൺകുട്ടിയുടെ അടുത്തു ചെന്ന് ചെവിയിൽ എന്തോ മന്ത്രിച്ചു. തനിക്കു വേണ്ടി മാപ്പ് ചോദിച്ചതാവാമെന്ന് രാമു ഊഹിച്ചു.

അവൾ അയാളെ രൂക്ഷമായൊന്ന് നോക്കി തിരിഞ്ഞു നടന്നു

"ഏത് ഭാഷയാണ് ആ കുട്ടി സംസാരിച്ചത്?"

ആകാംക്ഷയോടെ രാമു ചോദിച്ചു.

"അത് ഈ നാട്ടുഭാഷയാണ്. തസ്രാക്കിൽ ജനിച്ചു വളർന്നവർ മാത്രമാണ് ഈ ഭാഷ സംസാരിക്കുന്നത്. ബാക്കിയുള്ളവരൊക്കെ കേരളത്തിൽ നിന്നും കുടിയേറി പാർത്തവരാണ്. അവർക്ക് നന്നായി മലയാളം സംസാരിക്കാൻ കഴിയും."

"അപ്പോൾ ഈ നാട് കേരളത്തിന്റെ ഭാഗമല്ലേ?"

രാമുവിന് ആകാംക്ഷ വർദ്ധിച്ചുകൊണ്ടേയിരുന്നു.

"അല്ല. ഇത് ഒറ്റപ്പെട്ട ദ്വീപാണ്. ഇവിടെ ഭരണസംവിധാനങ്ങൾ ഒന്നും തന്നെയില്ല. നീതിയും ന്യായവും നടപ്പാക്കുന്നത് നാട്ടുകൂട്ടങ്ങളാണ്. നാട്ടുതലവൻ വിധി പറയും. അതിന് എതിർവാക്കില്ല."

"ആരാണ് നാട്ടുതലവൻ...?"

"രായവർ എന്ന് പറയും. തലമുറകളായി ഇവിടെ ജനിച്ചു വളർന്നവർ. തസ്രഭാഷ സംസംസാരിക്കുന്നവർ. പക്ഷേ മലയാളം കേട്ടാൽ മനസ്സിലാവും"

"അപ്പോൾ ഈ നാടിന്റെ പേര്?"

"തസ്രാക്ക് എന്ന് പറയും. കേരളത്തിൽ പാലക്കാടും സമാനനാമത്തിലുള്ള ഒരു ഗ്രാമമുണ്ട്. ഇത് അതല്ല. തനി തസ്രാക്ക്..."

"ഒരേ പേരിലുള്ള വേറെയും ഗ്രാമങ്ങൾ കേരളത്തിലുണ്ട്.."

രാമു തന്റെ പരിമിതമായ അറിവ് പങ്ക് വച്ചു.

വൃദ്ധൻ അവനോട് ആഗമനോദ്ദേശം ചോദിച്ചറിഞ്ഞു. രാമു എല്ലാം വിശദീകരിച്ചു. വൃദ്ധൻ അവനെ നാട്ടുതലവന്റെ അടുത്ത് എത്തിക്കാമെന്ന് വാഗ്ദാനം ചെയ്തു.

നാട്ടിൽ പിടിച്ചുനിൽക്കാനുള്ള രീതികളും അയാൾ വിശദീകരിച്ചു. അമാനുഷികസിദ്ധികളിലും അസാധാരണമായ ശക്തിവിശേഷങ്ങളിലും അന്ധമായി വിശ്വസിക്കുന്നവരാണ് തദ്ദേശവാസികൾ.

നൂറുകണക്കിന് മിത്തുകളും ചരിത്രയാഥാർത്ഥ്യങ്ങളും പരസ്പരം കൂടിക്കുഴഞ്ഞു കിടക്കുന്നു. പലതും അവിശ്വസനീയമെന്ന് തോന്നും. മിത്തുകളേക്കാൾ അവിശ്വസനീയമാണ് ചരിത്രം. അയഥാർത്ഥമെന്ന് മറ്റുള്ളവർക്ക് തോന്നും. പക്ഷേ അവയിൽ പലതും ഓലയിൽ എഴുതിച്ചേർത്ത് തസ്രാക്ക് നിവാസികൾ സൂക്ഷിക്കുന്ന ചരിത്രസത്യങ്ങളാണ്.

അവരുടെ ജീവിതരീതികളും ആചാരാനുഷ്ഠാനങ്ങളും രാമുണ്ണിയെ ശരിക്കും അതിശയിപ്പിച്ചു. ഇന്നേവരെ അയാൾക്ക് കേട്ടുകേൾവിയില്ലാത്ത കാര്യങ്ങളായിരുന്നു അതൊക്കെ. പത്രത്താളുകളിൽ ഇക്കാര്യങ്ങളൊന്നും അവർ പരാമർശിച്ചിരുന്നില്ല. ഭാഗികമായ സത്യങ്ങൾ മറച്ചുവച്ച് ഭാഗികമായി മാത്രം വിവരങ്ങൾ വെളിപ്പെടുത്തുന്ന ഏർപ്പാടാണോ മാധ്യമപ്രവർത്തനം എന്ന് പോലും രാമുവിന് തോന്നി.

വൃദ്ധൻ പറഞ്ഞ വിവരങ്ങളിൽ ചിലത് ഒരു മുത്തശ്ശിക്കഥ കേൾക്കുന്ന കൗതുകത്തോടും ആകാംക്ഷയോടും ചിലപ്പോഴൊക്കെ ജുഗുപ്സയോടുമാണ് അയാൾ കേട്ടത്.

പണ്ട്കാലത്ത് ഷഡ്പദങ്ങളെയാണ് പോലും തസ്രക്ക് നിവാസികൾ പ്രധാനമായി ഭക്ഷിച്ചിരുന്നത്. വണ്ട്, പാറ്റ, പുഴു... എന്നിവയ്ക്ക് അപാരമായ രുചിയാണെന്ന് അവർ പറയുന്നത്. അയാൾക്ക് കേട്ടപ്പോൾ തന്നെ ഓക്കാനം വന്നു. കേവലരുചിക്കപ്പുറം അവ കഴിച്ചാൽ ആയുസ് വർദ്ധിക്കുമെന്നാണ് പഴമക്കാരുടെ മതം. കുറഞ്ഞത് 200 ഉം 300 ഉം വർഷം ജീവിച്ചിരിക്കാൻ കഴിയും പോലും. അത് തെളിയിക്കാനായി വൃദ്ധൻ ചില മുതുമുത്തശ്ശൻമാരെയും മുത്തശ്ശികളെയും പരിചയപ്പെടുത്തിത്തന്നു. അവരിൽ പലരും 200നും 300നും ഇടയിൽ പ്രായമുള്ളവരാണ്.

പാമ്പ്, അട്ട, പുഴു, പഴുതാര... എന്നിവയും അവർ ഭക്ഷിച്ചിരുന്നു. അസുഖങ്ങൾക്ക് ഏറ്റവും വലിയ ഒറ്റമൂലിയായിരുന്നു പെരുമ്പാമ്പുകളുടെ മാംസം.

തസ്രക്കിൽ പലർക്കും അസുഖങ്ങളേ വരാറില്ല പോലും. അതിന്റെ കാരണമാണ് വിചിത്രം. അസാധാരണമാം വിധം രോഗപ്രതിരോധശേഷിയുള്ള ഒരു ദിവ്യൗഷധം അവരിൽ ചിലരെങ്കിലും ഉപയോഗിച്ചിരുന്നു. ജനിച്ച കുഞ്ഞുങ്ങളുടെ മാംസം. അവിഹിതഗർഭം ധരിച്ച് വഴിയിൽ ഉപേക്ഷിക്കപ്പെട്ട കുട്ടികളെയാണ് ഇതിന് ഉപയോഗിച്ചിരുന്നത്. ഭൂമിയിലെ ഏറ്റവും രുചിയുള്ള ഭക്ഷണവസ്തു ഇതാണെന്ന് പറയപ്പെടുന്നു.

നൂറാംവയസ്സിലും പതിനേഴുകാരന്റെ ലൈംഗികശേഷി നിലനിർത്തുന്നവരാണ് പോലും തസ്രക്കിലെ പുരുഷന്മാർ. കോഴിയുടെ കാലുകൾ വെന്ത സൂപ്പ് കഴിച്ചാണ് ഇവർ ലൈംഗികശേഷി ഒരേ അനുപാതത്തിൽ നിലനിർത്തുന്നത്.

വൈചിത്ര്യങ്ങളും വൈരുദ്ധ്യങ്ങളും അത്യപൂർവതകളും നിറഞ്ഞ ഈ നാട്ടിൽ പക്ഷേ ഒരു ഐന്ദ്രജാലികൻ ഇതുവരെ എത്തിയിട്ടില്ല. നമ്മുടെ നാട്ടിലെ ഇന്ദ്രജാലക്കാർ ഇവർക്ക് കേട്ടറിവുകൾ മാത്രമാണ്.

സാധ്യതകളുടെ ഭൂമി തന്റെ മുന്നിൽ തെളിഞ്ഞു വരുന്നതായി രാമുണ്ണിക്ക് തോന്നി. ഇവർക്ക് അറിയാത്തതും തനിക്ക് അറിയുന്നതുമായ വിദ്യകൾ അയാളുടെ മനക്കണ്ണാടിയിൽ തെളിഞ്ഞു.

വൃദ്ധൻ രാമുണ്ണിയെ നാട്ടുതലവന്റെ മുന്നിൽ എത്തിച്ചു. അയാളുടെ അനുയായി ഉണ്ണിക്കോരനും സമീപത്തുണ്ടായിരുന്നു. മലയാളിയാണ് കോരൻ. അസാധ്യ ബുദ്ധിശാലി, തന്ത്രശാലി. തസ്രക്കിൽ ഗുരുജി എന്ന വിളിപേരിലാണ് അയാൾ അറിയപ്പെടുന്നത്. അയാൾ മനസ്സ് വച്ചാൽ തസ്രക്കിൽ ഒരാളുടെ ജാതകം തെളിഞ്ഞു. നാട്ടുതലവന്റെ മുന്നിൽ മാത്രമല്ല മുഴുവൻ തദ്ദേശവാസികളുടെയും മനസിൽ അയാൾക്ക് അപാര മായ സ്വാധീനമാണ്. നാട്ടുതലവൻ പോലും തസ്രക്കിൽ സ്വന്തം പ്രഭാവം നിലനിർത്തുന്നത് ഗുരുജിയുടെ പിൻബലം ഒന്നുകൊണ്ട് മാത്രമാണ്.

"നമ്മുടെ നാട്ടുഭാഷയിൽ പറഞ്ഞാൽ അഭിനവചാണക്യൻ എന്നൊക്കെ വിശേഷിപ്പിക്കാം."

യാത്രയ്ക്കിടയിൽ വൃദ്ധൻ തസ്രക്കിലെ സാഹചര്യങ്ങളെ സംബ ന്ധിച്ച് രാമുണ്ണിക്ക് ഒരു മുൻകൂർ ധാരണ നൽകി.

"എനിക്ക് ഈ നാട് ഇഷ്ടമായി. ഇവിടത്തെ രീതികൾ, ആചാരങ്ങൾ, മനുഷ്യർ... എല്ലാം എന്നെ ആകർഷിച്ചു. നിങ്ങളിലൊരാളായി എനിക്ക് ഇവിടെ ജീവിക്കണം."

"ഗഷാബു സലാഷ് സോയുചിനമു?"

നാട്ടുതലവന്റെ ചോദ്യം കേട്ട് രാമുണ്ണിയുടെ കണ്ണുതള്ളി.

ഒരു ദ്വിഭാഷിയുടെ വിരുതോടെ ഗുരുജി ഉടനടി പരിഭാഷപ്പെടുത്തി.

"അതിന് നിനക്ക് എന്ത് തൊഴിലറിയാം എന്നാണ് തലവൻ ചോദി ക്കുന്നത്."

"സത്യം പറഞ്ഞാൽ ഒന്നും അറിയില്ല."

രാമുണ്ണി കൈമലർത്തി.

"സഢേഷ് ബൊഗാലും നകമു സോയുചിനമു?"

ഗുരുജി തിരിച്ചും പരിഭാഷപ്പെടുത്തി.

തലവൻ അടുത്ത ചോദ്യം ഗുരുജിയുടെ കാതിൽ മന്ത്രിച്ചു.

"പിന്നെ നീ എങ്ങനെ ഇവിടെ ജീവിക്കും?"

"അറിയില്ല."

തലവൻ ഗർജ്ജിച്ചു.

"അറിയില്ല, അറിയില്ല എന്ന് ഏത് വിഡ്ഢിക്കും പറയാൻ സാധിക്കും. അറിയണം. അറിയാം എന്ന് പറയുന്നതാണ് മനുഷ്യലക്ഷണം. നിനക്ക് അറിയാവുന്നതൊന്നുമില്ലേ?"

വലിയ ശബ്ദത്തിൽ രോഷം പതഞ്ഞുയർന്ന വിധത്തിലായിരുന്നു അയാളുടെ പ്രതികരണം.

കഴിവുകെട്ടവൻ എന്ന സഹതാപം കൊണ്ട് ഈ നാട്ടിൽ ജീവിക്കുക

സാധ്യമല്ലെന്ന് രാമുണ്ണി തിരിച്ചറിഞ്ഞു. വലിയ ഒരു സാധ്യത തത്കാലം പിടിവള്ളിയാക്കാമെന്ന് അയാൾ നിശ്ചയിച്ചു.

രാമു വായുവിൽ കൈ ഉയർത്തി ചില മന്ത്രജപങ്ങൾ ഉരുവിട്ടു. പിന്നെ കൈകൾ പല തവണ ചുരുട്ടുകളും നിവർത്തുകയും ചെയ്തു. ശൂന്യമായ കൈകൾ അയാൾ എല്ലാവർക്കും മുന്നിൽ പ്രദർശിപ്പിച്ചു. വീണ്ടും അടച്ച് നിവർത്തുമ്പോൾ അയാളുടെ കൈയിൽനിന്നും വർണ്ണക്കടലാസുകൾ ഉയർന്നുപൊങ്ങി. രണ്ടാമത്തെ കൈയും അയാൾ ശൂന്യമാക്കി വീണ്ടും മന്ത്രജപങ്ങൾ ഉരുവിട്ടു. വീണ്ടും അടച്ച് നിവർത്തുമ്പോൾ അവയിൽ നിന്നും വെള്ളരിപ്രാവുകൾ ഉയർന്നു പറന്നു.

മിഴിച്ച കണ്ണുകളുമായി തലവനും ഗുരുജിയും നിന്നു. വൃദ്ധൻ നാവിറങ്ങിയതു പോലെ നിന്നു. തലവന്റെ പിന്നിലായി നിന്ന പെൺകുട്ടിയെ നിർബന്ധപൂർവം വലിച്ചിഴച്ച് തന്റെ അടുത്തേക്ക് കൊണ്ടുവന്ന് തറയിൽ മലർത്തി കിടത്തി. ഭിത്തിയിൽ ചാരിവച്ച വാൾ വലിച്ചൂരി വായുവിൽ വീശി. അവളുടെ ശിരസ് ചിതറിത്തെറിക്കുന്നതും ശരീരം പിടയുന്നതും കണ്ടു. ഒരു തുള്ളി ചോര പുറത്തേക്ക് തെറിച്ചില്ല. രാമു നിലത്ത് കുനിഞ്ഞിരുന്ന് ശിരസ്സും കബന്ധവും പരസ്പരം ചേർത്തു വച്ചു. തത്ക്ഷണം അത് പൂർവസ്ഥിതി പ്രാപിച്ചു. പെൺകുട്ടി ഓടിച്ചെന്ന് തലവന്റെ പിന്നിൽ അഭയം പ്രാപിച്ചു.

"ബഡുവാ..."

അവൾ നീട്ടി വിളിച്ചു

"ഗോധി..." തലവൻ വാത്സല്യപൂർവം മകളുടെ ശിരസ്സിൽ തലോടി കവിളിൽ ചുംബിച്ചു.

മകളുടെ മേലുള്ള പിടിവിട്ട് തലവൻ മുന്നോട്ട് നടന്നു വന്ന് രാമുണ്ണിക്ക് മുന്നിൽ കൈകൂപ്പി. പിന്നെ കുനിഞ്ഞ് ആ പാദങ്ങളിൽ നമസ്കരിച്ചു. രാമു ഞെട്ടി പിന്നാക്കം മാറി. ഗളച്ഛേദമാണ് അയാൾ പ്രതീക്ഷിച്ചത്. ലഭിച്ചത് സർവാദരം. അതിന്റെ അർത്ഥമറിയാതെ അന്തംവിട്ട് നിൽക്കുമ്പോൾ വൃദ്ധൻ അവന്റെ കാതിൽ മന്ത്രിച്ചു.

"ഇവിടെ ചിലവാകുന്ന വിദ്യ നീ പ്രയോഗിച്ചു. നീ മിടുക്കനാണ്. നീയാണ് മിടുക്കൻ."

നീണ്ടുനിന്ന കരഘോഷങ്ങളുടെ ശബ്ദം കേട്ട് രാമുണ്ണി വീണ്ടും നടുങ്ങി. ഗുരുജി ഉൾപ്പെടെ ചുറ്റും നിന്ന എല്ലാവരും കൈയടിക്കുന്നു. ഗുരുജി തലവന്റെ കാതിൽ മന്ത്രിച്ചു.

"ഗഡേയ്, സോനമ്... നമുതാ... സാകുവിലു"

അത് എന്താണെന്ന അർത്ഥത്തിൽ രാമു വൃദ്ധനെ നോക്കി.

"ചെക്കൻ നിസ്സാരക്കാരനല്ല... എന്നാണ് അയാൾ പറയുന്നത്."

രാമു ആശ്വാസത്തോടെ നെടുവീർപ്പിട്ടു.

തലവൻ പുച്ഛത്തോടെ ചിറികോട്ടി. തനിക്ക് അപ്രാപ്യമായ ഒരു കഴിവിനെ പെട്ടെന്ന് അംഗീകരിക്കാനുള്ള വിമുഖത രാമു അയാളുടെ മുഖത്തു കണ്ടു. പക്ഷേ തലവന്റെ മനസ്സിൽ അവനറിയാതെ അവൻ ഒരു വിഗ്രഹമായി മാറുകയായിരുന്നു.

തലവൻ ഗുരുജിയെ വിളിച്ച് മാറ്റി നിർത്തി എന്തൊക്കെയോ അടക്കം പറയുന്നത് വൃദ്ധനും രാമുവും കണ്ടു. രാമുണ്ണിയുടെ ഹൃദയസ്പന്ദനങ്ങൾക്ക് വേഗത വർദ്ധിച്ചു. ആശങ്കയോടെ അവൻ വൃദ്ധനെ നോക്കി.

"ഒന്നുകിൽ നിന്റെ ജീവിതം തെളിയും. ഇല്ലെങ്കിൽ നീ അവസാനിക്കും. എന്തായാലും രണ്ടിലൊന്ന് ഉടനെ അറിയാം."

രാമു ഒന്ന് നടുങ്ങി. പുതുമകളിലേക്ക് എത്തിപ്പെട്ടതിന്റെ ഉത്സാഹം കെട്ടു. അജ്ഞാതവും അപരിചിതവുമായ ഒരു ഭൂമിക നൽകുന്ന അരക്ഷിതബോധം ഒരു നിമിഷംകൊണ്ട് അയാളെ വല്ലാതെ ഉലച്ചു. സുരക്ഷിതത്വത്തിന്റെ ചിമിഴിൽനിന്ന് വല്ലാത്ത ഒരു ആശങ്കയുടെ തുരുത്തിലെത്താൻ തോന്നിച്ച നിമിഷത്തെ അയാൾ ശപിച്ചു.

ഒരാളുടെ ഭാഗധേയം മാറിമറിയാൻ നിമിഷങ്ങൾ മതി. പക്ഷേ വിധിനിയന്താതാവിന്റെ-അങ്ങിനെയൊരാൾ ഉണ്ടെങ്കിൽ-തീരുമാനങ്ങളെ സ്വാധീനിക്കുന്ന ഘടകങ്ങളും അതിന്റെ നിയമങ്ങളും രാമുവിന് അജ്ഞാതമായിരുന്നു.

ആകാംക്ഷയ്ക്ക് അധികം ആയുസ്സ് ഉണ്ടായില്ല. ഗുരുജി അടുത്തേക്ക് വന്ന് അവന്റെ തോളിൽ കൈയിട്ടു. പിന്നെ ചേർത്തുപിടിച്ച് അല്പദൂരം നടന്നു. ഇരുട്ടറ പോലെ ഒരു മുറിയിലേക്ക് അവൻ ആനയിക്കപ്പെട്ടു. അവിടെങ്ങും വൈദ്യുതി ഇല്ലായിരുന്നുവെന്ന് രാമു ശ്രദ്ധിച്ചു. എന്നാൽ വൈദ്യുതവിളക്കുകളെ വെല്ലുന്ന പ്രകാശത്താൽ സമ്പന്നമായിരുന്നു മുറികൾ. അലങ്കാരസമൃദ്ധമായ നെയ്‌വിളക്കുകളിൽ നിന്ന് തേജോമയമായ പ്രകാശധാര ഒഴുകിക്കൊണ്ടേയിരുന്നു. ഇരുട്ടറപോലെ തോന്നിച്ച മുറിയിൽ മുനിഞ്ഞു കത്തുന്ന ഒരു ചെറുതിരി മാത്രം അവശേഷിച്ചു. പാതി വെളിച്ചവും പാതി ഇരുട്ടും നിറഞ്ഞ ആ അന്തരീക്ഷത്തിലിരുന്ന് ഗുരുജി അവനോട് സംസാരിച്ചു തുടങ്ങി.

"നിന്റെ പേര് എനിക്കറിയില്ല. നാടറിയില്ല. ജീവിതസാഹചര്യങ്ങൾ ഒന്നുമറിയില്ല. ഒന്ന് എനിക്കറിയാം. നീ എന്റെ നാട്ടുകാരനാണ്. സമാനമായ ഭാഷകൊണ്ട് നമുക്ക് സംവദിക്കാൻ എളുപ്പമാണ്. ആ ഇഷ്ടം, അടുപ്പംകൊണ്ട് ഞാൻ പറയുകയാണ്. നീ ഭാഗ്യവാനാണ് മോനെ. നിന്റെ ഭൂതകാലത്തിന് ഇനി പ്രസക്തിയില്ല. പ്രവചനാതീതമാംവിധം അഥവാ അതിശയകരമായ വലിയ ഭാവിയും സാദ്ധ്യതകളുമാണ് നിന്നെ കാത്തിരിക്കുന്നത്. നീ എനിക്കൊപ്പം നിന്നു തന്നാൽ മതി. ബാക്കിയെല്ലാം ഞാൻ ചെയ്തു തരാം."

രാമു ഒന്നും മനസ്സിലാകാത്ത മട്ടിൽ അന്തംവിട്ടു നിന്നു. ഗുരുജി ചിരിച്ചു.

“ഞാൻ പറയുന്നത് നിനക്ക് പിടികിട്ടുന്നില്ല അല്ലേ..? ഇരിക്കൂ...”

പീഠം പോലെ തോന്നിച്ച തടികൊണ്ട് നിർമ്മിച്ച ഇരിപ്പിടത്തിൽ രാമു ഇരുന്നു. എതിർവശത്തെ ചാരുകസാര പോലെയുള്ള എന്നാൽ ആടുന്ന ഇരിപ്പിടത്തിൽ ഗുരുജിയും ഇരുന്നു. അയാളുടെ മുഖം ഗൗരവതരമാകുന്നത് അവൻ കണ്ടു. പതിഞ്ഞ ശബ്ദത്തിൽ അയാൾ സംസാരിച്ചു തുടങ്ങി.

“നിന്റെ ജീവിതം മാറിമറിയുകയാണ്. നിനക്കോ എനിക്കോ സ്വപ്നം കാണാൻ കഴിയാത്ത ഒരവസ്ഥയിലേക്ക് നീയും ഞാനും ഈ നാടും പരിണമിക്കുകയാണ്. ഇത് ആരും പറഞ്ഞു തന്നതല്ല. എന്റെ മനസ്സാക്ഷി എന്നോട് മന്ത്രിക്കുന്നതാണ്. നമ്മൾ അകക്കണ്ണ് എന്നൊക്കെ പറയാറില്ലേ. അതുപോലെ... ഇന്നേവരെ എന്റെ കണക്ക്കൂട്ടലുകൾ പിഴച്ച ചരിത്രമില്ല. ഇതും മറിച്ചാവാൻ വഴിയില്ല. എന്താണ് ഞാൻ പറഞ്ഞു വരുന്നതെന്നാവും നീ ആലോചിക്കുന്നത്? എല്ലാം കാത്തിരുന്ന് കാണുക. പറഞ്ഞറിയുന്നതിനേക്കാൾ നല്ലതല്ലേ കണ്ടറിയുന്നത്...”

രാമുവിന് അദ്ഭുതവും ഭയവും തോന്നി. ഇതെന്താ ഭ്രാന്തന്മാരുടെ നാടോ? വിചിത്രമായ ആഹാരങ്ങളും പെരുമാറ്റങ്ങളും ജീവിതരീതികളും ഭാഷയും. മലയാളിയെന്ന് പറയുന്ന ഇയാളുടെ പോലും സംഭാഷണത്തിൽ എവിടെയൊക്കെയോ ചില അസ്വാഭാവികതകൾ.

ഗുരുജി അവന്റെ അന്തരംഗം വായിച്ചിട്ടെന്നപോലെ ഇരിപ്പിടത്തിൽ നിന്നും എണീറ്റു. അവനും എണീക്കാൻ ഒരുങ്ങിയപ്പോൾ അയാൾ പറഞ്ഞു.

“ഇരിക്കൂ... ആ പീഠത്തിൽ ചമ്രം പടഞ്ഞിരിക്കൂ...”

അവൻ അനുസരിച്ചു. ഗുരുജി മുറിയിലെ അലമാരയിൽ നിന്നും കർപ്പൂരത്തട്ട് എടുത്ത് അഗ്നിവിരിയിച്ചു. അവന്റെ മുഖത്തിന് ചുറ്റും മൂന്ന് തവണ ഉഴിഞ്ഞു. പിന്നെ പ്രവചനത്തിന്റെ ദൃഢഗാംഭീര്യത്തോടെ പ്രതിവചിച്ചു.

“ഈ നിമിഷം മുതൽ നീ മനുഷ്യനല്ല. ദൈവമാണ്... ദൈവം...”

രാമു വൈദ്യു താഘാതമേറ്റതു പോലെ ഒന്ന് പിടഞ്ഞു.

ഇത് തനി ഭ്രാന്ത് തന്നെ. അവൻ ഉള്ളിൽ പിറുപിറുത്തു.

“എനിക്ക് ഭ്രാന്താണെന്ന് നിനക്ക് തോന്നുന്നുണ്ടാവാം. എല്ലാ വലിയ ദൗത്യങ്ങളുടെയും സ്രോതസ് ചില ഭ്രാന്തൻ ആശയങ്ങളിൽ നിന്നാണ് മകനേ...”

വാത്സല്യത്തോടെയാണ് അയാൾ പറഞ്ഞു നിർത്തിയത്. രാമു

മനസ്സിലാക്കാൻ കഴിയാത്ത അനുഭവങ്ങളുടെ അർത്ഥം തിരഞ്ഞ് തലപുകച്ചു. ഗുരുജി വീണ്ടും അവന്റെ സന്ദേഹങ്ങൾക്കുള്ള മറുപടിയായി.

“വിഡ്ഢികളുടെ സ്വർഗമാണ് ഈ ദേശം. അല്പജ്ഞനായ ഞാൻ ഇവർക്ക് ഗുരുജിയാണ്. തസ്ര ഭാഷയിൽ മർദ്ദു എന്ന് പറയും. ഗുരു എന്ന് അർത്ഥം. അപരിമേയ അജ്ഞതയാണ് ഇവരെ നയിക്കുന്നത്. ഇന്ദ്രജാലം എന്ന കല ഇവർക്ക് കേട്ടുകേൾവി പോലുമില്ല. എല്ലാ വിസ്മയങ്ങളും സംഭവിക്കുന്നത് അജ്ഞതയിൽ നിന്നാണ്. അത് മുതലാക്കി മുന്നേറുന്നതിലാണ് ബുദ്ധിമാന്റെ വിജയം. ഈ നാട്ടിൽ മറ്റെല്ലാമുണ്ട്. ഇല്ലാത്തത് ഒന്നുമാത്രമാണ്. ദൈവം...! അതുകൊണ്ട് ഇനി ഞങ്ങൾക്ക് ഒരു ദൈവം വേണം. നിനക്ക് അങ്ങനെയാകാനുള്ള എല്ലാ യോഗ്യതയുമുണ്ട്. നീ പ്രദർശിപ്പിക്കുന്ന അദ്ഭുതവിദ്യകൾ ഒരു തട്ടിപ്പാണെന്ന് എനിക്ക് മനസ്സിലായി. ഒരു കലയാണെന്നും വേണമെങ്കിൽ പറയാം. പക്ഷേ അതേക്കുറിച്ച് അറിയുന്ന ഒരാൾപോലും ഈ നാട്ടിലില്ല. അവർക്ക് മുന്നിൽ നീ ദൈവമാണ്. ശൂന്യതയിൽനിന്ന് അദ്ഭുതങ്ങൾ വിരിയിക്കാൻ കെൽപ്പുള്ള അതിമാനുഷൻ. ഒരു ജനതയുടെ നിലനില്പിനും വളർച്ചയ്ക്കും വേണ്ടി നിന്നോട് ഞാൻ യാചിക്കുകയാണ്. നീ ഞങ്ങൾക്ക് ദൈവമാകണം. അതിലൂടെ ഈ നാട് വികസിക്കും. ഇതരനാട്ടുകാർ ഈ നാട്ടിലേക്ക് ഒഴുകിയെത്തും.”

“നിങ്ങൾ പറയുന്നതിന്റെ യുക്തി എനിക്ക് മനസ്സിലാകുന്നില്ല”

“ഇതിൽ മനസ്സിലാക്കാൻ ഒന്നുമില്ല. മനുഷ്യമനസ്സുകൾ ദുർബലമാണ്. പുറമെ കരുത്തരെന്ന് ഭാവിക്കുന്നവർ ഉള്ളിൽ കൂടുതൽ ദൗർബല്യം പേറുന്നവരാണ്. അവർക്ക് ആശ്രയിക്കാൻ ഒരു ബിംബം വേണം. വെറുതെ ഒരു കൽവിഗ്രഹം പണിതുവച്ചാൽ അവർ വിശ്വസിക്കണമെന്നില്ല. അതിന് ഒരു രൂപം വേണം. ജീവൻ വേണം. നീയാണ് അതിന് യോജിച്ച രൂപം. ആശ്രയിക്കാൻ എന്തെങ്കിലും ലഭിച്ചില്ലെങ്കിൽ ഞങ്ങളുടെ അടുത്ത തലമുറ മുഴുവൻ മാനസികരോഗികളായി പോകും. കാരണം അത്രയ്ക്ക് പ്രശ്നസങ്കീർണ്ണമായ നാളുകളാണ് ഇനി വരാൻ പോകുന്നത്.”

രാമു എല്ലാം കേട്ടു നിന്നു. അയാൾക്ക് ഒന്നും മനസ്സിലായില്ല. മനസ്സിലാകാതെയിരുന്നുമില്ല.

അനിവാര്യമായ വിധി തനിക്ക് മുന്നിൽ അരങ്ങൊരുക്കുകയാണെന്ന് അയാൾക്ക് ഉറപ്പായിരുന്നു. രംഗവേദി തയ്യാറായിക്കഴിഞ്ഞു. നാടകവും വേഷഭൂഷാദികളും സംഭാഷണംപോലും ആരൊക്കെയോ തയ്യാറാക്കിയേക്കാം. നിന്നുകൊടുക്കുക എന്നത് മാത്രമാണ് തന്റെ ദൗത്യം. ഒരേ സമയം ഭയവും കൗതുകവും തോന്നി. ദൈവമായി അഭിനയിക്കാൻ പാടുണ്ടോ?

പൂജാമുറിയിൽ ദൈവരൂപങ്ങൾ സ്ഥാപിക്കുന്നത് കൂടി ദോഷമാണെന്നാണ് മുത്തശ്ശി പറഞ്ഞു കേട്ടിട്ടുള്ളത്.

അതേസമയം മനുഷ്യനിൽനിന്ന് വിഭിന്നമായ, അമാനുഷികമായ ഒരവസ്ഥയുടെ വൈചിത്ര്യപൂർണ്ണമായ സാഹചര്യങ്ങളിലൂടെ കടന്നുപോകാൻ അയാളുടെ മനസ്സ് അഭിലഷിച്ചു. പുതുമകളാണ് ജീവിതത്തെ മുന്നോട്ട് നയിക്കുന്നത്. അതുവരെ അറിയാത്ത പ്രതലത്തിലൂടെ സഞ്ചരിക്കാനുള്ള ത്വര. അതിന്റെ സുഖവും സന്തോഷവും കൗതുകവും അനുഭവിക്കാനുള്ള അഭിവാഞ്ഛ. അതിന്റെ പാരമ്യതയിൽ രാമു സ്വയം ഒരു തീരുമാനമെടുത്തു. ഇനി ദൈവമാകുക തന്നെ. അതിനായി മാനസികവും ശാരീരികവുമായി ഒരുങ്ങേണ്ടതുണ്ട്.

"അതേക്കുറിച്ച് നീ വ്യാകുലപ്പെടേണ്ടതില്ല. അതിനുള്ള പോംവഴികൾ ഞാൻ പറഞ്ഞു തരാം..."

"ഇതൊക്കെ ഗുരുജിക്ക് എങ്ങനെ അറിയാം?"

"ഇവർ കാണാത്ത ലോകങ്ങൾ ഞാൻ കണ്ടിട്ടുണ്ട്. ഇവർക്ക് അറിയാത്ത സാധ്യതകളെക്കുറിച്ചുള്ള അവബോധവും എനിക്കുണ്ട്. നീ നിന്നു തന്നാൽ മതി. നിനക്ക് ദൈവമാകാം. എനിക്ക് ദൈവത്തെ സൃഷ്ടിച്ചവനുമാകാം"

അതും പറഞ്ഞ് അയാൾ ഉറക്കെ ചിരിച്ചു.

"ദൈവത്തെ സൃഷ്ടിക്കുകയോ?"

രാമുവിന് അത് പുതിയ അറിവായിരുന്നു. അതിന്റെ ഉത്തരവും അയാൾ തന്നെ പറഞ്ഞുതന്നു.

"സൃഷ്ടിപ്രക്രിയയാണ് ഏറ്റവും വലിയ അനുഭൂതി. അത് തലമുറകളെ സൃഷ്ടിക്കുമ്പോൾ മാത്രമല്ല കലാസൃഷ്ടിയിലും ദൈവസൃഷ്ടിയിലും എല്ലാറ്റിലും അനുഭവവേദ്യമാണ്. അതീതനാവുന്നതിന്റെ മനസ്സുഖം പറഞ്ഞാൽ നിനക്ക് മനസ്സിലാവില്ല"

രാമു ആലോചനയോടെ നിന്നപ്പോൾ ഗുരുജി പറഞ്ഞു.

"മൗനമാണ് ഏറ്റവും ഫലപ്രദമായ ആയുധം. ശുദ്ധാത്മാക്കൾ വാചാലരാവും. ബുദ്ധിമാന്മാർ മിതഭാഷികളും. അധികം സംസാരിച്ചാൽ നാം സ്വയം വെളിപ്പെടും. അതുകൊണ്ട് ഏത് സാഹചര്യത്തിലും നീ കഴിയുന്നത്ര മൗനം പാലിക്കുക. നിനക്കു വേണ്ടി ഞാൻ സംസാരിച്ചു കൊള്ളാം. അല്ലെങ്കിലും ദൈവങ്ങൾ സംസാരിക്കുന്നത് നീ കേട്ടിട്ടുണ്ടോ?"

ഗുരുജി പറയുന്നതിന്റെ ഭാഗികമായ അർത്ഥം രാമുവിന് വെളിപ്പെട്ടു തുടങ്ങി.

നിന്നുകൊടുക്കാൻ അയാൾ തീരുമാനിച്ചു. ജീവിതത്തിന് ഏതോ അദൃശ്യതലങ്ങളിൽ ആരോ എഴുതപ്പെട്ട വഴികളും തീരുമാനങ്ങളുമുണ്ടെങ്കിൽ അതിന് വിധേയനാകുക എന്നല്ലാതെ മനുഷ്യന് മുന്നിൽ മറ്റെന്ത് വഴിയാണുള്ളത്?

പതിനഞ്ച്

പുറത്ത് എന്തോ ആരവം കേട്ട് ഗുരുജി കാതോർത്തു. പിന്നെ രാമുവിന്റെ കൈകളിൽ ബലമായി അമർത്തിപ്പിടിച്ച് അയാൾ നടന്നു. വലിച്ചിഴച്ചെന്ന പോലെ അത്ര വേഗതയിലാണ് അയാൾ പുറത്തേക്ക് കൊണ്ടുപോയത്. എല്ലാം അറിയേണ്ട ദൈവപുരുഷൻ ആ പ്രവൃത്തിയുടെ പൊരുൾ അറിയാതെ പകച്ചു. ഗുരുജിയുടെ കൈകൾക്കും പിടിക്കും ഉരുക്കിന്റെ കരുത്തുള്ളതായി അവന് തോന്നി. കോട്ടയ്ക്ക് പുറത്തെത്തുമ്പോൾ എണ്ണിയാലൊടുങ്ങാത്ത ജനാവലി. അറിയാതെ നിലത്തു വീണുപോയ മധുരാംശത്തിന് മുന്നിൽ തടിച്ചുകൂടുന്ന പരസഹസ്രം എറുമ്പിൻ കൂട്ടങ്ങളെയാണ് രാമുവിന് ഓർമ്മ വന്നത്. ഷഡ്പദങ്ങൾ എന്ന പേരിൽ അവയെക്കുറിച്ച് നാലാം ക്ലാസിലെ പാഠപുസ്തകത്തിൽ പഠിച്ചിട്ടുമുണ്ട്. രാമു കാര്യമറിയാതെ ഗുരുജിയെ നോക്കി. സഫലമായ ഒരു ദൗത്യത്തിന്റെ സംതൃപ്തി നിറഞ്ഞ പുഞ്ചിരി ആ മുഖത്ത് ദൃശ്യമായി.

"മഹാപ്രഭോ... അങ്ങയെ ദർശിക്കാൻ, അവിടത്തേക്ക് മുഖം തരാൻ വന്ന ജനങ്ങളാണിത്. ഇതാദ്യമായാണ് ഒരു പുണ്യപുരുഷൻ തസ്രക്കിന്റെ മണ്ണിൽ കാലുകുത്തുന്നത്. അവിടത്തെ പാദസ്പർശം ഏറ്റതോടെ ഈ മണ്ണ് ധന്യമായി. പാപവിമുക്തമായി."

എല്ലാവരും കേൾക്കെ ഉച്ചത്തിൽ ഗുരുജി പ്രഖ്യാപിച്ചു. ജനങ്ങൾ ഹർഷാരവം മുഴക്കി. അവർ ആർത്തുവിളിച്ചു. അതിവിധേയഭാവത്തിൽ താണുവീണ് തൊഴുതു. ചിലർ ആ പാദാരവിന്ദങ്ങളിൽ നമസ്കരിച്ചു. സാഷ്ടാംഗപ്രണാമം ചെയ്തു. ചിലർ പൂക്കൾകൊണ്ട് അഭിഷേകം ചെയ്തപ്പോൾ മറ്റ് ചിലർ ആരതിയുഴിഞ്ഞ് പൂജിച്ചു. ഒരു മഹാവിസ്മയ സാഗരത്തിന്റെ ആഴങ്ങളിലേക്ക് താണ്താണ് പോവുന്നതായി രാമുവിന് തോന്നി. അവന്റെ അന്തർഗതം വായിച്ചിട്ടെന്നോണം ഗുരുജി പറഞ്ഞു.

"അങ്ങയുടെ മഹത് സാന്നിദ്ധ്യം സംഭവിച്ച നിമിഷം തന്നെ തലൈവർ അനുചരന്മാരെ അയച്ച് നാടിന്റെ നാനാദിക്കിലും വിവരം കൊടുത്തു."

സംഭവിക്കുന്നതെല്ലാം ഒരു മായികാസ്വപ്നം പോലെ രാമുവിന് തോന്നി. ഇന്നലെ വരെ കറിവേപ്പിലയുടെ വിലയില്ലാതിരുന്ന ഒരു ജന്മം പൊടുന്നനെ അർത്ഥമുള്ളതായി മാറുന്നു. ആരാധിക്കപ്പെടുന്നു. ഇതാണ് വിധിയെങ്കിൽ ഈ വൈരുദ്ധ്യങ്ങളെയെല്ലാം സൂക്ഷ്മമായി നിരീക്ഷിക്കുന്ന ഒരു ദൈവവും എവിടെയോ മറഞ്ഞിരിക്കുന്നില്ലേ?

താനും അവരിലൊരാളായി മാറുന്നുവെന്ന് അപ്പോഴും അയാൾക്ക് വിശ്വസിക്കാൻ കഴിഞ്ഞില്ല.

"സഹസ്രവർഷങ്ങൾക്കിടയിൽ ഒരിക്കൽ മാത്രം സംഭവിക്കുന്നതാണ് അവതാര പുരുഷന്മാർ. ഇദ്ദേഹവും അങ്ങനെയൊരു മഹാദ്ഭുതമാണ്. നമുക്ക് പൂജിക്കാനും പ്രാർത്ഥിക്കാനും ആരാധിക്കാനും സങ്കടങ്ങൾ ഉണർത്തിക്കാനും നമ്മെ നേർവഴിക്ക് നടത്താനുമായി പ്രകൃതി കനിഞ്ഞു

നൽകിയ സവിശേഷജന്മം. അവിടന്ന് ഇനി മുതൽ ഈശ്വർജി എന്ന പേരിൽ അറിയപ്പെടും. അവിടത്തെ ജന്മദേശം ഏതെന്നോ മാതാപിതാക്കൾ ആരെന്നോ യഥാർത്ഥ നാമം ഏതെന്നോ പ്രസക്തമല്ല. നമ്മുടെ ഭൂമികയാണ് പരമകാരുണികനായ സർവേശ്വരൻ അദ്ദേഹത്തിന്റെ കർമ്മ ഭൂമിയായി തെരഞ്ഞെടുത്തിട്ടുള്ളത്. നമുക്ക് അതിൽ ആഹ്ലാദിക്കാം.."

ഗുരുജി ഈശ്വർജിയെ സ്തുതിച്ചുകൊണ്ട് ഒരു ശ്ലോകം ആലപിച്ചു. ജനങ്ങൾ കൈകൊട്ടി, ഭക്തിലഹരിയിൽ തലയാട്ടി താളത്തിൽ അതേറ്റു പാടി. തലൈവർ ആ ദിവ്യസന്നിധിയിലേക്ക് ആഗതനായി. അദ്ദേഹം ഗിരിശൃംഗങ്ങൾ പോലുള്ള ശരീരം വളച്ച് ഈശ്വർജിയുടെ മുന്നിൽ സാഷ്ടാംഗപ്രണാമം ചെയ്തു. അതുകണ്ട് വഴികാട്ടിയായ വൃദ്ധന് തലചുറ്റി. ഒരു ചരിത്രനിമിഷത്തിന് നിമിത്തമാവാൻ കഴിഞ്ഞ സന്തോഷത്തിന്റെ ലഹരിയിൽ അയാൾ മതിമറന്നു.

ജനങ്ങൾ വീണ്ടും ആർപ്പുവിളിച്ചു. കുരവയിട്ടു. ആനന്ദനൃത്തം ചെയ്തു. ഇത്രയും കാലം അനാഥരായ തങ്ങൾക്കും ഒരു നാഥനുണ്ടായിരിക്കുന്നു. ആശ്രയിക്കാനും സങ്കടങ്ങൾ ഉണർത്തിക്കാനും ഒരു ദിവ്യ സന്നിധി. ദൈവത്തെ നേരിൽ കാണാൻ കഴിഞ്ഞതിന്റെ അഭൗമമായ ലഹരിയിലായിരുന്നു അവരിൽ പലരും.

കൂട്ടത്തിൽ പ്രായം ചെന്ന ഒരു സ്ത്രീ മുന്നോട്ട് വന്നു.

"ഗഗാഡു ഗോദി തയലവുനസു...."

അവർ എന്തൊക്കൊയോ പുലമ്പിക്കൊണ്ടിരുന്നു. അവർ പറയുന്നതിന്റെ അർത്ഥം രാമുണ്ണിക്ക് വ്യക്തമായില്ല. നിസ്സഹായതയോടെ രാമു ഗുരുജിയെ നോക്കി.

അദ്ദേഹം അവന്റെ കാതിൽ അർത്ഥം വിശദീകരിച്ചു.

"അവരുടെ മകന് തളർവാതം ബാധിച്ച് മാസങ്ങളായി വലതുകരം ഉയർത്താൻ സാധിക്കുന്നില്ല. അതിന് എന്ത് ചെയ്യണമെന്നാണ് ചോദ്യം?"

രാമുവിനെ അടിമുടി വിയർക്കാൻ തുടങ്ങി. ചെറുതായി വിറയ്ക്കാനും. ഏത് ധർമ്മസങ്കടത്തിനും പരിഹാരം കണ്ടെത്താൻ ബാധ്യസ്ഥനായ ദൈവമാണ് താൻ ഇപ്പോൾ. അസാധ്യം എന്നൊരു വാക്കിന് തന്റെ നിഘണ്ടുവിൽ സ്ഥാനമില്ല. പക്ഷേ എങ്ങിനെ? എങ്ങനെ അത് സാധിക്കും? അയാൾ പോംവഴിയറിയാതെ കുഴങ്ങി. ഗുരുജി തന്നെ അതിനുള്ള മാർഗവും ചെവിയിൽ മന്ത്രിച്ചു.

രാമു സ്ത്രീയുടെ മകനെ വിളിച്ച് അടുത്തു നിർത്തി. ധ്യാനിക്കുന്ന മട്ടിൽ കണ്ണുകളടച്ച് അവന്റെ നെറുകയിൽ കരതലം ചേർത്ത് വച്ചു. പിന്നെ ആൾക്കൂട്ടത്തോട് ഉറക്കെ പ്രാർത്ഥന ഏറ്റുചൊല്ലാൻ നിർദ്ദേശിച്ചു. ഗുരുജിയുടെ നിർദ്ദേശപ്രകാരം താളംപിടിക്കാൻ കൊട്ടുകാർ എത്തി. ശബ്ദ മുഖരിതമായ അന്തരീക്ഷത്തിൽ ആളുകൾ ആടിയുലയുന്നതും മതിമറന്ന്

നൃത്തം ചെയ്യുന്നതും ആനന്ദലഹരിയിൽ സ്വയം മറന്ന് ആറാടുന്നതും അയാൾ കണ്ടു. വൃദ്ധയുടെ മകനും ഇതെല്ലാം കണ്ട് കണ്ണീർ വാർത്തു.

ആൾക്കൂട്ടത്തിനൊപ്പം വലതുകരം ചലിപ്പിച്ച് ആടിപ്പാടാൻ രാമു അവനോട് നിർദ്ദേശിച്ചു. അവൻ പല തവണ ശ്രമിച്ചെങ്കിലും വിഫലമായി. രാമു വീണ്ടും വീണ്ടും പരമാവധി ശബ്ദമുയർത്തി പറഞ്ഞു. ആൾക്കൂട്ടത്തോട് അത് ഏറ്റുചൊല്ലാൻ നിർദ്ദേശിച്ചു. ജനസാഗരത്തിന്റെ ആരവം അതിന്റെ പാരമ്യതയിലേക്ക് ഉയർന്ന ഏതോ നിമിഷത്തിൽ രാമു സകലതും മറന്ന് ഉറക്കെ അലറി.

"കൈ ഉയർത്തു... ഉയർത്താൻ..."

യുവാവ് തന്റെ ആന്തരശക്തി മുഴുവൻ സംഭരിച്ച് വലതുകൈ ഉയർത്തി. പുഷ്പം പോലെ അത് വായുവിൽ ഉയർന്നുനിന്നു.

ജനക്കൂട്ടം ഒന്നാകെ കൈയടിച്ചു. വിജയാരവം മുഴക്കി. അത്യദ്ഭുതം കൊണ്ട് രാമുവിന്റെ കണ്ണുകൾ പുറത്തേക്ക് തള്ളി. അയാൾ ഗുരുജിയെ നോക്കി. അയാൾ സൗമ്യമായി ചിരിച്ചു. എല്ലാം അറിയുന്ന ഒരുവന്റെ ചിരി.

ആളുകൾ മുൻപിൽ നിന്നവരെ തള്ളിമാറ്റി രാമുവിന്റെ അടുത്തേക്ക് എത്താനായി തിക്കിത്തിരക്കി. ഗുരുജി അപകടസൂചന മണത്തു. അയാൾ കൈ ഉയർത്തി തടഞ്ഞു.

"അരുത്... അരുത്... തിടുക്കം കൂട്ടരുത്. ഈശ്വർജി ഒരു ദിവസം ഒരാളെ മാത്രമേ സുഖപ്പെടുത്തൂ. അതിന് ചില സമയവും കാലവും മറ്റുമുണ്ട്. ഇപ്പോൾ പ്രാർത്ഥന തുടങ്ങാൻ സമയമായി. സൗകര്യംപോലെ ദർശനം അനുവദിക്കുന്നതാണ്."

ഗുരുജി ജനക്കൂട്ടത്തെ പിരിച്ചു വിടാൻ അനുചരന്മാരോട് നിർദ്ദേശിച്ചു.

ആ രാത്രി രാമുണ്ണിക്ക് തലൈവരും ഗുരുജിയും ചേർന്ന് ദൈവതുല്യമായ ഭക്ഷണം വിളമ്പി. രുചിയുടെ സമസ്ത മേഖലകളും സ്പർശിക്കുന്ന വിഭവങ്ങൾ. കള്ളും കപ്പയും കറികളും മാത്രം കഴിച്ച് ശീലിച്ച രാമുവിന് അതൊക്കെ പുതിയ അനുഭവങ്ങളായി.

അതിന്റെ നന്മതിന്മകളെക്കുറിച്ച് അയാൾ ചിന്തിച്ചില്ല. രുചിയുടെ പാരമ്യത മാത്രമായിരുന്നു അയാളുടെ മുന്നിൽ. രാമു വൈവിധ്യപൂർണ്ണമായ ആചാരങ്ങളും വിഭവങ്ങളും രീതികളും ആസ്വദിച്ചു. അയാൾ കുടുംബം മറന്നു. കുട്ടികളെ മറന്നു. സൗമിനിയുടെ പ്രണയം മറന്നു.

ആ രാത്രി അയാൾ ഉറങ്ങിയില്ല. അയാൾക്ക് ഉറങ്ങാൻ അനുവദിച്ച മുറിയിൽ പുലരുവോളം ഗുരുജിയും ഉണ്ടായിരുന്നു. അദ്ദേഹം പറഞ്ഞതത്രയും തുടർന്നുള്ള അവന്റെ ജീവിതചര്യകളുടെ സംക്ഷിപ്തവിവരണമായിരുന്നു. ഓർത്തപ്പോൾ രാമുവിന് ഉള്ളിൽ ചിരിപൊട്ടി. ദൈവം എങ്ങനെ ജീവിക്കണമെന്ന് മനുഷ്യൻ നിശ്ചയിക്കുന്നു.

രാമു എങ്ങനെ നടക്കണം, എങ്ങനെ ചിരിക്കണം. എങ്ങനെ സംസാരിക്കണം. ശബ്ദത്തിന്റെ അനുപാതം എത്രയാവണം... എന്നിങ്ങനെ ഓരോ പ്രവൃത്തികളുടെയും സൂക്ഷ്മാംശങ്ങൾ സഹിതം ഗുരുജി വിശദീകരിച്ചു.

ആഴ്ചകൾക്കുള്ളിൽ തലൈവരും ഗുരുജിയും ചേർന്ന് രാമുവിന് താമസിക്കാനായി ഒരു പർണ്ണശാല പണിതുയർത്തി. അവിടെ ആരാധനാക്രമങ്ങളും പൂജകളും പ്രാർത്ഥനകളും പതിവായി. രാപ്പകലില്ലാതെ സന്ദർശകർ അവിടേക്ക് ഒഴുകി. രാമുണ്ണി അവർക്ക് മുന്നിൽ കൺകെട്ട് വിദ്യകൾ പ്രദർശിപ്പിച്ചു. ആളുകൾ അദ്ഭുതംകൊണ്ട് സ്വയം മറന്നു. അമാനുഷിക സിദ്ധികളുള്ള ഈ അവതാര പുരുഷനെ ദൈവമായി കരുതി ആരാധിച്ചു. അസുഖബാധിതരായ ചിലർക്ക് രാമുവിന്റെ സ്പർശനമേറ്റ് രോഗശാന്തി ലഭിച്ചു. ലഭിക്കാത്തവർ കൊടിയ പാപികളായതുകൊണ്ടാണെന്ന് വ്യാഖ്യാനിച്ച് ഗുരുജി രാമുവിന്റെ മുഖം രക്ഷിച്ചു.

ഒറ്റപ്പെട്ട അദ്ഭുതപ്രവൃത്തികൾ പോലും എങ്ങിനെ സംഭവിക്കുന്നുവെന്ന് സത്യത്തിൽ രാമുവിന് അറിയാമായിരുന്നില്ല. അയാൾ തന്റെ സംശയം പങ്ക് വച്ചപ്പോൾ ഗുരുജി അത് ഇങ്ങനെ ദൂരീകരിച്ചു.

“തികച്ചും മനഃശാസ്ത്രപരമാണ് എല്ലാം. നീ മനുഷ്യാതീത സിദ്ധികളുള്ള ആളാണെന്ന് അടിയുറച്ച് വിശ്വസിക്കുന്നവർക്ക് അവരുടെ ഉപബോധമനസ്സ് നൽകുന്നതാണ് രോഗവിമുക്തി. അതിൽ നിന്റെയോ എന്റെയോ സംഭാവനകൾ ഒന്നുമില്ല.”

രാമുവിന് എല്ലാം മനസ്സിലായിത്തുടങ്ങി. അജ്ഞത ഭക്തിക്ക് വളക്കൂറുള്ള മണ്ണായി മാറുന്നു. രാമു അമാനുഷികനാണെന്ന് പല നാവുകൾ പരസ്പരം പറഞ്ഞ് ദ്വീപിലെങ്ങും പ്രചരിച്ചു. പരസ്യപ്രചാരണങ്ങൾ അന്യമായ ആ നാട്ടിൽ അതിനേക്കാൾ തീവ്രപ്രഹരശേഷിയുള്ള അഭിപ്രായപ്രകടനങ്ങൾ കൊണ്ട് രാമു ആ നാട്ടിലെ അവതാരപുരുഷനായി മാറി. സഹസ്രാബ്ദങ്ങൾക്ക് ശേഷം ദൈവം തസ്രാക്കിൽ പുനരവതരിച്ചിരിക്കുന്നു എന്ന മട്ടിൽ കഥകൾ പരന്നുതുടങ്ങി.

അമ്പരപ്പിന്റെ അഗാധതയിലായിരുന്നു രാമു. സംഭവിക്കുന്നതെല്ലാം യാഥാർത്ഥ്യമാണെന്ന് വിശ്വസിക്കാൻ പലപ്പോഴും അയാൾ ഏറെ സമയമെടുത്തു. പുതുമകൾ തേടിയിറങ്ങിയ ജീവിതം ഇപ്പോൾ ഒരു മുത്തശ്ശിക്കഥയേക്കാൾ അവിശ്വസനീയമായ പുതുമയുടെ മൂർദ്ധന്യത്തിൽ എത്തിനിൽക്കുന്നു.

ഇത് ഒരു ഞാണിന്മേൽ കളിയാണെന്ന് പലപ്പോഴും അയാൾക്ക് തോന്നി. മാജിക്ക് അറിയുന്ന ഒരാൾ തസ്രക്കിലെത്തിയാൽ അതോടെ തീർന്നു തന്റെ കളി. അതിനും ഗുരുജി പോംവഴി നിർദ്ദേശിച്ചു.

“ശൂന്യതയിൽ നിന്നും വിഭൂതി സൃഷ്ടിക്കുക. മാലയും ചരടും എടുക്കുക. തുടങ്ങിയ ചെറുകിട ഇന്ദ്രജാലങ്ങൾ മതി തത്കാലം. പ്രശസ്തി

നാടിന്റെ അതിരുകൾക്കപ്പുറം വളരുമ്പോൾ ചോദ്യശരങ്ങളുമായി യുക്തിവാദികൾ വരും. അവരെ നേരിടാൻ ഞാനൊരു മറുപടി കരുതിയിട്ടുണ്ട്. ആളുകളുടെ വിശ്വാസം പെട്ടെന്ന് പിടിച്ചെടുക്കാൻ ഏത് അവതാര പുരുഷനും ചില കൺകെട്ട് വിദ്യകൾ ആവശ്യമായി വരും. അതിനെ ചോദ്യം ചെയ്യാൻ അവർ മുതിരില്ല. വിശ്വപ്രസിദ്ധരായ പലരും നിലനിൽക്കുന്നത് ഈ മറുപടിയിലാണ്."

ഒന്നാലോചിച്ച് ഗുരുജി തുടർന്നു

"ഏത് കൊലകൊമ്പനെയും മുട്ടുകുത്തിക്കാൻ പര്യാപ്തമായ ആയുധം ഒന്നേയുള്ളു. മൗനം. അർത്ഥപൂർണ്ണമായ മൗനം. അതിനെ എങ്ങനെയും വ്യാഖ്യാനിക്കാം. അഗാധമായ ജ്ഞാനത്തിന്റെ സൂചകമാവാം. അജ്ഞതയുടെയും രക്ഷപ്പെടലിന്റെയും ഭാഗമാവാം. ഏതാണ് സത്യമെന്ന് തെളിയിക്കാൻ ആർക്കും കഴിയില്ല. അതാണ് മൗനത്തിന്റെ ശക്തി."

രാമു മൗനംകൊണ്ട് തന്നെ അതിന് മറുപടി നൽകി. ഗുരുവിന്റെ കാഴ്ചപ്പാടുകൾ ഹ്രസ്വകാലം കൊണ്ടുതന്നെ അയാൾ ഹൃദിസ്ഥമാക്കിയിരുന്നു. ഒരു ശിലാവിഗ്രഹം പോലെ എല്ലാറ്റിനും നിന്നുകൊടുക്കുമ്പോഴും രാമു നിഗൂഢവും അപരിമേയവുമായ ആഹ്ലാദം അനുഭവിച്ചു. ഒരു ഷഡ്പദത്തേക്കാൾ നിസ്സാരനും നിന്ദ്യനുമെന്ന് അപകർഷതയോടെ സ്വയം നിരീക്ഷിച്ചിരുന്ന താൻ ഇന്ന് ലോകാരാദ്ധ്യനായിരിക്കുന്നു. തസ്രക്കിൽ ഈശ്വർജിയാണ് അവസാനവാക്ക്. ദൂരദേശങ്ങളിൽ നിന്നു പോലും പതിനായിരകണക്കിന് ആളുകൾ തന്നെ ഒരു നോക്കു കാണാൻ ഏറെ കഷ്ടതകൾ സഹിച്ച് എത്തുന്നു. ഒരു നിമിഷനേരത്തെ ദർശനം മാത്രമാണ് അവർ അഭിലഷിക്കുന്നത്. അത്രയേറെ പുണ്യവും പരിപാവനുമായ ജന്മമാണ് തന്റേതെന്ന് അവർ കരുതുന്നു. ആദരവിന്റെയും ആരാധനയുടെയും സ്നേഹത്തിന്റെയും സമ്മിശ്രസൗരഭം നിറഞ്ഞ നോട്ടം അവർ തന്റെ നേർക്ക് അയയ്ക്കുന്നു. അവരുടെ വാക്കുകളിൽ നിറയുന്നു. രാമു മനസ്സുകൊണ്ട് അതെല്ലാം അറിഞ്ഞ് ആസ്വദിച്ചു കൊണ്ടേയിരുന്നു.

തസ്രക്കിൽ ഒരു അവതാരപുരുഷൻ പ്രത്യക്ഷപ്പെട്ടിരിക്കുന്നു എന്ന വാർത്ത ദേശീയ-വിദേശപത്രങ്ങളിൽ നിറഞ്ഞു. ബി.ബി.സിയുടെ പ്രത്യേക ടീം വിവരശേഖരണത്തിനായി തസ്രക്കിലെത്തി. അവർ ഈശ്വർജിയുമായി പ്രത്യേക അഭിമുഖം തന്നെ ആവശ്യപ്പെട്ടു. അതിലെ അപകട സാദ്ധ്യത വളരെ വേഗം തിരിച്ചറിഞ്ഞു ഗുരുജി. ചോദ്യങ്ങൾക്ക് അദ്ദേഹം തന്നെ ഉത്തരം നൽകി. ഈശ്വർജി ആർക്കും അഭിമുഖം അനുവദിക്കില്ല എന്ന ന്യായം പറഞ്ഞ് തടിതപ്പി. ബി.ബി.സി ഈശ്വർജിയെക്കുറിച്ചുള്ള പ്രത്യേകപരിപാടി സംപ്രേഷണം ചെയ്തു. ലോകരാജ്യങ്ങളിലെമ്പാടും ഈശ്വർ വ്യാപകമായി അറിയപ്പെട്ടു. ഈ ദിവ്യാവതാരത്തെ അടുത്തു

കാണാനായി വിദേശികളുടെ കുത്തൊഴുക്ക് തന്നെയുണ്ടായി. അനന്തതയിലേക്ക് നീളുന്ന ആ യോഗനയനങ്ങളും മുഖത്തെ ദിവ്യതേജസ്സും ജനക്കൂട്ടത്തെ ആകർഷിച്ചു. ബില്യണയർമാരിൽ പലരും സ്വന്തം രാജ്യത്തേക്കുള്ള മടക്കയാത്ര റദ്ദാക്കി. അവർ ഈശ്വർജിയുടെ പ്രിയശിഷ്യരായി ആശ്രമത്തിൽ ചേക്കേറി. ജീവിതകാലമത്രയും സ്വരൂപിച്ച മുഴുവൻ ധനവും ആശ്രമത്തിന് സംഭാവനയായി നൽകി. ഈശ്വർജിയുടെ മഹനീയസാന്നിദ്ധ്യം നിറഞ്ഞുനിൽക്കുന്ന പുണ്യഭൂമിയിൽ അവിടത്തെ സവിധത്തിലുള്ള ജീവിതം ഏത് ധനശേഖരത്തേക്കാളും അമൂല്യമാണെന്ന ഉൾക്കാഴ്ച അവരെ നയിച്ചു.

എല്ലാം കണ്ട് ഗുരുജി പുഞ്ചിരി തൂകി. മനുഷ്യൻ എത്ര നിസാരനും ദുർബലനുമാണെന്ന് അദ്ദേഹം മനസ്സിൽ പറഞ്ഞു. ചിലപ്പോൾ രാമുവുമായി മനോവിചാരം പങ്കുവച്ചു. മൗനം മുഖമുദ്രയാക്കിയ രാമു അതിന് ഉത്തരം പറഞ്ഞില്ല. കൗതുകത്തോടെ അയാൾ മനസ്സിലോർത്തു. കേവലം നിസ്സാരജീവികളെന്ന് വിവക്ഷിക്കപ്പെടുന്ന ഷഡ്പദങ്ങൾ പോലും എത്ര വിവേകവും വിവേചനശക്തിയും തിരിച്ചറിവും പ്രകടിപ്പിക്കുന്നു. യാഥാർത്ഥ്യബോധത്തോടെ കാര്യങ്ങൾ ഉൾക്കൊള്ളുന്നു. അന്നം തേടി സഞ്ചരിക്കുന്ന എറുമ്പുകൾക്ക് ഐക്യത്തോടെ, ദിശാബോധത്തോടെ വരിവരിയായി നീങ്ങേണ്ടതിന്റെ ആവശ്യകത അറിയാം. മനുഷ്യസ്പർശം ഏൽക്കുന്ന മാത്രയിൽ തെന്നിമാറി രക്ഷപ്പെടാൻ പാറ്റയ്ക്കും കൊതുകിനും അറിയാം. തീയിലും ചൂടിലും പെട്ടാൽ വെന്തുരുകുമെന്ന തിരിച്ചറിവ് ഈയലുകൾക്ക് പോലുമുണ്ട്. മനുഷ്യൻ മാത്രം യുക്തിരഹിതവിശ്വാസങ്ങളുടെ അന്ധതയിൽ അഭിരമിക്കുന്നു. തന്റെ ശരികളാണ് ശരിയെന്ന് ധരിച്ച് വശാകുന്നു.

പക്ഷേ ഇവിടെ താൻ ആശങ്കപ്പെടേണ്ടതില്ല. ഈ മഹാന്ധതയുടെ അടിത്തറയിലാണ് തനിക്ക് ലഭിക്കുന്ന ആദരവിന്റെയും അപൂർവ സൗഭാഗ്യങ്ങളുടെയും സൗധം കെട്ടിപ്പൊക്കിയിരിക്കുന്നത്. ഇത് നിലനിൽക്കേണ്ടത് മറ്റാരേക്കാൾ തന്റെ മാത്രം ആവശ്യമാണ്. ആശ്രമത്തിന്റെ പേരിലുള്ള സമ്പത്തും സുഖഭോഗങ്ങളും അനുഭവിക്കുന്നതിൽ ഗുരുജിയും ശിഷ്യഗണങ്ങളും തലൈവരും മത്സരിക്കുകയാണ്. കണക്കില്ലാത്ത പണം വന്ന് കുമിഞ്ഞുകൂടുമ്പോൾ അതൊക്കെ സ്വാഭാവികം. തന്റെ സ്ഥിതി അതല്ല. ചരിത്രം എന്നേക്കുമായി അടയാളപ്പെടുത്തുന്ന പേരുകളിലൊന്നായി താൻ മാറിക്കഴിഞ്ഞു. തന്റെ രൂപം തലമുറകളോളം ചരിത്രത്തിൽ നിലനിൽക്കും. ലോകമെമ്പാടും എത്രയോ വീടുകളിലെ പൂജാമുറികളിൽ വിദ്യാസമ്പന്നർ പോലും തന്റെ ചിത്രം വച്ച് ആരാധിക്കുന്നു.

ഉന്നതനീതിപീഠം അലങ്കരിക്കുന്നവരും രാഷ്ട്രത്തലവൻമാരും തന്റെ മുന്നിൽ സാഷ്ടാംഗം നമസ്കരിക്കുമ്പോൾ സ്വയം ചെറുതാകുന്നതായി രാമുണ്ണിക്ക് പലപ്പോഴും തോന്നി. അനർഹമായ നിമിഷങ്ങൾ അപകർഷതയുടെ അഗാധതയിലേക്ക് തള്ളിയിടും പോലെ. അടുത്തനിമിഷം

അയാൾ സ്വയം ആശ്വസിക്കും. വിധിനിയന്താതാവിന്റെ തീരുമാനങ്ങളാണ് പ്രധാനം. സമുന്നതരെന്ന് ലോകം വിലയിരുത്തുന്നവരെക്കാൾ ആദരണീയമായ സ്ഥാനത്ത് ദൈവം തന്നെ പ്രതിഷ്ഠിച്ചിരിക്കുന്നു. ഇതാണ് നിയോഗമെങ്കിൽ അതിന് വിധേയനാവുകയേ തരമുള്ളു.

സാവധാനം രാമു സ്വന്തം അവസ്ഥയുടെ വൈരുദ്ധ്യങ്ങളുമായി സന്ധി ചെയ്തു. താൻ ഈശ്വരതുല്യനാണെന്ന് അയാൾ മനസ്സിനെ പറഞ്ഞ് വിശ്വസിപ്പിച്ചു. പക്ഷേ അധികനാൾ ഒരേ അവസ്ഥയുടെ ആവർത്തനങ്ങളുമായി പൊരുത്തപ്പെടാൻ രാമുവിന് സാധിച്ചില്ല. പ്രഭാതങ്ങളിലും പ്രദോഷങ്ങളിലും ഒരേ പ്രാർത്ഥനകൾ. ഒരേ ചടങ്ങുകൾ, ഒരേ പൂജകൾ, ഒരേ തരം ദർശനങ്ങൾ... വ്യക്തികൾ മാറിവരുമ്പോഴും രീതികൾക്ക് മാറ്റമില്ല.

നാട്ടിലേക്കാൾ വൈരസ്യപൂർണ്ണമായ ദിനചര്യകൾ. ആദരവും ആരാധനയും പോലും മടുപ്പിക്കുന്ന അനുഭവമായി അയാൾക്ക് തോന്നി. തന്റെ സ്വകാര്യതയുടെയും കൊതിപ്പിക്കുന്ന സ്വാതന്ത്ര്യത്തിനും മേലേക്കുള്ള കടന്നാക്രമണം. ഇത് വേണ്ടിയിരുന്നില്ലെന്ന തിരിച്ചറിവിന്റെ നിമിഷത്തിൽ അയാൾ ഗുരുജിയെ തനിച്ച് പോയി കണ്ടു.

"എനിക്ക് മടുത്തു ഗുരുജീ. ഒരു കപടവേഷം കെട്ടി എനിക്ക് മടുത്തു. അവനവനോട് പോലും സത്യസന്ധത പുലർത്താൻ കഴിയാത്ത ഈ ജീവിതംകൊണ്ട് എന്ത് പ്രയോജനം? എന്ത് അർത്ഥം?"

ഗുരുജി ഒന്ന് പതറിയെന്ന് തോന്നി. അല്പനരത്തെ ആലോചനയ്ക്കു ശേഷം അദ്ദേഹം വീണ്ടും മറുപടികളുടെ രാജശിൽപ്പിയായി.

"നീ കേവലം ഒരു വ്യക്തിയല്ല മകനെ. പ്രസ്ഥാനമാണ്. ചരിത്രത്തിൽ സംഭവിച്ച അപൂർവതയാണ്. അതിന് പിന്നിലെ പൊള്ളത്തരങ്ങൾ നമുക്ക് മാത്രം അറിയുന്ന സത്യമാണ്. നീ എത്ര ശ്രമിച്ചാലും ഈ വേഷത്തിൽ നിന്നും ഈ ഭാവത്തിൽനിന്നും നിനക്ക് മോചനമില്ല. കാരണം ജനകോടികൾ അവരുടെ ഹൃദയത്തിൽ നിന്നെ ഈശ്വരതുല്യനായി പ്രതിഷ്ഠിച്ചു കഴിഞ്ഞു. മനുഷ്യന് ദൈവസന്നിധി പൂകാം. ദൈവത്തിന് ഒരു മടക്കയാത്രയില്ല..."

ഗുരുജി പറയുന്ന കാര്യങ്ങളുടെ ആഴവും പ്രായോഗികതയും രാമുണ്ണിക്ക് വളരെ വേഗം ബോധ്യപ്പെട്ടു. താൻ ബന്ധിക്കപ്പെട്ട ചങ്ങലക്കണ്ണികൾ എത്ര ശക്തമാണെന്ന തിരിച്ചറിവ് അയാളിൽ അഗാധമായ നടുക്കം സൃഷ്ടിച്ചു.

"എന്റെ പേര് പോലും എനിക്ക് നഷ്ടമായല്ലോ ഗുരുജീ..."

അയാൾ നിസ്സഹായതയുടെ അപാരതയിൽ നിന്നെന്നോണം പറഞ്ഞു.

"രാമുണ്ണിയെന്ന് ആരെങ്കിലും ഒന്ന് വിളിച്ചുകേൾക്കാൻ ഞാൻ കൊതിക്കുന്നു. പക്ഷേ ആ പേര് പറഞ്ഞാൽ അത് ഞാനാണെന്ന് അറിയുന്നവർ പോലും ഈ ഭൂമുഖത്തില്ല. കണ്ണാടിയിൽ നോക്കിയാൽ എന്റെ

രൂപഭാവങ്ങൾ പോലും മാറിയിരിക്കുന്നു. നീട്ടിവളർത്തിയ താടിയും മുടിയും വയലറ്റ് നിറമുള്ള കുപ്പായവും മറ്റും കണ്ടാൽ മറ്റാരോ ആണെന്ന് എനിക്കു തന്നെ തോന്നിത്തുടങ്ങിയിരിക്കുന്നു."

ഗുരുജി ചിന്താമഗ്നനായി ഇരുന്നു. ഗൗരവം വിടാതെ അദ്ദേഹം അവന് ഉത്തരം നൽകി.

"എന്തെങ്കിലും നഷ്ടപ്പെടാതെ എന്തെങ്കിലും നേടുക അപ്രാപ്യമാണ് ഉണ്ണീ. നിന്റെ നഷ്ടങ്ങൾ എന്റെ കാഴ്ചപ്പാടിൽ വളരെ ചെറുതാണ്. നേട്ടങ്ങളോ ഒരു പുരുഷായുസ്സിൽ സങ്കല്പിക്കാൻ കഴിയാത്തതും. നൂറ്റാണ്ടിൽ ഒരാൾക്ക് പോലും ഇങ്ങനെയൊരു ഭാഗ്യം കരഗതമായെന്ന് വരില്ല..."

ഗുരുജി രാമുണ്ണിക്ക് ധൈര്യം കൊടുത്തുകൊണ്ടേയിരുന്നു. ഏത് പ്രതിസന്ധിയിലും മനുഷ്യന് പ്രചോദനം പകരേണ്ട വിശുദ്ധജന്മത്തിന് താൻ ഇതാ ധൈര്യം പകരുന്നു. അതിലെ അപഹാസ്യതയോർത്ത് ഗുരുജി ഉള്ളിൽ ചിരിച്ചു.

രാമു അനിവാര്യവും നിർബന്ധിതവുമായ ഒരവസ്ഥയുടെ ബന്ധനത്തിൽനിന്നും വിമോചിതനാവാൻ കഴിയാത്തതിന്റെ നിസ്സഹായതയോടെ മരവിച്ച് നിന്നു. എല്ലാ അർത്ഥത്തിലും താനൊരു വിഗ്രഹമായി മാറിക്കഴിഞ്ഞുവെന്ന് അയാൾക്ക് തോന്നി. വികാരങ്ങളും വിചാരങ്ങളും സ്വാതന്ത്ര്യവും സ്വന്തമായ തീരുമാനങ്ങളും നിലപാടുകളും ചലനാത്മകതയും ഒന്നുമില്ലാത്ത ഒരു കൽവിഗ്രഹം.

പതിനാറ്

ഗുരുജി ആത്മീയവ്യാപാരത്തിന്റെ അനന്തസാദ്ധ്യകൾ രാമുവിനെ അനുദിനം ബോധ്യപ്പെടുത്തിക്കൊണ്ടേയിരുന്നു. അതോടൊപ്പം അയാളെ സമർത്ഥമായി ഉപയോഗിച്ച് ആശ്രമം വളർത്തിക്കൊണ്ടുമിരുന്നു.

"മേക്ക് ബിലീഫ്... ഒരു കാര്യം യഥാർത്ഥത്തിൽ അങ്ങനെ സംഭവിക്കുന്നു എന്ന് തോന്നിക്കുന്ന തരത്തിൽ അഭിനയിച്ച് ഫലിപ്പിക്കാൻ കഴിയണം. അവതാരപുരുഷൻ എന്ന് ആളുകൾ വിശ്വസിക്കുന്നയാളുടെ നിലനില്പ് അവിടെയാണ്."

"മനസ്സിലായില്ല."

"ഭക്തരുടെ വിവരങ്ങൾ മുൻകൂട്ടി അറിഞ്ഞു വച്ച് അവരുടെ മുന്നിൽ അവതരിപ്പിച്ച് അമ്പരപ്പിക്കണം."

“ഇതൊക്കെ ഞങ്ങടെ നാട്ടിലെ തുക്കടാ ജ്യോത്സ്യന്മാർപോലും ചെയ്യുന്ന തട്ടിപ്പ് നമ്പറുകളാണ്...”

“പക്ഷേ ആ നാടും ഈ നാടും തമ്മിൽ വ്യത്യാസമുണ്ട്. അത് ജ്ഞാനികളുടെ നാട്. യുക്തിചിന്തയും സാമാന്യബോധവുമുള്ളവരുടെ നാട്. ഇത് അജ്ഞരുടെ നാട്. എന്നിട്ടും വളരെ പ്രൊഫഷനലായാണ് നമ്മൾ തട്ടിപ്പുകൾ നടത്തുന്നത്. നടത്തേണ്ടതും... ”

“ഞാൻ എന്ത് ചെയ്യണമെന്ന് ഗുരുജി പറയൂ...”

ഗുരുജി റിമോട്ട് കൺട്രോൾ വഴി മുറിയിലെ ടിവി ഓൺ ചെയ്തു. ഭക്തജനങ്ങൾ തിങ്ങി നിറഞ്ഞ ഹാളിന്റെ ദൃശ്യം എൽ.ഇ.ഡി സ്ക്രീനിൽ തെളിഞ്ഞു.

“അവിടെ ആൾക്കൂട്ടത്തിന് നടുവിലെ നീലഷർട്ടുകാരനെയും പച്ച സാരിക്കാരിയെയും കണ്ടോ? അവർ ഭാര്യാഭർത്താക്കന്മാരാണ്...”

“അതിന്...?”

രാമു ജിജ്ഞാസുവായി.

“നമ്മുടെ ആളുകൾ തന്നെ ഭക്തരുടെ വേഷം കെട്ടി ആശ്രമത്തിന്റെ പല ഭാഗത്തായി നടപ്പുണ്ട്. അവർ ഇക്കൂട്ടരിൽ നിന്നും പല വിവരങ്ങളും സമർത്ഥമായി പിടിച്ചെടുത്ത് നമുക്ക് കൈമാറും. ഓരോ ദിവസവും ദർശനം തുടങ്ങും മുൻപ് ചിലരുടെ വിവരങ്ങൾ കൃത്യമായി അറിയിക്കും. ദർശനത്തിൽ പങ്കെടുക്കുന്ന എല്ലാവരുടെയും വിശദാംശങ്ങൾ ശേഖരിക്കുക പ്രായോഗികമല്ല. തെരഞ്ഞെടുത്തവരെ മാത്രം. അല്ലാത്തവർക്ക് വെറും ദർശനവും പ്രസാദവും സ്പർശനവും നൽകി മടക്കി അയക്കുക. ദർശനത്തിന് മുൻപ് ആളുകളുടെ വിശ്വാസം നേടാൻ ഇത്തരം ഗിമ്മിക്കുകൾ പയറ്റണം. നീലഷർട്ടുകാരനെ അടുത്തുവിളിച്ച് അയാളുടെ പ്രശ്നങ്ങളും ഭൂതകാലവും പരസ്യമായി അയാളോട് പറയണം. ഹാളിൽ മൈക്കിലൂടെ അത് കേൾക്കുന്ന മുഴുവൻ പേരും അദ്ഭുതപ്പെടും. അയാൾ തന്നെ അത് നൂറുകണക്കിന് പേരോട് സാക്ഷ്യം പറയും. മൗത്ത് പബ്ലിസിറ്റിയാണ് ഏറ്റവും വലിയ പ്രചാരണമാർഗം...”

രാമുണ്ണി അമ്പരപ്പോടെ എല്ലാം കേട്ടിരുന്നു.

“ഈശ്വർജിയിൽ നിന്നും വിസ്മയിപ്പിക്കുന്ന അനുഭവങ്ങളുണ്ടായവരുടെ മൊഴികൾ നമ്മൾ വീഡിയോയിൽ പകർത്തും. ഇത് വെബ്സൈറ്റുകൾ വഴിയും സോഷ്യൽ മീഡിയയിലൂടെയും ലോകമൊട്ടുക്ക് പ്രചരിപ്പിക്കും. പിന്നെ ദൈവവിശ്വാസമില്ലാത്ത ഭരണാധികാരികളും ശാസ്ത്രജ്ഞൻമാരും പോലും നിന്റെ മുന്നിൽ മുട്ടുകുത്തും. അത് കാണുന്ന സാധാരണക്കാരന്റെ വിശ്വാസം പതിൻമടങ്ങ് വർദ്ധിക്കും..”

“വലിയ വലിയ ആളുകളും അജ്ഞരാണോ?”

രാമു നിഷ്ക്കളങ്കമായ സംശയം ചോദിച്ചു.

"അവർ അജ്ഞരല്ല, ബുദ്ധിരാക്ഷസന്മാരാണ്. ചിലർക്ക് ഭക്തവേഷം കെട്ടിയാടാൻ ആശ്രമം പണം നൽകും. ചിലർ അവരുടെ രഹസ്യ സമ്പാദ്യം ചാരിറ്റിയുടെ മറവിൽ ആശ്രമത്തിൽ സൂക്ഷിക്കും. ഇതൊന്നും ആരും സംശയിക്കുകയുമില്ല."

ഗുരുജി അതും പറഞ്ഞ് ഉറക്കെ ചിരിച്ചു.

അവിശ്വസനീയമായ ആത്മവഞ്ചനയുടെയും സാമൂഹ്യവിരുദ്ധതയുടെയും ഒരു ലോകത്തിന് താൻ സാക്ഷിയും ഉപകരണവുമാകുന്നതായി രാമുവിന് തോന്നി. അയാളുടെ നൈതികത മനസ്സുകൊണ്ട് അതിനോട് വിയോജിച്ചു. പക്ഷേ വിമുഖത പുറത്ത് കാണിക്കാൻ തത്കാലം നിർവാഹമില്ല. ഗുരുജിയുടെ വിരൽത്തുമ്പിന്റെ നിയന്ത്രണങ്ങൾക്കൊത്ത് ചലിക്കാൻ വിധിക്കപ്പെട്ട പാവയാണ് തത്കാലം താൻ.

എത്രയൊക്കെ ശ്രമിച്ചിട്ടും ഒരുനാൾ രാമുണ്ണിയുടെ ക്ഷമയുടെ അതിരുകൾ ലംഘിക്കപ്പെട്ടു. അയാൾ ഗുരുജിയോട് പൊട്ടിത്തെറിക്കുക തന്നെ ചെയ്തു. ആശ്രമത്തിൽ അഭയം തേടിയ അനാഥപെൺകുട്ടികളിലൊരാളെ ഒരു ബ്രഹ്മചാരി ഭീഷണിപ്പെടുത്തി ലൈംഗികമായി ചൂഷണം ചെയ്തു. പെൺകുട്ടി നേരിട്ട് ഈശ്വർജിയുടെ സന്നിധിയിലെത്തി സങ്കടം പറയുകയായിരുന്നു. വിവരം അറിഞ്ഞപ്പോൾ ഗുരുജി അതിനെ ന്യായീകരിക്കാൻ ശ്രമിച്ചു.

"മനുഷ്യരല്ലേ... ചില സന്ദർങ്ങളിൽ അങ്ങനെയൊക്കെ സംഭവിച്ചെന്നിരിക്കും. എല്ലായ്പോഴും വികാരങ്ങൾ നിയന്ത്രണത്തിൽ നിൽക്കില്ലല്ലോ?"

"അങ്ങനെയുള്ളവർ പിന്നെന്തിന് ഈ വേഷം കെട്ടുന്നു?"

രാമു രോഷംകൊണ്ട് ജ്വലിച്ചു.

"ഏറ്റവും ആയാസരഹിതമായ, മനോസംഘർഷങ്ങളില്ലാത്ത ഒരു തൊഴിൽ. തത്കാലം അങ്ങനെ കരുതിയാൽ മതി..."

ഗുരുജി ചിരിച്ചു.

"പക്ഷേ ഈ പാവപ്പെട്ട കുട്ടികളെ നശിപ്പിക്കാൻ ഞാൻ സമ്മതിക്കില്ല. ഇനിയും ഇതാവർത്തിച്ചാൽ പത്രസമ്മേളനം വിളിച്ചുകൂട്ടി ഞാൻ ലോകത്തെ അറിയിക്കും..."

ഗുരുജിയുടെ കണ്ണുകൾ ചെറുതാകുന്നതും അവിടെ പകയുടെ കനലുകൾ തിളങ്ങുന്നതും രാമു കണ്ടു. ഗുരുജി അവന്റെ മുഖത്തിന് നേർക്ക് വിരൽ ചൂണ്ടി.

"അങ്ങനെ വല്ലതും ചെയ്താൽ നിങ്ങളും ഞാനും ഒരുമിച്ച് മുങ്ങും. ഇത്രയും കാലം എല്ലാ തട്ടിപ്പിനും കൂട്ടുനിന്നിട്ട് ഇപ്പോൾ ഈ മനംമാറ്റം എങ്ങിനെ ഉണ്ടായി എന്ന് ചോദ്യം ഉയരും. മാത്രമല്ല വളരെ കഷ്ടപ്പെട്ട് ഞാൻ പണിതുയർത്തിയാണ് ഈ പ്രസ്ഥാനം. ഇതിന് എന്തെങ്കിലും ഒരു പോറലേറ്റാൽ പിന്നെ നിങ്ങൾ ജീവനോടെ ഉണ്ടാവില്ല."

രാമു ഒന്ന് നടുങ്ങി. പറഞ്ഞാൽ പറഞ്ഞതുപോലെ ചെയ്യുന്നയാളാണ് ഗുരുജി. അയാളുടെ തീരുമാനങ്ങൾക്കപ്പുറം ഒരു ലോകം ഈ ആശ്രമത്തിലില്ല. തത്കാലം സമ്പൂർണ്ണവിധേയത്വമല്ലാതെ മറ്റൊരു മാർഗവും തന്റെ മുന്നിലില്ല.

ഓരോ ദിവസവും പുതിയ തന്ത്രങ്ങളുമായി ഗുരുജി അവന്റെ സ്വാസ്ഥ്യത്തിന്റെ ചിറകൊടിച്ചു.

“നമ്മൾ എന്തൊക്കെ അദ്ഭുതവിദ്യകൾ കാണിച്ചാലും ഭക്തരുടെ കണ്ണിൽ നീ ഒരു സാധാരണ മനുഷ്യനാണ്. വേഷം കൊണ്ട് ഒരു ആത്മീയ നേതാവിന്റെ തലത്തിനപ്പുറം അവർ നിങ്ങളെ കാണണമെന്നില്ല. ഈശ്വരൻ നേരിട്ട് ഭൂമിയിലേക്ക് അയച്ച പ്രതിപുരുഷനാണെന്ന തോന്നൽ ജനിപ്പിക്കണം ”

“അതിന് ഞാനെന്ത് ചെയ്യണമെന്നാണ് ഗുരുജി പറഞ്ഞു വരുന്നത്?”

“നീ ദൈവീകരൂപം കെട്ടി ഭക്തർക്ക് ദർശനം നൽകണം. ഓരോ ദിവസവും ഓരോരോ വേഷങ്ങൾ. പുരാണത്തിലെ പ്രസിദ്ധരായ അവതാരപുരുഷന്മാരാകാം...”

രാമുവിന്റെ മുഖം മങ്ങി.

“ഇതെന്താ ഫാൻസി ഡ്രസ്സോ? ഗുരുജി എന്ത് അസംബന്ധമാണ് ഈ പറയുന്നത്? ദൈവം മനുഷ്യാതീതമായ മഹാശക്തിയാണ്. ദൈവമായി വേഷം കെട്ടുന്നത് മഹാപരാധമാണെന്ന് അറിഞ്ഞുകൂടേ നിങ്ങൾക്ക്? ഈശ്വരനിഷേധം.”

പൊടുന്നനെ ഗുരുജി ക്ഷോഭിച്ചു.

“ഏതാണ് ഈശ്വരഹിതം, ഏതാണ് അഹിതം എന്ന് ഞങ്ങൾ തീരുമാനിച്ചോളാം... നീ ഞങ്ങൾ പറയുംപോലെ ചെയ്താൽ മതി.”

അയാൾ ചവുട്ടിത്തുള്ളി മുറിവിട്ട് ഇറങ്ങിപ്പോയി.

അടുത്തദിവസം തന്നെ അയാൾ തിടുക്കപ്പെട്ട് ഈശ്വർജിയുടെ പൂർണ്ണകായപ്രതിമകളും വിഗ്രഹങ്ങളും നാടുനീളെ സ്ഥാപിക്കാൻ ശിഷ്യഗണങ്ങൾക്ക് നിർദ്ദേശം നൽകി.

ഒരാൾ ജീവിച്ചിരിക്കുമ്പോൾ ഇങ്ങനെ ചെയ്യുന്നതിലെ യുക്തി ഒരു സഹചരൻ ചോദിക്കുമ്പോൾ ഗുരുജി നൽകിയ മറുപടി രാമു വാതിലിന് മറഞ്ഞു നിന്ന് കേട്ടു.

“നമുക്ക് വേണ്ടത് ഒരു രൂപമാണ്. ബിംബം. അത് ജനങ്ങളുടെ മനസ്സിൽ ഉറപ്പിക്കണം. നാളെ ഇയാൾക്ക് എന്തെങ്കിലും സംഭവിച്ചാലും നമുക്ക് ജീവിക്കണ്ടേ. മഠത്തിന് നിലനിൽക്കണ്ടേ?”

രാമു സ്തബ്ധതയുടെ പാരമ്യതയിൽ ഒരു ശിലാവിഗ്രഹമായി. തന്റെ മരണംപോലും അവർ ഇപ്പോഴേ കണക്ക് കൂട്ടുന്നു. അതിന്റെ വ്യാപാര സാദ്ധ്യതകൾ ഗണിക്കുന്നു.

ആ രാത്രി രാമു ഉറങ്ങിയില്ല. പ്രതികരിക്കാനും പ്രതിഷേധിക്കാനുമുള്ള ഒരു സാധാരണമനുഷ്യന്റെ അവകാശങ്ങൾ പോലും കാലം തന്നിൽനിന്നും കവർന്നെടുത്തിരിക്കുന്നു.അന്നാദ്യമായി അയാൾ സ്നേഹത്തോടെ സൗമിനിയെ ഓർത്തു. അവളുടെ ഔദാര്യത്തിലും സൗമനസ്യത്തിലും ജീവിതം നയിക്കുമ്പോഴും തന്റെ ശാസനകൾക്ക് അവൾ സ്നേഹപൂർവം കാതോർത്തിരുന്നു. വേദനിപ്പിക്കുന്ന ഒരു മറുവാക്ക് ഉരിയാടിയില്ല. അത് അകളങ്കമായ ആത്മൈക്യത്തിന്റെ പിൻബലം ഒന്നുകൊണ്ട് മാത്രമായിരുന്നു. ഇവിടെ ഈശ്വർജിക്കും തലൈവർക്കും വലിയ ഒരു സാമ്രാജ്യം കെട്ടിപ്പടുക്കാനുള്ള കേവല ഉപകരണം മാത്രമാണ് താൻ. ഒരു ബ്രാൻഡ് മാർക്ക് പോലെ. തന്റെ നൈസർഗിക കാമനകളുടെ ശാശ്വത നിരാസത്തിന് മേലാണ് അവർ സ്വന്തം സ്വപ്നങ്ങൾ കെട്ടിപ്പൊക്കിയത്. അവരുടേത് വ്യക്തിഗത താത്പര്യങ്ങൾ മാത്രമാണ്. പക്ഷേ തന്നെ മാത്രം വിശ്വസിച്ച് ജീവിക്കുന്ന ദശലക്ഷകണക്കിന് ജനങ്ങളുണ്ട്. ഈശ്വർജി ഒരു പൊയ്മുഖമാണെന്ന് തിരിച്ചറിഞ്ഞാൽ അവരുടെ മനസ്സുകൾ ഉടഞ്ഞ മൺപാത്രങ്ങളാവും. ആശ്രയിച്ചതും വിശ്വസിച്ചതും ശൂന്യമാണെന്ന് അറിയുമ്പോൾ അവർ മനോവിഭ്രാന്തിയുടെ ആഴക്കയങ്ങളിൽ നിപതിക്കും. അത്തരമൊരു വിശ്വാസരാഹിത്യം രാമുണ്ണിക്ക് അചിന്ത്യമായിരുന്നു.

പ്രഞ്ചമൊട്ടാകെ പടർന്നു കിടക്കുന്ന ഒരു സമൂഹത്തിന് വേണ്ടി അയാൾ സ്വന്തം ജീവിതം സ്വയം ഹോമിച്ചു. തന്റെ വേദനകൾ തന്നിൽ മാത്രം ഒതുങ്ങി നിൽക്കാൻ ശ്രദ്ധിച്ചു. ഈശ്വർജിയോട് പോലും പരാതികൾ പറയാതെ ശ്രദ്ധിച്ചു. അതികാലത്തെ മുതൽ ദർശനം മോഹിച്ച് എത്തുന്ന പരശതം ഭക്തർക്ക് മുന്നിൽ നിസ്സംഗവും തേജോമയവുമായ സൗമ്യസ്മിതത്തോടെ നിന്നു. മനസ്സിലേക്ക് അറിയാതെപോലും വീടും കുടുംബവും ബന്ധങ്ങളും കയറി വരാതെ ശ്രദ്ധിച്ചു. ചാക്രികമായ ഒരു ജീവിതവൃത്തത്തിന്റെ പരിധികൾക്കുള്ളിൽ കൃത്യമായി ചലിക്കുന്ന കളിപ്പാവയാകാൻ അയാൾ സ്വയം പരിശീലിച്ചു.

മനസ്സുകൊണ്ട് ദൈവമാകാൻ അയാൾ പല കുറി ശ്രമിച്ചു. പരാജയമായിരുന്നു ഫലം. പകലന്തിയോളം ദർശനം നൽകി രാത്രി കിടപ്പറയിലെത്തുമ്പോൾ അയാൾ കേട്ടറിവുള്ള എല്ലാ ദൈവങ്ങളോടും ക്ഷമാപണം ചെയ്തു. അയാൾക്ക് അറിയാം. ഈശ്വരൻ പരമമായ സത്യമാണ്. അതിനെ ലഘൂകരിക്കാൻ ആർക്കും സാദ്ധ്യമല്ല. അൽപ്പജ്ഞനായ താൻ ദൈവവേഷങ്ങൾ കെട്ടിയാടുമ്പോൾ പ്രപഞ്ചനിയന്താതാവായ ആ മഹാശക്തി ഏതോ അദൃശ്യതലങ്ങളിൽ ഒളിഞ്ഞിരുന്ന് പുഞ്ചിരിക്കുകയാവാം. ഒരു വയറ്റുപ്പിഴപ്പുകാരനോട് ക്ഷമിക്കുന്ന ഔദാര്യപൂർണ്ണമായ മാനസികാവസ്ഥയുടെ തണലിൽ കൊടിയ ദൈവകോപത്തിൽനിന്നും താൻ തത്കാലം രക്ഷപ്പെട്ടു പോകുന്നു. യഥാർത്ഥത്തിൽ താനാണോ തെറ്റുകാരൻ? സ്വന്തം ഭൗതിക നേട്ടങ്ങൾക്ക് വേണ്ടി താൻ ഒരിക്കലും ഇച്ഛിക്കാത്ത ഒരു വേഷം കെട്ടിയാടിക്കുന്ന ഗുരുജിയും തലൈവരുമല്ലേ

തെറ്റുകാർ? എല്ലാറ്റിനും കൂട്ടുനിൽക്കുന്ന തനിക്കും ഈ മഹാപാപത്തിൽ നിന്നും രക്ഷപ്പെടാൻ സാധിക്കുമോ? ന്യായാന്യായങ്ങളുടെയും നന്മതിന്മ കളുടെയും സുതാര്യമായ അതിരുകൾക്കിടയിൽ രാമുണ്ണിയുടെ ആത്മാവ് വിഷമിച്ചു.

അവന്റെ മനസ്സിലെ ചാഞ്ചാട്ടങ്ങൾ അതിബുദ്ധിയായ ഗുരുജി കൃത്യമായി നിരീക്ഷിക്കുന്നുണ്ടായിരുന്നു. പ്രതിഷ്ഠിച്ചു പോയ വിഗ്രഹ മാണ് അയാൾ. ഇനി പകരം വയ്ക്കുക സാധ്യമല്ല. അയാളുടെ മനസ്സിനെ പിടിച്ചുകെട്ടുക എന്നതും പ്രായോഗികമല്ല. നൂൽപ്പാലത്തിലൂടെ സഞ്ചരി ക്കുന്ന ആത്മാവിനെ താത്കാലികമായെങ്കിലും ഉറപ്പിച്ചു നിർത്തേണ്ട തുണ്ട്.

രാമു അറിയാതെ ചില ഗൂഢപദ്ധതികൾ ഗുരുജി വിഭാവനം ചെയ്തു. അതിന്റെ ആദ്യപടിയിൽ അയാളും ശിഷ്യഗണങ്ങളും മാത്രം സന്ധിച്ചു.

ഇരുട്ടിന്റെ മഹാശൂന്യതയിൽ വെളിച്ചത്തിന്റെ ഒരു നുറുങ്ങ്തിരി തെളിഞ്ഞു. രാത്രിയെ പകലാക്കുന്ന കണ്ണഞ്ചിക്കുന്ന വൈദ്യുതവിളക്കു കൾ അണച്ച് പീഠത്തിൻമേൽ ഒറ്റക്കാൽകൊക്കിനെ പോലെ തപസ്സ് ചെയ്ത മെഴുകുതിരി തെളിച്ചതെന്തിനെന്ന് ചുറ്റും കൂടിയിരുന്നവർക്ക് വ്യക്തമായില്ല. അവരുടെ മുഖങ്ങളിൽനിന്ന് ആ സംശയം വായിച്ചെടു ത്തതു പോലെ ഗുരുജി എല്ലാവരെയും മാറി മാറി നോക്കി ഒന്ന് ചിരിച്ചു.

"കോടാനുകോടികൾ വിലമതിക്കുന്ന രത്നം കാലിൽ തടഞ്ഞിട്ട് അത് തട്ടിമാറ്റി മുക്കുപണ്ടം തിരയുന്ന മണ്ടൻരാജാവിന്റെ കഥ കേട്ടിട്ടില്ലേ? ആ അവസ്ഥയിലാണ് നിങ്ങളും ഞാനും ഇപ്പോൾ."

പറഞ്ഞതിന്റെ പൊരുൾ വ്യക്തമാകാതെ അനുയായികൾ പരസ്പരം നോക്കി. ധ്വനിസാന്ദ്രമായി സംസാരിക്കുന്നത് പണ്ടേ ഗുരുജിയുടെ ശീല മാണ്. ഓരോ നോട്ടത്തിലും വാക്കിലും വാചകത്തിലും ആയിരം അർത്ഥ ങ്ങൾ അടങ്ങുന്നു. വലിയ സാദ്ധ്യതകൾ ഒളിപ്പിച്ചുവയ്ക്കുന്നു. അതാണ് ഗുരുജി. ഈശ്വർജിയുടെ പോലും ഗുരുസ്ഥാനീയനായി മാറിയത് വെറുതെയല്ല. തൊട്ടടുത്ത സ്ഥാനക്കാരനായ ശ്രീവത്സൻ മനസിൽ പറഞ്ഞു. അവരുടെ അന്തരംഗം ഒന്നാകെ ഗ്രഹിച്ചിട്ടെന്ന പോലെ ഗുരുജി പറഞ്ഞു.

"സൂചനകൾ പോരാ. വിശദീകരണം തന്നെ വേണമെന്ന് അറിയാം."

അത് ശരിവയ്ക്കും മട്ടിൽ അനുചരന്മാർ തലയാട്ടി. പതിഞ്ഞ താള ത്തിലുള്ള ചിരിയായിരുന്നു ഗുരുജിയുടെ മറുപടി. പിന്നെ അപാരത യിലേക്ക് ദൃഷ്ടികൾ അയച്ച് സൗമ്യമെങ്കിലും ദൃഢമായ സ്വരത്തിൽ അദ്ദേഹം പ്രതിവചിച്ചു.

"ദൈവം നമ്മുടെ മുന്നിലേക്ക് തുറന്നിട്ട വലിയ സാദ്ധ്യതയാണ് രാമു. ഈ പ്രസ്ഥാനത്തിന്, ഈ നാടിന്, എന്തിന് നമുക്ക് ഓരോരുത്തർക്കും തലമുറകളോളം സുഭിക്ഷമായി കഴിയാൻ കാലം ഒരുക്കിയ അവസരം.

അതിനെ മൂന്ന് തരത്തിൽ നമുക്ക് വിനിയോഗിക്കാം. പുറംകാല് കൊണ്ട് തൊഴിച്ചെറിയാം. നിസാരവിലയ്ക്ക് വിൽക്കാം. പരമാവധി വിലയ്ക്ക് വില പേശാം. ബുദ്ധിയുള്ളവർ ഏത് വഴിയാവും സ്വീകരിക്കുക?"

ഒരു ചോദ്യം മുന്നിലേക്ക് എറിഞ്ഞുകൊടുത്ത് ഗുരുജി ആ മുഖങ്ങളിലേക്ക് നോക്കി.

"ഈ ദ്വീപിൽ മാത്രമല്ല, പുറംലോകത്തും നിരവധിയാളുകൾ ഈശ്വർ അമാനുഷിക സിദ്ധിയുള്ള ആളാണെന്ന് ധരിക്കുന്നു. അയാളുടെ പ്രീതി ലഭിക്കാനായി ലക്ഷങ്ങളും കോടികളും വലിച്ചെറിയാൻ തയ്യാറായി നിൽക്കുന്നു."

ഗുരു പറഞ്ഞു വരുന്നതിന്റെ ആന്തരാർത്ഥം ശിഷ്യഗണങ്ങൾ വളരെ വേഗം ഉൾക്കൊണ്ടു.

അനുയായികൾ പരസ്പരം മൗനത്തിന്റെ ഭാഷയിൽ ആശയ വിനിമയം ചെയ്തു. എല്ലാവർക്കും വേണ്ടിയെന്നോണം ശ്രീവത്സൻ സംസാരിച്ചു.

"ഞങ്ങൾക്ക് ആർക്കും വിപരീതാഭിപ്രായമില്ല..."

ഗുരുജി മന്ദസ്മിതത്തോടെ തലയാട്ടി. അപ്പൂപ്പൻതാടി പോലെ നരച്ച താടിരോമങ്ങളിൽ വിരലുകൾ ഉഴിഞ്ഞു. മെഴുകുതിരി വെട്ടം വീണ് വെള്ളിക്കമ്പികൾ പോലെ അവ തിളങ്ങി. ഗുരുവിന്റെ വൈരക്കല്ലുകൾ പോലുള്ള കണ്ണുകൾക്ക് അതിലും തിളക്കമുണ്ടായിരുന്നു.

വിദേശത്തു നിന്നും മാർക്കറ്റിംഗിൽ ഉന്നതബിരുദം നേടിയവരെ ഗുരുജി ദ്വീപിലേക്ക് കൊണ്ടുവന്നു. ഈശ്വർജിയുടെ ഖ്യാതി ആഗോളതലത്തിൽ കൂടുതൽ വ്യാപകമാകേണ്ടതിന്റെ ആവശ്യകതയും സാദ്ധ്യതകളും ചർച്ച ചെയ്തു. അത്തരം കൂടിക്കാഴ്ചകളിൽ രാമുണ്ണിയുടെ സാന്നിദ്ധ്യം ഉണ്ടായില്ല. വിൽക്കപ്പെടേണ്ട വസ്തുവായിരുന്നു അയാൾ. വിൽക്കാൻ അറിയുന്നവർക്ക് വിധേയരാവുക എന്നതിൽ കവിഞ്ഞ ഒരു ദൗത്യവും അയാളിൽ നിക്ഷിപ്തമായിരുന്നില്ല. എല്ലാം അറിഞ്ഞിട്ടും രാമു അജ്ഞത നടിച്ചു. മറ്റു പോംവഴികൾ അയാൾക്ക് മുന്നിലുണ്ടായിരുന്നില്ല.

കണ്ണടച്ച് തുറക്കുന്ന വേഗതയിൽ ആശ്രമം വളർന്നു. ഈശ്വർജിയുടെ ഗുണഗണങ്ങൾ വർണ്ണിക്കുന്ന ടിവിചാനലുകളും വെബ്സൈറ്റുകളും ഫേസ്ബുക്ക് പേജുകളും ഓൺലൈൻ പോർട്ടലുകളും പ്രത്യക്ഷപ്പെട്ടു. വിദേശരാജ്യങ്ങളിൽ വിവരം പ്രചരിപ്പിക്കാൻ പ്രൊഫഷനൽ ഏജൻസികൾ നിയോഗിക്കപ്പെട്ടു. ദശലക്ഷകോടീശ്വരന്മാർ ഈശ്വർജിയെ തേടിയെത്തി. ഭൂമിയിൽ ഒരു സ്വർഗ്ഗമുണ്ടെങ്കിൽ, മനുഷ്യാതീത ശക്തിയുണ്ടെങ്കിൽ അത് ഇതാണെന്ന് അവർക്ക് ബോധ്യമായി. അവരുടെ അതിരുകളില്ലാത്ത സമ്പാദ്യം ആ പാദാരവിന്ദങ്ങളിൽ സമർപ്പിച്ചു.

ദിനംപ്രതി ആശ്രമം വളർന്നു കൊണ്ടേയിരുന്നു. സമ്പന്നതയുടെ വിശാലലോകം ചുറ്റും രൂപപ്പെട്ടു. തസ്രാക്കിന് സംഭവിച്ച വികസനത്തിന്

അതിരുകളില്ലായിരുന്നു. തനത് ശീലങ്ങൾ വെടിഞ്ഞ് അവർ പരിഷ്കൃത ജനതയുടെ ശീലങ്ങളിലേക്ക് പരിണമിച്ചു.

ആശ്രമം ഒരു സമാന്തരഭരണകൂടമായി മാറി. ആയിരകണക്കിന് പേർക്ക് വീട് വച്ചുകൊടുത്തു. ചികിത്സാസൗകര്യങ്ങളൊരുക്കി. ആതുര സേവനത്തിന്റെയും ജീവകാരുണ്യപ്രവർത്തനങ്ങളുടെയും വിശദാംശങ്ങൾ മൂവിക്യാമറയിൽ പകർത്തപ്പെട്ടു. വിദേശചാനലുകൾ ഈശ്വർജിയുടെ അപദാനങ്ങൾക്കൊപ്പം സൽക്കർമ്മങ്ങളും സംപ്രേഷണം ചെയ്തു. സാധുക്കൾക്ക് നന്മ ചെയ്യാനായി മാത്രം ജീവിക്കുന്ന അവതാരപുരുഷനെ വിശ്വസിച്ച് ലോകത്തിന്റെ വിവിധ കോണുകളിൽനിന്ന് ആയിരക്കണക്കിന് ആളുകൾ ശതകോടികൾ സംഭാവന ചെയ്തു. ആ പുണ്യപ്രവൃത്തിയിലൂടെ തങ്ങൾക്ക് സ്വർഗ്ഗരാജ്യം കൈവരുമെന്ന് അവർ വിശ്വസിച്ചു. അവതാരപുരുഷന് സ്വന്തം ജീവസന്ധാരണത്തിനുള്ള ധനം കണ്ടെത്തിക്കൂടെ എന്ന് അവർ ആരും ചിന്തിച്ചില്ല. ചോദിച്ചില്ല. വിശ്വാസത്തിന്റെ കറുത്ത തുണി കൊണ്ട് ഗുരുജി അവരുടെ കണ്ണുകൾ കെട്ടി. നിത്യാന്ധതയിലെന്നോണം അവർ ഈശ്വർജിയെ ആരാധിച്ച് ജീവിച്ചു. അക്കൂട്ടത്തിൽ ഭരണാധികാരികളും നിയമപാലകരും നീതിപീഠങ്ങളും ശാസ്ത്രജ്ഞരും ഉൾപ്പെട്ടു. സമൂഹം ആദരിക്കുന്നവർ ഈശ്വർജിക്ക് മുന്നിൽ സാഷ്ടാംഗം പ്രണമിക്കുമ്പോൾ സാധാരണക്കാരുടെ വിശ്വാസം ദൃഢതരമായി.

ആശ്രമം ഒരു മഹാപ്രസ്ഥാനമായി വളർന്നു. ഗുരുജി എല്ലാറ്റിനും നേതൃത്വം നൽകി. രാമുണ്ണി ഒരു വിഗ്രഹമായി നിന്നുകൊടുത്തു.

അയാൾ പൂർണ്ണമായും മൗനം ദീക്ഷിച്ചു. ഭക്തർക്ക് ദർശനം കൊടുക്കുന്ന നിമിഷങ്ങളിൽ മാത്രം ഒരു ടേപ്പ്റിക്കാർഡർ പോലെ മനസ്സിൽ ആലേഖനം ചെയ്തു വച്ച വാക്കുകൾ ഉരുവിട്ടു. പ്രാർത്ഥനാഗീതങ്ങൾ യാന്ത്രികമായി ചൊല്ലി. സൗമ്യസ്മിതം മുഖത്ത് പതിപ്പിച്ച് വച്ചു. പേരിന് മാത്രം ഭക്ഷിച്ചു. കൂടുതലും ദ്രവരൂപത്തിലുള്ള ആഹാരങ്ങൾകൊണ്ട് കാലം കഴിച്ചു. ജീവിതം എന്ന് തന്റെ അവസ്ഥയെ വിളിക്കാമോ എന്ന് സംശയിച്ചു. ഒരു ആദ്ധ്യാത്മികയന്ത്രം എന്ന് സ്വയം വിശേഷിപ്പിക്കാനാണ് പലപ്പോഴും അയാൾക്ക് തോന്നിയത്. ഒരു കൽപ്രതിമയുടെ നിസ്സംഗത ബോധപൂർവം കൈവരിച്ചു. എതിർത്തിട്ടും പ്രതികരിച്ചിട്ടും കാര്യമില്ലെന്ന തിരിച്ചറിവിൽ നിന്ന് സ്വയം ശീലിച്ച സമീപനമായിരുന്നു അതൊക്കെ.

രാത്രികളിൽ അടഞ്ഞ മുറിയുടെ ചുവരുകൾക്കുള്ളിൽ സ്വന്തം കിടക്കയുടെ സ്വകാര്യതയിൽ അയാൾ ഉറക്കെ പൊട്ടിക്കരഞ്ഞു. എല്ലാവർക്കും സാന്ത്വനമരുളുന്ന ഈശ്വർജിയുടെ കണ്ണീരിനും ഉപ്പും നനവുമുണ്ടായിരുന്നു. അയാളുടെ മനസ്സിനും വേദനയും മുറിവുകളുമുണ്ടായി. അതാരും അറിഞ്ഞില്ലെന്ന് മാത്രം. ഇഷ്ടഭക്ഷണം കഴിക്കാനായി അയാളുടെ രുചി

മുകുളങ്ങൾ കൊതിച്ചു. ഒരു പെണ്ണിന്റെ സ്നേഹച്ചൂടിൽ ഉരുകിയലിയാനായി അയാളുടെ മനംതുടിച്ചു. അതിരുകളില്ലാത്ത സ്വാതന്ത്ര്യത്തിന്റെയും സ്വകാര്യതയുടെയും അനന്തവിഹായസ്സിൽ പാറിക്കളിക്കാനും പറന്നു നടക്കാനും വൃഥാ മോഹിച്ചു.

ഒന്നും സാധിതമല്ലെന്ന തിരിച്ചറിവിൽ അയാളുടെ മനസ്സ് വീർപ്പുമുട്ടി പിടഞ്ഞു. കരയാൻ പോലും കഴിയാതെ അത് നിശ്ചലമായി. ശരീരം മാത്രം ചലിക്കുന്ന ഒരു ജീവച്ഛവമായി അയാൾ പരിവർത്തനം ചെയ്തു.

നിസഹായതയുടെ അപാരതയിൽ നിലനിൽക്കുന്ന ദൈവമായിരുന്നു അയാൾ. അയാളുടെ മനസ്സിന്റെ പിടച്ചിലുകൾ ആരും കണ്ടില്ല. വെറും മനുഷ്യനായി ജീവിക്കാനുള്ള അദമ്യമായ ആഗ്രഹത്തിൽ അയാളുടെ ആത്മാവ് തുടിച്ചു.

ആകാശത്തിലെ പറവകളോടും ആരണ്യകത്തിലെ വന്യമൃഗങ്ങളോടും അയാൾക്ക് അസൂയ തോന്നി. എല്ലാത്തരം ബന്ധനങ്ങളിൽ നിന്നും വിമോചിതരായ അവരാണ് ഏറ്റവും ഭാഗ്യവാന്മാർ എന്ന് അയാളുടെ മനസ്സ് പറഞ്ഞു. അവരിൽ ഒരാളായി അടുത്ത ജന്മത്തിലെങ്കിലും - അങ്ങനെയൊന്നുണ്ടെങ്കിൽ - ജനിപ്പിക്കണമെന്ന് അയാൾ ദൈവത്തോട് പ്രാർത്ഥിച്ചു.

പതിനേഴ്

പച്ചപ്പട്ട് വിരിച്ച ഒരു പുൽമേടായിരുന്നു അത്. പുൽമെത്തയെന്നൊക്കെ പറയാവുന്ന വിധം അത്രകണ്ട് മൃദുവായ പ്രതലം. വിജനവും ഏകാന്തവുമായ ഒരിടം. സൗമിനിയുടെ മടിയിൽ തലവച്ച് കിടക്കുകയായിരുന്നു അയാൾ. തൂവെള്ള സാരിയായിരുന്നു അവൾ ധരിച്ചിരുന്നത്. സമാനനിറത്തിലുള്ള കുർത്തയിലും പൈജാമയിലുമായിരുന്നു അയാൾ. സന്ധ്യയാവാൻ തുടങ്ങിയിരുന്നു. നനുത്ത തണുപ്പ് മേലാകെ കുളിർ പടർത്തിയിരുന്നു. മരങ്ങളുടെ തണൽ ഇല്ലാതിരുന്നിട്ടും എവിടെ നിന്ന് എന്ന് അറിയാത്ത ഒരിളം കാറ്റ് തഴുകിതലോടി കടന്നുപോയി. കാറ്റിൽ തണുപ്പ് ഒന്നുകൂടി ഏറി. രാമുണ്ണിയുടെ കൈയിലെ രോമങ്ങൾ എണീറ്റു നിന്നു. തണുപ്പിൽ ചൂട് പകരാനായി അയാൾ സൗമിനിയെ തന്നോട് ചേർത്ത് അണച്ചു പിടിച്ചു. ഇപ്പോൾ വല്ലാത്ത ഒരു മണം അയാളുടെ മൂക്കിലേക്ക് ഇരച്ചു കയറി. അവൾ മുല്ലപ്പൂക്കൾ ചൂടിയിരുന്നു. അതിന്റെ രൂക്ഷതയ്ക്ക് സമം നിൽക്കുന്ന ഗന്ധമായിരുന്നു അവളുടെ ഉടലിന്. ചന്ദനത്തിന്റെ മണം. മുല്ലപ്പൂവും ചന്ദനവും ചേർന്ന സമ്മിശ്രഗന്ധം. അയാൾക്ക് പെട്ടെന്ന് വല്ലാത്ത ഉൾപ്പുളകം തോന്നി.

അവളെ വാരിയെടുത്ത് പുൽപ്പുറത്തു കിടത്തി പൂർണ്ണനഗ്നയാക്കി രണ്ട് സർപ്പങ്ങളെ പോലെ പരസ്പരം ഇണചേർന്ന് ഒന്നായൊഴുകുന്നത് അയാൾ സങ്കല്പിച്ചു. കാറ്റ് വീണ്ടും മൃദുവായി വീശി. കാറ്റിൽ സൗമിനി യുടെ സാരിത്തലപ്പ് ഊർന്നു വീണു. അവളുടെ മുഴുത്ത മാറിടം വെളുത്ത ബ്ലൗസിനുള്ളിൽ കിടന്ന് വീർപ്പുമുട്ടി. അയാൾ അതിന്മേൽ ഉമ്മവച്ചു. അയാളുടെ ചുണ്ടുകൾ നനഞ്ഞു. അടഞ്ഞ കണ്ണുകൾ തുറന്ന് അയാൾ നനവിന്റെ ഉറവിടം തേടി. അമ്മിഞ്ഞപ്പാൽ ചുരന്നുവെന്നാണ് അയാൾ ധരിച്ചത്. അടുത്ത നിമിഷം അയാൾ ഒന്ന് ഞെട്ടി. അവളുടെ ബ്ലൗസിന് രക്തവർണ്ണം. അവളുടെ മുലക്കണ്ണുകൾ ചുരത്തുന്നത് ചോരയാണ്. അത് അയാളുടെ ചുണ്ടുകളിലേക്കും പടരുന്നു.

രാമുണ്ണി നടുക്കത്തോടെ തലകുടഞ്ഞു. നിദ്രയുടെ താഴ്വരയിൽ നിന്നും ഉണർവിന്റെ ബോധതലങ്ങളിലേക്ക് വന്നു. മുറിയിൽ വിങ്ങുന്ന ഇരുട്ടായിരുന്നു. എവിടെ നിന്നോ പറന്നു വന്ന മിന്നാമിനുങ്ങ് ഭിത്തിയിൽ പറ്റിപ്പിടിച്ചു നിന്നു. അതിന്റെ ഇത്തിരിവെട്ടം മുറിയിൽ പാൽനിലാവായി. ഇരുട്ടിന് മേലെ വെളിച്ചത്തിന്റെ നേർത്തപാട വീണു കിടന്നു.

എത്രയോ കാലങ്ങൾക്ക് ശേഷമാണ് സ്വപ്നത്തിലെങ്കിലും സൗമിനി യുടെ മുഖം കാണുന്നത്. അയാൾക്ക് വല്ലാത്ത സങ്കടം വന്നു. വേദനിപ്പി ക്കുന്ന ഒരു നിമിഷം പോലും അവൾ തനിക്ക് സമ്മാനിച്ചിട്ടില്ല. നിഷ്കളങ്ക മായ സ്നേഹമാണ് അവൾ വച്ചു നീട്ടിയത്. ദരിദ്രനും ദുർബലനും കഴിവു കെട്ടവനും കാര്യപ്രാപ്തിയില്ലാത്തവനും അപ്രായോഗികമതിയുമായ ഒരു ഭർത്താവിനെ ലോകത്ത് ഏത് ഭാര്യ സഹിക്കും. എന്നിട്ടും ഒരിക്കലും അവൾ തന്നെ കുറ്റപ്പെടുത്തിയില്ല. തള്ളിപറഞ്ഞില്ല. ഒഴിവാക്കാൻ ശ്രമിച്ചില്ല. കൂടുതൽ മെച്ചപ്പെട്ട ഒരു ദാമ്പത്യത്തിന്റെ വാതിലുകൾ തേടി പോയില്ല. എന്നിട്ടും താൻ അവളെ വേദനിപ്പിച്ചു. നിരാകരിച്ചു. വൈധവ്യ തുല്യമായ ഏകാന്തതയിലേക്ക് തള്ളിവിട്ടു. ഒരു യാത്രാമൊഴി പോലും ചൊല്ലാതെ സ്വന്തം സുഖസങ്കല്പങ്ങളുടെയും സ്വാർത്ഥതയുടെയും സങ്കുചിതവൃത്തത്തിലേക്ക് മുങ്ങി മറഞ്ഞു.

ഒരിക്കലും പരാതിയുമായി അവൾ വന്നില്ല. താൻ തെരഞ്ഞെടുത്ത ജീവിതമാണ് ഏറ്റവും വലിയ ശരിയെന്ന വ്യാജഭാവത്തിൽ ജന്മം പൂഴ്ത്തി. അത്രയും സഹനക്ഷമ ഏത് സ്ത്രീക്കുണ്ടാവും? തന്റെ പെറ്റമ്മ പോലും ഇപ്പോൾ അവളുടെ സ്നേഹസുരക്ഷയിൽ കഴിയുന്നുണ്ടാവും? താൻ ലോകത്തിന്റെ മുഴുവൻ നാഥനായി കഴിയുന്നത് അവർ അറിയുന്നുണ്ടാ വില്ലേ? പത്രപംക്തികളിലും ടെലിവിഷൻ ചാനലുകളിലും അനുനിമിഷം തെളിയുന്ന ഈ മുഖവും രൂപവും അവർക്ക് തിരിച്ചറിയാൻ കഴിയുന്നില്ലേ? നീണ്ട മുടിയും വളർന്ന സ്മശ്രുക്കളും കാഷായവസ്ത്രവുംകൊണ്ട് മറയ്ക്കാൻ കഴിയുന്നതാണോ തന്റെ വ്യക്തിത്വം?

ഒരു ഭാര്യയ്ക്ക്, മക്കൾക്ക്, പെറ്റവയറിന് തന്നെ തിരിച്ചറിയാൻ കഴി യാതെ വരുമോ? അന്ന് ആദ്യമായി അയാളുടെ മനസ്സ് വിങ്ങി. അമ്മയെ

കാണണമെന്ന് അയാൾക്ക് തോന്നി. സൗമിനിയെയും കുട്ടികളെയും കാണണമെന്ന് തോന്നി. ആഗ്രഹങ്ങൾ നിഷിദ്ധമായ തനിക്ക് അതിന് പോംവഴികളില്ലെന്നും അയാൾക്ക് അറിയാമായിരുന്നു. എല്ലാം നിയന്ത്രിച്ച് ജീവിക്കാൻ ശീലിച്ച രാമുണ്ണിക്ക് എത്ര ശ്രമിച്ചിട്ടും തീവ്രമായ സ്നേഹത്തിന്റെയും ബന്ധങ്ങളുടെയും വാതിൽ കൊട്ടിയടക്കാൻ കഴിഞ്ഞില്ല.

ഒരു ടെലിപ്പതി പോലെയായിരുന്നു അത്. കാതങ്ങൾക്കപ്പുറത്തുനിന്ന് രാമുണ്ണിയുടെ മനസ്സ് വായിച്ചു ലീലാമണി. സൗമിനിക്കും സമാനമായ അനുഭവം ഉണ്ടായി. ലീലാമണി കാലത്ത് പതിവുള്ള മന്ത്രജപങ്ങൾ കഴിഞ്ഞ് പൂജാമുറിയിൽനിന്ന് ഇറങ്ങുമ്പോൾ വാതിലിൽ ചാരി അവരെ തന്നെ നോക്കിനിൽക്കുന്നു സൗമിനി.

“എന്താ മോളെ?”

ആ നോട്ടത്തിലെ അസാധാരണത തിരിച്ചറിഞ്ഞ് അവർ ചോദിച്ചു.

“ഇന്നലെ ഞാൻ രാമുണ്ണ്യേട്ടനെ സ്വപ്നം കണ്ടു...”

ലീലാമണിയുടെ മുഖത്തെ പ്രസാദം മാഞ്ഞു.

“ഉറക്കത്തിലും നിനക്ക് സൈര്യല്ലാണ്ടായോ?”

അവർ നീരസം മറച്ചുവച്ചില്ല.

“അങ്ങനെ പറയല്ലേ അമ്മേ? എന്തൊക്കെയായാലും ന്റെ കുട്ടികൾടെ അച്ഛനല്ലേ?”

“ആ വിചാരം അവനുണ്ടാവണ്ടേ?”

“ഉണ്ട് അമ്മേ. എപ്പഴാ എന്നെ കാണാൻ വരികാന്നാ ചോദിക്കണേ...?”

“അത് സ്വപ്നത്തിലല്ലേ. അല്ലാണ്ട് അവന് നമ്മളെ കാണണ്ടങ്കിലോ?”

സൗമിനി അതിന് മറുപടി പറഞ്ഞില്ല. ലീലാമണി ശ്രദ്ധിച്ചു. അവളുടെ കണ്ണുകൾ നിറഞ്ഞിരിക്കുന്നു. അവർ അടുത്തുചെന്ന് അവളുടെ താടി പിടിച്ച് ഉയർത്തി.

“നിനക്ക് അവനെ കാണണംന്നുണ്ടോ?”

സൗമിനി പതുക്കെ തലയാട്ടി.

“എങ്കിൽ കൂടുതലൊന്നും ആലോചിക്കണ്ട. തസ്രാക്കിലുള്ള ആ സ്വാമിജിയെ പോയി കാണുക. രണ്ടിലൊന്ന് അറിയാം. ഒന്നുകിൽ അവന്റെ മുഖസാദൃശ്യമുള്ള ആ സ്വാമിജിയുടെ പൂർവാശ്രമത്തെക്കുറിച്ച് അറിയാം. അല്ലെങ്കിൽ അവൻ എവിടെയുണ്ടെന്ന് അദ്ദേഹം പറഞ്ഞു തരും...”

“എനിക്ക് പ്രതീക്ഷയില്ലമ്മേ... ഒരാളെപോലെ ഏഴുപേരുണ്ടന്നല്ലേ ശാസ്ത്രം. അത് മറ്റാരെങ്കിലുമാവും. സ്വയംഭൂവായ ഈശ്വരാവതാരമാണ് അദ്ദേഹം എന്നാണ് ചരിത്രകാരന്മാർ പറയുന്നത്. അവർക്ക് തെറ്റ് പറ്റുമോ? തന്നെയല്ല... രാമുണ്ണ്യേട്ടനെപോലൊരാൾക്ക് ഇങ്ങനെയൊക്കെ ആവാൻ പറ്റുമോ? എല്ലാം അറിയുന്ന ത്രികാലജ്ഞാനിയാണ് അദ്ദേഹമെന്ന് വലിയ പണ്ഡിതന്മാർ പോലും പറയുന്നു...”

ലീലാമണി അവ്യക്തതയുടെ തുരുത്തിൽനിന്ന് എന്നപോലെ എന്തോ ആലോചിച്ച് നിന്നു. ഒടുവിൽ അവർക്കും തോന്നി. സൗമിനി പറയുന്നതാണ് ശരി. അദ്ദേഹം മഹാരഥനാണ്. ആ സവിധത്തിൽ എത്തി സങ്കടങ്ങൾ ഏറ്റുപറയുക. നഷ്ടമായ മകനെ കണ്ടെത്തി സഹായിക്കണമെന്ന് കേണപേക്ഷിക്കുക.

ആശ്രമംവക പ്രാർത്ഥനാ ഹാളിന്റെ വിശാലതയിൽ തിങ്ങിനിറഞ്ഞ ആയിരങ്ങളിലൊരാളായി സൗമിനി ഇരുന്നു. അവൾക്കൊപ്പം വത്സലയും ലീലാമണിയും കുമാരനും കുട്ടികളും ഉണ്ടായിരുന്നു. സ്ഥായിയായ നിസ്സംഗതയുൾപ്പെടെ രാമുണ്ണിയുടെ സഹജഭാവങ്ങളും രൂപവും നീണ്ട താടിക്കും മുടിക്കും വേഷവിധാനങ്ങൾക്കുമപ്പുറം തെളിഞ്ഞുനിൽക്കുന്നത് അവർക്ക് ദൃഷ്ടിഗോചരമായിരുന്നു. മദ്ധ്യാഹ്നം വരെ ഭക്തർക്ക് ദർശനം കൊടുത്തശേഷം ഈശ്വർജി ഭക്ഷണത്തിനായി സ്വന്തം മുറിയിലേക്ക് പോയി.പതിവ് പോലെ ഗുരുജി അദ്ദേഹത്തെ അനുധാവനം ചെയ്തു. നിഗൂഢമായ സ്വകാര്യതയുടെ നിമിഷങ്ങളിൽ രാമുണ്ണി ഗുരുജിയെ കാര്യങ്ങൾ ധരിപ്പിച്ചു. ആൾക്കൂട്ടത്തിനിടയിലും അയാൾ അവരെ കണ്ടിരുന്നു. രക്തം രക്തത്തെ തൊട്ടറിയും പോലെ.

ഗുരുജിയുടെ ചങ്കിടിച്ചു. മനസ്സിൽ ഒരു അപായമണി മുഴങ്ങി.

മുറിയിലെ എൽ.സി.ഡി ടിവിയിൽ അദ്ദേഹം തിരഞ്ഞു. രാമു അവരെ ഈശ്വർജിക്ക് കാട്ടിക്കൊടുത്തു.

"എന്റെ അമ്മയും ഭാര്യയും കുട്ടികളുമാണ്..."

രാമുണ്ണി കരഞ്ഞു. ദൈന്യതയുടെ അപാരതയിൽ നിന്നെന്നപോലെ. ഗുരുജി കിരാതമായ ഒരു നോട്ടം അയാളുടെ നേർക്ക് അയച്ചു. ശരിപ്പെടുത്തിക്കളയും എന്ന് അർത്ഥം വരുന്ന ഒരു നോട്ടം. രാമുണ്ണി വിതുമ്പൽ മറച്ച് പിടിക്കാൻ ശ്രമിച്ചു. സെൽഫോണിലൂടെ ഗുരുജി അനുയായികൾക്ക് നിർദ്ദേശങ്ങൾ കൈമാറി.

സൗമിനിയും കുടുംബവും ആശ്രമം വക ഗസ്റ്റ്ഹൗസിലേക്ക് ആനയിക്കപ്പെട്ടു. മുറിയിൽ ഗുരുജി മാത്രം. ബാഹ്യരൂപം കൊണ്ടും വേഷവിധാനങ്ങൾ കൊണ്ടും ഋഷിതുല്യനെ പോലെ തോന്നിച്ച അയാളുടെ കണ്ണുകളിലെ ക്രൗര്യം സൗമിനി വളരെ വേഗം വായിച്ചെടുത്തു. ആത്മീയ നേതാക്കളെ ദൈവതുല്യരായി കരുതുന്ന കുമാരനും ഭാര്യയും ലീലാമണിക്കൊപ്പം തൊഴുകൈകളോടെ നിന്നു.

"നിങ്ങളുടെ ആഗമനോദ്ദേശത്തിൽ എന്തോ പന്തികേടുള്ളതായി കാണുന്നു...?"

എല്ലാം അറിയുന്ന ജ്ഞാനിയായി ഭാവിച്ച് ഗുരുജി പറഞ്ഞു.

സൗമിനി കുറഞ്ഞ വാക്കുകളിൽ കാര്യങ്ങൾ വിശദീകരിച്ചു.

ഗുരുജി പരിഹാസ്യമായി ചിരിച്ചു.

"തസ്രക്ക് വംശജനാണ് ഈശ്വർ. അയാൾക്ക് മലയാളഭാഷ പോലും അറിയില്ല. ഒരു സുപ്രഭാതത്തിൽ നദിയിൽ നിന്ന് പുകമഞ്ഞായി വന്ന് മനുഷ്യരൂപമെടുത്ത ദിവ്യജന്മം. തേജോമയി. ചുക്കിനും ചുണ്ണാമ്പിനും കൊള്ളാത്ത ഒരുവന്റെ പേര് പറഞ്ഞ് അദ്ദേഹത്തെ അപമാനിക്കരുത്. ആ സവിധത്തിൽ ചെന്ന് ദയവായി ഇത്തരം അബദ്ധങ്ങൾ എഴുന്നള്ളിക്കരുത്."

അല്പസമയം കണ്ണടച്ച് ധ്യാനനിമഗ്നനായിരുന്ന ശേഷം ഗുരുജി അരുളി ചെയ്തു.

"എന്റെ ദിവ്യദൃഷ്ടിയിൽനിന്ന് പറയുകയാണ്. നിങ്ങൾ പറയുന്ന രാമുണ്ണി എന്നേ മരിച്ചു പോയി. ഇത് ദൈവീക ഭാവമുള്ള ഈശ്വർജിയാണ്. അവിടെ ചെന്ന് കരഞ്ഞുപിഴിഞ്ഞ് ഒരു പ്രശ്നമുണ്ടാക്കാൻ ശ്രമിച്ചാൽ നിങ്ങൾ വന്നതു പോലെ തിരിച്ചു പോവില്ല."

സമാനമായ സന്ദേശം ഗുരുജി, രാമുണ്ണിക്കും നൽകി.

എതിർത്താൽ പെറ്റമ്മയും ഭാര്യയും കുട്ടികളും തനിക്കൊപ്പം ഒരു പിടി ചാരമാവും. അത് സാധിക്കാനും മറയ്ക്കാനുമുള്ള സമ്പത്ബലവും സംഘടിതബലവും ഗുരുജിക്കുണ്ട്. താൻ വെറുമൊരു ബിംബം മാത്രമാണ്. കളിപ്പാവയെന്നും പറയാം. തത്കാലം മൗനത്തിന്റെ മറവിൽ അഭയം തേടുകയല്ലാതെ മറ്റ് പോംവഴിയില്ല. സൗമിനി കേണപേക്ഷിച്ചിട്ടും സ്വകാര്യ സന്ദർശനത്തിന് ഗുരുജി അനുമതി നൽകിയില്ല.

ഉച്ചതിരിഞ്ഞ് ആശ്രമം വക പ്രാർത്ഥനാമന്ദിരത്തിലെ നീണ്ട ക്യൂവിന്റെ ഇങ്ങേയറ്റത്ത് ആയിരങ്ങളിലൊരാളായി അവർ നിന്നു. അടുത്തു വന്നപ്പോൾ ഈശ്വർജി അവർക്ക് ദർശനം നൽകി. വിഭൂതിയും പുഷ്പങ്ങളും ഫലങ്ങളും നൽകി. ചേർത്തുപിടിച്ച് ആശ്ലേഷിച്ചു.

മിനിക്കുട്ടിയുടെ ഊഴം വന്നപ്പോൾ അവൾ അയാളുടെ കണ്ണുകളിലേക്ക് ഇമവെട്ടാതെ നോക്കി. മനസ്സ് ഇടറുന്നത് രാമുണ്ണി തിരിച്ചറിഞ്ഞു. സമീപസ്ഥനായ ഗുരുജി എല്ലാം വീക്ഷിക്കുന്നുണ്ടായിരുന്നു.

"മതി. അടുത്തയാൾ വരൂ... ഈശ്വർജിക്ക് തിരക്കുണ്ട്..."

ഗുരുജി അവരെ ഒഴിവാക്കാൻ തിടുക്കം കൂട്ടി. സൗമിനി മകളെ രാമുണ്ണിയിൽ നിന്ന് അടർത്തിയെടുത്ത് മുന്നോട്ട് നടക്കാൻ ഒരുങ്ങി. രണ്ട് ചുവട് വച്ച മിനിക്കുട്ടി തിരിഞ്ഞ് ഓടി രാമുണ്ണിക്ക് അരികിലെത്തി അയാളെ കെട്ടിപ്പിടിച്ചു. ആ കണ്ണുകളിലേക്ക് നോക്കി അവൾ ഹൃദയാർദ്രമായി വിളിച്ചു.

"അച്ഛാ..."

രാമുണ്ണിയുടെ ഇടനെഞ്ച് ഉലഞ്ഞു. അയാൾക്ക് താൻ വിങ്ങിപ്പൊട്ടുമെന്ന് തോന്നി. ഗുരുജിയുടെ രൂക്ഷമായ നോട്ടം അയാളെ ഭയപ്പെടുത്തി. രാമുണ്ണി വികാരങ്ങളെ പണിപ്പെട്ട് നിയന്ത്രിച്ചു. ഞാൻ ദൈവമാണ്. ദൈവം നൈമിഷിക വികാരങ്ങൾക്ക് അടിപ്പെടാൻ പാടില്ല. ബന്ധങ്ങളും ബന്ധനങ്ങളും അന്യമായ ഒരു ലോകത്തിന്റെ അധിപനാണ് ദൈവം. അയാൾ

സ്വന്തം മനസിനോട് പറഞ്ഞു. പിന്നെ പരമാവധി സംയമനം പാലിച്ച് മിനിക്കുട്ടിയോടായി പറഞ്ഞു.

"മകളേ... നിന്റെ ദുഖം ഞാൻ മനസ്സിലാക്കുന്നു. എല്ലാം അറിയുന്നവനാണ് ഞാൻ. ഞാനുമായി രൂപസാദൃശ്യമുള്ള ഒരാളായിരുന്നു നിങ്ങളുടെ അച്ഛൻ രാമുണ്ണി. ഞാനത് അകക്കണ്ണാലെ കാണുന്നു മക്കളെ. അയാളെ കടലമ്മ കൊണ്ടുപോയി. കടുത്ത അപകർഷതാബോധം നിമിത്തം അയാൾ ആത്മഹത്യ ചെയ്യുകയായിരുന്നു. മക്കൾ വിഷമിക്കേണ്ട. ഈ ഭൂമിയിൽ ദുഖം അനുഭവിക്കുന്ന എല്ലാവരുടെയും പിതാവാണ് ഞാൻ. നിങ്ങൾക്ക് ഏത് വിഷമഘട്ടത്തിലും എന്റെ അനുഗ്രഹം ഉണ്ടാവും..."

അവസാനം വന്നപ്പോൾ അയാൾ തേങ്ങിപ്പോയി. കാര്യങ്ങൾ കൈവിട്ടു പോകുന്നുവെന്ന് ക്ഷണനേരം കൊണ്ട് ഗുരുജി മനസ്സിലാക്കി. അദ്ദേഹം മൈക്ക് കൈയിലെടുത്ത് ഭക്തരെ ഒന്നാകെ അഭിസംബോധന ചെയ്തു. ഈശ്വർജിയുടെ കണ്ണീരിനെ ഗുരു ഇങ്ങനെ വ്യാഖ്യാനിച്ചു.

"ഭക്തരെ നോക്കൂ... മഹാനായ ഈശ്വർജി... കരയുകയാണ്. ഈ ലോകത്തിന്റെ ദുഃഖം മുഴുവൻ സ്വയം ഏറ്റെടുത്ത് അദ്ദേഹം കരയുന്നു. അപരിചിതരായ ഈ കുഞ്ഞുങ്ങളുടെ വേദന സ്വന്തം മക്കളുടെ വേദന പോലെ ഉൾക്കൊണ്ട് അവർക്കുവേണ്ടി അദ്ദേഹം കണ്ണീർ വാർക്കുന്നു."

അടുത്തയാളെ കടത്തി വിടാൻ ഗുരുജി കണ്ണുകൾ കൊണ്ട് ആംഗ്യം കാട്ടി. അതിനായി നിയോഗിക്കപ്പെട്ട ബ്രഹ്മചാരി അത് അനുസരിച്ചു. സൗമിനി മകളെ ബലമായി പിടിച്ചു വലിച്ച് പുറത്തേക്കുള്ള വാതിലിന് നേർക്ക് നടന്നു.

പുറത്തെത്തിയതും നിറഞ്ഞ കണ്ണ് അമർത്തി തുടച്ച് ലീലാമണി സൗമിനിയോട് ചോദിച്ചു.

"അവനെ പോലെ തന്നെയിരിക്കുന്നു അല്ലേ മോളെ..."

"എന്തോ ഒരു സാമ്യം പോലെ..."

സൗമിനി അതിനെ നിസ്സാരവത്കരിച്ചു. വിധി ഇവിടെയും തന്നെ തോൽപ്പിക്കുകയാണെന്ന് അവൾക്ക് തോന്നി. പ്രതീക്ഷകൾ തന്നിട്ട് പിന്നാലെ തട്ടിപ്പറിക്കുന്നതാണ് എന്നും തന്റെ നിയോഗം.

അടുത്ത നിമിഷം അവൾ സമാധാനിച്ചു. രാമുണ്ണ്യേട്ടന് ഒരിക്കലും ഇത്ര ക്ഷമയോടെ ഒരേ മണ്ഡപത്തിൽ ഒരേ തരം പ്രവൃത്തി ചെയ്തുകൊണ്ട് ഇക്കണ്ടകാലം നിൽക്കാൻ സാധിക്കില്ല. ഇത് ഗുരു പറഞ്ഞതു പോലെ ഏതോ അപൂർവജന്മമാണ്. ദൈവമാകാൻ നിയതി നിശ്ചയിച്ച ഏതോ അവതാര പുരുഷൻ.

ആ രാത്രി രാമു ഉറങ്ങിയില്ല. വിരുദ്ധവികാരങ്ങൾ തിരയടിക്കുന്ന ഒരു ആഴക്കടലായിരുന്നു അയാളുടെ മനസ്സ്. മിനിക്കുട്ടിയുടെ വിറയ്ക്കുന്ന

ചുണ്ടുകൾ അയാളുടെ ഹൃദയാന്തരത്തിലിരുന്ന് വിറച്ചു. ആ കവിളിലെ കണ്ണീർപ്പാടുകൾ തന്റെ മനസ്സിൽ ഒരിക്കലും ഉണങ്ങുകയില്ലെന്ന് അയാൾക്ക് തോന്നി. വിങ്ങുന്ന മനസ്സുമായി കിടന്ന് എപ്പോഴോ മയങ്ങി പ്പോയി. വെളുപ്പാൻ കാലത്ത് വീണ്ടും സൗമിനിയെ സ്വപ്നം കണ്ട് ഉണർന്നു. പുലർച്ചെ രാമുവിന് എന്നും വർദ്ധിച്ച ഉണർവിന്റെ നിമിഷ ങ്ങളാണ്.

എല്ലാത്തരം ശാരീരിക കാമനകളും നിഷേധിക്കപ്പെട്ട അവസ്ഥയിലും മനസ്സിന്റെ ആന്തരിക തലത്തിലിരുന്ന് വികാരങ്ങൾ ഫണം വിടർത്തി. രാമുവിന്റെ മനസ്സിലൂടെ ആസക്തമായ മധുവിധുകാലം കടന്നുപോയി.

സൗമിനിയും മക്കളും തസ്രക്ക് വിട്ട് ദിവസങ്ങൾ പിന്നിട്ടിട്ടും രാമു വിന്റെ പ്രതീക്ഷകളിൽ അവർക്ക് മടക്കമായില്ല. രാമുണ്ണിക്ക് അവരെ വീണ്ടും വീണ്ടും കാണാനുള്ള അഗാധമായ ത്വര ഉള്ളിൽ നുരഞ്ഞു പൊന്തി. കുടുംബത്തിന്റെയും സ്വകാര്യതകളുടെയും സ്വാതന്ത്ര്യ ത്തിന്റെയും സുഖാനുഭൂതികൾ നിറഞ്ഞ ഒരു ജീവിതത്തിന്റെ സാധ്യത കളിലേക്ക് മടങ്ങാൻ അയാൾ തീവ്രമായി ആഗ്രഹിച്ചു.രാമുണ്ണി തന്റെ മനസ്സിൽ വന്ന പരിണാമങ്ങൾ ശ്രീവത്സനുമായി പങ്ക് വച്ചു. അദ്ദേഹം അയാളെ വിലക്കി.

“ഈശ്വർജീ... അങ്ങനെയൊന്നും ചിന്തിക്കാൻ കൂടി പാടില്ല. ദൈവ കോപം ഉണ്ടാവും. അങ്ങ് ദേവചൈതന്യം സിദ്ധിച്ചയാളാണ്. ദേവന്മാരുടെ ഗണത്തിലേക്ക് എത്തിപ്പെടാൻ സാധിച്ച മഹാഭാഗ്യശാലി. കോടികളിൽ ഒരാൾക്ക് പോലും ഇത്തരമൊരു സൗഭാഗ്യം അപ്രാപ്യമാണ്. ഇനി ലൗകികമോഹങ്ങളുള്ള ഒരു സാധാരണ മനുഷ്യനായി അങ്ങയെ സങ്കല്പിക്കാൻ ആർക്കും സാധ്യമല്ല.”

ആരൊക്കെ എന്തൊക്കെ ന്യായങ്ങൾ നിരത്തിയിട്ടും ദൈവീക ജീവിതം രാമുവിന് വലിയ ഭാരമായി തോന്നി. പുതുമകൾ മോഹിച്ച് പലായനം ചെയ്ത താൻ കൂടുതൽ ചാക്രികസ്വഭാവമുള്ള ഒരു അവസ്ഥാ വിശേഷത്തിന്റെ നിത്യബലിയായി കഴിയാൻ നിർബന്ധിതനാവുന്നു. മനസ്സും ശരീരവും ചുറ്റിവരിഞ്ഞ പാരതന്ത്ര്യത്തിന്റെ ചങ്ങലക്കെട്ടുകൾ പൊട്ടിച്ചെറിഞ്ഞ് ശാശ്വതമോചനത്തിന്റെ ആകാശങ്ങളിലേക്ക് പറക്കാൻ അയാൾ തീവ്രമായി അഭിലഷിച്ചു. ഗ്രാമം, നാട്ടിലെ കൂട്ടുകാർ, പുഴമീനിന്റെ രുചി, ചീട്ടുകളിയുടെ ഹരം, ചെത്തുകള്ളിന്റെ മധുരം, സൗമിനിയുടെ മണം, അധരങ്ങളുടെ രുചി, കുട്ടികളുടെ കുസൃതി, അമ്മയുടെ വാത്സല്യം, കുമാരേട്ടന്റെ ഔദാര്യം... എല്ലാം അയാളെ മോഹിപ്പിച്ചു.

എല്ലാ തോന്നലുകളും ആപേക്ഷികമാണ്. പരിമിതികൾ എന്ന് വിവക്ഷിക്കുന്ന, വിഭാവനം ചെയ്യുന്ന അനുഭവങ്ങൾ മറ്റൊരു തലത്തിലും അവസ്ഥയിലും നിന്ന് നോക്കുമ്പോൾ പ്രിയതരമായി മാറുന്നു. നാട്ടിൽ

ഇതിന് കാരണവന്മാർ പറയുന്ന പേരുണ്ട്. അക്കരപ്പച്ച. പാവം രാമുണ്ണി യായി എല്ലാവിധ സ്വാതന്ത്ര്യങ്ങൾക്കും സുഖസൗകര്യങ്ങൾക്കും നടുവിൽ ജീവിച്ച കാലം വൈരസ്യപൂർണ്ണമായി തനിക്ക് തോന്നി. ഇന്ന് ലോകാ രാധ്യനെന്ന് എല്ലാവരും വാഴ്ത്തുന്ന സന്ദർഭത്തിൽ യാന്ത്രികവും ആവർത്തനവിരസവും അർത്ഥശൂന്യവുമായ ഒരു ജീവിതചക്രത്തിന്റെ വിഫലത താൻ തിരിച്ചറിയുന്നു. ഗുരുജിക്ക് അതിനും അദ്ദേഹത്തിന്റേ തായ ന്യായങ്ങളുണ്ട്.

“നീ ലോകത്തിന്റെ വെളിച്ചമാണ് കുട്ടീ... ദുഖിതരായ ജനലക്ഷ ങ്ങൾക്ക് നിന്റെ വാക്കുകൾ, കരുതലോടെയുള്ള ആ സ്നേഹസ്പർശം അമൃതേത്തായി മാറുന്നു. അവരുടെ സങ്കടങ്ങൾ ഒപ്പിയെടുക്കാൻ നീയല്ലാതെ മറ്റൊരു കടലാസ് വേറെയില്ല. തളർന്നു പോകുമ്പോൾ അവർക്ക് ചാരാൻ നീയല്ലാതെ വേറൊരു ചുമൽ ഇല്ല. അതൊരു മഹാദൗത്യമാണ് മകനേ. നീ അമരത്വം പ്രാപിച്ചു കഴിഞ്ഞു. നിന്റെ പേര് ചരിത്രം സുവർണ്ണലിപികളിൽ ആലേഖനം ചെയ്യും. ചരിത്ര പുരുഷന്മാരുടെ മാത്രമല്ല, ദൈവങ്ങളുടെ ഗണത്തിലേക്ക് നീ എത്തപ്പെട്ടു കഴിഞ്ഞു.”

ഗുരുജി പറയുന്ന കാര്യങ്ങൾ തത്വത്തിൽ ശരിയാണ്. പക്ഷേ ഇതൊന്നും വ്യക്തിപരമായി തനിക്ക് സന്തോഷം പകരുന്നില്ല. ദിവസേന പതിനായിരങ്ങളെ ആലിംഗനം ചെയ്യുന്നു. ചുംബിക്കുന്നു. അവരുടെ സങ്കട ങ്ങളും കണ്ണീരും മാത്രം കേൾക്കുന്നു. ചിരിക്കുന്ന മുഖങ്ങൾ തനിക്ക് തീർത്തും അന്യമായിക്കൊണ്ടിരിക്കുന്നു. എല്ലാ സങ്കടങ്ങളും വിലയി ക്കുന്ന കടലായി തന്റെ ജീവിതം അവസാനിക്കുന്നുവെന്ന് ഓർത്തപ്പോൾ രാമുണ്ണിക്ക് നടുക്കവും തീക്ഷ്ണമായ വേദനയും തോന്നി.

ദിവസങ്ങൾ കടന്നുപോകുന്നതിനിടയിൽ സന്തോഷം നൽകുന്ന ഒരു നിമിഷത്തിനായി അയാൾ മനസ്സുകൊണ്ട് തിരഞ്ഞു. ഒരിക്കലും കണ്ടെ ത്താനായില്ല. തസ്രക്കിൽ മാത്രമല്ല ലോകമെമ്പാടും ആശ്രമത്തിന് ഇപ്പോൾ ശാഖകളുണ്ട്. മാസത്തിൽ പാതിദിവസങ്ങൾ പുറംനാടുകളിലും ദർശനത്തിന് പോവണം. അവിടെയുമുണ്ട് സങ്കടങ്ങൾ. തനിക്ക് മനസ്സി ലാവാത്ത ഭാഷയിൽ സംവദിക്കപ്പെടുന്ന മനോവേദനകൾ. കണ്ണീരിന് ഭാഷ യില്ലാത്തതു കൊണ്ട് എല്ലാം ഒരുപോലെ തിരിച്ചറിയുന്നു. ചിലർ മന സ്സമാധാനം തേടി തന്റെ കാൽക്കൽ കോടികൾ വലിച്ചെറിയുന്നു. ആ ശ്രമത്തിന്റെ അക്കൗണ്ടിൽ വന്നുവീഴുന്ന ആ പണത്തിന് പോലും വ്യക്തി പരമായി തനിക്ക് അവകാശമില്ല. എല്ലാം നിയന്ത്രിക്കുന്നത് ഗുരുജിയും സംഘവുമാണ്. പണവും സ്വാധീനവും വന്ന് ചേർന്നപ്പോൾ തലൈവർ പോലും അപ്രസക്തനും രണ്ടാംകിടക്കാരനുമായി. ഈ നേട്ടങ്ങളുടെ യെല്ലാം ബുദ്ധികേന്ദ്രമായ ഗുരുജിക്കാണ് എല്ലാറ്റിന്റെയും അധീശത്വം. ഒരു ബിംബമായി നിന്നുകൊടുക്കുക മാത്രമാണ് തന്റെ ദൗത്യം.

ആശ്രമത്തിന്റെ അക്കൗണ്ടിൽ ദശലക്ഷംകോടി ധനമുണ്ട്. അതു കൊണ്ട് തന്റെ ഏത് ആവശ്യവും നിർവഹിക്കാം. പക്ഷേ താൻ തീവ്ര മായി അഭിലഷിക്കുന്ന ഒരു മോഹവും സഫലീകരിക്കാൻ ആ പണം അപ്രാപ്തമാണ്. മത്സ്യമാംസാദികളുടെ രുചി നിഷിദ്ധം. ഒരു പെണ്ണിന്റെ ചൂടും സ്നേഹവും നിഷിദ്ധം. തെരുവിലൂടെ ഉറ്റവർക്കൊപ്പം കറങ്ങി നടക്കുക അസാദ്ധ്യം. ഒരു തമാശ പറഞ്ഞ് പൊട്ടിച്ചിരിക്കാനോ ഒന്ന് പുകവലിക്കാനോ വല്ലപ്പോഴും ഒന്ന് മദ്യപിക്കാനോ ഈ ജന്മത്ത് തനിക്ക് അനുവാദമില്ല. എന്തിന് സ്വന്തം കുഞ്ഞുങ്ങളെ ഒന്ന് താലോലിക്കാൻ പോലും ഈ ജീവിതം തനിക്ക് വിഘാതമാകുന്നു. അവരെ തിരിച്ചറി ഞ്ഞതായി പോലും ഭാവിക്കാൻ അനുമതിയില്ലാത്ത അവതാരപുരുഷൻ. താൻ ദൈവമാണ്. മറ്റുള്ളവർക്കു വേണ്ടി എരിഞ്ഞുതീരാൻ വിധിക്കപ്പെട്ട മെഴുകുതിരിയാണ് ഈശ്വർജി എന്ന ദൈവം.

പരിമിതികൾ നിറഞ്ഞ ഒരു സാധാരണ കുടുംബജീവിതത്തിന്റെ സാധ്യതകൾ അയാളെ മോഹിപ്പിച്ചു. പരിധികളില്ലാത്ത ആഹ്ലാദത്തിന്റെ വിത്തുകൾ വിതയ്ക്കപ്പെടുന്ന അവിടെ നിന്നും ആയിരം മേനി കൊയ്യേണ്ട താനാണ് മായികമായ ഒരു ലോകത്ത് സ്വന്തം ജീവിതം ഹോമിക്കുന്നത്. രക്ഷപ്പെടൽ അസാദ്ധ്യമായ ഒരു പുലിവാലാണിതെന്നും അയാൾക്ക് തോന്നി. പിടിച്ചാലും പിടിവിട്ടാലും ഒരു പോലെ അപകടം.

എല്ലാത്തരം ശാരീരിക കാമനകളും നിഷേധിക്കപ്പെട്ട രാമുവിന് തുടർ ന്നുള്ള രാത്രികളിൽ ഉറക്കം വന്നതേയില്ല. സൗമിനിയുടെ നഗ്നദേഹ ത്തിന്റെ വടിവുകളും ഉടവുകളും അയാളുടെ മനോമുകുരത്തിലുടെ പല കുറി കടന്നുപോയി. വെണ്ണക്കൽ ശിൽപ്പം പോലെയാണ് ദിഗംബരയായ സൗമിനി. ദേവശില്പിയായ മയൻ കൊത്തിവച്ചതു പോലെ ലക്ഷണ മൊത്ത മുലകൾ. തുടയിടുക്കുകൾ. പൊക്കിൾച്ചുഴിയും അണിവയറും. എഴുന്നുനിൽക്കുന്ന നിതംബങ്ങൾ. കാമം കയറുമ്പോൾ വിറയ്ക്കുന്ന നനുത്ത വിരലുകൾ. നേരിയ വിയർപ്പ് പൊടിയുന്ന മേൽച്ചുണ്ടുകൾ. എല്ലാം ഒരിക്കൽക്കൂടി ഓർമ്മകളിൽ നൃത്തം വച്ചു.

റബ്ബർപുരയിലെ ആദ്യരതിയും മധുവിധു കാലവും ഒരിക്കൽക്കൂടി ആവർത്തിക്കാൻ പ്രേരിപ്പിക്കുന്ന മോഹങ്ങളായി മനസ്സിനെ മഥിച്ചു. സാധിതമല്ലാത്ത തീവ്രമോഹത്തിന്റെ സമ്മർദ്ദം അയാളുടെ നാഡീഞരമ്പു കളെ സമ്മർദ്ദത്തിലാഴ്ത്തി. പിരിമുറുക്കം കൊണ്ട് അയാൾ തകർന്നു ടഞ്ഞു. ഒരു ബഹിർഗമനം അനിവാര്യമാണെന്ന് മനോദേഹാദികൾ ഒരുപോലെ പറഞ്ഞു. ബ്രഹ്മചര്യം എന്ന ജീവിതനിഷ്ഠയെ അയാൾ വെറുത്തു. ഇരുട്ടിൽ, സ്വന്തം കിടക്കയുടെ ഏകാന്തതയിൽ അയാൾ സ്വയം വിവസ്ത്രനായി. മനസ്സിന്റെ കണ്ണാടിയിൽ സമാനാവസ്ഥനിൽ സൗമിനിയെ പ്രതിഷ്ഠിച്ചു. പണിക്കുറ്റം തീർത്ത ഒരു ശില്പംപോലെ അവൾ. നഗ്നതയുടെ അപാരകാന്തി അയാൾക്ക് ദൃഷ്ടിഗോചരമായി. നിയന്ത്രണങ്ങളുടെയും ആത്മസംയമനത്തിന്റെയും എല്ലാ ചരടുകളും

അറ്റുപോയ ആ രാത്രിയിൽ അയാൾ ആത്മരതിയിൽ സന്തോഷം കണ്ടെത്തി. സംതൃപ്തിയും...

ആ നിമിഷങ്ങൾ അനുപമമാണെന്ന് അയാൾക്ക് തോന്നി. എല്ലാം മറന്ന്, ഈ ലോകത്തെയും അതിലെ ചരാചരങ്ങളെയും ദുഖങ്ങളെയും എന്തിന് തന്നെ തന്നെയും മറന്ന് ഒരു അപ്പൂപ്പൻതാടി പോലെ ശൂന്യതയിൽ പറന്നു നടന്ന നിമിഷത്തിന്റെ ഒരു ചീള്.

സംഭവ്യമായ പാപം പിറ്റേന്ന് പകൽ ഗുരുജിയോട് അയാൾ ഏറ്റു പറഞ്ഞു. ഗുരുജി ഭാവവ്യതിയാനങ്ങൾ അന്യമായ ശിലപോലെ അത് കേട്ടു നിന്നു. പിന്നെ വന്യമായ ഭാവത്തോടെ രാമുണ്ണിയെ ഒന്ന് നോക്കി. ചെയ്തത് തെറ്റോ ശരിയോ എന്ന് തിരിച്ചറിയാൻ കഴിയാത്ത വണ്ണം ഭാവരഹിതമായ നോട്ടം. രാമു വരുംവരാഴികകൾ കാര്യമാക്കാതെ കൂടുതൽ വിശദീകരിച്ചു. അങ്ങനെയെങ്കിലും ആശ്രമത്തിൽനിന്നും പുറത്താക്കട്ടെ എന്ന വിദൂരലക്ഷ്യവുമുണ്ടായിരുന്നു അതിന് പിന്നിൽ.

“ഇത്രയും വർഷങ്ങൾക്ക് ശേഷം, ഇന്ന്... ഇന്നാണ് ഞാൻ മനസ്സു കൊണ്ട് യഥാർത്ഥത്തിൽ സന്തോഷിച്ചത്. ഒരു വിഗ്രഹമായുള്ള ജീവിതം ഞാൻ മടുത്തു ഗുരുജി. എന്നിലെ മനുഷ്യനെ തമസ്കരിച്ചുകൊണ്ടുള്ള ഒരു ഖ്യാതിയും സുഖസൗകര്യങ്ങളും എനിക്കു വേണ്ട...”

“ഈ പറഞ്ഞ കാര്യങ്ങൾ ഇനിയൊരാളോട് പറയരുത്. അത് മനസ്സിൽ തന്നെ വച്ചേക്കുക. ആവശ്യം വരുമ്പോൾ ഇത്തരം കാര്യങ്ങൾ നിറവേറ്റാൻ ഞാനടക്കം ആരുടെയും സമ്മതവും ഇനി ആവശ്യമില്ല...”

ദിവസങ്ങൾക്ക് ശേഷം രാത്രിയുടെ ഏകാന്തതയിൽ പരസ്പരം കണ്ടു മുട്ടിയപ്പോൾ രാമു ഗുരുജിയോട് പറഞ്ഞു.

“ഗുരുജീ... അങ്ങേയ്ക്ക് മനസ്സിലാക്കാൻ കഴിയുമോ എന്ന് എനിക്കറിയില്ല. യഥാർത്ഥ ആദ്ധ്യാത്മികതയുടെ, ആത്മീയാനുഭൂതിയുടെ ഉത്തുംഗമായ ഒരു നിമിഷം ഇന്നും ഞാൻ കണ്ടു. അനുഭവിച്ചറിഞ്ഞു. സ്ഖലനത്തിന്റെ പരമമായ അനുഭൂതിയിൽ ലഭ്യമാകുന്ന സുഖം, ഏകാഗ്രത, മറ്റൊരു അവസരത്തിലും എനിക്ക് ലഭിച്ചിട്ടില്ല. യോഗ, ധ്യാനം, പ്രാർത്ഥന... എല്ലാറ്റിലും ഞാൻ ചുറ്റുപാടുകൾ കണ്ടു. ആന്തരികസംഘർഷങ്ങൾ അറിഞ്ഞു. ഒന്നും മനസ്സിനെ ഒരു സൂക്ഷ്മബിന്ദുവിലേക്ക് കേന്ദ്രീകരിക്കുന്നില്ല. ഇവിടെ മനസ്സ് ഈ ലോകത്തെയും സർവചരാചരങ്ങളെയും എന്തിന് എന്നെ തന്നെയും മറന്ന് വായുവിൽ തത്തിക്കളിക്കുന്ന അവസ്ഥ. സത്യത്തിൽ ഇതല്ലേ യഥാർത്ഥ ആത്മീയാനുഭൂതി... അല്ലേ?”

ഗുരുജി ചിരിച്ചു. അതിൽ പരിഹാസമോ ഒരു തിരിച്ചറിവിന്റെ വെളിച്ചമോ എന്താണ് ഉണ്ടായിരുന്നതെന്ന് ഈശ്വറിന് മനസ്സിലായില്ല. ഈശ്വർ പലകുറി ചോദിച്ചിട്ടും മൗനമല്ലാതെ മറുപടിയുണ്ടായില്ല. ചില മൗനങ്ങൾ ദ്വിമുഖങ്ങളാണ്. ആണെന്നും അല്ലെന്നും വായിച്ചെടുക്കാം.

ഈശ്വർ പിന്നീട് ഒരിക്കലും അതേക്കുറിച്ച് ചർച്ച ചെയ്യാൻ പോയില്ല. താൻ പറഞ്ഞതാണ് തന്റെ ശരി. അനുഭവിച്ചറിഞ്ഞതിനേക്കാൾ വലിയ ശരികൾ ഇല്ല. ഒരു കാര്യത്തിലും...

പതിനെട്ട്

പിന്നീടുള്ള രാത്രികളിൽ രാമുവിനേക്കാൾ തീവ്രമായ മഹാമൗന ത്തിലായിരുന്നു ഗുരുജി. രാമുണ്ണി തനിക്ക് കൈവിട്ടു പോകുന്നതിലെ അപകടകരമായ അവസ്ഥാവിശേഷം അയാൾ മനസ്സിൽ വിഭാവനം ചെയ്തു. ഈശ്വർജിയുടെ രൂപവും ശബ്ദവും സാന്നിദ്ധ്യവുമാണ് പ്രസ്ഥാനത്തെ നിലനിർത്തുന്നത്. അത് നഷ്ടമായാൽ ഇക്കാലമത്രയും കഷ്ടപ്പെട്ട് സമ്പാദിച്ച പ്രതിച്ഛായ ഇല്ലാതാകും. പണം പോലും നഷ്ടമായെന്ന് വരാം. തകർന്നുടഞ്ഞ ഒരു വിശ്വാസത്തെ മാനിക്കാനും അനുകൂലിക്കാനും ഭരണകൂടങ്ങൾ പോലും തയ്യാറായെന്ന് വരില്ല. ഉപദേശങ്ങൾ കൊണ്ട് രാമുവിന്റെ മനസ്സിനെ വരുതിയിലാക്കാവുന്ന സമയം കഴിഞ്ഞിരിക്കുന്നു. ആ പെണ്ണും കുടുംബവും വന്നു കയറിയ താണ് സകലകുഴപ്പങ്ങൾക്കും കാരണം. അത് അവന്റെ മനസ്സിൽ നിന്നും ഇറക്കിവിടുക എളുപ്പമല്ല. വന്നുവന്ന് തന്നെ കാണുന്നതും തന്റെ വാക്കുകൾ കേൾക്കുന്നതുപോലും അവന് ചതുർത്ഥിയായി തുടങ്ങി യിരിക്കുന്നു.

ഇക്കുറി ഗുരുജി കുറെക്കൂടി പക്വമായ ഒരു തീരുമാനത്തിന്റെ കടവിലേക്ക് ചെന്നടുത്തു. ആശ്രമത്തിൽ രാമുവിന് മാനസികമായി കൂടുതൽ അടുപ്പമുള്ള ബ്രഹ്മചാരി അമർത്യാനന്ദനുമായി സാഹചര്യം പങ്ക് വച്ചു. രാമുവുമായി സംസാരിക്കാൻ അദ്ദേഹത്തെ ചുമതലപ്പെടുത്തി. പതിവ് ദർശനവും ഭക്ഷണവും കഴിഞ്ഞ് മുറിയിൽ തനിച്ചായ ഈശ്വർജി യുടെ സവിധത്തിലേക്ക് അമർത്യാനന്ദ കടന്നു ചെന്നു. ഗുരുജിയുടെ ആകുലതകൾ മുഖവുരയില്ലാതെ അറിയിച്ചു. പിന്നെ സ്വാഭിപ്രായം എന്ന മട്ടിൽ കൂട്ടിച്ചേർത്തു.

“ഈശ്വർജി... അങ്ങ് നിഷേധിച്ചാലും ഇല്ലെങ്കിലും മറ്റുള്ളവരുടെ ദൃഷ്ടിയിലും അനുഭവം കൊണ്ടും ജീവിതം കൊണ്ടും അവിടന്ന് ദൈവമാണ്. അഥവാ ദൈവത്തിന്റെ പ്രതിപുരുഷനാണ്. ദൈവത്തിന്റെ പ്രതിച്ഛായയ്ക്ക് വിരുദ്ധമായ ഒന്നുംതന്നെ അവിടന്ന് ചെയ്യാൻ പാടില്ലെന്ന് ഞാൻ വിശേഷിച്ച് പറഞ്ഞു തരേണ്ടതില്ലല്ലോ? അങ്ങ് ഇപ്പോൾ കടന്നു പോകുന്ന ഈ അവസ്ഥ സ്വയം നിർമ്മിതമല്ല. ഇത് നിയോഗമാണ്. ഈശ്വരന്റെ പുസ്തകത്തിൽ മുൻകൂർ അടയാളപ്പെടുത്തി വച്ച തീരുമാനം. അതിനെ ലംഘിക്കാനും മായ്ക്കാനും നമുക്ക് അവകാശമില്ല. അത് ദൈവനിഷേധമായി പരിണമിക്കും. മഹാപാപമാണത്...”

അയാൾ പുണ്യപാപങ്ങളുടെ നിയമങ്ങളെക്കുറിച്ച് താത്ത്വികമായും ദാർശനികമായും പ്രഭാഷിച്ചുകൊണ്ടേയിരുന്നു. രാമുണ്ണിക്ക് ആ മനുഷ്യ നോട് സഹതാപം തോന്നി. ആരോ പഠിപ്പിച്ചത് ഏറ്റുപറയാനായി മാത്രം വിധിക്കപ്പെട്ട ജന്മം.

നൈസർഗിക വികാരങ്ങളുടെ തനിമയും അതിന്റെ ബഹിർഗമനം വഴി സാദ്ധ്യമാകുന്ന അനുഭൂതികളും അജ്ഞാതമായ ഒരു ജന്മം.

ലൗകികസുഖങ്ങളിലും ആത്മീയമായ ഒരു തലമുണ്ടെന്ന് രാമുണ്ണിക്ക് തോന്നി. മക്കൾക്ക് വേണ്ടി ത്യാഗം ചെയ്യുന്ന രക്ഷിതാക്കൾ. വാർദ്ധക്യത്തിന്റെ നിസ്സഹായതയിൽ രക്ഷിതാക്കൾക്ക് സഹായഹസ്തമാകുന്ന മക്കൾ. സഹജീവികളെ അകളങ്കമായി സ്നേഹിക്കാനും കാരുണ്യപൂർവം ഇടപഴകാനും കഴിയുന്ന മനുഷ്യർ. ഇതിലൊക്കെയല്ലേ സത്യത്തിൽ യഥാർത്ഥ ദൈവികത കുടികൊള്ളുന്നത്?

വേദാന്തവും ഉപനിഷത്തുകളും പുരാണങ്ങളുമൊന്നും എനിക്കറിയില്ല. അനുഭവസത്യങ്ങളുടെ നിയമങ്ങളും നിലപാടുകളും അതിനേക്കാൾ പ്രധാനപ്പെട്ടതാണെന്ന് മാത്രം അറിയാം. ലൗകികതയുടെ ആ ആത്മീയതലത്തിലേക്ക് മനസ്സുകൾ കൊണ്ട് മടങ്ങാൻ അയാൾ തീവ്രമായി ആഗ്രഹിച്ചു.

ദൈവമായുള്ള ജീവിതം അയാൾക്ക് കനത്ത ഭാരമായി അനുഭവപ്പെട്ടു. ഒരു പ്രതിമപോലെ വിഗ്രഹം പോലെ ജീവിതം. ആവർത്തന സ്വഭാവമുള്ള, മടുപ്പിക്കുന്ന ദിനചര്യകൾ. എല്ലാത്തിനും കൃത്യമായ ചിട്ടവട്ടങ്ങൾ. ആരുടെയൊക്കെയോ നിർദ്ദേശങ്ങളും നിയമാവലികളും. താൻ ചരടുവലികൾക്കൊത്ത് ചലിക്കുന്ന ഒരു കളിപ്പാവയാണെന്ന് അസഹ്യതയോടെ അയാൾ തിരിച്ചറിഞ്ഞു. കുടുംബക്ഷേത്രത്തിൽ എല്ലാ ഉത്സവത്തിനും പതിവുള്ള പാവകളിയാണ് അയാൾക്ക് ഓർമ്മ വന്നത്. തന്റെ സമയവും പരിപാടികളും പ്രവർത്തനങ്ങളും എല്ലാം നിയന്ത്രിക്കുന്നത് മറ്റുള്ളവരാണ്. സ്വന്തം വ്യക്തിത്വത്തിനുമേൽ തനിക്ക് യാതൊരു അധികാരങ്ങളും ഇല്ല. നൈസർഗികമായ എല്ലാ വികാരങ്ങളും അടക്കി ഒരു ജീവിതം. കുട്ടിക്കാലം മുതൽക്കേ തനിക്ക് പ്രിയപ്പെട്ട പുഴമീൻ കറി പോലും കഴിക്കാൻ നിർവാഹമില്ല.

ഒരു രാത്രി നാട്ടിലെ തോട്ടിൽ നിന്നും കൂട്ടുകാർക്കൊപ്പം ചൂണ്ടയിട്ട് മീൻ പിടിച്ച് തോട്ടുവക്കിൽ അടുപ്പുകൂട്ടി കറി വച്ച് കഴിച്ചതും പരവൻ ശങ്കരന്റെ മകൻ കൊണ്ടുവന്ന വാറ്റുചാരായം മോന്തിയതും അതിന്റെ ലഹരിയിൽ വയലാറിന്റെ പാട്ടുകൾ പാടി നേരം വെളുപ്പിച്ചതുമെല്ലാം ഒരു മന്ദഹാസത്തോടെ അയാൾ ഓർമ്മിച്ചു. ജീവിതത്തിന്റെ സൗന്ദര്യം ഇത്തരം കൊച്ചുകൊച്ചു നിമിഷങ്ങളിലും അതിന്റെ സുഖദമായ ഓർമ്മകളിലുമാണെന്ന് രാമുണ്ണിക്ക് തോന്നി. അതിലേക്ക് മടങ്ങാനുള്ള അദമ്യമായ മോഹവും അതിന് കഴിയാത്ത അവസ്ഥയും അയാളെ സങ്കീർണ്ണമായ മാനസികാവസ്ഥയിലെത്തിച്ചു. ജനസഹസ്രങ്ങളുടെ വേദനകൾക്ക് സാന്ത്വനം പകരുമ്പോഴും അയാളുടെ മനസ്സ് കത്തിയെരിയുകയായിരുന്നു. മാസങ്ങളും വർഷങ്ങളും കടന്നു പോയി. രാമുണ്ണി ഒരു യന്ത്രം പോലെ പ്രവർത്തിച്ചുകൊണ്ടേയിരുന്നു. എഴുതിപഠിച്ച വാക്കുകൾ കൊണ്ടും സ്പർശനം കൊണ്ടും മറ്റുള്ളവർക്ക് സമാധാനം പകരുന്ന ഒരു ആദ്ധ്യാത്മികയന്ത്രം.

കാലം ചെല്ലുന്തോറും സംസാരം തീരെ കുറഞ്ഞു വന്നു. ദർശനം കഴിഞ്ഞാൽ അടച്ചിട്ട മുറിയിലെ ഏകാന്തതയിൽ വെളിച്ചങ്ങൾ അണച്ച്

ഇരുട്ടിന്റെ മഹാശൂന്യതയിലേക്ക് നോക്കി കിടക്കും. ചിന്തകൾ അലകടൽ പോലെ ഇളകിമറിയും. അത് സ്വാസ്ഥ്യത്തിന്റെ വേലിക്കെട്ടുകൾ തകർക്കും. അശാന്തമായ മനസ്സും ശരീരവും അയാളെ കടുത്ത വിഷാദത്തിന്റെ ആഴക്കയങ്ങളിലേക്ക് തള്ളിയിട്ടു. അവിടെ നിന്ന് ജലോപരിതലത്തിലേക്ക് നീന്തിക്കയറാൻ കഴിയാതെ അയാൾ വിഷമിച്ചു.

വിദേശയാത്ര എന്ന പേരിൽ ദിവസങ്ങളോളം അയാൾ നാട് കടത്തപ്പെട്ടു. തീവ്രവിഷാദരോഗത്തിന് വിദേശചികിത്സകൾ നിർണ്ണയിക്കപ്പെട്ടു.

മനസ്സിന്റെ സംയമനം വീണ്ടെടുക്കാൻ കഴിഞ്ഞിട്ടും ദ്വീപിൽ മടങ്ങിയെത്തിയിട്ടും ചികിത്സകർ പൂർണ്ണവിശ്രമം നിർദ്ദേശിച്ചു. ഏകാന്തത രാമുവിന് കൂടുതൽ അസഹ്യവും അരോചകവുമായി. സാന്ത്വനം തേടിയെത്തുന്ന ആയിരങ്ങളുടെ സങ്കടങ്ങൾ സ്വന്തം ദുഃഖങ്ങൾ തത്കാലം മറക്കാനുള്ള മരുന്നായിരുന്നുവെന്ന് അയാൾക്ക് തോന്നി. ഇപ്പോൾ അതും നിഷിദ്ധം.

സുഖവിവരം തേടി മുറിയിലെത്തിയ ഗുരുജിയെ അയാൾ ശത്രുവെയെന്നപോലെ നോക്കി. ഗുരുജി ഉപദേശങ്ങളുടെ ഭാണ്ഡക്കെട്ട് അഴിച്ചു. ഇക്കുറി സർവനിയന്ത്രണങ്ങളും വിട്ട് രാമു പൊട്ടിത്തെറിച്ചു.

"നിർത്ത്..."

അയാൾ അലറുകയായിരുന്നു. അവന്റെ അതുവരെ അന്യമായിരുന്ന മുഖം കണ്ട് ഗുരുജി ഒന്ന് വിളറി.

"എന്റെ ജീവിതം എങ്ങനെ ജീവിക്കണമെന്ന് നിശ്ചയിക്കുന്നത് ഞാനാണ്. അതിൽ ഇടപെടാൻ ആർക്കും അവകാശമില്ല. അവസാനിപ്പിക്കണമെന്ന് തോന്നുന്ന നിമിഷം ഈ നശിച്ച ജീവിതം ഞാൻ അവസാനിപ്പിക്കും.."

"മരണത്തെക്കുറിച്ചാണോ നീ പറഞ്ഞു വരുന്നത്..?"

"അല്ല. എന്റെ കുടുംബത്തെക്കുറിച്ച്. എനിക്ക് നാട്ടിലേക്ക് മടങ്ങിപ്പോകണം. പ്രിയപ്പെട്ടവർക്കൊപ്പം കഴിയണം.."

"സാദ്ധ്യമല്ല..."

അതീവദൃഢമായിരുന്നു ഗുരുജിയുടെ ശബ്ദം.

"എന്റെ ഇഷ്ടങ്ങൾക്കും, തീരുമാനങ്ങൾക്കുമൊപ്പം ചലിക്കാൻ വിധിക്കപ്പെട്ടവനാണ് നീ. അല്ലെങ്കിൽ ആരും എത്തിപ്പെടാത്ത ഈ ദ്വീപിൽ നീ എങ്ങനെ വന്നു കയറി? അത് നിമിത്തമാണ്. നിയോഗമാണ്. അനിവാര്യതയാണ്.."

"വാദമുഖങ്ങൾ കൊണ്ട് എന്റെ നാവ് അടപ്പിക്കാമെന്ന് നിങ്ങൾ കരുതണ്ട. ഇക്കണ്ട കുരുക്കൊക്കെ ഒപ്പിച്ചു വച്ചത് നിങ്ങൾ ഒരാളാണ്. നിങ്ങളുടെ അതിമോഹം. പണഭ്രാന്ത്... അധികാരഭ്രാന്ത്... അതൊക്കെ നിലനിർത്താൻ നിങ്ങൾക്ക് ഒരു ബിംബം വേണം. ജീവിച്ചിരിക്കെ ജീവനില്ലാത്ത ഒരു ബിംബം. അതല്ലേ സത്യം...?"

ഗുരുജി പരിഹാസ്യമായി ചിരിച്ചു.

"ഞാൻ പറഞ്ഞു തരാതെ തന്നെ നീ കാര്യങ്ങൾ മനസ്സിലാക്കുന്നു. അതുകൊണ്ട് പറയാം. ആ ബിംബം നഷ്ടപ്പെടുത്താൻ ഞാൻ ആഗ്രഹിക്കുന്നില്ല. അതിന് നീ ശ്രമിക്കുകയും വേണ്ട.."

"എന്റെ സ്വാതന്ത്ര്യങ്ങളിലേക്ക് മടങ്ങാൻ എനിക്ക് നിങ്ങളുടെ സമ്മതം ആവശ്യമില്ല..."

"എന്നാര് പറഞ്ഞു...?"

ഗുരുജിയുടെ മറുചോദ്യത്തിൽ അനിതരസാധാരണമായ ധാർഷ്ട്യം നിറഞ്ഞു നിന്നിരുന്നു.

രാമുണ്ണി അതിന് മറുപടി പറയാതെ അയാളെ തള്ളിമാറ്റി പുറത്തേക്ക് കുതിച്ചു. വാതിൽ വലിച്ചു തുറന്ന് പുറത്ത് കടക്കാൻ ശ്രമിച്ചു. എത്ര ശ്രമിച്ചിട്ടും അയാൾക്ക് അതിന് കഴിഞ്ഞില്ല. വാതിൽ പുറത്തു നിന്നും പൂട്ടിയിരിക്കുന്നു. ഗുരുജി ഉറക്കെ പൊട്ടിച്ചിരിച്ചു.

"ഇനി ആശ്രമത്തിന്റെ എല്ലാ വാതിലുകളും നിനക്ക് മുന്നിൽ അടഞ്ഞുകിടക്കും. ഏത് വാതിൽ എപ്പോൾ അടയ്ക്കണമെന്നും തുറക്കണമെന്നും ഞാൻ തീരുമാനിക്കും."

രാമുണ്ണി നിസ്സഹായതയുടെ അങ്ങേയറ്റത്തുള്ള ഒരവസ്ഥയിൽ എന്ത് ചെയ്യണമെന്നറിയാതെ നിന്നു. ഗുരുജി അയാളുടെ അടുത്തേക്ക് വന്ന് വിരൽചൂണ്ടി. ഭീഷണിയുടെ ഭീതിദമായ മുഖം അയാളുടെ ഭാവങ്ങളിലും വാക്കുകളിലും പ്രതിഫലിച്ചു.

"നിന്റെ അഭാവത്തിൽ ഈ ആശ്രമത്തിന് നിലനിൽക്കാൻ സാധിക്കില്ലെന്ന് ഞാൻ പറയാതെ തന്നെ നിനക്കറിയാം. നീ ഒരു കുടുംബസ്ഥനായി നാട്ടിലൂടെ അലഞ്ഞു നടന്നാൽ ഇക്കാലം കൊണ്ട് ഞാൻ സൃഷ്ടിച്ച വിശ്വാസ്യത നഷ്ടമാവും. അതുകൊണ്ട് നിന്നെ കൊന്നിട്ടായാലും ഞാനത് നിലനിർത്തും. സ്വർഗ്ഗാരോഹണം ചെയ്ത രാമുണ്ണിയുടെ സ്ഥാനത്ത് അതേ ഛായയിലുള്ള ഒരു വിഗ്രഹം മതി. വിഡ്ഢികളായ ഭക്തജനങ്ങൾ അതിനെ ആരാധിച്ച് തൃപ്തിപ്പെട്ടുകൊള്ളും."

രാമു സ്തബ്ധനായി നിന്നു. ദൈവത്തെ നിഗ്രഹിച്ചും സ്വന്തം നിലനിൽപ്പ് ഉറപ്പുവരുത്തുമെന്ന് ഇയാൾ ഭീഷണി മുഴക്കുന്നു. മനുഷ്യൻ ദൈവസങ്കൽപ്പത്തിന് മുകളിൽ വളരുന്ന കാഴ്ചയിലെ പരിഹാസ്യമായ കൗതുകം ഒരേസമയം അയാളെ വേദനിപ്പിക്കുകയും ചിരിപ്പിക്കുകയും ചെയ്തു.

രാമുവിന്റെ പ്രതികരണത്തിനായി ഗുരുജി ഒരു നിമിഷം കാത്തു. സഹജമായ നിസ്സംഗതയ്ക്കപ്പുറം ഒന്നും അയാളിൽ ദൃശ്യമായില്ല. രാമു നടന്നു ചെന്ന് കിടക്കയിൽ കിടന്നു. അയാൾ ആലോചനാ നിമഗ്നനായിരുന്നു. അതിന്റെ ആന്തരാർത്ഥം പുറംകാഴ്ചക്കാരന് അപ്രാപ്യമായിരുന്നു.

"നീ എന്താണ് ആലോചിക്കുന്നത്?"

ഗുരുവിന് ആ മൗനം പോലും അസഹ്യമായി.

"നിങ്ങൾ എന്നെ ദൈവം എന്ന് വിളിച്ചു. അതിൽ പരിഹാസമാണോ തമാശയാണോ എന്ന് എനിക്കറിയില്ല. പക്ഷേ ഒന്ന് ഞാൻ പറയാം. എല്ലാ മനുഷ്യനിലും പല അനുപാതത്തിൽ ദൈവാംശമുണ്ട്. അത് എപ്പോഴെങ്കിലും മറനീക്കി പുറത്തു വരും. ദൈവത്തിന് പുറത്ത് കടക്കാൻ ഒരു ബന്ധനങ്ങളും തടസ്സമാവില്ല."

രാമുവിന്റെ വാക്കുകളിൽ ഒരുപാട് മുനകളും ധ്വനികളും ഒളിഞ്ഞിരിക്കുന്നതായി ഗുരുജിക്ക് തോന്നി. ആ സന്ദർഭത്തിൽ കൂടുതൽ വാഗ്വാദങ്ങൾ അനുചിതമാണെന്നും അയാൾ തിരിച്ചറിഞ്ഞു.

ഗുരുജി സെൽഫോണിൽ അമർത്തി. പൂട്ടിയിട്ട വാതിൽ ആരോ പുറത്തു നിന്നും തുറന്നു. ഗുരുജി മുറിവിട്ടു പുറത്തേക്ക് പോയി. പിന്നാലെ വാതിൽ വീണ്ടും ബന്ധിതമായി.

തനിച്ചായപ്പോൾ രാമു വീണ്ടും കടുത്ത വിഷാദത്തിലേക്ക് നിപതിച്ചു. വാദിച്ച് ജയിക്കാനായി അങ്ങനെയൊക്കെ പറഞ്ഞെങ്കിലും താൻ നിസ്സഹായനാണെന്ന് അയാൾക്ക് ഉറപ്പായിരുന്നു. ഇനി തന്നെ രക്ഷിക്കാൻ സാക്ഷാൽ ദൈവത്തിന് പോലും കഴിയുമെന്ന് അയാൾക്ക് വിശ്വാസം വന്നില്ല. ദൈവമായി ജീവിച്ചുകൊണ്ട് ദൈവകാരുണ്യത്തിനായി യാചിക്കുന്ന അവസ്ഥയുടെ വൈരുദ്ധ്യം അയാളെ ചിന്തിപ്പിച്ചു.

ദൈവം വലിയ ഒരു ചോദ്യചിഹ്നമായി അയാളുടെ ചിന്താമണ്ഡലത്തെ ഗ്രസിച്ചു. യഥാർത്ഥത്തിൽ എന്താണ് ദൈവം? അദൃശ്യമായ ഒരു കോണിൽ മറഞ്ഞിരിക്കുന്ന അസ്പൃശ്യ സാന്നിദ്ധ്യമാണോ ദൈവം. അത് അകലങ്ങളിലാണെന്ന് നാം ധരിക്കുമ്പോഴും അടുത്തു തന്നെയില്ലേ? പക്ഷേ മനുഷ്യന്റെ പരമമായ നിസഹായതകളിലും ധർമ്മസങ്കടങ്ങളിലും തുണയായി എത്താൻ പലപ്പോഴും ദൈവത്തിന് കഴിയുന്നുണ്ടോ? അനിവാര്യമായ വിധി എന്നൊന്നുണ്ടോ? എഴുതപ്പെട്ട നിർദ്ദേശങ്ങൾക്കൊത്ത് ചലിക്കുന്ന ഒന്നാണോ മനുഷ്യജീവിതം? ഒന്നിനും അയാൾക്ക് ഉത്തരമുണ്ടായില്ല. പക്ഷേ ചോദ്യങ്ങൾ ഏറിക്കൊണ്ടേയിരുന്നു.

വിരുദ്ധആശയങ്ങൾ വിതറുന്ന അവ്യക്തതയുടെയും ആശയക്കുഴപ്പത്തിന്റെയും ഭൂമിയിൽ രാമുണ്ണി പ്രത്യാശയറ്റവനെപോലെ നിന്നു. ഉത്തരമില്ലാത്ത ഒരുപാട് ചോദ്യങ്ങൾ അയാളുടെ അന്തരംഗത്തെ വീർപ്പുമുട്ടിച്ചു. യഥാർത്ഥത്തിൽ ദൈവം ഒരു യാഥാർത്ഥ്യമാണോ? അതോ അത് കറതീർന്ന ഒരു സങ്കല്പം മാത്രമോ? കൃത്യമായി വ്യവച്ഛേദിച്ച് അറിയാൻ കഴിയുന്നില്ല. ശാസ്ത്രജ്ഞരും ഭരണകർത്താക്കളും ഉന്നതനീതിപീഠം അലങ്കരിക്കുന്നവരുമടക്കം തന്റെ മുന്നിൽ സാഷ്ടാംഗപ്രണാമം ചെയ്യുമ്പോൾ അത് കൂടുതൽ അവ്യക്തതയുടെ ആഴക്കയങ്ങളിലേക്ക് തന്നെ കൂട്ടിക്കൊണ്ടു പോകുന്നു.

ഉറപ്പില്ലാത്ത എന്തോ ഒന്ന് യഥാർത്ഥത്തിൽ ഉണ്ട് എന്ന സങ്കല്പ ത്തെയാണ് ദൈവം എന്ന പേരിൽ അവർ ആരാധിക്കുന്നത്. അതിലും തൃപ്തി വരാതെ തന്നെ പോലെ ജീവിച്ചിരിക്കുന്ന ചിലരെ ദൈവ സ്ഥാനത്ത് പ്രതിഷ്ഠിച്ച് ആരാധിക്കുന്നു. ലൗകികമോഹങ്ങളുടെ പാരമ്യതയിലെത്താനുള്ള അഭിവാഞ്ജയാണ് അതിന് അവരെ പ്രേരിപ്പി ക്കുന്നത്. സത്യത്തിൽ ദൈവത്തെ ആരും സ്നേഹിക്കുന്നില്ല. കാലാ കാലങ്ങളിൽ ആവശ്യങ്ങൾ നിറവേറ്റി തരാനുള്ള ഉപകരണം മാത്രമാണ് ഈശ്വരൻ. ഉപയോഗവസ്തുവെന്നും പറയാം. പലപ്പോഴും ഇവർ ഈശ്വരനെ ചൂഷണം ചെയ്യുകയാണ്. ദൈവത്തിന് മനസ്സറിഞ്ഞ് ഒന്നും നൽകുന്നില്ല. വഴിപാടുകൾ കാര്യലാഭത്തിനുള്ള കൈക്കൂലി മാത്രമാണ്.

അപ്പോഴും ചില സന്ദേഹങ്ങൾ ബാക്കി നിന്നു. യഥാർത്ഥത്തിൽ ദൈവം ഇല്ലെന്ന് ഉറപ്പിച്ച് പറയാൻ കഴിയുമോ? മനുഷ്യശരീരത്തിന്റെ ആന്തരിക-ബാഹ്യഘടനകൾ തന്നെ എടുത്തു നോക്കാം. ഭക്ഷണം കടി ക്കാനും ചവച്ചരയ്ക്കാനും പല്ലുകൾ. രുചിയറിയാൻ നാവും രുചിമുകുള ങ്ങളും. ഭക്ഷണവും വെള്ളവും ഉള്ളിലേക്ക് കടത്താൻ കൃത്യമായ വലുപ്പ ത്തിൽ വായ കീറിയിരിക്കുന്നു. രുചി, ഗന്ധം, സ്പർശം... തിരിച്ചറിയാ നുള്ള സംവിധാനങ്ങൾ. ഓർമ്മകൾ രേഖപ്പെടുത്താനുള്ള തലച്ചോറിൽ ചിന്തകളും ആശയങ്ങളും രൂപപ്പെടുന്നു. ശരീരത്തിന്റെ ആന്തരിക തലത്തിലാവട്ടെ ഏത് അത്യാധുനിക യന്ത്രസാമഗ്രികളെയും അതിശയി ക്കുന്ന അവയവങ്ങൾ. ഹൃദയത്തിനും കരളിനും വൃക്കയ്ക്കും ചെറുകുട ലിനും വൻകുടലിനും ആമാശയത്തിനും എല്ലാം എന്തെന്ത് ധർമ്മങ്ങൾ! മലമൂത്രങ്ങൾ കൃത്യമായി പുറത്തേക്ക് പോകാനുള്ള സുഷിരങ്ങൾ.

കൃത്യമായ ആസൂത്രണവൈഭവമുള്ള ഒരു മസ്തിഷ്കമില്ലാതെ ഇതൊന്നും സംഭവിക്കില്ല. ശൂന്യതയിൽ നിന്നും ഒന്നും രൂപപ്പെടുന്നില്ല. പരിണാമസിദ്ധാന്തം കേവലയുക്തിയുടേയും ശാസ്ത്രീയതയുടേയും മാത്രം ചിന്താപദ്ധതിയാണ്. ഇത്ര കൃത്യവും വ്യക്തവും സൂക്ഷ്മവുമായ ഒരു രൂപഘടനയും ആന്തരികഘടനയും അതുവഴി രൂപപ്പെട്ട് വന്നു എന്ന് വിശ്വസിക്കുക പ്രയാസം. അപ്പോൾ ജഗന്നിയന്താതാവായ ഒരു ശക്തി യുണ്ട്. പ്രപഞ്ചസ്രഷ്ടാവെന്നോ ജഗദീശ്വരനെന്നോ എന്ത് പേരിട്ടെങ്കിലും അതിനെ വിളിക്കാം. അതിന് രൂപഭാവങ്ങളുണ്ടാവുമോ? അറിയില്ല. പക്ഷേ അനന്യമായ ചിന്താശേഷിയിൽ നിന്നാണ് ആ ശക്തി ഇക്കാണുന്ന തൊക്കെയും സൃഷ്ടിച്ചിട്ടുള്ളത്.

അപ്പോൾ ആ ശക്തിയുടെ പ്രതിപുരുഷനെന്ന വ്യാജേന താനടക്ക മുള്ളവർ കാണിക്കുന്ന ഈ തട്ടിപ്പ് നാടകങ്ങളൊക്കെ വഞ്ചനയല്ലേ? ദൈവത്തെ വഞ്ചിക്കുന്ന മനുഷ്യർ. അപ്പോൾ ഉറപ്പായും അതിന് ശിക്ഷ ലഭിക്കേണ്ടതല്ലേ? അപ്പോൾ അത് ലഭിക്കുക തന്നെ ചെയ്യും. രാമു അനല്പമായ ആശങ്കയുടെ ആഴക്കടലിൽ നിലയില്ലാക്കയത്തിൽ പിടഞ്ഞു. അയാൾക്ക് അകാരണമായ ആധിയും വ്യാധിയും അനുഭവ പ്പെട്ടു. പനിച്ചിട്ടെന്നോണം ശരീരം ചുട്ടുപൊള്ളി. ചെറുതായി വിറയ്ക്കാൻ

തുടങ്ങി. അറിഞ്ഞോ അറിയാതെയോ താൻ മഹാപാപങ്ങൾക്ക് കൂട്ടു നിൽക്കുന്നു.

ആ രാത്രി തിരക്കുകൾ അകന്ന വിജനതയിൽ, ഏകാന്തതയിൽ ഇരിക്കെ ഗുരുജി അടുത്തേക്ക് വന്നു. പതിവ് വരവുചിലവ് കണക്കുകളുമായാണ് വരവ്. രാമുണ്ണിയുടെ മുഖം പതിവിലും മ്ലാനമായിരുന്നു. പറയാതെ തന്നെ ഗുരുജി അത് വായിച്ചെടുത്തു. നേർത്ത പരിഹാസ സ്പർശമുള്ള ലാഘവത്വം നിറഞ്ഞ ചിരിയോടെ അദ്ദേഹം ചോദിച്ചു.

“എന്താണ് ഇന്ന് അങ്ങയുടെ പ്രശ്നം?”

മുഖവുരയില്ലാതെ രാമു സ്വന്തം ആശങ്ക പങ്കുവച്ചു. ഏറെസമയം നീണ്ടുനിന്ന പൊട്ടിച്ചിരിയായിരുന്നു മറുപടി. രാമു ഒരു കാഴ്ച കാണും പോലെ അത് നോക്കിയിരുന്നു. ചിരിയൊതുങ്ങിയ ഒരുവേള ഗുരുജിയുടെ മുഖം കൂടുതൽ ഗൗരവതരമായി. രാമുവിന്റെ കണ്ണുകളിലേക്ക് തീക്ഷ്ണമായ ആ നോട്ടം ആഴ്ന്നിറങ്ങി. പിന്നെ ഒരു വിജിഗീഷുവിനെ പോലെ അദ്ദേഹം പ്രതിവചിച്ചു.

“ഓരോരുത്തർക്കും ജീവിക്കാനായി ദൈവം ഓരോ വഴി നിശ്ചയിക്കുന്നു. നമുക്ക് നിശ്ചയിച്ച വഴി ഇതാണെന്ന് മാത്രം കരുതിയാൽ മതി. ഏത് കാര്യത്തിലും കൂടുതൽ ചിന്തിച്ചാൽ നമുക്ക് സ്വസ്ഥത ലഭിക്കില്ല. നന്മതിന്മകൾ ഏത് കർമ്മത്തിലും ഉണ്ടാവും. പൂർണ്ണമായ അർത്ഥത്തിൽ വിശുദ്ധമായും സുതാര്യമായും ജീവിക്കുക അസാദ്ധ്യമാണ്. നമ്മൾ തെറ്റു ചെയ്യുന്നുണ്ടെങ്കിൽ അതിന് പ്രായശ്ചിത്തമെന്നോണം നന്മകളും ചെയ്യുന്നുണ്ട്. എത്രയോ സാധുക്കളെ നമ്മൾ സഹായിക്കുന്നു. അപ്പോൾ അത് സ്വയം ബാലൻസ്ഡ് ആയിക്കൊള്ളും. പിന്നെ... ഇതൊക്കെ നിരീക്ഷിക്കാനും വിലയിരുത്താനും അങ്ങനെയൊരു ശക്തിയുണ്ടോയെന്ന് നമുക്കാർക്കും ഉറപ്പില്ല. വ്യക്തതയില്ലാത്ത ഒരു സങ്കല്പത്തെക്കുറിച്ച് ഓർത്ത് ആശങ്കപ്പെടുന്നത് വ്യർത്ഥമല്ലേ? അർത്ഥശൂന്യതയല്ലേ? അതുകൊണ്ട് നീ എല്ലാം മറക്കുക. നമുക്ക് ലഭ്യമായ ആയുസ്സിൽ പരമമായ ആനന്ദം അനുഭവിക്കുക. അത് കണ്ടെത്താനുള്ള വഴികൾ അന്വേഷിക്കുക. നിന്റെ ഭ്രാന്തൻ സംശയങ്ങൾക്ക് ഉത്തരം പറഞ്ഞ് എന്റെ വിലപ്പെട്ട സമയം നഷ്ടപ്പെടുത്താൻ ഞാൻ ഉദ്ദേശിക്കുന്നില്ല.”

“ഒരു സംശയത്തിന് മാത്രം ഉത്തരം പറഞ്ഞിട്ട് നിങ്ങൾക്ക് പോകാം...”

രാമുവിന്റെ സ്വരത്തിൽ അനല്പമായ മേധാശക്തിയുണ്ടായിരുന്നു. ഗുരുജി ആശങ്കയോടെ അവനെ നോക്കി.

“എന്താണ് ആനന്ദം?”

ആലോചനയ്ക്കുള്ള ഇടവേളയെടുക്കാതെ അയാൾ പറഞ്ഞു.

“അത് ആപേക്ഷികമാണ്. ഒരാൾക്ക് സന്തോഷം നൽകുന്ന കാര്യങ്ങൾ അപരന് ദുഃഖമായി പരിണമിക്കാം. വ്യക്തിഗതമായ അഭിരുചികളെ ആശ്രയിച്ചിരിക്കുന്നു അത്.”

“കുടുംബത്തോടൊപ്പം ജീവിക്കുന്നതാണ് എന്റെ സന്തോഷം. അത് വേണ്ടെന്ന് കല്പിക്കാൻ ധാർമ്മികമായി നിങ്ങൾക്കെന്താണ് അവകാശം”

ഗുരുജി ഒന്ന് പതറി. ആദ്യത്തെ സംഭ്രമം മറച്ച് അയാൾ പറഞ്ഞു തുടങ്ങി.

“ഇന്ന് കാണുന്ന നിന്നെ, നിന്റെ ഈ പ്രതിച്ഛായ സൃഷ്ടിച്ചത് ഞാനാണ്. ആർക്കും വേണ്ടാതെ ഒരു ഷഡ്പദത്തെ പോലെ അലഞ്ഞു നടന്ന, ഏത് നിമിഷവും ചവുട്ടിയരയ്ക്കപ്പെടാവുന്ന ജന്മത്തെ അത്യുദാത്തതയുടെ പാരമ്യതയിൽ എത്തിച്ചതിൽ എന്റെ പങ്ക് നിനക്ക് പോലും നിഷേധിക്കാനാവില്ല. അതുകൊണ്ട് നിന്റെ തുടർന്നുള്ള ജീവിതഗതി നിർണ്ണയിക്കാനും എനിക്ക് അവകാശമുണ്ട്.”

കൂടുതൽ ചോദ്യങ്ങൾക്കും ഉത്തരങ്ങൾക്കും ഇടനൽകാതെ ഗുരുജി മുറിവിട്ട് പുറത്തിറങ്ങി. രാമുവിനെ വീണ്ടും അവന്റെ ഏകാന്തതയ്ക്ക് എറിഞ്ഞുകൊടുത്തുകൊണ്ട്.

ദിവസങ്ങൾ ആഴ്ചകൾക്കും മാസങ്ങൾക്കും വഴിമാറി. അത് വർഷങ്ങളുടെ ചിറകിലൊളിച്ചു. കാലം എല്ലാം മായ്ക്കുന്ന കടലാണെന്ന് ഗുരുജി വിശ്വസിച്ചു. നാളുകൾ ചെല്ലുമ്പോൾ ആഗ്രഹത്തിന്റെ തീക്ഷ്ണതയ്ക്ക് മങ്ങലേൽക്കുക സ്വാഭാവികം. രാമുവും അങ്ങനെയൊക്കെ മനസ്സിനെ വിശ്വസിപ്പിക്കാൻ ശ്രമിച്ചു. പക്ഷേ അയാൾക്ക് സൗമിനിയെ മറക്കാൻ കഴിഞ്ഞില്ല. കുഞ്ഞുങ്ങളുടെ വിളി അയാളുടെ കാതുകളിൽ നിന്ന് ഒഴിഞ്ഞുപോയില്ല. സ്വകാര്യതകളിലേക്ക് രക്ഷപ്പെടാനുള്ള മോഹം കൂടുതൽ തീവ്രവും വൈകാരികവും ആസക്തവുമാകുന്നത് അയാൾ ഉള്ളിൽ അറിഞ്ഞു. പക്ഷേ ഒന്നും പുറമെ ഭാവിച്ചില്ല. അത് അപകടകരവും കൂടുതൽ നിയന്ത്രണങ്ങൾക്കും ബന്ധനങ്ങൾക്കും കാരണമാകുമെന്ന് അയാൾക്ക് അറിയാം. തന്നെ വകവരുത്തി വിശുദ്ധസമാധിയെന്ന പേരിൽ അനശ്വരനാക്കാൻ നടക്കുന്ന ചരട് വലികളും അയാൾ മണത്തറിഞ്ഞു. അമർത്ത്യാനന്ദൻ മാത്രം വാണിജ്യ താത്പര്യങ്ങൾക്കപ്പുറം മാനുഷികതയുടെ ഏകസ്വരൂപമായി ആശ്രമന്താരീക്ഷത്തിൽ അയാൾക്കൊപ്പം നിന്നു.

ഒരു രാത്രി അറിഞ്ഞു കൊണ്ട്, അറിയാത്ത മട്ടിൽ രാമുണ്ണിക്ക് പുറംലോകത്തേക്കുള്ള വാതിൽ തുറന്നുകൊടുത്തതും അദ്ദേഹമാണ്. പ്രത്യേകദർശനത്തിന് വന്ന സ്ത്രീയുടെ പർദ്ദയ്ക്കുള്ളിൽ രാമുണ്ണിയുടെ രൂപം പൂഴ്ത്തി ആ സംഘത്തിനൊപ്പം പുറത്തേക്കുള്ള വഴി തുറന്നു. ആരും സംശയിച്ചില്ല.

കാറിൽ അവർക്കൊപ്പമുള്ള യാത്രയിൽ രാമു എല്ലാം സത്യങ്ങളും തുറന്നു പറഞ്ഞു. പൂർണ്ണമാക്കും മുൻപ് ആ സ്ത്രീയും ഭർത്താവും പറഞ്ഞു.

“ഞങ്ങൾ അങ്ങയുടെ ദർശനം തേടി വന്നവരല്ല. അമർത്ത്യാനന്ദയാണ് ഞങ്ങളെ അവിടേക്ക് എത്തിച്ചത്. അങ്ങയെ സഹായിക്കാനായി മാത്രം

അവതരിച്ചവരാണ് ഞങ്ങൾ. എന്റെ പേര് വിശ്വനാഥൻ. ഇത് എന്റെ ഭാര്യ രുഗ്മിണി. ഇത് ഞങ്ങളുടെ മക്കൾ."

"അപ്പോൾ ഈ പർദ്ദ...?"

"അത് അങ്ങേക്ക് രക്ഷപ്പെടാനുള്ള ഒരു കവചം മാത്രം. ചില വസ്ത്രങ്ങൾ പോലും ദൈവത്തിന് പകരം നിൽക്കുന്നു..."

വിശ്വനാഥൻ ഒരു വസ്ത്രാലയത്തിന് മുന്നിൽ കാർ കൊണ്ടു വന്ന് നിർത്തി. രാമുവിന്റെ അളവ് പറഞ്ഞ് രണ്ട് ജോടി വസ്ത്രങ്ങൾ വാങ്ങി. കാറിലിരുന്നു കൊണ്ട് തന്നെ പർദ്ദ അഴിച്ച് അയാൾ ഷർട്ടും മുണ്ടും ധരിച്ചു. ആ സമയത്ത് വിശ്വനും ഭാര്യയും കുട്ടികളും പുറത്ത് കാത്തു നിന്നു.

തൊട്ടടുത്ത ഗ്രാമത്തിലായിരുന്നു വിശ്വന്റെ വീട്. അവിടെ കൊണ്ടു വന്ന് പ്രാതൽ കഴിപ്പിച്ചു.

"എന്റെ സലൂൺ ഇവിടെ അടുത്താണ്. അവിടേക്ക് ചെന്നാൽ ഒരു പക്ഷേ ആളുകൾ അങ്ങയെ തിരിച്ചറിയും. അതുകൊണ്ട് ഇവിടെ വച്ചു തന്നെ ക്ഷൗരം ചെയ്യാം. അത്യാവശ്യം ഉപകരണങ്ങൾ ഞാൻ വീട്ടിലും കരുതിയിട്ടുണ്ട്"

താടിയും മുടിയും നിമിഷനേരങ്ങൾക്കുള്ളിൽ അഴിഞ്ഞു വീണു. ക്ലീൻഷേവിൽ രാമു മറ്റൊരാളായി. അയാൾ കൗതുകത്തോടെ കണ്ണാടിയിൽ നോക്കി. മറ്റൊരു ജന്മത്തിലേക്ക് പരകായപ്രവേശം ചെയ്തതു പോലെ.

രൂപഭാവങ്ങൾ കൊണ്ടും മാനസികാവസ്ഥയിലും അയാൾ പഴയ രാമുണ്ണിയായി മാറിക്കഴിഞ്ഞു. ഒരു വ്യത്യാസം മാത്രം. പഴയതിലും തീവ്രതയോടെ, സത്യസന്ധതയോടെ കുടുംബത്തെയും നാടിനെയും സ്നേഹിക്കാൻ അയാൾക്ക് കഴിയുന്നു. നഷ്ടപ്പെടുമ്പോഴാണല്ലോ കൈവശമുണ്ടായിരുന്നതിന്റെ വില അറിയുന്നത്.

നാട്ടിൽ കൊണ്ടുവിടാനുള്ള സന്നദ്ധത അറിയിച്ചു വിശ്വനാഥൻ.

"അത് വേണ്ട. ഈ രൂപത്തിൽ എന്നെയാരും തിരിച്ചറിയില്ല. വന്നതു പോലെ തന്നെ ഒരു സാധാരണക്കാരനായി എനിക്ക് തിരിച്ചു പോവണം. ജീവിക്കുകയും വേണം"

അമർത്യാനന്ദ പറഞ്ഞ് കാര്യങ്ങൾ അറിയാമായിരുന്നതു കൊണ്ട് വിശ്വനാഥന് ആ മാറ്റത്തിൽ അസാധാരണമായി ഒന്നും തോന്നിയില്ല. പുറപ്പെടും മുൻപ് രാമുണ്ണി അമർത്ത്യാനന്ദയെ ഫോണിൽ വിളിച്ച് നന്ദി പറഞ്ഞു.

"മനുഷ്യത്വമുള്ള ചിലരെങ്കിലും ഈ ലോകത്തുള്ളതാണ് തുടർന്ന് ജീവിക്കാൻ നമ്മെ പ്രേരിപ്പിക്കുന്നത്. ഒരു ജന്മം മുഴുവൻ നന്ദി പറഞ്ഞാലും അങ്ങയോടുള്ള കടപ്പാട് തീരില്ലെന്നറിയാം. ഔപചാരിക പദങ്ങൾ കൊണ്ട് ഈ സ്നേഹത്തിന്റെ വില കുറച്ച് കാണുന്നില്ല. ഞാൻ

വിളിച്ചത് ഒരു കാര്യം പറയാനാണ്. ഈ സെൽഫോൺ തന്നെ ഒരുപക്ഷേ ഞാൻ ഉപേക്ഷിച്ചേക്കാം. ആശ്രമവുമായി ബന്ധപ്പെട്ട ഒന്നും ബാക്കി വയ്ക്കാൻ ഞാൻ ആഗ്രഹിക്കുന്നില്ല. ഓർമ്മകൾ പോലും..."

"ഞാൻ മനസ്സിലാക്കുന്നു ഈശ്വർജി. ഞാൻ മനസ്സിലാക്കുന്നു..."

അമർത്യാനന്ദ പ്രതിവചിച്ചു. രാമുണ്ണി തിരുത്തി.

"ഈശ്വർജിയല്ല. രാമുണ്ണി..."

"അതെ. രാമുണ്ണി..."

"ഒരിക്കലും തിരിച്ചുകിട്ടില്ലെന്ന് വിചാരിച്ച രാമുണ്ണിയെ എനിക്ക് മടക്കി തന്നത് അവിടത്തെ ദയാവായ്പാണ്. നന്ദി. ഒരിക്കൽക്കൂടി നന്ദി. എല്ലാറ്റിനും നന്ദി..."

"രാമുണ്ണിക്കും കുടുംബത്തിനും എല്ലാ നന്മകളും വരട്ടെ..."

അമർത്യാനന്ദയുടെ കണ്ണുകൾ നിറയുന്നത് മനസ്സുകൊണ്ട് രാമുണ്ണിക്ക് കാണാം. തിരിച്ചും...

രാമുണ്ണി യാത്ര പറഞ്ഞ് ഇറങ്ങി നടന്നു.

അയാൾ പിന്നിട്ട വഴികളിലേക്ക് ഒരിക്കലും പിൻതിരിഞ്ഞു നോക്കിയില്ല.

ഭൂതകാലം അയാളെ സംബന്ധിച്ച് അടഞ്ഞ അദ്ധ്യായമായിക്കഴി ഞ്ഞിരുന്നു. ഇനിയുള്ള സ്വപ്നങ്ങളിൽ സൗമിനിയുടെ സ്നേഹവും അമ്മ യുടെ കരുതലും കുട്ടികളുടെ കൊഞ്ചലുകളും മാത്രം...

നാട്ടിലേക്കുള്ള ബസിൽ ഇരിക്കുമ്പോൾ അയാൾ കൗതുകത്തോടെ ഓർത്തു.

കുടുംബത്തിന്റെ സ്വകാര്യതയിലും പരിമിതിവൃത്തത്തിലും ഒതു ങ്ങുന്ന സന്തോഷങ്ങൾക്ക് മറ്റെന്തിനേക്കാളും മൂല്യമുണ്ട്. ആത്മാർത്ഥ മായി, ഹൃദയത്തിൽ തൊട്ട് സ്നേഹിക്കുകയും സ്നേഹിക്കപ്പെടുകയും ചെയ്യുന്ന അവസ്ഥയ്ക്ക് വിലയിടാൻ കഴിയില്ല. അത് പകർന്നു തരുന്ന ആഹ്ലാദാനുഭൂതികൾക്ക് പകരംവയ്ക്കാൻ ഏത് തലത്തിലുള്ള ആദ്ധ്യാ ത്മികതയും അപ്രാപ്യമാണ്. ഒരർത്ഥത്തിൽ കുടുംബബന്ധങ്ങളേക്കാൾ വലിയ ആത്മീയാനുഭവം വേറെയുണ്ടോ?

പത്തൊമ്പത്

രാത്രി ഏറെ വൈകിയിരുന്നു.

ബസ്സിന്റെ സൈഡ്സീറ്റിൽ നിലാവിന്റെ നീലവെളിച്ചം വീണു കിട ക്കുന്ന ഇരുളിൽ പിന്നാക്കം മറയുന്ന കാഴ്ചകൾ നോക്കി രാമുണ്ണിയിരുന്നു.

ആരെങ്കിലും തന്നെ തിരിച്ചറിയുമോ എന്ന് അയാൾ ഭയന്നു. പത്രത്താളു കളിലൂടെയും ടെലിവിഷൻ ചാനലുകളിലൂടെയും ഫ്ളക്സ് ബോർഡു കളിലൂടെയും നിത്യപരിചിതമായ മുഖം. അതിന്റെ സൂക്ഷ്മതലങ്ങൾ പോലും മനസ്സിൽ സൂക്ഷിക്കുന്നവരുണ്ടാവാം. താടിയും മുടിയും കാഷായവും ഒഴിഞ്ഞാലും അത് തിരിച്ചറിയാൻ സൂക്ഷ്മദൃക്കുകൾക്ക് കഴിയുക തന്നെ ചെയ്യും.

തലയിൽ ചുവന്ന ടൗവ്വൽ മഫ്ളാർ പോലെ കെട്ടി. മുഖത്ത് കൂളിംഗ് ഗ്ലാസ് വച്ചു. പരമാവധി മുഖം മറയ്ക്കാൻ ശ്രമിച്ചു. ഇനിയും തിരിച്ചറി യാനുള്ള സാദ്ധ്യത കുറവാണ്. ഈശ്വർജി പുറപ്പെട്ടു പോയ വിവരം തത്കാലം ഗുരു പരസ്യപ്പെടുത്തില്ല. അത് ആശ്രമത്തിന്റെ വിശ്വാസ്യത തകർക്കുമെന്ന് കുശാഗ്രബുദ്ധിയായ അയാൾക്ക് അറിയാം. ദീർഘ വീക്ഷണമുള്ള അയാൾ ഇതിനോടകം പിടിച്ചുനിൽക്കാൻ പുതിയ ഉപായ ങ്ങൾ കണ്ടെത്തിയിട്ടുണ്ടാവും.

മാത്രമല്ല ഈശ്വരതുല്യനായി വിരാജിക്കുന്ന ഒരു വിശിഷ്ടവ്യക്തിത്വം എയർബാഗും തൂക്കി നട്ടപ്പാതിരയ്ക്ക് ട്രാൻസ്പോർട്ട് ബസിൽ യാത്ര ചെയ്യുമെന്ന് വിചാരിക്കാനുള്ള മൂഢതയൊന്നും മലയാളിക്കെന്നല്ല, ഒരു നാട്ടുകാർക്കും ഉണ്ടാവില്ല.

ഇത് എല്ലാ അർത്ഥത്തിലും തന്റെ രക്ഷപ്പെടലാണ്. നിത്യദുഖങ്ങളിൽ നിന്നും ആത്മസംഘർഷങ്ങളിൽ നിന്നും എന്നേയ്ക്കുമായി ഒരു മോചനം. ഇനി സൗമിനിയോടും മക്കളോടുമൊപ്പം സ്വാസ്ഥ്യപൂർണ്ണമായ ഒരു ജീവിതം. അതിനപ്പുറം മറ്റ് മോഹങ്ങളില്ല.

ഓർമ്മവച്ചനാൾ മുതൽ ഗ്രാമത്തിൽനിന്നും പലായനം ചെയ്ത ദിനം വരെയുള്ള ഓർമ്മകളെ അയാൾ തിരിച്ചുപിടിച്ചു. ഭൂതകാലത്തിലെ ആ ഏട് കൂടുതൽ വ്യക്തതയോടെ മനസ്സിൽ തെളിയുകയാണ്. ഇടയ്ക്കുള്ള കാലം മറവിയുടെ ചിറകിൽ ഒളിക്കുകയാണ്, അല്ല ഒളിപ്പിക്കുകയാണ്. ഓർമ്മയുടെ പുസ്തകത്തിൽ നിന്നും ചില താളുകൾ അയാൾ ബോധ പൂർവം ചീന്തിയെറിഞ്ഞു. ചില വിസ്മൃതികൾ അനിവാര്യമാണ്. സ്വസ്ഥ ഭാവിക്ക് അത് കൂടിയേ തീരൂ.

വലിയ കുലുക്കത്തോടെ ബസ് ആഞ്ഞു നിന്നത് അയാൾ തിരിച്ച റിഞ്ഞു. പൊട്ടലും ചീറ്റലും പുക ഉയരുന്നതും എല്ലാം ഞൊടിയിട യ്ക്കുള്ളിൽ അറിഞ്ഞു. മറ്റ് യാത്രക്കാർ തിരക്കിട്ട് ഇറങ്ങുന്നത് കണ്ടു. രാമുണ്ണിയും ഒപ്പം ഇറങ്ങി.

ഡ്രൈവറും കണ്ടക്ടറും ചേർന്ന് പുറത്തിറങ്ങി വണ്ടിക്കടിയിൽ എന്തൊക്കെയോ പരിശോധിക്കുന്നതും വീണ്ടും സ്റ്റാർട്ട് ചെയ്യാൻ ശ്രമി ക്കുന്നതും കണ്ടു. പിന്നീട് ഒരു തുറന്ന പ്രഖ്യാപനമായിരുന്നു.

“ഈ വണ്ടി ഇനി പോവില്ല. മറ്റൊരു വണ്ടിയിൽ കയറ്റിവിടാമെന്ന് വച്ചാൽ ഇനി സർവീസ് കുറവാണ്. ഞങ്ങളും വണ്ടിയിൽ ഇരുന്ന് നേരം വെളുപ്പിച്ചാലോയെന്ന് ആലോചിക്കുകയാണ്...”

"ഇവിടെ അടുത്ത് ലോഡ്ജുകൾ വല്ലതുമുണ്ടോ?"

"കുറച്ച് നടന്നു നോക്കിയാൽ ചിലപ്പോൾ ഉണ്ടാവും.."

കണ്ടക്ടർ തന്റെ ഉത്തരവാദിത്തം കഴിഞ്ഞു എന്ന മട്ടിൽ ടിക്കറ്റിന്റെ ബാക്കി എല്ലാവർക്കും മടക്കികൊടുത്തു.

ആളുകൾ നിസ്സഹായരായി നിന്നു. ചിലർ അപൂർവമായി മാത്രം കടന്നു പോയ സ്വകാര്യവാഹനങ്ങൾക്ക് കൈകാണിച്ചു. പലതും നിർത്താതെ കടന്നു പോയി. മറ്റു ചിലർ ബസ്സിൽ തന്നെ ഇരുന്ന് ഉറക്കം തൂങ്ങി. കുറച്ചുപേർ അടുത്ത ജംഗ്ഷൻ ലക്ഷ്യമാക്കി നടന്നു. തല ചായ്ക്കാൻ ഇടം കിട്ടുമെന്ന വൃഥാ മോഹത്തിലായിരുന്നു പലരും. കൂടുതലും രണ്ടിലധികം പേരുള്ള സംഘങ്ങളായിരുന്നു.

രാമുവിന് കൂട്ടായി ആരും ഉണ്ടായിരുന്നില്ല.

ഏകാന്തതയുടെ അരികുചേർന്ന് എന്നത്തെയും പോലെ അയാൾ നടന്നു. പതിവ് ആൾക്കൂട്ടങ്ങളിൽനിന്നും വഴിമാറിയുള്ള നടത്തം. ഏതെങ്കിലും വീട്ടിലോ ലോഡ്ജുമുറിയിലോ തനിക്ക് ആ രാത്രി കഴിയാൻ ഇടം ലഭിക്കുമെന്ന് അയാൾ മനസ്സിനെ പറഞ്ഞ് വിശ്വസിപ്പിച്ചു.

വഴി രണ്ടായി പിരിയുന്ന ഒരു ചെറിയ കവലയിൽ എത്തി. എല്ലാവരും വലതുഭാഗത്തേക്കുള്ള വഴിയെ നടന്നപ്പോൾ രാമുണ്ണി ഇടതുഭാഗം ചേർന്ന് നടന്നു. കുറെ ദൂരം മുന്നോട്ട് പോയപ്പോൾ ഒരു വീടിന് മുന്നിൽ ലൈറ്റ് തെളിഞ്ഞു കണ്ടു. മാടക്കട പോലെ ഒരു ചെറിയ മുറുക്കാൻകട അതിന് മുന്നിലായി തുറന്നു വച്ചിരുന്നു. തോർത്ത്കൊണ്ട് തലയിൽ കെട്ടിയ ഒരു വൃദ്ധൻ അവിടെയിരുന്ന് ഉറക്കം തൂങ്ങുന്നുണ്ട്. രാമുവിന് അദ്ഭുതം തോന്നി. ഈ നട്ടപ്പാതിരായ്ക്ക് പ്രായം മറന്ന് ഈ മനുഷ്യൻ എന്തിന് ഉറക്കമിളയ്ക്കണം? കടയിൽ കാര്യമായ കച്ചവടം പോലുമുണ്ടെന്ന് തോന്നുന്നില്ല. ആകെയുള്ളത് കുറച്ച് ബീഡിയും സിഗരറ്റും മിഠായിഭരണികളും മാത്രം. രാമു കടയുടെ മുന്നിലെത്തിയത് കൂടി കിഴവൻ അറിഞ്ഞിട്ടില്ല. അവൻ പതിയെ തട്ടിവിളിച്ചു. കിഴവൻ ഞെട്ടലോടെ ഉണർന്നു.

"ഒരു സിഗരറ്റ്...."

കിഴവൻ പൊട്ടിച്ച കൂടിൽനിന്നും സിഗരറ്റ് എടുത്ത് കൊടുത്തു. രാമു അവിടന്ന് തന്നെ തീപ്പെട്ടി വാങ്ങി കത്തിച്ച് പുകവിട്ടു. വർഷങ്ങൾക്ക് ശേഷമാണ് അയാൾ പുകവലിക്കുന്നത്. അതിന്റേതായ വിമ്മിഷ്ടമോ അന്യതയോ ഒന്നും തോന്നിയില്ല. പരിചയസമ്പന്നനായ ഒരു പുകവലിക്കാരനെ പോലെ അയാൾ മൂക്കിലൂടെ പുക വിട്ടു. ചുണ്ടുകൾ കോട്ടി ആകാശത്തേക്ക് എന്ന പോലെ മുകളിലേക്ക് പുകയൂതി പറപ്പിച്ചു.

വൃദ്ധൻ കൗതുകത്തോടെ അതിലേറെ സൂക്ഷ്മതയോടെ രാമുവിന്റെ ചേഷ്ടകൾ ശ്രദ്ധിച്ചു നിന്നു. അയാൾ എന്തൊക്കെയോ കണക്കുകൂട്ടലുകളിലാണെന്ന് രാമുവിന് തോന്നി. രാമു മുന്നോട്ടുള്ള വഴിയും താമസൗകര്യങ്ങളെക്കുറിച്ചൊക്കെ ചോദിച്ചു. കിഴവൻ എല്ലാറ്റിനും വ്യക്തമായ

ഉത്തരം കൊടുത്തു. എവിടെ നിന്ന് വരുന്നു? എവിടെ പോകുന്നു? തുടങ്ങിയ പതിവ് കുശലങ്ങളിലേക്ക് കടന്നു വൃദ്ധൻ. വിശ്വനാഥൻ എന്ന കൂട്ടുകാരന്റെ വീട്ടിൽ പോയി മടങ്ങുന്ന വഴിയാണെന്നും ബസ്സ് കേടായ വിവരം അടക്കം പുറത്ത് പറയാവുന്ന മുഴുവൻ കാര്യങ്ങളും സത്യസന്ധമായി രാമു വിശദീകരിച്ചു.

അപരിചിതത്വത്തിന്റെ മഞ്ഞുരുകിയപ്പോൾ കൂടുതൽ അടുപ്പത്തോടെ കിഴവൻ അന്വേഷിച്ചു.

"ഭക്ഷണം വല്ലതും കഴിച്ചോ?"

"ഇല്ല.."

"വിശക്കുന്നില്ലേ?"

"ബസ്സിൽ കയറുന്ന സമയത്ത് വിശപ്പ് തോന്നിയില്ല. ഇപ്പഴും വലിയ വിശപ്പ് ഒന്നുമില്ല. ക്ഷീണം അകറ്റാൻ ഒരു ചായ കിട്ടിയാൽ കൊള്ളാം.."

പെട്ടെന്ന് വൃദ്ധൻ ചിരിച്ചു.അതിൽ ഒരു കള്ളലക്ഷണം മണത്തു.

"എന്തേ ചായ കുടിക്കുന്നത് തെറ്റാണോ?"

അന്തരീക്ഷത്തിന് ലാഘവത്വം പകരാൻ രാമു ഒരു തമാശ പൊട്ടിച്ചു. വൃദ്ധനും വിട്ടുകൊടുത്തില്ല.

"അല്ല. പക്ഷേ അതിനേക്കാൾ ഉന്മേഷം പകരുന്ന സാധനം വേറെയുണ്ട്"

രാമു കാര്യം മനസ്സിലാകാതെ കണ്ണുമിഴിച്ചു. വൃദ്ധൻ 'മറ്റവൻ' എന്ന് അർത്ഥം വരുന്ന ആംഗ്യം കാണിച്ചു. രാമുവിന് സംഗതി പിടികിട്ടി.

"ഒറിജിനൽ വാറ്റാ... ഇവിടെ വീട്ടിൽ തന്നെണ്ടാക്കീതാ... നല്ല സൊയമ്പൻ സാധനം... ഒരെണ്ണം വിട്ടുനോക്ക്..."

നാട്ടിലെ സുഹൃത് സദസ്സാണ് രാമുവിന് പെട്ടെന്ന് ഓർമ്മ വന്നത്. കൂട്ടുകാരുടെ വീടുകളിൽ മാറി മാറി വാറ്റിയ സാധനം പങ്ക് വച്ച് പൂസായി നടന്ന നാളുകൾ. ഓണക്കാലത്തെ പൂത്തുമ്പികൾക്കൊപ്പം പാറിനടന്ന കാലം. അയാൾക്ക് പൊടുന്നനെ വല്ലാത്ത കൊതി തോന്നി. ഒന്നല്ല, രണ്ടെണ്ണം പിടിപ്പിച്ചാലോ? എന്തായാലും ഈ രാത്രിയിലെ ഉറക്കം പോയി. നേരം വെളുക്കുംവരെയുള്ള വിരസതയും ചിന്തകളും ഒഴിവാക്കി സന്തോഷങ്ങളുടെ കാറ്റിലെ അപ്പൂപ്പൻതാടിയാവാം.

പെട്ടിക്കടയ്ക്ക് പിന്നിൽ വൃദ്ധന്റെ വീടിന്റെ വരാന്ത പോലെ ഒരിടമുണ്ട്. അവിടേക്ക് ആദ്യം വന്നത് വെളുത്ത കുപ്പിയാണ്. പിന്നാലെ ഒരു ഡബിൾ ഓംലറ്റും. രണ്ടുംകൂടിയുള്ള കോംബിനേഷൻ അപാരമായി രാമുവിന് തോന്നി. രണ്ടെണ്ണം എന്ന് കരുതി തുടങ്ങിയത് നാലും അഞ്ചും കടന്ന് എണ്ണിയാൽ തീരാത്ത നമ്പരുകളിലേക്ക് വളർന്നു.

"ഒരെണ്ണം കൂടി ഒഴിക്കട്ടെ..."

വൃദ്ധൻ പ്രോത്സാഹിപ്പിച്ചുകൊണ്ടേയിരുന്നു. രാമു തലയാട്ടി. നിയന്ത്രണത്തിന്റെ ഹരിതരേഖകൾ മാഞ്ഞ് ചുവപ്പ് ആധിപത്യം

സ്ഥാപിച്ചുകൊണ്ടേയിരുന്നു. കാഴ്ചയിൽ നിഷ്കളങ്കനെന്ന് തോന്നിക്കുന്ന വൃദ്ധൻ തന്ത്രശാലിയായ കച്ചവടക്കാരനായിരുന്നു. അയാൾ നാട്ടുവിശേഷങ്ങളും കഥകളും മറ്റും പറഞ്ഞ് രാമുവിന്റെ ശ്രദ്ധയെ അകലെ നിർത്തി. പരമാവധി സാധനം ഉള്ളിലെത്തിച്ച് പണം പിടുങ്ങുകയായിരുന്നു കിഴവന്റെ ലക്ഷ്യം. അതിൽ അയാൾ വിജയിക്കുകയും ചെയ്തു. ദീർഘനാൾ അകന്നുനിന്ന ലഹരി അടുത്തുകിട്ടിയതിന്റെ ഉത്സാഹപ്രഹർഷത്തിലായിരുന്നു രാമു. വൃദ്ധൻ അവകാശപ്പെട്ടതു പോലെ നല്ല സൊയമ്പൻ സാധനം. അസൽ രുചി. മദ്യം കഴിക്കുകയാണെന്നേ തോന്നില്ല.

‘മിക്സഡ് ഫ്രൂട്ട്സ് ഇട്ട് വാറ്റിയതാ...”

കിഴവൻ ഉല്പന്നത്തിന്റെ മേന്മ വിശദീകരിച്ചു.

“ഞങ്ങൾ പഴമക്കാരുടെ രീതി ഇതല്ല. എന്റെ മോനാ ഇതിന്റെ ആള്. അവരൊക്കെ ന്യൂജനറേഷനാ...”

അതും പറഞ്ഞ് വൃദ്ധൻ ഒരു നിലവാരം കുറഞ്ഞ ചിരി ചിരിച്ചു.

“മകൻ എന്ത് ചെയ്യുന്നു?”

രാമു വെറുതെ കുശലം ചോദിച്ചു.

“അവന് കമ്പനി പണിയാ. നൈറ്റ് ഡ്യൂട്ടിക്ക് പോയേക്കുവാ...”

“കട. വാറ്റ്. കമ്പനിപണി. എല്ലാം കൂടി നല്ല വരുമാനം കാണുവല്ലോ?”

രാമു ഒരു ആക്കിയ ചിരിയോടെ ചോദിച്ചു. വൃദ്ധൻ കപടവിനയത്തോടെ തലചൊറിഞ്ഞു.

“അങ്ങനൊന്നൂല്ല കുഞ്ഞേ... ഇങ്ങനെ കഴിഞ്ഞ് പോകുന്നു”

വിഷയം മാറ്റാനായി അയാൾ ചോദിച്ചു.

“കുഞ്ഞിന് എന്തവാ പണി..?”

രാമു ഒന്ന് വിളറി. ദൈവമാണെന്ന് പറയാൻ പറ്റുമോ?

അടുത്തനിമിഷം അയാൾക്ക് ഒരു കുസൃതി തോന്നി.

“ചേട്ടാ... ഞാൻ ദൈവമാണ്... ”

വൃദ്ധൻ ഉറക്കെ പൊട്ടിച്ചിരിച്ചു. അതിൽ പരിഹാസത്തിന്റെ ഗന്ധമുണ്ടായിരുന്നു.

“തലയ്ക്ക് പിടിക്കുമ്പോൾ ഇത് പതിവുള്ളതാ. ഇവിടെ വരുന്ന ചിലർ ഇതിലും വലിയ പേരുകൾ പറയും. ഈയിടെ ഒരാൾ ഫിഡൽ കാസ്ട്രോയാന്നും പറഞ്ഞ് ബഹളം വച്ചു.”

രാമു ചിരിച്ചു.

“എനിക്ക് പൂസായി തുടങ്ങിയിട്ടില്ല ചേട്ടാ. ഞാൻ നല്ല ബോധത്തോടെയാണ് സംസാരിക്കുന്നത്. ചേട്ടൻ ഈശ്വർജി എന്ന് കേട്ടിട്ടുണ്ടോ?”

വൃദ്ധൻ ഞൊടിയിടക്കുള്ളിൽ ഉത്സാഹഭരിതനായി.

“അയ്യോ... ഞങ്ങൾ വീട്ടുകാരൊക്കെ അവിടത്തെ ഭക്തരാണ്. രണ്ട് തവണ ആശ്രമത്തിൽ പോയി അനുഗ്രഹം വാങ്ങിയിട്ടുണ്ട്. ഇവിടെ പൂജാ മുറിയിൽ അദ്ദേഹത്തിന്റെ ചിത്രത്തിൽ ദിവസവും വിളക്ക് കത്തിക്കാറുണ്ട്. ആശ്രമത്തിലാണോ ജോലി?”

“അല്ല...”

“പിന്നെ...?”

രാമു കൈയിലെ ലതർബാഗ് തുറന്നു. അതിനുള്ളിൽനിന്നും ഈശ്വർജിയുടെ ഫോട്ടോയും ഒപ്പം തന്റെ പേഴ്സിൽ കരുതിയിരുന്ന പഴയകാല ഫോട്ടോയും പുറത്തെടുത്തു.

“ഇത് തമ്മിൽ എന്തെങ്കിലും സാമ്യം തോന്നുന്നുണ്ടോ?”

വൃദ്ധൻ സൂക്ഷിച്ചുനോക്കി.

“എവിടെയോ എന്തോ ഒരു ചേർച്ച പോലെ...”

“താടിയും മുടിയും വേഷവും ഉപേക്ഷിച്ചു എന്നേയുള്ളു. ഞാൻ തന്നെയാണ് ഈശ്വർജി. ഭക്തരെ പരീക്ഷിക്കാൻ ഇത്തരം സന്ദർശനങ്ങൾ ഇടയ്ക്കിടെ പതിവുള്ളതാ...”

വൃദ്ധൻ രാമുവിനെ തന്നെ സൂക്ഷിച്ചുനോക്കി. അയാളുടെ കണ്ണുകൾ കുറുകുകയും നെറ്റിയിൽ ചുളിവുകൾ വീഴുകയും ചെയ്തു. വെട്ടിയിട്ട ചക്ക പോലെ അയാൾ നിലത്തേക്ക് വീണു. രാമു ആകെ ഭയന്ന് പോയി. അവൻ വിരലുകൾ മൂക്കിലേക്ക് അടുപ്പിച്ച് നോക്കി. ശ്വാസമുണ്ട്. ബോധം മറഞ്ഞതാണ്. രാമു പേഴ്സിൽ നിന്നും നൂറിന്റെ അഞ്ച് നോട്ടുകൾ എടുത്ത് ഡസ്ക്കിൻമേൽ വച്ചു. കുപ്പിയിൽ അവശേഷിച്ച ചാരായം ഒറ്റവലിക്ക് അകത്താക്കി. പിന്നെ മുൻപിൻ നോക്കാതെ തിരിഞ്ഞു നടന്നു.

കൂടുതൽ നിന്നാൽ അപകടമാണെന്ന് അയാൾക്ക് തോന്നി. വൃദ്ധന്റെ വീട്ടിൽ വേണ്ടപ്പെട്ടവർ ആരെങ്കിലും കാണും. ബാക്കി അവർ നോക്കിക്കൊള്ളും. ദൈവമേ അയാൾക്കൊന്നും സംഭവിക്കരുതേ... പ്രാർത്ഥനയോടെ അയാൾ നടന്നു.

റോഡിൽ വഴിവിളക്കുകൾ അധികം ഉണ്ടായിരുന്നില്ല. അപൂർവം ചിലത് പോസ്റ്റുകാലുകളായി മാത്രം അവശേഷിച്ചു. ഒന്നും പ്രകാശമാനമായില്ല. ചുറ്റും ഇരുട്ടായിരുന്നു. ഒറ്റപ്പെട്ട വാഹനങ്ങൾ പോലും കടന്നു പോകുന്നില്ല. ഇടയ്ക്കൊരെണ്ണം വേഗതയിൽ പോയെങ്കിലും കൈ കാണിച്ചിട്ട് നിർത്തിയില്ല. ഇരുട്ടിന്റെ പാരമ്യതയിലൂടെ മനക്കണ്ണുകൊണ്ട് മുന്നോട്ടുള്ള പാത കണ്ടെത്തി രാമുണ്ണി നടന്നു. അയാളുടെ മനസ്സിൽ കുടുംബത്തെക്കുറിച്ചുള്ള ചിന്തകൾ മാത്രമായിരുന്നു. സ്വകാര്യതയുടെ സുഖം നിറഞ്ഞ ഭാവിജീവിതത്തിന്റെ കാന്തികത അയാളെ മോഹിപ്പിച്ചു.

എത്രദൂരം നടന്നു എന്നറിയില്ല. കാലുകൾ കുഴയുന്നതും ബാലൻസ് തെറ്റിത്തുടങ്ങുന്നതും അയാൾ അറിഞ്ഞു. ചാരായത്തിന്റെ പ്രകൃതം

അല്പം കുഴപ്പം പിടിച്ചതാണെന്ന് അയാൾക്ക് തോന്നി. സാവധാനമാണ് അത് കത്തിത്തുടങ്ങുന്നത്. തലയ്ക്ക് പിടിച്ചുതുടങ്ങിയാൽ ഉടുമ്പിറുക്കുന്നതു മാതിരിയാണ്. കടുത്ത പിടി. ഉടനെയെങ്ങും വിട്ടുപോകുന്ന മട്ടില്ല. അൽപ്പം വെള്ളമോ മോരോ കിട്ടിയിരുന്നെങ്കിലെന്ന് തോന്നി. പക്ഷേ അടുത്തെങ്ങും വീടുകളോ കടകളോ കണ്ടില്ല. കിലോമീറ്ററുകളോളം നീളത്തിൽ ചുറ്റും തേക്കിൻതോട്ടങ്ങളാണ്. ആൾവാസമില്ലാത്തതെന്ന് തോന്നിക്കുന്ന തെരുവുകൾ. വന്യമായ വിജനതയും ഏകാന്തതയും ഭീതിദമായ ഇരുട്ടും അന്തരീക്ഷത്തിൽ നിറഞ്ഞു നിന്നു. കുഴഞ്ഞുവീണു പോയേക്കുമെന്ന് രാമു ഭയന്നു. ലഹരി ശരീരത്തിന്റെ സമസ്തതലങ്ങളിലും ആഴത്തിൽ കത്തിക്കയറുകയാണ്. അടിമുടി വൈദ്യുതാഘാതമേറ്റ അനുഭവം. കിഴവൻ പറഞ്ഞതുപോലെ ശുദ്ധമായ പഴസത്തിൽ വാറ്റിയ ചാരായമാണെന്ന് തോന്നുന്നില്ല. അത് കഴിച്ചാലുള്ള അനുഭൂതി ഇതല്ല. ഇതിൽ ഏതോ കടുത്ത രാസവസ്തുക്കൾ കലർത്തിയിട്ടുണ്ട്. ഒരു ചുവട് പോലും മുന്നോട്ട് നടക്കാനാവാത്തവിധം ലഹരി പ്രജ്ഞയെ ബാധിക്കുന്നത് രാമു അറിഞ്ഞു. ബോധം മറയാൻ തുടങ്ങുന്നതു പോലെയും ഓർമ്മകളും മനസ്സും നഷ്ടമാകുന്നതു പോലെയും അയാൾക്ക് തോന്നി. ഇപ്പോൾ മരിച്ചു പോകുമെന്ന അവസ്ഥ. ജീവൻ ശരീരത്തിൽനിന്നും അകന്നു പോകുന്ന വിമ്മിഷ്ടം.സഹായത്തിന് ആരും ഇല്ലാത്ത പരിതസ്ഥിതിയിൽ താൻ മരിച്ചുപോകുമെന്ന് അയാൾക്ക് ഏറെക്കുറെ ഉറപ്പായി. സൗമിനിയുടെയും മക്കളുടെയും മുഖം അയാളുടെ മനസ്സിൽ ഇടകലർന്നു. അവസാനമായി ഒരിക്കൽകൂടി അവരെ ഒന്ന് കാണാൻ അയാൾ തീവ്രമായി ആഗ്രഹിച്ചു. ലഹരി അതിന് അനുവദിച്ചില്ല.

കാലുകൾ നിയന്ത്രണം വിട്ട് വളഞ്ഞുപോകുന്നതും ശരീരത്തിന് മേലുള്ള പിടി അയഞ്ഞ് നിലത്തേക്ക് മറിഞ്ഞു വീണതും മാത്രം ഓർമ്മയുണ്ട്. പിന്നെ എന്ത് സംഭവിച്ചുവെന്ന് രാമുണ്ണി അറിഞ്ഞില്ല. ഓർമ്മകളും ചിന്തകളും വികാരങ്ങളും അന്യമായ അഗാധസുഷുപ്തിയുടെ അബോധതലത്തിൽ ഒരു മൃതദേഹം പോലെ അയാൾ കിടന്നു. വയറ്റിൽ നിന്നും തികട്ടി വന്ന മദ്യം ഛർദ്ദിയായി വെളുത്തദ്രവരൂപത്തിൽ കടവായിലൂടെ പുറത്തേക്ക് ഒഴുകി. മണം പിടിച്ചു വന്ന ഈച്ചകളും ഉറുമ്പുകളും അവയിൽ അരിച്ചു നടന്നു. ഒന്നും അറിയാതെ മൃതതുല്യമായ അവസ്ഥയിൽ രാമു നടുറോഡിൽ കിടന്നു. എത്ര നേരം അങ്ങനെ കിടന്നു എന്നറിയില്ല.

അലഞ്ഞുതിരിഞ്ഞു വന്ന ഒരു പറ്റം തെരുവുനായ്ക്കളെ മുട്ടയുടെ മണം കലർന്ന ഛർദ്ദിയുടെ മണം ആകർഷിച്ചു. അവർ അയാൾക്ക് ചുറ്റും വട്ടം കൂടി. അതിലൊരു നായ ഇരുട്ടിൽ കാല്തെറ്റി അയാളുടെ മേലേക്ക് ചാഞ്ഞു. ആരോ ആക്രമിക്കുംപോലെയാണ് അതിന് തോന്നിയത്. നായയുടെ ആത്മസംയമനത്തിന്റെ ചരടുകൾ അറ്റു. അത് ഉറക്കെ കുരച്ച് ശബ്ദമുണ്ടാക്കി. ഒരു പകർച്ചവ്യാധി പോലെ കുര മറ്റ് നായ്ക്കളിലേക്കും പടർന്നു. ആദ്യത്തെ നായ ഉന്തിമാറ്റാൻ എത്ര ശ്രമിച്ചിട്ടും രാമുവിന്റെ

ദേഹം ചലിക്കുന്നില്ല. ദേഷ്യം മൂത്ത് അത് അവന്റെ മുഖത്ത് കടിച്ച് കുടഞ്ഞു. മറ്റ് നായ്ക്കളും മത്സരിച്ച് കടിച്ചു. മൂക്കും ചുണ്ടും കണ്ണുകളുടെ സ്ഥാനവും കവിളും ചെവിയും എല്ലാം നായ്ക്കൾ കടിച്ചുകീറി. കൈ വിരലുകൾ അറ്റു. ശരീരത്തിന്റെ പല ഭാഗങ്ങളിൽനിന്നും മാംസം പറിഞ്ഞു തൂങ്ങി. അബോധാവസ്ഥയിൽ അയാൾ വേദന പോലും അറിഞ്ഞില്ല. രക്തം ടാറിട്ട റോഡിലേക്ക് ഒലിച്ചിറങ്ങി കട്ട പിടിച്ചു. കലി ബാധിച്ചതു പോലെ നായ്ക്കൾ സ്ഥാനത്തും അസ്ഥാനത്തും കടിച്ചു. മുഖം ഏതാണ്ട് പൂർണ്ണമായി തന്നെ കൂർത്തപല്ലുകൾ കവർന്നെടുത്തു. കലിപ്പടങ്ങിയ ഏതോ നിമിഷം അവർ അയാളെ ഉപേക്ഷിച്ച് നടന്നു മറഞ്ഞു.

ഇരുപത്

പുലർച്ചയോളം രാമു ഒരു അനാഥശവം പോലെ കിടന്നു. ചരക്കുലോറിയുമായി അതിലെ വന്ന തമിഴരാണ് ദയ തോന്നി ആശുപത്രിയിലെത്തിച്ചത്.

മണിക്കൂറുകൾ നീണ്ട ശസ്ത്രക്രിയയും ദിവസങ്ങൾ നീണ്ട വിശ്രമവും കഴിഞ്ഞാണ് സ്വബോധത്തിന്റെ വെളിച്ചത്തിലേക്ക് അയാൾ മിഴി തുറന്നത്. കണ്ണുകൾ കാഴ്ചയുടെ ഭംഗി തിരിച്ചുപിടിക്കുമ്പോൾ മുന്നിൽ സുന്ദരിയായ ഒരു നഴ്സ് ഉണ്ടായിരുന്നു. അവർ ഏതോ ഇഞ്ചക്ഷനുമായി വന്നതായിരുന്നു. ട്രിപ്പ്സ്റ്റാൻഡ് ശരിയാക്കുന്നതിനിടയിലാണ് രാമു മുരടനക്കുന്ന ശബ്ദം കേട്ടത്. അയാൾ ആയാസപ്പെട്ട് കണ്ണ് തുറക്കാൻ ശ്രമിക്കുന്നത് അവർ ശ്രദ്ധിച്ചു. രാമുവിന് ബോധം വീണിരിക്കുന്നു എന്ന അറിവ് അവരുടെ മുഖത്ത് ആഹ്ലാദം വിരിയിച്ചു.

“ങ്ാ... ഹാ... കണ്ണ് തുറന്നല്ലോ...”

അവൾ ഹൃദ്യമായി പുഞ്ചിരിച്ചു. രാമുവിന് മറുചിരി ഉണർന്നില്ല. അയാൾ പകപ്പോടെ ചുറ്റും നോക്കുകയായിരുന്നു.

“ഇത് എവിടെയാണെന്നറിയാമോ?”

അയാൾ ഇല്ലെന്ന് തലയാട്ടി. അവൾ സംഭവിച്ച കാര്യങ്ങൾ ഹ്രസ്വമായി വിശദീകരിച്ചു

രാമു ഒരു മുത്തശ്ശിക്കഥ കേൾക്കുംപോലെ മിഴിച്ചിരുന്നു.

“ഞാൻ ഡോക്ടറെ വിളിക്കട്ടെ...”

അവൾ ധൃതിയിൽ അകത്തേക്ക് പോയി. രാമുവിന് അപ്പോഴും അമ്പരപ്പ് വിട്ടുമാറിയിരുന്നില്ല. അയാളുടെ ഓർമ്മകളുടെ പരിധി കിഴവന്റെ കടയിൽനിന്നും ഇറങ്ങി നടന്ന നിമിഷത്തിൽ ഉടക്കി നിന്നു.

വളരെ പെട്ടെന്നു തന്നെ നഴ്സിനൊപ്പം ഒരു സംഘം ഡോക്ടർമാർ അവിടേക്ക് വന്നു. അവർ രാമുവിനോട് സ്നേഹത്തോടെ സുഖവിവരങ്ങൾ തിരക്കി. ആശുപത്രിയിലെത്തിച്ച ലോറിക്കാരിൽ നിന്നും രാമു അവരുടെ ആരുമല്ലെന്ന് ആശുപത്രി അധികൃതർ മനസ്സിലാക്കിയിരുന്നു. എന്നിട്ടും ആ മാനസികാവസ്ഥയിൽ അയാൾ ആരാണെന്ന് അവർ ചോദിച്ചില്ല.

വൈകുന്നേരം പ്രധാന ഡോക്ടർ അയാളെ മുറിയിലേക്ക് വിളിപ്പിച്ചു. രണ്ട് നഴ്സുമാർ ചേർന്ന് കൂട്ടിക്കൊണ്ടുവരികയായിരുന്നു. ഡോക്ടർ അയാൾക്ക് സംഭവിച്ച രൂപപരിണാമത്തെക്കുറിച്ച് സൂചിപ്പിച്ചു. രാമു സ്വന്തം വിധിയുടെ കാവൽക്കാരനെ പോലെ എല്ലാം കേട്ടിരുന്നു.

“ലക്ഷണങ്ങൾ കണ്ടിട്ട് നായ്ക്കൾ കടിച്ചു മുറിച്ചതാണെന്ന് ഞങ്ങൾ അനുമാനിക്കുന്നു. അവയുടെ ദന്തക്ഷതങ്ങൾ ഏറ്റതായാണ് ഞങ്ങൾ മനസ്സിലാക്കുന്നത്..”

രാമു ഏറെസമയം മൗനമായിരുന്നു. അയാൾക്ക് ഒന്നും ചോദിക്കാനോ പറയാനോ ഉണ്ടായിരുന്നില്ല. ഏറ്റവും ഒടുവിൽ അയാൾ ഇത്രമാത്രം പറഞ്ഞു.

“എനിക്ക്... എനിക്കെന്റെ മുഖം ഒന്ന് കാണാൻ പറ്റുമോ ഡോക്ടർ?”

“ഷുവർ...”

ഡോക്ടർ നഴ്സിന് നേരെ നോക്കി. അവർ ആ മുറിയിൽ നിന്നു തന്നെ ഒരു കണ്ണാടിയുമായി വന്ന് അയാൾക്ക് കൈമാറി. പിടിയുള്ള ആ കണ്ണാടി രാമു മുഖത്തിന് അഭിമുഖമായി പിടിച്ചു. അതിലെ പ്രതിബിംബം ഒരിക്കലേ നോക്കിയുള്ളു. അയാൾ മുഖം തിരിച്ചുകളഞ്ഞു. അത്രമേൽ ഭീതിദവും ഭയാനകവുമായിരുന്നു അത്. ഇത് തന്റെ മുഖമാണെന്ന് എത്ര ശ്രമിച്ചിട്ടും അയാൾക്ക് വിശ്വസിക്കാൻ കഴിഞ്ഞില്ല. രാമു വീണ്ടും ഒരിക്കൽ കൂടി കണ്ണാടി നോക്കി. കണ്ണുകളുടെ സ്ഥാനത്ത് കാഴ്ചയുള്ള രണ്ട് കുഴികൾ മാത്രം. കവിളുകൾ എന്ന അവയവം തന്നെയില്ല. താടിക്കും രൂപപരിണാമം സംഭവിച്ചിരിക്കുന്നു. മൂക്കിന്റെ സ്ഥാനത്ത് പേടി തോന്നിക്കുന്ന വലിയ ഒരു ദ്വാരം മാത്രം. പുരികം എന്നൊന്ന് അയാൾ കണ്ടില്ല. അവിടെയും മുറിവുകളുണ്ട്. മാംസം എന്നൊന്ന് മുഖത്ത് കാണാനില്ല. തനിക്ക് തന്നെ സ്വയം തിരിച്ചറിയാൻ പറ്റാത്ത അവസ്ഥ. ഈ ഭൂമിയിൽ ഇനിയൊരാളും തന്നെ തിരിച്ചറിഞ്ഞെന്ന് വരില്ല. അത്രമേൽ അവിശ്വസനീയമായ മാറ്റം. രൂപപരിണാമം. ഉറക്കെ ഒന്ന് പൊട്ടിക്കരഞ്ഞെങ്കിൽ എന്ന് രാമുവിന് തോന്നി. പക്ഷേ ശബ്ദം പുറത്തേക്ക് വരുന്നില്ല. കണ്ണുനീർ ഗ്രന്ഥികൾ പോലും സ്തംഭനാവസ്ഥയിലാണ്. പകപ്പും മരവിപ്പും വേദനയും ആത്മരോഷവും വെറുപ്പും നിസ്സഹായതയും അടക്കം ഒന്നിലേറെ വികാരങ്ങൾ സമ്മിശ്രമായി മനസ്സിനെ വരിഞ്ഞു.

“രാമൂ...”

ഡോക്ടർ അനുതാപത്തോടെ വിളിച്ചു.

“സങ്കടപ്പെടാനില്ല. പുതിയ ചികിത്സാസൗകര്യങ്ങൾ ഉപയോഗിച്ച് ഒരു പരിധിവരെ മുഖത്തിന്റെ ആകൃതി തിരിച്ചുപിടിക്കാൻ കഴിയും. പ്ലാസ്റ്റിക് സർജറി, കോസ്മെറ്റിക്ക് സർജറി എന്നൊക്കെ കേട്ടിട്ടില്ലേ. വലിയ പണ ച്ചിലവ് വരുന്ന ഓപ്പറേഷനാണ്. ധൃതി പിടിക്കണമെന്നില്ല. കുറച്ചുനാൾ കഴിഞ്ഞ് സ്വസ്ഥമായി ചെയ്താൽ മതി. ഈ പ്രശ്നങ്ങൾക്കിടയിൽ ചോദി ക്കാൻ വിട്ടു. രാമു എന്ത് ചെയ്യുന്നു. ഐ മീൻ യുവർ പ്രൊഫഷൻ...”

മറുപടിയില്ലാത്ത ചോദ്യത്തിന് മുന്നിൽ രാമു മൗനം പാലിച്ചു. നടുക്ക ത്തോടെ അയാൾ കണ്ടു. ഡോക്ടറുടെ പിന്നിലെ ഭിത്തിയിൽ ഫ്രെയിം ചെയ്ത് മാലയിട്ട് വച്ച ഈശ്വർജിയുടെ ചിത്രം. അതിന് മുന്നിൽ എരിയുന്ന കെടാവിളക്ക്. ഡോക്ടറുടെ മേശപ്പുറത്തും അദ്ദേഹത്തിന്റെ ഫോട്ടോ യുണ്ട്. കഴുത്തിൽ ഈശ്വർജിയുടെ പടം ആലേഖനം ചെയ്ത ലോക്കറ്റ്.

സ്വന്തം വ്യക്തിത്വം അനാവൃതമാക്കാൻ കഴിയാത്ത നിസ്സഹായത യുടെ മുന്നിൽ അയാൾ തളർന്നിരുന്നു. മുഖം നഷ്ടമായതിലും വലിയ പ്രതിസന്ധിയാണിതെന്ന് രാമുവിന് തോന്നി. എല്ലാവരും ആരാധിക്കുന്ന താൻ ഒരു ഷഡ്പദത്തേക്കാൾ മ്ലേച്ഛമായി ചവിട്ടിയരക്കപ്പെട്ടിരിക്കുന്നു. അതും ഉന്മാദം ബാധിച്ച തെരുവുനായ്ക്കളാൽ. ആരോ എഴുതി തയ്യാറാ ക്കിയ നിയതിയുടെ ദുസ്വാധീനങ്ങളിലേക്ക് അയാൾ വിശ്വാസപൂർവം അടുത്തു. അടുത്ത നിമിഷം അയാൾ വിസ്മയിച്ചു. പരസ്പരവിരുദ്ധവും സങ്കീർണ്ണവുമായ വിധിവൈപരീത്യങ്ങളിലേക്ക് നയിക്കപ്പെടാൻ തക്ക എന്ത് മഹാപാപമാണ് താൻ ചെയ്തത്. തന്റെ വിധി താൻ തന്നെ വരുത്തി വച്ചതല്ലേയെന്നും അയാൾ സന്ദേഹിച്ചു. സ്വസ്ഥവും സുരക്ഷിതവുമായ ഒരു ജീവിതത്തിന്റെ സ്വച്ഛതയിൽ നിന്ന് അകാരണമായി അജ്ഞാതമായ ഭാവിയിലേക്കും അനിശ്ചിതത്വങ്ങളിലേക്കും അപകടകരമായ അവസ്ഥാ ന്തരങ്ങളിലേക്കും ഇറങ്ങി പുറപ്പെട്ട താൻ തന്നെയല്ലേ എല്ലാറ്റിനും അടിസ്ഥാന കാരണം. സ്വയംകൃതാനർത്ഥം എന്ന പദത്തിന്റെ അർത്ഥവും ആഴവും രാമു ജീവിതം കൊണ്ട് അറിഞ്ഞു.

“രാമു എന്താ ഒന്നും മിണ്ടാത്തത്?”

ഡോക്ടറുടെ ചോദ്യം വീണ്ടും വർത്തമാനപരിസരത്തിലേക്ക് മടക്കി. രാമു നാടിനെക്കുറിച്ചും അബ്കാരി ബിസിനസിനെക്കുറിച്ചും പറഞ്ഞ് തത്കാലം തടിതപ്പി. അത് കൂടുതൽ ചോദ്യങ്ങളിലേക്ക് നയിച്ചു. എന്തിന് ഈ നാട്ടിൽ വന്നു? തനിച്ച് വന്നു? എല്ലാറ്റിനും തൃപ്തികരമായ മറുപടി കൾ നൽകി രക്ഷപ്പെട്ടു. ഒടുവിൽ ഒരു വാക്ക് കൊണ്ട് കൂടുതൽ അന്വേ ഷണങ്ങളെ പ്രതിരോധിച്ചു.

“വല്ലാത്ത ക്ഷീണം. എനിക്കൊന്ന് മയങ്ങണം ഡോക്ടർ...”

“ആയിക്കോളൂ...”

ഡോക്ടർ അയാളുടെ ശിരസ്സിൽ തലോടി.

“രാമു വിഷമിക്കണ്ട. എല്ലാം ശരിയാവും. ഞാനൊരു ഈശ്വർജി ഭക്ത നാണ്. ഏത് വിഷമസന്ധിയിലും അദ്ദേഹം ഒരു വഴി കാണിച്ചു തരും. താത്പര്യമെങ്കിൽ വിശ്വാസപൂർവം പ്രാർത്ഥിച്ചുകൊള്ളൂ...”

രാമു ചിരിച്ചുവെന്ന് വരുത്തി കൊണ്ട് തലയാട്ടി. അനിവാര്യമായ വിധിയുടെ വൈരുദ്ധ്യങ്ങളും അത് സൃഷ്ടിക്കുന്ന ദുരൂഹസമസ്യകളും നിഗൂഢതയും അവിശ്വസനീയമായി അയാൾക്ക് തോന്നി.

എല്ലാവരും അകന്നുപോയപ്പോൾ അയാൾ തനിക്ക് അനുവദിച്ച മുറിയിൽ ശാന്തമായി കിടന്നു. ഉറക്കം കൺപോളകളെ വന്ന് തൊട്ടു.

പിറ്റേന്ന് പുലർച്ചെ പതിവ് റൗണ്ട്സിന് വന്ന ഡോക്ടറും സംഘവും രാമുവിന്റെ ആരോഗ്യനിലയിൽ സാരമായ മാറ്റമുണ്ടെന്ന് അറിയിച്ചു.

"മുഖത്തിന് വന്ന മാറ്റമൊഴിച്ചാൽ മറ്റ് ആരോഗ്യപ്രശ്നങ്ങൾ ഒന്നും തന്നെയില്ല. ഒരാഴ്ചയ്ക്കുള്ളിൽ ഡിസ്ചാർജ് ചെയ്യാം."

രാമു നിശ്ശബ്ദം തലയാട്ടി.

"രാമുവിന്റെ വീട്ടിൽ അറിയിക്കണ്ടേ. നമ്പർ തന്നാൽ ഞങ്ങൾ വിളിച്ചു പറയാം. ഡിസ്ചാർജിന് വീട്ടുകാർ വേണ്ടേ?"

രാമു വീണ്ടും ത്രിശങ്കുവിലായി. അയാളുടെ മൗനം കണ്ട് ഡോക്ടർ ചോദിച്ചു.

"ആ സംഭവത്തിനിടയിൽ മൊബൈൽ ഫോൺ നഷ്ടമായീന്ന് തോന്നുന്നു. ഇവിടെയെത്തിച്ച ആളുകൾ ഒരു ലതർബാഗ് ഏൽപ്പിച്ചിരുന്നു. അതിൽ ഒരു ജോടി ഷർട്ടും കുറച്ച് പണവും മാത്രമേയുള്ളു. ആശുപത്രിച്ചിലവിന് അത് മതിയാവും... എന്നാലും വീട്ടുകാരെ വിവരം അറിയിക്കണ്ടേ. അഡ്രസോ ആരുടെയെങ്കിലും നമ്പറോ ഓർമ്മ കാണുമല്ലോ..."

രാമു അനിഷ്ടത്തോടെ ഡോക്ടറെ പാളി നോക്കി. പിന്നെ മൗനം മുറിച്ചു.

"ഞാൻ... തനിയെ പൊയ്ക്കൊള്ളാം ഡോക്ടർ..."

"അയ്യോ... അത്..."

രാമു പെട്ടെന്ന് മുഖം തിരിച്ചു. കൂടുതൽ കേൾക്കാൻ അയാൾ ഇഷ്ടപ്പെടുന്നില്ലെന്ന് ഡോക്ടർക്ക് വ്യക്തമായി.

"രാമു കിടന്നോളു... പിന്നെ കാണാം..."

ഡോക്ടറും സംഘവും തിരിഞ്ഞു നടന്നു. ഈ അന്തരീക്ഷത്തിൽ തുടരുന്നത് കൂടുതൽ അപകടകരമാണെന്ന് രാമുവിന് തോന്നി. അയാൾ കൂടുതലൊന്നും ആലോചിച്ചില്ല. പലായനം അയാൾക്ക് പുതുമയല്ലല്ലോ?

ആ രാത്രി ആശുപത്രി മുഴുവൻ ഉറക്കമായ സമയത്തിന്റെ അരികുപറ്റി അയാൾ പതിയെ പുറത്തിറങ്ങി നടന്നു. ചാരിയിരുന്ന് ഉറക്കം തൂങ്ങുന്ന സെക്യൂരിറ്റികളുടെ കണ്ണുവെട്ടിച്ച് കോമ്പൗണ്ടിന് പുറത്ത് കടന്നു. കൈയിൽ ലഗേജുകൾ ഇല്ലാത്തതുകൊണ്ട് അസമയത്തെ ആ പോക്കിൽ ആർക്കും അസ്വാഭാവികത തോന്നിയില്ല.

ആദ്യം കണ്ട ജംഗ്ഷനിൽ നിറയെ കടകളുണ്ടായിരുന്നു. കൂടുതലും ഹോട്ടലുകളും ഫാസ്റ്റ്ഫുഡ് റസ്റ്റോറന്റുകളുമായിരുന്നു. അയാൾ അവയിലൂടെ കണ്ണുകൊണ്ട് ഒരു ഓട്ടപ്രദക്ഷിണം നടത്തി. കൂട്ടത്തിൽ ഔദാര്യപൂർണമായ മുഖഭാവമുള്ള ഒരാളോട് വണ്ടിക്കൂലിക്കുള്ള പണം യാചിച്ചു. പകരം കയ്യിലെ വാച്ച് ഊരി പണയം വയ്ക്കാനുള്ള സന്നദ്ധത അറിയിച്ചു. അയാൾ വാച്ചും അഡ്രസും എഴുതി വാങ്ങി പണം കൊടുത്തു.

ആദ്യം വന്ന സൂപ്പർഫാസ്റ്റിൽ അയാൾ നാട്ടിലേക്ക് തിരിച്ചു.

ഇരുട്ടിലും യാത്രക്കാരിൽ ചിലർ ഏതോ വിചിത്രജീവിയെ കണ്ടിട്ടെന്ന പോലെ തന്നെ ശ്രദ്ധിക്കുന്നത് അയാൾ കണ്ടു. ഈ രൂപം ഒരു ഭാരവും ബാധ്യതയുമാവുകയാണെന്ന് അയാൾ തിരിച്ചറിഞ്ഞു. ഉറക്കമാണ് എല്ലാറ്റിനും പ്രതിവിധി. നിദ്ര എല്ലാ സങ്കടങ്ങൾക്കും നിരാശകൾക്കും പരിഹാസങ്ങൾക്കും താത്കാലിക പരിഹാരമാവുന്നു.

ക്ഷീണം കൊണ്ട് അയാൾ ബസ്സിലിരുന്ന് ഉറങ്ങി.

പുലർച്ചെ ബസ് നാട്ടിലെ കവലയിൽ വന്നു നിന്നു. കണ്ടക്ടർ ഗ്രാമത്തിന്റെ പേര് ഉച്ചത്തിൽ വിളിച്ചുകൂവുന്നതു കേട്ട് രാമു ഞെട്ടലോടെ എണീറ്റു. അയാൾ നാട്ടുമണ്ണിലേക്ക് കാലുകുത്തേണ്ട താമസം ബസ് ശീഘ്രം പാഞ്ഞുപോയി. സ്റ്റോപ്പിൽ അയാൾ മാത്രമേ ഇറങ്ങാനുണ്ടായിരുന്നുള്ളു.

കടകളിൽ പലതും തുറന്നിട്ടുണ്ടായിരുന്നില്ല. വീടുകളിൽ പശുവിൻ പാല് കുപ്പിയിലാക്കി കൊണ്ടുക്കൊടുക്കുന്ന രാജപ്പൻ മോപ്പഡിൽ വന്നു പോയി. വീട്ടിൽ പതിവായി പത്രമിടുന്ന പയ്യനും കടന്നു പോയി. പരിചയമുള്ള ചില വഴിയാത്രക്കാരും രാമുവിനെ കടന്നു പോയി. എല്ലാവരും തന്നെ കണ്ടിട്ടും കണ്ടഭാവം നടിക്കുന്നില്ല. ആർക്കും തിരിച്ചറിയാൻ കഴിയുന്നില്ലെന്ന് രാമുവിന് വ്യക്തമായി. ഒരു കണക്കിന് അത് നന്നായി. കൂടുതൽ ചോദ്യങ്ങളും ഉത്തരങ്ങളും വേണ്ടി വരില്ലല്ലോ? ചിലർ ഏതോ ഭീകരജീവിയെ കണ്ടതു പോലെ തുറിച്ചു നോക്കുന്നുണ്ട്. രാമു അവർക്ക് മുഖം കൊടുക്കാതെ വിരുദ്ധദിശയിലേക്ക് നടന്നു.

വീട്ടിൽ ആരുമുണ്ടാവില്ലെന്ന് ഉറപ്പാണ്. അത് വാടകയ്ക്ക് കൊടുത്തിട്ട് നാളേറെയായി. എന്നാലും സൗമിനിയുടെ വീട്ടിലേക്ക് പോകേണ്ടത് അതു വഴിയാണ്. ജനിച്ചുവളർന്ന ഭൂമി ഒരു നോക്ക് കാണാനുള്ള ആഗ്രഹം മനസ്സിൽ മുളപൊട്ടി. രാമു കാലുകൾ വലിച്ചുവച്ച് അതിവേഗം നടന്നു.

പത്തുമിനിറ്റിനുള്ളിൽ വീട്ടുമുറ്റത്ത് എത്തി. പ്രായമായ ഒരു സ്ത്രീ മുറ്റമടിക്കുന്നത് കണ്ടു. അവർ തല ഉയർത്തി നോക്കിയത് അവന്റെ മുഖത്തേക്കാണ്. പിശാചിനെ കണ്ട ഭാവത്തോടെ അവൾ നിലവിളിച്ചുകൊണ്ട് അകത്തേക്കോടി. പിന്നാലെ അവരുടെ ഭർത്താവെന്ന് തോന്നിക്കുന്ന മനുഷ്യൻ പുറത്തേക്ക് വന്നു. പുതിയ വാടകക്കാരാവുമെന്ന് രാമു ഊഹിച്ചു. അയാൾ അവന്റെ അടുത്തേക്ക് വന്ന് മുഖത്തേക്ക് സൂക്ഷിച്ചു നോക്കി. അയാളിലും ജുഗുപ്സയും വെറുപ്പും നിറയുന്നത് രാമു ശ്രദ്ധിച്ചു.

"നിങ്ങളാരാ... എന്ത് വേണം?"

"ലീലാമണിയുടെ വീടല്ലേ ഇത്?"

രാമു വളരെ സ്വാഭാവികമായി ചോദിച്ചു.

"അല്ല... ഞങ്ങളുടെ വീടാ... എന്തേ...?"

"നിങ്ങൾ വാടകയ്ക്കാണോ... അതോ..."

"ഇതൊക്കെ നിങ്ങളെന്തിനാ അറിയുന്നത്?"

അയാൾ സ്വരം കടുപ്പിച്ചു. രാമുവിന് ഉത്തരം മുട്ടി. എന്നിട്ടും അയാൾ വിക്കി വിക്കി പറഞ്ഞു.

"ഞാൻ ലീലാമണിയമ്മയെ തിരക്കി വന്നതാ..."

"അവര് മരിച്ചിട്ട് വർഷം ഒന്നു കഴിഞ്ഞപ്പഴാ ഞങ്ങളീ വീടും പുരേടവും വിലയ്ക്ക് വാങ്ങീത്..."

അയാൾ ഒഴുക്കൻ മട്ടിൽ പറഞ്ഞു.

രാമു ഒന്ന് ഞെട്ടി.

അമ്മ...

അയാളുടെ കൺകുഴികളിൽ നീര് പൊടിഞ്ഞു. നിശ്ശബ്ദമായ ഒരു തേങ്ങൽ തൊണ്ടയിൽ വീണുടഞ്ഞു.

"അവരടെ ആരാ നിങ്ങള്...?"

അയാൾ ചോദിച്ചു.

"ആരുമല്ല. ഒരു പരിചയക്കാരൻ... വരട്ടെ..."

കൂടുതൽ ചോദ്യങ്ങളെ അഭിമുഖീകരിക്കാൻ ശേഷിയില്ലാതെ അയാൾ തിരിഞ്ഞു നടന്നു.

സൗമിനിയുടെ വീട്ടിലേക്ക് നടക്കുമ്പോൾ ഹൃദയവ്യഥയോടെ അയാൾ തിരിച്ചറിഞ്ഞു. ഈ നാട്ടിൽ ആരും തന്നെ തിരിച്ചറിയുന്നില്ല. ഏതോ അന്യഗ്രഹജീവിയെ എന്ന പോലെ അറപ്പോടും വെറുപ്പോടും കൗതുകത്തോടും അവർ തന്നെ നോക്കുന്നു.

പക്ഷേ രാമുവിന് നിരാശ തോന്നിയില്ല. ഏത് രൂപത്തിലും ഭാവത്തിലും സൗമിനി തന്നെ തിരിച്ചറിയും. തന്റെ ശബ്ദം., രൂപത്തിലെ നേർത്ത സൂചനകൾ, ശരീരത്തിലെ നേർത്ത അടയാളങ്ങൾ, ഗന്ധം... ഒന്നും അവൾക്ക് മറക്കാൻ കഴിയില്ല. ഇനി അവൾ മറന്നാലും കുഞ്ഞുങ്ങൾ... രക്തം രക്തത്തെ തൊട്ടറിയുക തന്നെ ചെയ്യും..

ആശ്രമത്തിൽ വച്ച് മിനിക്കുട്ടി അച്ഛാ... എന്ന് വിളിച്ച നിമിഷത്തിന്റെ ഓർമ്മ അയാളിൽ പ്രതീക്ഷ നിറച്ചു. ആര് അറിഞ്ഞില്ലെങ്കിലും അവൾ തന്നെ അറിയും. മകനേക്കാൾ മകൾക്കായിരുന്നു തന്നോട് അടുപ്പവും ഇഷ്ടവും...

ആലോചിച്ചു നടന്ന് സൗമിനിയുടെ വീടെത്തിയത് അയാൾ അറിഞ്ഞില്ല. വീടിന് മുന്നിലെ ആൾക്കൂട്ടവും ബഹളവും ഒരുക്കങ്ങളും അയാൾ ശ്രദ്ധിച്ചു. പരിചയമുള്ള ആരെയും കാണാനില്ല. മുറ്റത്ത് പന്തല് കെട്ടുന്നതിന്റെയും അലങ്കാരപ്പണികൾ ചെയ്യുന്നതിന്റെയും തിരക്കിലാണ് എല്ലാവരും. കുട്ടികൾ മുറ്റത്ത് ഓടിക്കളിക്കുന്നുണ്ട്. അക്കൂട്ടത്തിലൊന്നും മിനിക്കുട്ടിയും മകനുമില്ല.

എല്ലാറ്റിനും നേതൃത്വം നൽകിക്കൊണ്ട് കുമാരന്റെ ജ്യേഷ്ഠൻ സുഗുണൻ മുന്നിലുണ്ട്. രാമു അയാൾക്ക് അരികിലേക്ക് ചെന്നു. സുഗുണൻ അവനെ സൂക്ഷിച്ച് നോക്കി. വല്ലാത്ത ഒരു അപരിചിതഭാവം ഉണ്ടായിരുന്നു അയാളുടെ കണ്ണുകളിൽ. സുഗുണനും ആ ചോദ്യം ആവർത്തിച്ചു.

“ആരാ...?”

“രാമു...”

അവൻ പതിഞ്ഞ ശബ്ദത്തിൽ പറഞ്ഞു.

“രാമൂന്റെ ആരാ...”

രാമുണ്ണി നടുങ്ങിത്തെറിച്ചു.

“കൂട്ടുകാരനാ...”

“സുഗുണൻ ചിറ്റപ്പന് എന്നെ മനസിലായില്ലേ...”

അവൻ പേര് വിളിച്ച് ഓർമ്മിപ്പിക്കാൻ ശ്രമിച്ചു.

“എന്നെ അറിയ്യോ... ഓ... രാമൂന്റൊപ്പം ഇവിടെ വന്നിട്ടുണ്ടാവുംല്ലേ... ക്ഷമിക്കണം കേട്ടോ... പെട്ടെന്ന് കണ്ടിട്ട് ഓർമ്മ കിട്ടുന്നില്ല... അല്ലാ... മൊഖത്ത് ഇത് എന്ത് പറ്റീതാ... അസുഖം വല്ലോം...?”

അയാൾ ഇതരവിഷയങ്ങളിലേക്ക് കടക്കുകയാണ്. തന്റെ മുഖം മാത്രമല്ല, വ്യക്തിത്വവും സ്വത്വവും അസ്തിത്വവും എല്ലാം നഷ്ടപ്പെട്ടു കഴിഞ്ഞതായി രാമു തിരിച്ചറിഞ്ഞു. ആരുടെയും മനസ്സിൽ ആ പഴയ രാമു ഇല്ല. സ്വയം തെളിയിക്കാനും ബോധ്യപ്പെടുത്താനുമുള്ള വിഫല ശ്രമങ്ങളുടെ നിരർത്ഥകത അയാൾ വളരെ വേഗം ഉൾക്കൊണ്ടു. എന്നിട്ടും ഒരു അവസാന ശ്രമമെന്നോണം അയാൾ ചോദിച്ചു.

“സൗമിനി...?”

“ങ്ഹാ... അവളെയും അറിയുവോ... ഓ... രാമൂന്റെ ചങ്ങായിയല്ലേ... അപ്പോ പിന്നെ അവളെ അറിയാണ്ടിരിക്കുവോ...”

“അവര് അമ്പലത്തി പോയേക്കുവാ... കുമാരനും വത്സലേം പുള്ളാരും എല്ലാമുണ്ട്. ഒരു നല്ല കാര്യം നടക്കുന്ന ദെവസല്ലേ...”

മണ്ഡപം ഒരുക്കുന്ന ഭാഗത്തേക്ക് നോക്കി രാമു ചോദിച്ചു.

“പന്തലൊക്കെ... ചടങ്ങ് വല്ലോം...?”

”അപ്പോ കുഞ്ഞ് അറിഞ്ഞില്ലേ ഒന്നും...?”

അവൻ ഇല്ല എന്ന മട്ടിൽ നിന്നു. മനസ്സിലെ ഭാവം മുഖത്ത് പ്രകടമാകുന്നില്ല. മുഖം നഷ്ടപ്പെട്ട ഒരാൾക്ക് അതിന് കഴിയില്ലല്ലോ? ആ മൗനം പൂരിപ്പിച്ചുകൊണ്ട് സുഗുണൻ സംസാരിച്ചു.

"ആ ചെക്കൻ ചത്തിട്ട് കൊല്ലം കൊറെയായില്ലേ. ഇനീം പെണ്ണിനെ ഇങ്ങനെ നിർത്തിക്കോണ്ടിരിക്കാൻ പറ്റുവോ. അവള് ചെറുപ്പവല്ലേ. കുമാരന്റെ കൂട്ടുകാരന്റെ മകൻ വാസുദേവന്റെ ഒരാലോചന വന്നു. അവനും രണ്ടാംകെട്ടാ. ഭാഗ്യത്തിന് പുള്ളേരില്ല. അവര് താത്പര്യം പറഞ്ഞ് വന്നപ്പോ പിന്നെ ഞങ്ങളായിട്ട് എതിർക്കാൻ പോയില്ല. അവളൊത്തിരി ഒഴിയാൻ നോക്കീതാ. പിന്നെ ഞങ്ങള് പറഞ്ഞ് സമ്മതിപ്പിച്ചു. പുള്ളേര് പറക്കമുറ്റിയാ പിന്നെ അവക്കും കൂട്ടിന് ഒരാൾ വേണ്ടായോ... ഏതായാലും കുരുത്തത്തിന് പെണ്ണ് സമ്മതിച്ചു. ഇന്ന് വാക്കുറപ്പീരാ. ഏതാണ്ട് ഒരു നിശ്ചയം പോലെ തന്നെ. പതിനൊന്ന് മണിയാ ജ്യോത്സ്യൻ പറഞ്ഞ മുഹൂർത്തം. അവരിപ്പം ഇങ്ങെത്തും. ഒന്ന് നിന്നാ കണ്ടിട്ട് പോകാം. കുഞ്ഞ് ചുമ്മാ എറങ്ങീതാന്നോ..."

രാമുവിന്റെ മനസ്സിൽ ഒരു സ്വപ്നക്കൊട്ടാരം ഇടിഞ്ഞുതകർന്ന് ഭസ്മമാകുകയായിരുന്നു. അയാൾ ജീവനുള്ള ഒരു പ്രതിമ പോലെ നിന്നു. നിയതി രാമുണ്ണിയിൽ നിന്ന് എല്ലാ പ്രതീക്ഷകളും മായ്ച്ചുകഴിഞ്ഞിരിക്കുന്നു.

"കയറിയിരിക്കാം..."

സുഗുണൻ അയാളെ അകത്തേക്ക് ക്ഷണിച്ചു.

"വേണ്ട.."

രാമു യാത്ര പോലും പറയാതെ തിരിഞ്ഞു നടന്നു.

ഇരുപത്തിയൊന്ന്

വെയിൽ വീണ വഴികളിലൂടെ സൂര്യനേക്കാൾ താപഗ്രസ്തമായ മനസ്സുമായി രാമു നടന്നു. ആ പകൽ മുഴുവൻ അയാൾ അമ്പലപ്പറമ്പിലെ ആൽമരച്ചുവട്ടിൽ കിടന്നു. ഘനീഭവിച്ച വേദനയുടെ മരവിപ്പിലും അയാൾ സ്വയം ശപിച്ചു. പാവം സൗമിനി. ഒരിക്കലും അവളോട് നീതി പുലർത്താൻ തനിക്ക് കഴിഞ്ഞിട്ടില്ല. ഇനിയെങ്കിലും അവൾ ജീവിതത്തിന്റെ രസതന്ത്രം അറിയട്ടെ. താനായി അത് തടസ്സപ്പെടുത്താൻ പാടില്ല. സുഖദവും അനായാസവുമായ ജീവിതവഴികളിൽ നിന്ന് അവളുടെ വിധി മാറ്റിയെഴുതിയത് തന്റെ ഭ്രാന്തൻപ്രണയമാണ്. ഇനിയും അവളെ ബുദ്ധിമുട്ടിക്കുന്നത് ന്യായമല്ല. അത് ദൈവനിഷേധമാണ്. മഹാപാപമാണ്. അഭിശപ്തമായ ഒരു ജന്മത്തിന്റെ സ്പർശംകൊണ്ട് അവളുടെ വഴികൾ ഇനി മലീമസമാക്കാൻ പാടില്ല. പാടില്ല.

പക്ഷേ ഇനി താൻ എന്തിന് വേണ്ടി ജീവിക്കണം? ആർക്ക് വേണ്ടി ജീവിക്കണം? മൂന്ന് നേരം ഭക്ഷിക്കാനും വിസർജ്ജിക്കാനും ഉറങ്ങാനും ഉണരാനും മാത്രമുള്ളതാണോ ജീവിതം? അതിനെ ജീവിതമെന്ന് പേരിട്ട് വിളിക്കാൻ കഴിയുമോ? സ്നേഹിക്കാനും സ്നേഹിക്കപ്പെടാനും ഓമനിക്കാനും പ്രതീക്ഷിക്കാനും നേടാനും ഒന്നും അവശേഷിപ്പിക്കാനും കഴിയാത്ത നിരർത്ഥകമായ ഒരു ജന്മനിയോഗം. അയാൾക്ക് തന്നെ അതിനോട് വെറുപ്പും പുച്ഛവും തോന്നി. ഒഴിഞ്ഞുപോവുക എന്നത് മാത്രമാണ് പോംവഴി. എല്ലാറ്റിൽ നിന്നുമുള്ള പരമമായ പലായനം. ഇനിയൊരിക്കലും തിരിച്ചുവരാത്ത വിധമുള്ള യാത്ര. പക്ഷേ എങ്ങോട്ട്...? അതുമാത്രം അയാൾക്ക് അറിയില്ലായിരുന്നു.

എന്തായാലും ഇനി സൗമിനിയുടെ ജീവിതത്തിന്റെ പുസ്തകത്തിൽ തനിക്ക് സ്ഥാനമില്ല. അതിനായി മോഹിക്കുന്നതും ശാഠ്യം പിടിക്കുന്നതും ക്രൂരമാണ്. നിന്ദ്യവും പൈശാചികവുമാണ്. തന്റെ മുഖം പോലെ. രൂപം പോലെ. അപ്പോഴും അയാളിലെ അച്ഛൻ ഉള്ളിലിരുന്ന് കലഹിച്ചു. വിട പറയും മുൻപ് ഒരിക്കൽക്കൂടി ആ മുഖം കാണണം. അച്ഛാ... എന്ന് ഹൃദയത്തിന്റെ അഗാധതയിൽനിന്ന് എന്നോണം വിളിച്ച എന്റെ മിനിക്കുട്ടി... സ്നേഹം തുളുമ്പുന്ന, പ്രതീക്ഷ തിളങ്ങുന്ന അവളുടെ വെള്ളാരം കണ്ണുകൾ...

അത് അയാളെ പിന്നോക്കം വലിച്ചു കൊണ്ടേയിരുന്നു. ഉത്കടമായ ആഗ്രഹത്തിന്റെ നെറുകയിൽ നിന്ന് അയാൾ നിശ്ചയിച്ചു. മടങ്ങും മുൻപ്, ഒരിക്കൽ, ഒരിക്കൽ മാത്രം...

ഒരു അവസാന ശ്രമം പോലെ...

സന്ധ്യ രാത്രിക്ക് വഴിമാറിയിരുന്നു. ക്ഷേത്രമൈതാനി വിജനമായിരുന്നു. ആളൊഴിഞ്ഞ വഴികളിലൂടെ രാമു പതിയെ നടന്നു. സൗമിനിയുടെ വീട്ടിൽ പന്തൽ അഴിച്ചിരുന്നില്ല. ഒരു ആഘോഷത്തിന്റെ അവശേഷിപ്പുകൾ രാത്രിയുടെ ഇരുൾസ്പർശത്തിലും തിളങ്ങി. അകത്ത് വെളിച്ചങ്ങൾ അണഞ്ഞിട്ടില്ല. ആരും ഉറക്കമായിട്ടില്ലെന്ന് സ്പഷ്ടം.

ശബ്ദമുണ്ടാക്കാതെ നടന്നു ചെന്ന് കാളിംഗ്ബെൽ അടിച്ചു. വാതിൽ തുറന്നത് കുമാരനായിരുന്നു. ഭീതിദമായ ആ രൂപം ഓർക്കാപ്പുറത്തു കണ്ട് അയാൾ ഒന്ന് ഞെട്ടി. ഉൾക്കിടിലം മറച്ച് അയാൾ എന്തോ ചോദിക്കാനൊരുങ്ങി. അതിന് മറുപടിയായി രാമു പറഞ്ഞു.

"പകല് ഞാൻ വന്നിരുന്നു. സുഗുണൻ പറ്റപ്പൻ..."

"ചേട്ടൻ പറഞ്ഞിരുന്നു. രാമൂന്റെ കൂട്ടുകാരൻ. അല്ലേ?"

അവൻ അതെയെന്ന് തലകുലുക്കി. ഒരു പാവ തല ചലിപ്പിക്കും പോലെ.

"അവന്റെ മരണം അറിഞ്ഞിരുന്നില്ലേ..."

രാമു ഇല്ലെന്ന് തലയാട്ടി.

"കടലിൽ വീണ് മരിച്ചൂന്നാ പറയണത്. സംഭവദിവസം കടൽ ത്തീരത്ത് കണ്ടവരുണ്ട്. മൂന്നാംപക്കം ബോഡി തീരത്തണഞ്ഞു. കണ്ടാൽ തിരിച്ചറിയില്ലായിരുന്നു. മീനുകൾ മുഖമൊക്കെ കൊത്തിപ്പറിച്ച്... അവിടെ തന്നെ അടക്കി. കുട്ട്യോളെക്കൊണ്ട് കർമ്മങ്ങളും ചെയ്യിച്ചു..."

രാമുവിന്റെ മനസ്സിൽ ഒരു കണ്ണീർക്കടൽ അടിഞ്ഞു.

അയാൾക്ക് വാക്കുകളില്ലായിരുന്നു.

"ആട്ടെ എവിടന്നാ വരുന്നത്. കയറിയിരിക്കാം..."

കുമാരൻ അകത്തേക്ക് ക്ഷണിച്ചു.

"ഇല്ല. പോയിട്ട് തിരക്കുണ്ട്. സൗമിനിയേം കുട്ട്യോളേം ഒന്ന് കണ്ടാ കൊള്ളാരുന്നു.."

"അവൾക്കറിയ്യോ... ഇയാളെ..."

"ഇല്ല. രാമു പറഞ്ഞു കേട്ടിട്ടുണ്ട്..."

"ഓ... ഞാൻ വിളിക്കാം... സൗമിനീ..."

അയാൾ അകത്തേക്ക് നോക്കി നീട്ടി വിളിച്ചു.

"പുള്ളാരേം കൊണ്ട് ഒന്നിങ്ങു വന്നേ..."

അവൾ തനിച്ചാണ് വന്നത്.

"എന്താച്ഛാ...?"

"രാമൂന്റെ ഒരു ചങ്ങാതി. നിന്നെ ഒന്ന് കാണണംന്ന്..."

അവൾ അയാളുടെ മുഖത്തേക്ക് നോക്കി. ഒന്നേ നോക്കിയുള്ളു. പെട്ടെന്ന് മുഖം തിരിച്ചു. അവളുടെ മുഖത്ത് തെളിയുന്ന ഭയത്തിന്റെ നിഴൽപ്പാടുകൾ പാർശ്വവീക്ഷണത്തിലും അയാൾ ശ്രദ്ധിച്ചു.

"മുൻപ് കണ്ടിട്ടില്ല..."

അവൾ മുഖത്ത് നോക്കാതെ പറഞ്ഞു.

അയാൾ മൗനം പാലിച്ചു.

"അല്ലെങ്കിലും ഇനിയിപ്പോ ആ ബന്ധമൊക്കെ പറഞ്ഞു വന്നിട്ട് എന്തിനാ.."

അവളുടെ മനസ്സിലെ രാമുവിന്റെ ചിത്രം പൂർണ്ണമായും മാഞ്ഞിരിക്കുന്നുവെന്ന് അയാൾക്ക് വ്യക്തമായി. ഇനി ഈ മണ്ണിൽ തനിക്ക് സ്ഥാനമില്ല. ശബ്ദമെങ്കിലും അവൾ തിരിച്ചറിഞ്ഞെങ്കിലോ എന്ന പ്രതീക്ഷയിൽ അയാൾ പറഞ്ഞു.

"സൗമിനിക്ക് എന്നെ മനസ്സിലായില്ലേ...?"

അവൾ നടുക്കത്തോടെ അയാളെ ഒന്ന് പാളി നോക്കി. രാമുവിന്റെ സ്വരം പോലെയുണ്ടല്ലോയെന്ന് ഒരുപക്ഷേ അവൾക്ക് തോന്നിയിരിക്കാം.

"കുട്ടികളെവിടെ? ഇദ്ദേഹത്തിന് അവരെയൊന്ന് കാണണംന്ന്..."

“അവര് കഞ്ഞി കുടിക്കുവാ... വേണ്ട കുട്ട്യോള്...”

പേടിക്കും എന്ന വാക്ക് അവൾ പൂരിപ്പിച്ചില്ല. ഒരു സാമാന്യ മാനുഷികമര്യാദ എന്നോണം.

“ഇക്കണ്ട ദൂരം വന്നതല്ലേ. ഒന്ന് കണ്ടിട്ട് പൊയ്ക്കോട്ടേന്ന്...”

കുമാരൻ നിർബന്ധം പിടിച്ചു. സൗമിനി അനിഷ്ടത്തോടെ അകത്തേക്ക് വലിഞ്ഞു. അല്പസമയം കഴിഞ്ഞ് കുട്ടികളുടെ മുഖം വാതിൽക്കൽ പ്രത്യക്ഷപ്പെട്ടു.

മിനിക്കുട്ടിയുടെ ഓമനമുഖമാണ് അയാൾ ആദ്യം കണ്ടത്. അല്ലെങ്കിലും അത് അയാളുടെ ഹൃദയത്തിൽ ഉണ്ടായിരുന്നല്ലോ?

“മോളെ..”

അയാൾ സൗമ്യമായി വിളിച്ചു.

മിനിക്കുട്ടി പേടിച്ചരണ്ട് അമ്മയെ നോക്കി.

“മോള് അച്ഛനെ ഓർക്കുന്നുണ്ടോ..?”

എല്ലാം മറന്ന് അയാൾ ചോദിച്ചു പോയി.

കുമാരന്റെ മുഖം രൂക്ഷമായി.

“നീ പിള്ളേരേം കൊണ്ട് അകത്തുപോ...”

അയാൾ ഒച്ചവച്ചു. സൗമിനി ഒന്ന് അറച്ചുനിന്നു.

“എനിക്ക് പേടിയാവുന്നമ്മേ... എനിക്ക് പേടിയാവുന്നു...”

മിനിക്കുട്ടി ഉറക്കെ കരയാൻ തുടങ്ങി. ശബ്ദം കേട്ടിട്ടാവാം വത്സല അകത്തു നിന്നും കയറി വന്നു. കുമാരൻ രൂക്ഷമായി അവരെ നോക്കി.

“കൊച്ചുങ്ങളെ അകത്ത് കൊണ്ടു പോ...”

വത്സല കുട്ടികളുമായി അകത്തേക്ക് മടങ്ങി. സൗമിനി അയാളെ തന്നെ തുറിച്ചു നോക്കി നിന്നു. തിരിച്ചറിവിന്റെ വിദൂരസൂചനകൾ അവളുടെ മുഖത്ത് നിന്നും വായിക്കാൻ അയാൾ പരമാവധി ശ്രമിച്ചു.

ദൈവമേ... കയ്യബദ്ധം കൊണ്ട് നിലത്ത് വീണ് ഉടഞ്ഞു പോയ പളുങ്കു പാത്രത്തിന്റെ ചിതറിയ കഷണങ്ങൾ പെറുക്കി കൂട്ടി നീ പഴയ രൂപത്തിലേക്ക് എത്തിക്കുകയാണോ? അയാളുടെ വ്രണിതമായ മനസ് ഒരു അവസാന പ്രതീക്ഷയിൽ സൗമിനിയുടെ സുന്ദരമായ മുഖത്തേക്ക് നോക്കി.

“അച്ഛന് വേറെ ജോലിയൊന്നുമില്ലേ. ഇറക്കിവിടുന്നുണ്ടോ ഇയാളെ...”

സൗമിനി പൊട്ടിത്തെറിച്ചത് പെട്ടെന്നായിരുന്നു.

ഇടിമിന്നലേറ്റതു പോലെ രാമു മരവിച്ച് നിന്നു.

സൗമിനി ഒരു അപരിചിതനെ എന്ന പോലെ വെറുപ്പോടെ അയാളെ നോക്കി. അവളുടെ കണ്ണുകളിലെ ജുഗുപ്സയും അനിഷ്ടവും രാമുണ്ണിയിൽ തീവ്രവേദനയുടെ ആഴക്കയങ്ങൾ സൃഷ്ടിച്ചു. ഇനി അവിടെ

നിൽക്കുന്നതിൽ അർത്ഥമില്ലെന്ന് അയാൾ മനസ്സുകൊണ്ട് ഉറപ്പിച്ചു. അത് സ്ഥിരീകരിച്ചുകൊണ്ട് കുമാരന്റെ ശബ്ദം മുഴങ്ങി.

"ഈ നട്ടപ്പാതിരയിൽ ഒരന്യപുരുഷൻ വീട്ടിൽ കയറി ബഹളമുണ്ടാക്കിയാൽ അത് എന്റെ മകളുടെ ഭാവിയെ ബാധിക്കും. ദൈവത്തെയോർത്ത് സമയം കളയാതെ നിങ്ങൾ ഇറങ്ങിപ്പോകണം."

രാമുവിന്റെ പ്രതികരണത്തിന് കാത്തുനിൽക്കാതെ കുമാരൻ അവനെ പുറത്തേക്ക് വലിച്ചിറക്കി വാതിൽ ശക്തിയായി ബന്ധിച്ചു. സർപ്പദംശനമേറ്റതു പോലെ രാമു സ്തബ്ധനായി നിന്നു. മനസിലും ശരീരത്തിലുമേറ്റ ക്ഷതങ്ങളേക്കാൾ ഉൾബോധത്തിൽ വേരൂന്നിയ നിരാശ്രയത്വമാണ് അയാളെ നടുക്കിയത്. തന്റെ ജീവിതം എന്നേക്കുമായി അവസാനിച്ചിരിക്കുന്നു. ജീവനേക്കാൾ പ്രധാനമായി മനസ്സിൽ കൊണ്ടുനടന്ന കുഞ്ഞുങ്ങൾ പോലും അന്യരായി മാറിയിരിക്കുന്നു. ആശ്രമത്തിലെ അനുഭവങ്ങൾ കൊണ്ട് നേടിയ തിരിച്ചറിവുകൾ സ്വരൂക്കൂട്ടി കുട്ടികൾക്കൊപ്പം ഒരു സന്തുഷ്ടലോകം-ലഘുവായ സ്വപ്നം മാത്രമേ തനിക്ക് ഉണ്ടായിരുന്നുള്ളൂ. ഇപ്പോൾ നേടിയതെല്ലാം നഷ്ടമായിരിക്കുന്നു. കുഞ്ഞുങ്ങൾ പോലും...

അപേക്ഷകൾക്കും യാചനകൾക്കും ന്യായീകരണങ്ങൾക്കും സൗമിനിയെയും കുമാരനെയും തിരുത്താൻ കഴിയില്ലെന്ന് അയാൾക്ക് ഉറപ്പായി. അവരുടെ മനസ്സിലെ തന്റെ ചിത്രം എന്നേക്കുമായി മാഞ്ഞുപോയിരിക്കുന്നു. അവിടെ അവർ ഒരു പുതിയ ചിത്രം വരച്ച് തുടങ്ങിക്കഴിഞ്ഞു. ഇനി തന്റെ വാക്കുകൾക്കും വിലാപങ്ങൾക്കും പ്രസക്തിയില്ല.

അവരുടെ മനസ്സിലെ രാമുണ്ണി എന്നേ മരിച്ചു കഴിഞ്ഞിരിക്കുന്നു. രാമുണ്ണി എന്ന മനുഷ്യൻ ജീവിക്കുന്നത് തന്റെ മനസ്സിൽ മാത്രമാണ്. ചിലപ്പോൾ തനിക്കുപോലും അയാളെ ഉൾക്കൊള്ളാൻ കഴിയാതെ വന്നേക്കാം. വിരുദ്ധവികാരങ്ങളുടെയും ചിന്തകളുടെയും പാരസ്പര്യം സൃഷ്ടിച്ച മനോഭാരവും പേറി രാമുണ്ണി ഏറെ ദൂരം നടന്നു.

ലക്ഷ്യമില്ലാത്ത യാത്രയായിരുന്നു അത്. അനാഥത്വത്തിന്റെ തീവ്രവേദന നിറഞ്ഞ മനസിന് ശരീരത്തിന്റെ ചലനങ്ങളെ നിയന്ത്രിക്കാൻ കഴിയുന്നില്ല. കാറ്റിന്റെ ദിശയ്ക്കൊപ്പം ചലിക്കുന്ന അപ്പൂപ്പൻതാടി പോലെ മുന്നിൽ കാണുന്ന വഴികളിലൂടെയെല്ലാം ഒരു അവധൂതനെ പോലെ അയാൾ അലഞ്ഞു. വിശപ്പും ദാഹവും അലട്ടിയില്ല. ക്ഷീണം പോലും തോന്നിയില്ല. മരവിച്ച മനസിൽ നിന്നും ശാരീരിക കാമനകൾ എന്നേക്കുമായി അകന്നുപോയ പോലെ.

ഈ രാത്രിയെക്കുറിച്ച് താൻ ഒരുപാട് സ്വപ്നങ്ങൾ കണ്ടതാണ്. ഡിസംബറിന്റെ മഞ്ഞ് വീണ് നനുത്ത തണുപ്പിൽ സൗമിനിയുടെ നഗ്നമേനിയിൽ ഒരു സർപ്പത്തെ പോലെ പുളയുന്നത് എത്രയോ വട്ടം ഭാവനയിൽ കണ്ടു. ദീർഘകാലത്തെ ഇടവേളയ്ക്ക് ശേഷമുള്ള കൂടിച്ചേരലിന്റെ

കരുത്തും തീവ്രതയും ഉണർത്തുന്ന അനുഭൂതികളുടെ തിരയിളക്കം അയാളെ വല്ലാതെ മോഹിപ്പിച്ചിരുന്നു.

ഇപ്പോൾ അസഹ്യമായ വേദനയോടെ ആ സത്യം തിരിച്ചറിയുന്നു. രാമുണ്ണിയുടെ ഗന്ധത്തിന്റെ അവസാനഅംശം പോലും മനസ്സിൽനിന്നും ശരീരത്തിൽ നിന്നും കഴുകിക്കളഞ്ഞ് അവൾ കാത്തിരിക്കുകയാണ്. പുതു മണവാളന്റെ വിശുദ്ധസ്പർശനത്തിനായി.

അവളും കുട്ടികളും എന്നേക്കുമായി ജീവിതത്തിൽ നിന്നും അകന്നു പോകുന്നത് അയാൾക്ക് സങ്കൽപ്പിക്കാൻ കൂടി കഴിഞ്ഞില്ല. അബോധ മായി അയാൾ അവരെ അത്രമാത്രം സ്നേഹിച്ചിരുന്നു. പക്ഷേ അനുഭവം ഇനി മാറ്റിയെഴുതാൻ കഴിയില്ല. അത് യാഥാർത്ഥ്യമായി കഴിഞ്ഞി രിക്കുന്നു.

ഇരുപത്തിരണ്ട്

രാത്രി കൂടുതൽ കറുത്തുകൊണ്ടേയിരുന്നു. ബസ്സ്റ്റാൻഡിലെ ശൗചാ ലയത്തിൽ തിരക്ക് കുറഞ്ഞിട്ടുണ്ട്. ഒറ്റപ്പെട്ട സൂപ്പർഫാസ്റ്റുകൾ പാതി യൊഴിഞ്ഞ സീറ്റുകളുമായി വരാനിടയില്ലാത്ത യാത്രക്കാരെ കാത്ത് മൂളിയും മുരണ്ടും കിടക്കുന്നു. പ്രായം അധികരിച്ച തേവിടിശ്ശികൾ ആകർ ഷണത്തിന്റെ അവസാന തരി അവശേഷിക്കുന്നുവോയെന്ന് പരീക്ഷിച്ച റിയാനായി രാത്രി വൈകിയ വേളയിലും ഇരകളെ കാത്തു നിൽക്കുന്നു. ഓക്കാനം വരുന്ന അത്തറിന്റെ രൂക്ഷഗന്ധം അവരുടെ വസ്ത്രങ്ങളിൽ നിന്നും വമിച്ചു.

രാമുണ്ണിക്ക് കടുത്ത മൂത്രശങ്ക തോന്നി. ശൗചാലയത്തിലെ സൂക്ഷിപ്പു കാരന് രണ്ട് രൂപയുടെ നാണയം കൊടുത്ത് അയാൾ ഉള്ളിലേക്ക് കയറി. തുറന്നുവിട്ട ഡാം പോലെ കെട്ടിക്കിടന്ന മൂത്രം അണവിട്ട് ഒഴുകി അയാളുടെ മുണ്ടിന്റെ തലപ്പ്കൂടി നനഞ്ഞു. മുഖം കഴുകാനായി വാഷ് ബേസിന് മുന്നിലെത്തിയ രാമു മുന്നിലെ കണ്ണാടിയിൽ സ്വന്തം മുഖം കണ്ടു. അത് രാമുണ്ണി തന്നെയെന്ന് അയാൾക്കുപോലും തിരിച്ചറിയാൻ കഴിഞ്ഞില്ല. കുട്ടിക്കാലത്ത് മുത്തശ്ശി പറഞ്ഞു കേട്ട യക്ഷിക്കഥകളിലെ ഭീതിയുണർത്തുന്ന ഏതോ ഭീകരസത്വം പോലെ ഒരു രൂപം. അയാൾക്ക് തന്നെ അയാളെ കണ്ട് ഭയം തോന്നി. സൗമിനിയുടെ മുന്നിൽ ചെന്നു പെടാനിടയായ സാഹചര്യത്തെ അയാൾ വെറുത്തു. അവളോടും കുട്ടി കളോടും അയാൾക്ക് സഹതാപം തോന്നി. സ്നേഹം തോന്നി. ഇപ്പോൾ അയാൾ പൂർണ്ണമായും സ്വയം വെറുത്തു തുടങ്ങി.

ആർക്കും വേണ്ടാത്ത, ഒന്നിനും കൊള്ളാത്ത അഭിശപ്തമായ ഒരു ജന്മം. ജീവിതം സാർത്ഥകവും ഫലപ്രദവുമാകുന്നത് അത് മറ്റുള്ളവർക്ക്

കൂടി ഉപകാരപ്പെടുമ്പോഴാണ്. തന്നെ സംബന്ധിച്ച് അങ്ങനെയൊരു അവസ്ഥ ഒരു കാലത്തുമില്ല. എല്ലാ കാലത്തും താൻ മറ്റുള്ളവർക്ക് ബാധ്യതയായിരുന്നു. അതിന് വിരുദ്ധമായ ഒരു അവസ്ഥയുണ്ടായത് ആശ്രമത്തിൽ മാത്രമായിരുന്നു. തന്റെ രൂപവും സിദ്ധികൾ എന്ന് മറ്റു ള്ളവർ തെറ്റിദ്ധരിച്ച മാസ്മരവിദ്യകളും കൊണ്ട് നിർമ്മിക്കപ്പെട്ടത് ഒരു അപരസമൂഹമാണ്. ഇനി തനിക്ക് ആശ്രയമരുളാൻ അവർക്ക് മാത്രമേ കഴിയൂ. നാഥനില്ലാതെ ആശ്രമവും അനുയായികളും ഇപ്പോൾ തന്നെ കാത്തിരിക്കുന്നുണ്ടാവും.

അപ്പോൾ എല്ലാ നഷ്ടങ്ങൾക്കിടയിലും പ്രതീക്ഷകൾ ബാക്കി നിൽക്കുന്നു. അത് മുന്നോട്ട് പോകാൻ ജീവിതത്തെ പ്രേരിപ്പിക്കുന്നു.

തോളിലെ ചെറിയ ബാഗ് തുറന്ന് വലിയ ടൗവ്വൽ പുറത്തെടുത്തു. മഫ്ളർ പോലെ അത് തലയ്ക്ക് ചുറ്റും കെട്ടി. ഇപ്പോൾ മുഖം പാതി മറഞ്ഞിരിക്കുന്നു. മറ്റുള്ളവർ തന്നെക്കണ്ട് ഭയക്കാതിരിക്കാൻ ഇത് ധാരാളം. അങ്ങിങ്ങായി ഒറ്റപ്പെട്ട് ചിതറിക്കിടന്ന സൂപ്പർഫാസ്റ്റുകളുടെ നെയിംബോർഡുകളിലൂടെ കണ്ണുകൾ കൊണ്ട് ഒരു ഓട്ടപ്രദക്ഷിണം. കാസർകോട് ഫാസ്റ്റ് മൂളിമുരളുന്നുണ്ട്. ആരുടെയും ശ്രദ്ധയിൽപെടാതെ ഒരു കള്ളനെ പോലെ പതുങ്ങിക്കയറി ആളൊഴിഞ്ഞ കോണിൽ ജനാല യോട് ചേർന്നിരുന്നു. രാമുണ്ണിയുടെ ആഗമനത്തിന് കാത്തിരുന്നതു പോലെ ബസ് മുന്നോട്ട് എടുത്തു.

രാത്രിക്കാഴ്ചകൾ പിന്നിട്ട് ഫാസ്റ്റ് ഗതിവേഗം വർദ്ധിപ്പിച്ചു കൊണ്ടി രുന്നു. സമയവും സ്ഥലങ്ങളും ഭൂതകാലത്തിലേക്ക് മറഞ്ഞുകൊണ്ടിരുന്നു. രാമുണ്ണി ചാരിയിരുന്ന് ഒന്ന് മയങ്ങി. ഉറക്കം എല്ലാ വിഷമങ്ങൾക്കുമുള്ള താത്കാലിക മരുന്നാണ്. സങ്കടങ്ങൾ അതിൽ അലിയുന്നു. കൂടുതൽ തീവ്രതയോടെ വീണ്ടും ഉണർവിലേക്ക് ഉണരുന്നു.

ഇടയ്ക്ക് കണ്ടക്ടർ വന്ന് തട്ടിവിളിച്ചു. മുഖം ഉയർത്തി നോക്കുമ്പോൾ അയാളുടെ മുഖത്തെ നടുക്കം പ്രകടമായിരുന്നു. യുഗയുഗാന്തരങ്ങൾ ക്കപ്പുറത്തുള്ള ഏതോ വന്യജീവിയെ കണ്ടതിന്റെ ഞെട്ടൽ രാമു അയാളിൽ കണ്ടു. സ്ഥലം പറഞ്ഞ് പണം കൊടുക്കുമ്പോൾ ധൃതിയിൽ ടിക്കറ്റും ബാക്കിയും നൽകി രക്ഷപ്പെടാനുള്ള തിടുക്കമായിരുന്നു അയാൾക്ക്. എല്ലാം മനസ്സിലായിട്ടും അജ്ഞതയുടെ പാരമ്യതയിൽ നിൽക്കുന്ന ഒരുവനെ പോലെ രാമു മൗനം ദീക്ഷിച്ചു. കണ്ണുകൾ താഴ്ത്തി യിരുന്നു. ഇടയ്ക്ക് പാളിനോക്കുമ്പോൾ കണ്ടക്ടർ ഡ്രൈവറോട് എന്തോ അടക്കം പറയുന്നു. അവരുടെ നോട്ടം തന്നിലേക്ക് പാളി വീഴുന്നത് അയാൾ തിരിച്ചറിഞ്ഞു. രാമു ഉറക്കം ഭാവിച്ച് വീണ്ടും കണ്ണുകൾ അടച്ചു. ക്രൂരയാഥാർത്ഥ്യങ്ങളുടെ നേർക്ക് മുഖം തിരിക്കാനുള്ളതാണ് കണ്ണു കളെന്ന് അയാൾക്ക് തോന്നി. മനസും.

പുലർച്ചെ കാസർകോട് വണ്ടിയിറങ്ങിയതും പല പല വാഹനങ്ങൾ മാറിക്കയറി അടുത്ത ദിവസം സന്ധ്യയോടെ ആശ്രമത്തിലെത്തിയതും

അയാൾക്ക് മാത്രം അറിയാം. മറ്റുള്ളവർ അത് അറിയരുതെന്നും തന്നെ ഒരു കൗതുകവസ്തുവായി കാണരുതെന്നും അയാൾ തീവ്രമായി ആഗ്രഹിച്ചു. അതിനു വേണ്ടി ബോധപൂർവം അയാൾ ഒരു മറയൊരുക്കി. കാസർകോടുള്ള ഒരു പർദ്ദക്കടയിൽ നിന്നും തനിക്ക് പാകമാകുന്ന ഒരു പർദ്ദ വാങ്ങി.

മുനിസിപ്പൽ ശൗചാലയത്തിലെ മൂത്രപ്പുരയിൽ നിന്നുകൊണ്ട് അത് ധരിച്ചു. അവിടെ നിന്നും പുറത്തിറങ്ങുമ്പോൾ അയാൾക്ക് മുഖമില്ലായിരുന്നു, ശരീരവും. പകരം രണ്ട് കണ്ണുകൾ മാത്രം. അയാൾ ലോകത്തെ കണ്ടതും അറിഞ്ഞ് അനുഭവിച്ചതും കണ്ണുകൾ കൊണ്ട് മാത്രമായി. കണ്ണുകൾ എന്ന് പുറത്തുള്ളവർക്ക് തോന്നാത്ത വിധം കുഴിയിൽ ആണ്ടുപോയ രണ്ട് പത്മരാഗക്കല്ലുകൾ മാത്രമായിരുന്നു അത്.

ആശ്രമത്തിലേക്കുള്ള സ്പെഷൽ ബസ് സർവീസിൽ യാത്ര ചെയ്യുമ്പോൾ അയാൾ കൗതുകത്തോടെ ഓർത്തു. താൻ ആദ്യമായി തസ്സാക്കിലെത്തുന്നത് കടത്ത്വഞ്ചിയിലായിരുന്നു. അന്ന് ഈ നാട്ടിലേക്ക് ഒരു ബസ് പോലും ഉണ്ടായിരുന്നില്ല. ഇന്ന് പത്തുമിനിറ്റ് ഇടവിട്ട് ഒരു ബസ് സർവീസ് തന്നെയുണ്ട്.

വെള്ളത്താൽ ചുറ്റപ്പെട്ട് ദ്വീപ് പോലെ കിടന്ന ഭൂവിഭാഗം നികന്ന് പൂർണ്ണമായും കരഭൂമിയായിരിക്കുന്നു. വെള്ളം അവശേഷിക്കുന്ന ഭാഗത്തിന് മേലെ കിലോമീറ്ററുകൾ നീളുന്ന കൂറ്റൻപാലം പണിതുയർത്തിയിരിക്കുന്നു. എല്ലാം തന്റെ സാന്നിദ്ധ്യം മൂലം ഉണ്ടായ വികസനങ്ങൾ.

തന്റെ പാദസ്പർശം ഒരു നാടിനെയാകെ മാറ്റി മറിച്ചിരിക്കുന്നു. ഈ നാട് ഇന്ന് അറിയപ്പെടുന്നത് തന്റെ പേരിലാണ്. ലോകം മുഴുവൻ ഈ നാടിനെയും തന്നെയും ഉറ്റുനോക്കുന്നു. ഒരു നിമിഷം രാമു പുനർവിചിന്തനം ചെയ്തു. എന്നെയോ? ഞാൻ...? എന്നെ...?

രാമുണ്ണി എന്ന എന്നെ എത്രപേർക്ക് അറിയാം. ഗുരുജിക്ക് മാത്രം. മറ്റുള്ള പരകോടികൾക്ക് താൻ ഈശ്വർജിയാണ്. ഈശ്വർജി എന്നത് ഒരു പൊതുസംജ്ഞ മാത്രമാണ്. അത് ഒരു പ്രത്യേക വ്യക്തിയുടെ സ്വത്വം ഗർഭത്തിൽ വഹിക്കുന്ന പദമോ നാമമോ അല്ല. വിശേഷണം മാത്രമാണ്, അലങ്കാരമാണ്. താത്കാലികമായി ഒരു തിരിച്ചറിയൽ മാർഗമാണ്.

ബസ് ആശ്രമകവാടത്തിനരികിൽ വന്നു നിന്നു. മുഷിഞ്ഞ വസ്ത്രങ്ങളും അലസമായി പറന്നു നടന്ന മുടിയും പർദ്ദയുടെ സുരക്ഷിതകവചത്തിനുള്ളിൽ ഭദ്രമാണ്. അല്ലായിരുന്നെങ്കിൽ യാചകസമാനമായ ഈ രൂപത്തിന് ആശ്രമസന്നിധിയിൽ കാവൽക്കാർ പ്രവേശനം തന്നെ നിഷേധിച്ചേനെ.

രാമു കടന്നു ചെല്ലുമ്പോൾ ഉത്സവസമാനമായ ആൾത്തിരക്കായിരുന്നു ആശ്രമത്തിൽ. വിശേഷദിവസങ്ങളല്ലാത്ത സാധാരണദിനങ്ങളിൽ

പതിവില്ലാത്തതാണ് ഇത്. പരിസരത്തെങ്ങും ടെലിവിഷൻ ചാനലുകളുടെ ഒബിവി വാനുകൾ ചിതറി കിടന്നു.

അടുത്തുകൂടി നടന്നു പോയ ജീവനക്കാരനോട് അയാൾ കാരണം തിരക്കി. അയാൾ പർദ്ദയ്ക്കുള്ളിലെ പുരുഷശബ്ദത്തെ അവിശ്വസനീയതയോടെ നോക്കിയിട്ട് പ്രതിവചിച്ചു.

"വലിയ സ്വാമിയുടെ പത്രസമ്മേളനം നടക്കുകയാണ്. അറിഞ്ഞില്ലേ, ഈശ്വർജി അപ്രത്യക്ഷമായിരിക്കുന്നു. ഭൗതികശരീരം അവശേഷിപ്പിക്കാതെയാണ് തിരോധാനം. അദ്ദേഹം സ്വർഗ്ഗാരോഹണം ചെയ്ത വിവരം ഗുരുജി ഔദ്യോഗികമായി പൊതുസമൂഹത്തെ അറിയിക്കുകയാണ്."

രാമു നിശ്ചലതയുടെ അപാരതയിൽ എന്ന പോലെ സ്തബ്ധനായി നിന്നു പോയി. ജീവനക്കാരൻ വിശദീകരിച്ചു.

"ആൾദൈവങ്ങൾ എന്ന് ആക്ഷേപിക്കപ്പെട്ടവരിൽ യഥാർത്ഥ ദൈവം ഈശ്വർജി മാത്രമാണെന്ന് ഇതോടെ വെളിപ്പെട്ടിരിക്കുകയാണ്. മറ്റുള്ളവരെല്ലാം സാധാരണ മനുഷ്യരെ പോലെ മരിച്ചുവീഴുകയും മറവ് ചെയ്യപ്പെടുകയും ചെയ്യുമ്പോൾ ഈശ്വർജി അന്തരീക്ഷത്തിൽ ലയിക്കുകയായിരുന്നു. ജീവവായുവായി പരിവർത്തനം ചെയ്തുവെന്നാണ് ഗുരുജി നൽകുന്ന വിശദീകരണം."

ജീവനക്കാരൻ തനിക്ക് ലഭ്യമായ അറിവ് പങ്ക് വച്ചു. രാമുവിന് ഒരേ സമയം ചിരിയും സങ്കടവും പരിഹാസവും സഹതാപവും തോന്നി. സമൂഹം അതിന്റെ സഹജമായ അജ്ഞതയെ വിളക്കിച്ചേർക്കുന്ന യാദൃശ്ചികതകൾക്ക് ബുദ്ധിമാന്മാർ പുതിയ വ്യാഖ്യാനങ്ങൾ ചമയ്ക്കുന്നു.

ഗുരുജിയുടെ ബുദ്ധിയിൽ വിളയാത്ത വിദ്യകൾ ഇല്ലെന്ന് അറിയുന്നതുകൊണ്ട് രാമുവിന് അത്ഭുതം തോന്നിയില്ല.

"അപ്പോൾ ഈശ്വർജിയുടെ സ്ഥാനത്ത് പകരം ആരാണ്?"

രാമു നിഷ്കളങ്കത നടിച്ച് സംശയരൂപേണ ചോദിച്ചു. ജീവനക്കാരൻ ഒട്ടും ആലോചിക്കാതെ പറഞ്ഞു.

"ഈശ്വർജിക്ക് പകരം വയ്ക്കുകയോ? അദ്ദേഹം ദൈവത്തിന്റെ അവതാരമാണ്. ശരിക്ക് പറഞ്ഞാൽ സാക്ഷാൽ ഈശ്വരൻ തന്നെ. അദ്ദേഹത്തിന് എവിടെ പകരക്കാരൻ. ഗുരുജി നൽകുന്ന വിശദീകരണം ഇതാണ്. ദൈവത്തിന്റെ പ്രതിപുരുഷൻ എന്ന നിലയിൽ തത്സ്ഥാനത്ത് ഒരാളുണ്ടാവും. അത് ഗുരുജി തന്നെയാവും."

രാമു ഒന്ന് നടുങ്ങി. ഗുരുജി അവസരം സമർത്ഥമായി മുതലെടുത്ത് തുടങ്ങിയിരിക്കുന്നു. തന്റെ മടങ്ങി വരവ് അയാളുടെ നീക്കങ്ങൾക്ക് ഏറ്റ തിരിച്ചടിയാവും. രാമു ഉള്ളിൽ നിഗൂഢമായി ചിരിച്ചു. ജീവനക്കാരനോട് യാത്ര പറഞ്ഞ് മുന്നോട്ട് നടന്നു. ഉള്ളിലേക്ക് പരിചാരകർ അയാളെ കടത്തിവിട്ടില്ല.

“വിശേഷാൽപൂജ നടക്കുന്ന സമയത്ത് അപരിചിതർക്ക് ഉള്ളിലേക്ക് പ്രവേശനമില്ല.”

അത് സമ്മതിച്ചിട്ടെന്ന പോലെ അയാൾ തലയാട്ടി. എൽ.സി.ഡി ടിവിയിലൂടെ അകത്തെ ദൃശ്യങ്ങൾ അയാൾക്ക് വെളിവായി.

നൂറുകണക്കിന് മാധ്യമപ്രവർത്തകർക്ക് ഗുരുജി വിശദീകരണം നൽകുകയാണ്.

“ഇത് അപൂർവങ്ങളിൽ അപൂർവമായ ഒരു അനുഭവമോ അവസ്ഥാവിശേഷമോ ആണ്. പുരാണങ്ങളിൽപോലും അവതാരപുരുഷന്മാർ മരിച്ചിട്ടുണ്ട്. പക്ഷേ അവരുടെ ഭൗതികദേഹം മറ്റുള്ളവർക്ക് ദൃഷ്ടിഗോചരമായി അവശേഷിച്ചിരുന്നു. എന്നാൽ ഇവിടെ സമാധിയിരിക്കുമെന്ന് നമ്മൾ പ്രതീക്ഷിച്ച ഈശ്വർജി ഒന്നും അവശേഷിപ്പിക്കാതെ വായുവിൽ ലയിച്ചിരിക്കുകയാണ്. ആത്യന്തികമായി ഒന്നും അവശേഷിക്കുന്നില്ല അഥവാ എല്ലാം മായയാണ് എന്ന തത്ത്വചിന്താപരമായ സത്യം നമ്മെ ബോധ്യപ്പെടുത്താനാണ് അദ്ദേഹം തന്റെ മരണം പോലും ഉപയോഗിച്ചിരിക്കുന്നത്. ആ തരത്തിൽ വിലയിരുത്തുമ്പോൾ സ്വന്തം ജീവിതം മാത്രമല്ല മരണം പോലും പ്രാപഞ്ചികമായ ചില നിത്യസത്യങ്ങൾ വെളിപ്പെടുത്താനുള്ള ഉപാധിയാക്കി അദ്ദേഹം മാറ്റിയിരിക്കുന്നു. അത്രമേൽ മഹത്തരവും സവിശേഷവുമായ ജന്മം തന്നെയെന്ന് വിശേഷിപ്പിക്കാം. എന്നാൽ ഈശ്വർജിയുടെ ആത്മസ്പർശം ഈ ആശ്രമാന്തരീക്ഷത്തിൽ സ്ഥായിയായി നിലനിൽക്കും എന്നാണ് ഞങ്ങൾ വിശ്വസിക്കുന്നത്. അദ്ദേഹത്തിന്റെ ദിവ്യസാന്നിദ്ധ്യം കൊണ്ട് അനുഗ്രഹീതമായ ഈ പുണ്യഭൂമി വിട്ട് മറ്റൊരിടത്തും പോകാൻ അദ്ദേഹത്തിന് കഴിയുമെന്ന് വിശ്വസിക്കാൻ തരമില്ല.”

പത്രപ്രതിനിധികൾ ചില എതിർചോദ്യങ്ങൾ ഉന്നയിക്കാൻ വൃഥാശ്രമങ്ങൾ നടത്തി. പക്വമായ പുഞ്ചിരിയോടെ ഗുരുജി അതിന് ഇങ്ങനെ മറുപടി പറഞ്ഞു.

“മാധ്യമപ്രതിനിധികൾക്ക് അവരുടെ ജോലിയുടെ സ്വഭാവം വച്ച് പലവിധ ആശങ്കകളും സംശയങ്ങളും അന്വേഷണത്വരയും ഉണ്ടാവുക സ്വാഭാവികം. പക്ഷേ ഇവിടെ അത്തരം വിചാരങ്ങൾ പ്രസക്തവും സംഗതവുമല്ല. കാരണം ഈശ്വരീയമായ കാര്യങ്ങൾ പലപ്പോഴും യുക്തിക്ക് അപ്പുറത്തുള്ളതാണ്. പല ചോദ്യങ്ങൾക്കും മറുപടി ഉണ്ടായെന്ന് തന്നെ വരില്ല. ജ്ഞാനടഘമുള്ള നമ്മൾ സാധാരണ മനുഷ്യരുടെ യുക്തിക്കും ചിന്തയ്ക്കും ബുദ്ധിക്കും അപ്പുറത്തുള്ള കാര്യങ്ങളാണ് ഇതൊക്കെ. തത്കാലം പത്രസമ്മേളനം അവസാനിപ്പിക്കുകയാണ്. അടുത്തത് സുപ്രധാനമായ ഒരു ചടങ്ങാണ്.ആശ്രമത്തിന് പിന്നാമ്പുറത്ത് ഈശ്വർജി നട്ടുപിടിപ്പിച്ച ഒരു തെങ്ങിൻതൈയുണ്ട്. അവിടെ വച്ചാണ് പൂർണ്ണ നിലാവുള്ള ആ രാത്രിയിൽ ഈശ്വർജി സ്വർഗ്ഗാരോഹണം നടത്തിയത്. അവിടെ വിശേഷമായ ചില പൂജാവിധികൾ ബാക്കിയുണ്ട്. അതിനോട്

ചേർന്ന് ഈശ്വർജിയുടെ ഒരു പഞ്ചലോഹവിഗ്രഹം സ്ഥാപിക്കാനും ആശ്രമം പദ്ധതിയുണ്ട്. ക്ഷേത്രത്തിന് തറക്കല്ലിടുന്നത് പ്രധാനമന്ത്രിയായിരിക്കും."

വാക്കുകൾകൊണ്ട് കൺകെട്ട് നടത്താനുള്ള ഗുരുജിയുടെ സവിശേഷ ചാതുര്യത്തിൽ രാമുവിന് ആ സന്ദർഭത്തിലും ആദരവും അസൂയയും തോന്നി. ജിജ്ഞാസുവായ ഒരു മാധ്യമപ്രവർത്തകൻ ഗുരുജിയുടെ നേർക്ക് ഒരു ചോദ്യശരം തൊടുത്തുവിട്ടു.

"സംപൂജ്യനായ ഗുരുജി ക്ഷമിക്കണം.ഇത് ഒരു ചോദ്യം ചെയ്യലല്ല. സംശയമാണ്."

"ചോദിക്കൂ..."

ആശങ്ക മറച്ചുപിടിച്ച് ഗുരുജി നിസംഗത പാലിച്ചു.

"ഈശ്വർജി സ്വർഗ്ഗാരോഹണം ചെയ്യുന്നത് അങ്ങ് നേരിൽ കണ്ടുവോ? അഥവാ അങ്ങയുടെ കൺമുന്നിൽവച്ച് അങ്ങയുടെ സാന്നിദ്ധ്യത്തിലായിരുന്നുവോ അത് സംഭവിച്ചത്?"

ഗുരുജി ഒന്ന് പതറി. തത്ക്ഷണം അത് മറികടന്ന് അദ്ദേഹം വായുവിൽ ചില വൃത്തങ്ങൾ വരച്ചു. അതിന്റെ അർത്ഥം തിരിച്ചറിയാനാവാതെ പത്രപ്രവർത്തകർ കുഴങ്ങി. ഉത്തരം കണ്ടെത്താനുള്ള ഇടവേളയാണ് അതെന്ന് ചിരപരിചയം മൂലം രാമുണ്ണി ഗ്രഹിച്ചു.

ആലോചനാഭാവം പുറത്ത് കാണിക്കാതെ ഗുരുജി തത്ക്ഷണം പ്രതികരിച്ചു.

"പൂർണ്ണചന്ദ്ര സാന്നിദ്ധ്യമുള്ള ചില രാത്രികളിൽ തെങ്ങിൻ ചുവട്ടിലെ പഞ്ചസാരമണലിൽ ഇരുന്നുള്ള നിശ്ശബ്ദപ്രാർത്ഥന പതിവാണ്. അത് കണ്ടിട്ടാണ് ഞാൻ അകത്തേക്ക് പോയത്. ആ സമയത്ത് പരിപൂർണ്ണ ഏകാന്തത നിർബന്ധമാണ്. മറ്റാരുടെയും സാന്നിദ്ധ്യം അദ്ദേഹം ഇഷ്ടപ്പെടുന്നില്ല. ഒരു മണിക്കൂറിലധികം അങ്ങനെ ധ്യാനിച്ച് ഇരിക്കും. ആ സമയം കണക്കാക്കി ഞാൻ മടങ്ങി വരുമ്പോൾ അദ്ദേഹം ഇരുന്ന സ്ഥലത്ത് ആ രൂപത്തിലും ആകൃതിയിലും പുകപടലമാണ് ഞാൻ കണ്ടത്. ക്രമേണ ആ ധൂമരൂപം അന്തരീക്ഷത്തിലേക്ക് ഉയർന്നു പൊങ്ങുന്നതും അത് പൂർണ്ണചന്ദ്രനോളം ഉയരത്തിലെത്തി ചന്ദ്രബിംബത്തിൽ വിലയം പ്രാപിക്കുന്നതും ഞാൻ കണ്ടു..."

പത്രലേഖകൻ വീണ്ടും എന്തോ ചോദിക്കാൻ ഒരുങ്ങിയതും ഗുരുജി വലതുകരം ഉയർത്തി തടഞ്ഞു.

"അരുത്. പൂജ തുടങ്ങാൻ സമയമായി. അവിടത്തെ ദിവ്യസാന്നിദ്ധ്യത്തെ സംശയിക്കുന്ന ഒരു വാക്കോ ചിന്തയോ ഈ സമയത്ത് ഉണ്ടാവാൻ പാടില്ല."

ഗുരുജി പുറത്തേക്ക് ഇറങ്ങി നടന്നു. ഒരു പറ്റം ബ്രഹ്മചാരികൾ അദ്ദേഹത്തെ അനുധാവനം ചെയ്തു. അവർ തെങ്ങിൻചുവട്ടിലേക്ക്

നീങ്ങുന്നതും അവിടെ ഒരുക്കിവച്ചിരിക്കുന്ന പുജാദ്രവ്യങ്ങളും വിശിഷ്ട വസ്തുക്കളും എടുത്ത് കൈക്രിയകൾ നടത്തുന്നതും കണ്ടു.

പൂജാകർമ്മങ്ങളും മന്ത്രോച്ചാരണങ്ങളും ഒരു വണ്ടിന്റെ മൂളൽപോലെ ശബ്ദതരംഗങ്ങളായി രാമുവിന്റെ പ്രജ്ഞയെ പൊതിഞ്ഞു.

എൽ.സി.ഡി. ടിവിയിലൂടെ അയാൾ അതൊക്കെയും കാണാതെ കണ്ടു. അഭിശപ്തമായ ആ നിമിഷം സ്വർഗ്ഗത്തിലേക്ക് നേരിട്ട് ഉയർന്നു പൊന്തി ഈശ്വരസന്നിധിയിൽ വിലയം പ്രാപിച്ചിരുന്നെങ്കിൽ എന്ന് അയാൾ വൃഥാ മോഹിച്ചു.

ആത്മവഞ്ചനയുടെ ആദ്ധ്യാത്മികസാധ്യതകൾ എത്രത്തോളം ഭീതിദവും ക്രൂരവുമാണെന്ന് അയാൾക്ക് തോന്നി. പക്ഷേ പ്രതികരിക്കാൻ കഴിയില്ല. തന്റെ രൂപം പർദ്ദക്കുള്ളിലാണ്. അത് പുറംലോകം അറിഞ്ഞാൽ തന്നെ എങ്ങനെ സ്വീകരിക്കപ്പെടുമെന്ന് ഉറപ്പില്ല.

ഇരുപത്തിമൂന്ന്

രാത്രി ഏറെ വൈകിയാണ് പൂജാകർമ്മങ്ങൾ അവസാനിച്ചത്.

കവാടത്തിനരികിലെ ഓഫീസിൽ നിരന്തരപ്രേരണ ചെലുത്തിയിട്ടാണ് രാമുവിന് ഗുരുജിയുമായി കൂടിക്കാഴ്ചയ്ക്ക് അനുവാദം ലഭിച്ചത്. തങ്ങൾ മാത്രമായുള്ള ഒരു മുഖാമുഖം എന്ന് പ്രത്യേകം നിഷ്കർഷിച്ചിരുന്നു. ഈശ്വർജിയുടെ മുല്ലപ്പൂമാല ചാർത്തിയ എണ്ണച്ഛായാ ചിത്രം സാക്ഷ്യം വഹിക്കുന്ന രഹസ്യമുറിയിൽ ഗുരുജിക്ക് അഭിമുഖമായി രാമു ഇരുന്നു. അദ്ദേഹം അയാളെ ആപാദചൂഡം ഒന്ന് നോക്കിയിട്ട് പറഞ്ഞു.

"പർദ്ദാധാരികൾ ഈ ആശ്രമം സന്ദർശിക്കുക അപൂർവമാണ്. ഞങ്ങൾ ആർക്കും ഇവിടെ വിലക്ക് കല്പിച്ചിട്ടില്ല. ഞങ്ങളുടെ വിശ്വാസപ്രമാണങ്ങൾ അംഗീകരിക്കുന്ന ആർക്കും ഈ അന്തരീക്ഷത്തിലേക്ക് സ്വാഗതം."

അതിന് മറുപടിയായി രാമു പർദ്ദ അഴിച്ച് ഇരിപ്പിടത്തിന്റെ കൈപ്പിടിയിൽ തൂക്കി. ഗുരുജി ഒരു വല്ലാത്ത ഭാവത്തിൽ അയാളുടെ മുഖത്തേക്ക് സൂക്ഷിച്ചു നോക്കി. അസാധാരണമായ ഭാവപകർച്ചകൾ ആ മുഖത്ത് മിന്നിമറയുന്നത് രാമു ശ്രദ്ധിച്ചു.

"തിരിച്ചറിയാൻ എളുപ്പമല്ലെന്ന് അറിയാം. പക്ഷേ ഈ ശബ്ദം ഗുരുജിക്ക് പരിചതമാണല്ലോ. അല്ലേ?"

നടുക്കത്തിന്റെ ദ്വീപിൽ ഒറ്റപ്പെട്ട ഗുരുജിയുടെ ഭയവിഹ്വലത ആ മുഖത്തുനിന്നും രാമു വായിച്ചു.

"എന്താണിതൊക്കെ? എനിക്ക് ഒന്നും മനസ്സിലാകുന്നില്ല"

രാമു നടന്നതൊക്കെയും വള്ളിപുള്ളി വിടാതെ സംഗ്രഹിച്ചു. സൂചനകളിൽ നിന്നുതന്നെ സംഭവ്യമായ യാഥാർത്ഥ്യങ്ങളുടെ ആഴവും പരപ്പും ഗുരുജി ഉൾക്കൊണ്ടു.

മ്ലാനമായ ഒരു മൗനമായിരുന്നു മറുപടി. ഏറെനേരം അത് നീണ്ടുനിന്നു. ഗുരുജി എന്തെങ്കിലുമൊന്ന് ഉരിയാടിയിരുന്നെങ്കിൽ എന്ന് രാമു വ്യാമോഹിച്ചു. മരണത്തോളം ഭീതിദമായ മൗനം അതിന്റെ എല്ലാ സീമകളും ലംഘിച്ചു. ത്വരിതമായ ഉത്തരങ്ങൾ നൽകി ശീലിച്ച ഗുരുജി എന്തിനാണ് ഇത്രയും വൈകുന്നതെന്ന് രാമു ചിന്തിച്ചു. അയാളുടെ മനസ്സ് വായിച്ചിട്ടെന്ന പോലെ ഗുരുജി പറഞ്ഞു.

"ഒരു മറുപടിക്ക് എനിക്ക് അധികം ആലോചിക്കാനില്ല. അനന്തരകാര്യങ്ങൾ വളരെ എളുപ്പമാണ്. പക്ഷേ ഞാൻ ആലോചിക്കുകയായിരുന്നു. രാമുണ്ണിയുടെ അവസ്ഥാന്തരങ്ങൾ. ഒരു കാര്യം ഞാൻ പറയാം. ലോകത്തിന് മുന്നിൽ ഒരു അവതാരപുരുഷനായി ജ്വലിച്ചു നിൽക്കെ കേവലം നൈമിഷികമായ ലൗകികജീവിതത്തിന്റെ സുഖങ്ങൾ തേടി നീ ഒളിച്ചോടിയത് തെറ്റ്. ഇക്കണ്ട ദുരന്തങ്ങളെല്ലാം വരുത്തി വച്ചത് ആ തെറ്റായ തീരുമാനമാണ്."

രാമുണ്ണി അസഹ്യത മറച്ചുവച്ച് ദൈന്യതയുടെ അപാരതയിൽ നിന്നെന്നപോലെ ഒരു കൊച്ചുകുട്ടിയുടെ നിഷ്കളങ്കതയോടെ ചോദിച്ചു.

"ഇത് എന്റെ വിധിയായിരുന്നോ ഗുരുജീ."

'നിന്റെ വിധി നീ തന്നെ വരുത്തിവച്ചതാണെന്ന് വേണമെങ്കിൽ പറയാം. അഥവാ നിന്നെക്കൊണ്ട് അങ്ങനെയൊക്കെ തോന്നിപ്പിച്ച നിമിഷത്തിലെ മാനസികാവസ്ഥയെ വേണമെങ്കിലും വിധി എന്ന് വിളിക്കാം. എന്തായാലും സംഭവിക്കേണ്ടത് സംഭവിച്ചേ തീരു. ഇല്ലായിരുന്നെങ്കിൽ ഒരിക്കലും നിനക്ക് ആശ്രമം വിട്ട് പോകാൻ തോന്നുമായിരുന്നില്ല. മദ്യലഹരിയിൽ വഴിയിൽ കിടക്കേണ്ടിയും വരുമായിരുന്നില്ല."

"ഞാൻ തിരിച്ചറിയുന്നു ഗുരുജീ. എനിക്കറിയേണ്ടത് ഒന്ന് മാത്രമേയുള്ളു. ഇനിയുള്ള എന്റെ ജീവിതം എന്താണ്?"

ഗുരുജി ഏറെ നേരം ചിന്താമഗ്നനായി. ആ മൗനം രാമുവിന് അങ്ങേയറ്റം അസഹ്യമായി. അയാൾ തുടർന്നു.

"ഞാൻ തീരുമാനിച്ചു ഗുരുജി. ഇനി ഈ ആശ്രമത്തിന്റെ അതിരുകൾക്കപ്പുറം എനിക്ക് ഒരു ലോകമില്ല. ജീവിതമില്ല. ഇനി മരണം വരെ ഞാൻ അവതാരപുരുഷനായ ഈശ്വർജിയായിരിക്കും. മുൻപെന്ന പോലെ അങ്ങയുടെ ഉപദേശനിർദ്ദേശങ്ങൾക്കൊത്ത് എന്റെ ജീവിതം നയിക്കും."

ഗുരുജിയുടെ മുഖം കൂടുതൽ ഗൗരവതരമായി.

"അത് ഇനി സാധിതമാകുമെന്ന് തോന്നുന്നില്ല."

ദൃഢതരമായിരുന്നു അദ്ദേഹത്തിന്റെ ശബ്ദം. രാമുണ്ണി വല്ലാത്ത ഒരു ആഘാതമേറ്റിട്ടെന്നോണം ആ മുഖത്തേക്ക് തോന്നി. ഗുരുജി തുടർന്നു.

“ലോകത്തിന് മുന്നിൽ മാത്രമല്ല ഞങ്ങളുടെയൊക്കെ മനസ്സുകളിൽ പോലും ഈശ്വർജി കാലം ചെയ്തുകഴിഞ്ഞു. സ്വർഗ്ഗാരോഹണം നടന്ന സ്ഥലത്ത് മരണാനന്തര കർമ്മങ്ങളും അനുഷ്ഠിച്ചു കഴിഞ്ഞു. ഇനി ഈശ്വർജിയുടെ ജീവിതത്തിന് പ്രസക്തിയില്ല. ഈശ്വർജിയുടെ നൂറു കണക്കിന് പഞ്ചലോഹവിഗ്രഹങ്ങൾ നിർമ്മിക്കാൻ ആശ്രമം ഏർപ്പാട് ചെയ്തു കഴിഞ്ഞു. ലോകമെമ്പാടും നിന്റെ പേരിലും രൂപത്തിലും ക്ഷേത്രങ്ങൾ സ്ഥാപിക്കപ്പെടും. ആളുകൾ നിന്നെ ആരാധിക്കും. അതുവഴി ഭൂമിയും മനുഷ്യരുമുള്ള കാലത്തോളം നീ അമരത്വം നേടി അനശ്വര നായി നിലനിൽക്കും. എല്ലാറ്റിനും നിമിത്തമായ എനിക്ക് പോലും അതിനുള്ള ഭാഗ്യം സിദ്ധിച്ചില്ല.”

“പക്ഷേ... ഇവിടെയല്ലാതെ എനിക്കൊരു ജീവിതമില്ല...”

നിസ്സഹായതയുടെ അങ്ങേയറ്റത്തുള്ള ബിന്ദുവിൽ നിന്ന് രാമുണ്ണി കേണപേക്ഷിച്ചു.

“ഞാൻ അതിലേറെ നിസഹായനാണ് കുട്ടീ... നീ ഈശ്വർജിയാ ണെന്ന് പറഞ്ഞാൽ ഇനി ആരും വിശ്വസിക്കില്ല. അത്രമേൽ വലിയ രൂപ പരിണാമം നിന്റെ ബാഹ്യതലത്തിൽ സംഭവിച്ചു കഴിഞ്ഞു. ബാഹ്യരൂപ ത്തിലൂടെയാണ് ആളുകൾ നിന്നെ അറിഞ്ഞത്. വേറിട്ട ഒരു രൂപത്തിൽ അവർക്ക് നിന്നെ ഉൾക്കൊള്ളാൻ കഴിയില്ല. നിന്റെ ദൗത്യം അവസാനിച്ചു. ദൈവം നിന്നെക്കൊണ്ട് ഉദ്ദേശിച്ച കാര്യങ്ങൾ സംഭവിച്ചു കഴിഞ്ഞു. ഇനി നിന്റെ ജീവിതത്തിന് തന്നെ പ്രസക്തിയില്ല എന്ന് തുറന്നു പറയേണ്ടി വരുന്നതിൽ എനിക്ക് വിഷമമുണ്ട്..”

ഭൂമി പിളർന്ന് താൻ അഗാധതയുടെ അനന്തതയിലേക്ക് താഴ്ന്നു പോവുന്നതായി രാമുണ്ണിക്ക് തോന്നി.

“യഥാർത്ഥത്തിൽ നീ ആരാണെന്ന് എത്ര പറഞ്ഞാലും ആളുകൾ വിശ്വസിക്കാൻ പോകുന്നില്ല. കാരണം അവരുടെ മനസിലെ നിന്റെ ചിത്രം ദാ ആ ഫോട്ടോയിൽ കാണുന്നതാണ്. അത് നഷ്ടപ്പെട്ടു കഴിഞ്ഞു. ഞങ്ങൾക്കും ഇനി നിന്നെ ആവശ്യമില്ല. ഞങ്ങൾക്ക് വേണ്ടത് ഒരു വിഗ്രഹ മായിരുന്നു. രൂപമായിരുന്നു. ആ കാണുന്ന മണ്ഡപത്തിൽ അതുണ്ട്. തല മുറകളോളം അത് നിലനിൽക്കും. ഇനി അങ്ങേയ്ക്ക് സാംഗത്യമില്ല. ജീവൻ വേണമെന്നുണ്ടെങ്കിൽ പൊയ്ക്കോളൂ. എവിടെയെങ്കിലും പോയി ജീവിച്ചോളൂ... ക്ഷേത്രനിർമ്മാണവുമായി ബന്ധപ്പെട്ട ഒരു ഉന്നതതലയോഗ മുണ്ട്. എനിക്ക് തിരക്കുണ്ട്. ഇനിയും സംസാരിച്ച് സമയം പാഴാക്കുന്ന തിൽ അർത്ഥമില്ല.”

രാമു എല്ലാ പ്രതീക്ഷകളും നഷ്ടമായതിന്റെ മരവിപ്പോടെ നിന്നു. ജനലക്ഷങ്ങൾക്ക് മാർഗനിർദ്ദേശിയായി ഇക്കാലമത്രയും വർത്തിച്ച മഹാ പുരുഷൻ ദിശാബോധം നഷ്ടപ്പെട്ട് അസ്തപ്രജ്ഞനായി നിന്നു.

“വിശക്കുന്നുണ്ടെങ്കിൽ പ്രസാദമൂട്ട് പുരയിൽനിന്നും അത്താഴം വാങ്ങി ക്കഴിച്ചോളൂ.”

അവസാന ഔദാര്യം പോലെ അതുമാത്രം പറഞ്ഞ് ഗുരുജി പുറത്തേക്ക് ഇറങ്ങി. പിന്നാലെ അദ്ദേഹത്തിന്റെ സന്തതസഹചാരി ഉള്ളിലേക്ക് വന്ന് പറഞ്ഞു.

“ഗുരുജിയുടെ മുറി പൂട്ടി താക്കോൽ തിരികെയേല്പിക്കാൻ നിർദ്ദേശമുണ്ട്.”

ഇറങ്ങിപ്പോകൂ എന്ന മലയാളപദം എത്ര ധ്വനിസാന്ദ്രമായും അന്തസ്സായും പറയാൻ കഴിയുന്നു എന്നാണ് അപമാനിതമായ ആ അവസ്ഥയിലും രാമുണ്ണി ചിന്തിച്ചത്.

സഹചാരി അപരിചിതനായ ഒരാളെ എന്ന പോലെ രാമുണ്ണിയെ നോക്കി. ആരാലും തിരിച്ചറിയപ്പെടുന്നില്ല എന്ന അറിവ് അയാളെ കൂടുതൽ സംഭീതനും നിസ്സഹായനുമാക്കി.

രാമുണ്ണി നിശ്ശബ്ദം മുറിവിട്ട് പുറത്തിറങ്ങി. പടിക്കെട്ടുകളിലൂടെ നടന്ന് താഴെ ആശ്രമകവാടത്തിലെത്തി. അവിടെ സന്ധ്യാപ്രാർത്ഥനയ്ക്കുള്ള മണി മുഴങ്ങുന്നു.

ഇപ്പോഴാണ് അയാൾ ശ്രദ്ധിച്ചത്. കടന്ന് വരുമ്പോൾ കറുത്തതുണി കൊണ്ട് മൂടിയിരുന്ന രൂപം അനാവൃതമായിരിക്കുന്നു. അത് ഈശ്വർജിയുടെ പൂർണ്ണകായവിഗ്രഹമാണ്. അതിന് ചുറ്റും ഒരു കൽമണ്ഡപവും പണിതുയർത്തിയിട്ടുണ്ട്. ഭഗവാന്റെ വിഗ്രഹത്തിന് മുന്നിൽ വിശ്വാസികളും ആത്മീയാചാര്യന്മാരും അടക്കം എല്ലാവരും നിശ്ശബ്ദരായി അച്ചടക്കത്തോടെ നിൽക്കുന്നു. ഗുരുജിയാണ് പ്രാർത്ഥനയ്ക്ക് നേതൃത്വം നൽകുന്നത്. ഈശ്വർ ഒരു പകപ്പോടെ ആ വിസ്മയാന്തരീക്ഷത്തിൽ നിന്നു. മണി മുഴങ്ങുമ്പോൾ വിഗ്രഹത്തിന് മുന്നിൽ തൊഴുത് പ്രാർത്ഥിച്ചോളൂ എന്ന് ഒരു ഭക്തൻ നിർദ്ദേശിച്ചു. അയാൾ വിറയ്ക്കുന്ന കൈകളോടെ കരഞ്ഞ് തൊഴുതു.

അവനവനെ തന്നെ പ്രണമിക്കേണ്ടി വന്ന അപൂർവാവസ്ഥയുടെ വൈരുദ്ധ്യത്തിനിടയിലും രാമുണ്ണി ചിന്തിച്ചു. താൻ രണ്ടായി പിളർന്നു പോയിരിക്കുന്നു. മാനുഷികമായ ഘടകങ്ങൾക്ക് സ്ഥാനമില്ലാത്ത, ദൈവീകമെന്ന് മറ്റുള്ളവർ ധരിക്കുന്ന ഒരവസ്ഥയിലെത്തി അമരത്വം പ്രാപിച്ച ഒരു സങ്കല്പം - ഈശ്വർജി. മറുവശത്ത് മനുഷ്യന്റെ എല്ലാ ബലദൗർബല്യങ്ങളോടെയും സഹജവാസനകളോടെയും ജീവിക്കാൻ കൊതിക്കുന്ന ഒരു സാധാരണ രാമുണ്ണി. വ്യക്തിത്വം രണ്ടായി വിഘടിച്ച് കഴിഞ്ഞിരിക്കുന്നു. ഇപ്പോൾ രണ്ടിനും നടുവിലെ ശൂന്യതയിലാണ് താൻ. മറ്റുള്ളവരുടെ സങ്കല്പങ്ങളിൽ രണ്ട് രൂപത്തിലും തന്നെ കാണാൻ അവർക്ക് ഇനി സാധിക്കില്ല. രാമുണ്ണിയായും ഈശ്വർജിയായുമുള്ള ജീവിതം അന്യമായ അവസ്ഥ. ആരാലും തിരിച്ചറിയപ്പെടാത്ത ശൂന്യവ്യക്തിത്വം. തിരിച്ചറിയുന്നവർ പോലും പരസ്യമായി അത് പ്രകടമാക്കാൻ വിമുഖത കാട്ടുന്ന വ്യർത്ഥജന്മം.

ആശ്രമാന്തരീക്ഷത്തിൽ കൂടുതൽ നിൽക്കുന്നതിൽ അർത്ഥമില്ലെന്ന് അയാൾക്ക് തോന്നി. അല്ലെങ്കിൽ തന്നെ ഏത് അന്തരീക്ഷത്തിലാണ് ഈ അഭിശപ്തജന്മത്തിന് സ്ഥാനമുള്ളത്. മുന്നിലെ മഹാശൂന്യതയ്ക്കും അനിശ്ചിതത്വത്തിനും സ്വയം എറിഞ്ഞുകൊടുത്ത് ഇടറുന്ന പാദങ്ങളോടെ ഇറങ്ങി നടന്നു. ആരും അയാളെ ശ്രദ്ധിച്ചില്ല. ആശ്രമത്തിന് കുറച്ച് അപ്പുറം വിജനമായ കാടായിരുന്നു. സന്ധ്യാനേരത്ത് പോലും ഇരുൾ കനക്കുന്ന കാട്. എല്ലാ അപമാനങ്ങളും വിധിവൈപരീത്യങ്ങളും മറയ്ക്കുന്ന ഇരുളിലൂടെ അയാൾ നടന്നു. ദൈവങ്ങളും മനുഷ്യരും ഇല്ലാത്ത വിജനതയുടെയും ഏകാന്തതയുടെയും അപാരതയിലൂടെ ലക്ഷ്യമില്ലാത്തവനായി നടന്നു.

ആകാശത്തെ പറവകളും മീവൽപക്ഷികളും വിദൂരതയിലെ മൃഗ ഗർജ്ജനങ്ങളും ഒരു പശ്ചാത്തലവാദ്യം പോലെ അയാൾക്ക് കേൾക്കായി. കാട് കൂടുതൽ ഇരുട്ടിലേക്ക് എന്ന പോലെ കറുപ്പണിഞ്ഞുകൊണ്ടേയിരുന്നു. മൃത്യുവിന്റെ നിറമുള്ള കറുപ്പ്.

നടത്തയ്ക്കിടയിൽ പിറുപിറുക്കുംപോലെ അയാൾ എന്തൊക്കെയോ പറഞ്ഞുകൊണ്ടിരുന്നു. ദലമർമ്മരംപോലെ ചുണ്ടുകൾ ചലിച്ചു. അത് ഒരു മൃദുമന്ത്രണമായിരുന്നു.

അയാൾക്ക് ദൈവത്തെ കാണണമെന്ന് തോന്നി. അരൂപിയായ പ്രപഞ്ച നിയന്താതാവായ സാക്ഷാൽ ജഗദീശ്വരൻ. യഥാർത്ഥത്തിൽ അങ്ങനെയൊരാളുണ്ടോ? അത് ഒരു നിത്യാകാംക്ഷയായിരുന്നു. അയാൾക്ക് അറിയാം. ചില ചോദ്യങ്ങൾക്ക് ഉത്തരമില്ല. എന്നിട്ടും അയാൾ ആശിച്ചു. ഒരിക്കലെങ്കിലും ജന്മസങ്കടങ്ങൾ ഒന്നാകെ ഇറക്കിവയ്ക്കാൻ ഒരത്താണി കൂടിയേ തീരൂ. ആ ഉൾബോധത്തോടെ അയാൾ അജ്ഞാതമായ ആ സങ്കല്പത്തോട് ചോദിച്ചു.

ദൈവമേ നീ എന്റെ പ്രാർത്ഥന കേൾക്കുന്നുവോ? അദൃശ്യനായി അസ്പൃശ്യനായി ഏത് ആഴങ്ങളിലാണ് നീ മറഞ്ഞിരിക്കുന്നത്?

അതിന് മറുപടി ഉണ്ടായില്ല. എന്നിട്ടും അയാൾ പ്രതീക്ഷിച്ചു. കാണാക്കയങ്ങളിലെങ്ങോ ഇരുന്ന് ആരോ തന്റെ സങ്കടങ്ങൾ അറിയുന്നുണ്ട്. ആ സമാശ്വാസത്തോടെ അയാൾ മുന്നോട്ട് നടന്നു. ജീവിതവും മരണവും ഒരുപോലെ പതിയിരിക്കുന്ന കാടിന്റെ വന്യതകളിലൂടെ അയാൾ നടന്നു. കാട് പരവതാനി പോലെ വിരിച്ചിട്ട കരിയിലകൾ പാദങ്ങളിൽ മൃദുസ്പർശത്തിന്റെ സുഖദാനുഭൂതികൾ പകർന്നു. അയാൾ പതിയെ കണ്ണടച്ചു. കാഴ്ചയുടെ പിൻബലമില്ലാതെ വഴി കാട്ടാൻ ആരോ ഉൾബോധത്തിലിരുന്ന് സഹായിക്കുന്നതായി അയാൾക്ക് തോന്നി.

ഇപ്പോൾ അയാൾക്ക് ചുറ്റും രാത്രിയില്ല. പകൽ ഇല്ല. നാടും കാടും ഇല്ല. മനുഷ്യരും മൃഗങ്ങളും ഇല്ല. വിശപ്പും ദാഹവും ഇല്ല. സങ്കടങ്ങളും സന്തോഷങ്ങളുമില്ല. ജനനവും മരണവുമില്ല. നിരാശയും പ്രതീക്ഷകളുമില്ല. രാഗവും ദ്വേഷവുമില്ല. അതിമൃദുസ്വരം മാത്രം. വിറയ്ക്കുന്ന ചുണ്ടുകളിൽ നിന്നുതിരുന്ന മൃദുമന്ത്രണങ്ങൾ മാത്രം.

മുന്നിൽ മൃതതുല്യമായ കനത്ത ഇരുട്ടാണ്. കറുപ്പിനെ തോൽപ്പിക്കുന്ന ഇരുട്ട്. വഴികാട്ടാൻ ആരുമില്ല. കാഴ്ചയെ ഉദ്ദീപിപ്പിക്കാൻ വെളിച്ചത്തിന്റെ ഒരു നുറുങ്ങ് പോലുമില്ല. മുന്നിൽ ആകെയുള്ളത് അനിശ്ചിതത്വമാണ്. ആശങ്കകളും വ്യാധികളുമാണ്. അപ്പോഴും താൻ പ്രതീക്ഷിക്കുന്നു. അവിടത്തെ സൗമനസ്യം ഒരു മൃദുസ്പർശമായി എന്റെ ജീവിതത്തെ വന്ന് തൊടും. അത് എന്നിൽ ഗുണപരമായ വ്യതിയാനങ്ങൾ സൃഷ്ടിക്കും. പ്രതീക്ഷാവഹമായ ജീവിതത്തിന്റെ പുത്തൻ സാദ്ധ്യതകളിലേക്ക് അത് എന്നെ നയിക്കും. ദൈവമേ... അവിടന്ന് അതിന് ഇടവരുത്തേണമേ....

എല്ലാം ശുഭകരമായി പരിണമിക്കണമേ... എനിക്ക് എല്ലാ നന്മകളും വരുത്തേണമേ...

പ്രാർത്ഥന പോലെ കാറ്റുവീശി. കാറ്റ് സ്വന്തം ആത്മഗതങ്ങൾക്ക് ഒരു പശ്ചാത്തലവാദ്യമായി രാമുവിന് തോന്നി. അയാൾ സൗമ്യമായ പാദപതനങ്ങളോടെ നടന്നുകൊണ്ടേയിരുന്നു. ആശങ്കകളേക്കാൾ അയാളെ അലട്ടിയത് ചില സംശയങ്ങളാണ്. യഥാർത്ഥത്തിൽ താൻ ആരാണ്?

മനുഷ്യനോ ദൈവമോ? ഈശ്വരീയമായ എന്തെങ്കിലും തന്നിൽ അന്തർലീനമായിട്ടുണ്ടോ? മാനുഷികസ്പർശമുള്ള സമീപനങ്ങൾ സഹജീവികളോട് തന്റെ ഭാഗത്തുനിന്നുണ്ടായിട്ടുണ്ടോ? താൻ എന്നും ജീവിച്ചത് തനിക്ക് വേണ്ടി മാത്രമായിരുന്നു. ചിന്തിച്ചതും തനിക്കു വേണ്ടി മാത്രം. തന്റെ സുഖം, തന്റെ സന്തോഷം, തന്റെ സംതൃപ്തി. അവനവൻ കേന്ദ്രീകൃതമായ ഒരു ജീവിതയാപനത്തിന്റെ സാധ്യതകളാണ് എന്നും തന്നെ പ്രചോദിപ്പിച്ചിട്ടുള്ളത്.

അപ്പോൾ എല്ലാം അനിവാര്യമായ ദുരന്തങ്ങളാവുന്നു. പരാതിപ്പെടാൻ തനിക്ക് അർഹതയില്ല. സ്വയം കൃതാനർത്ഥം എന്ന പോലെ എല്ലാ തിരിച്ചടികളും തന്റെ മേൽ വന്നു ഭവിക്കുന്നു.

ദൈവത്തിനും മനുഷ്യനും അപ്പുറത്ത് ജീവന്റെ താളം സ്പന്ദിക്കുന്ന ഒരു ജന്തു എന്നതിനപ്പുറം തന്റെ ജീവിതം പ്രസക്തവും സംഗതവുമാവുന്നത് ഏത് ഘട്ടത്തിലാണ്. അങ്ങനെ സമാശ്വസിക്കാവുന്ന ഏത് ഘടകമാണ് തന്റെ ഉള്ളിലുള്ളത്. അറിയില്ല. കാലിൽ സൂചികൊണ്ട് കുത്തുന്ന നോവ്. അതിന്റെ സ്രോതസ്സ് അറിയാനുള്ള ആകാംക്ഷയിൽ മുഖത്ത് വിരിഞ്ഞ അസ്വാരസ്യത്തോടെ രാമു മുഖം താഴ്ത്തി നോക്കി. മണ്ണിൽ വീണു കിടക്കുന്ന കരിയിലകൾ മെത്തയാക്കി ഒരു ജാഥപോലെ വരിവരിയായി അടിവച്ച് അടിവച്ച് അച്ചടക്കത്തോടെ നടന്നു നീങ്ങുന്ന ചോണനുറുമ്പുകൾ. അവയുടെ സ്വൈര്യവിഹാരത്തിന് ഭംഗമേറ്റ ഇച്ഛാഭംഗത്തിൽ കാലിൽ ചെറുതായി കടിച്ചതാണ്.

രാമുണ്ണി അവയെ സൂക്ഷ്മമായി നോക്കി. ആ സൂക്ഷ്മത മനസ്സിലേക്കും വളർന്നു. ഐക്യദാർഢ്യവും അച്ചടക്കവും നിലനിർത്തുന്ന, കൃത്യമായ ലക്ഷ്യകേന്ദ്രീകൃതമായി ചലിക്കുന്ന ജീവജാലം. എന്നിട്ടും എത്ര നിസ്സാരമാണ് അവയുടെ ജന്മം. ഒരു മനുഷ്യന്റെ മനസ്സറിവോടെയല്ലാത്ത

മൃദൃപാദസ്പർശത്തിന് പോലും അവയുടെ ജീവൻ ഹനിക്കാൻ കഴിയുന്നു. കേവലം ഒരു ചവിട്ടടിയിൽ അവസാനിക്കുന്നത്ര നിസാരവും ദുർബലവും ക്ഷണികവും മൂല്യരഹിതവുമായ ജീവിതം. ആറ്കാലുകൾ ഉണ്ടായിട്ടും ഭൂമിയിൽ ചുവടുറപ്പിക്കാൻ ആ ജന്മത്തിന് കഴിയുന്നില്ല. ആർക്കും ഏത് സമയത്തും ലാഘവത്വത്തോടെ ചീന്തിയെറിയാൻ വിധിക്കപ്പെട്ട ജീവന്റെ ഒരു അംശം. ഷഡ്പദങ്ങൾ എന്ന ഓമനപേരിൽ നാം അവയെ അഭിസംബോധന ചെയ്യുന്നു. ആ വാക്കിന്റെ പ്രയോഗഭംഗിക്കപ്പുറം ഈ ജന്തുക്കൾക്ക് പ്രസക്തിയില്ല. നിലനിൽപ്പില്ല. ജീവിതദൈർഘ്യം ആഗ്രഹിക്കാൻ അർഹതയില്ല. ചിലപ്പോഴെങ്കിലും ചില മനുഷ്യജന്മങ്ങളും സമാനാവസ്ഥ പ്രാപിക്കുന്നു.

അത്തരത്തിൽ ഒരു ജന്മം ആയിരുന്നില്ലേ യഥാർത്ഥത്തിൽ എന്റേതും. എന്റെ മനസ്സിനും വികാരങ്ങൾക്കും ആഗ്രഹങ്ങൾക്കും സ്വപ്നങ്ങൾക്കും ആരും വില കല്പിച്ചില്ല. എല്ലാവർക്കും അവരുടെ ജീവിതവും നിലനില്പും മാത്രമായിരുന്നു പ്രധാനം. ആശ്രമത്തിന് പോലും. അവർക്ക് ആവശ്യം വിഗ്രഹങ്ങൾ പണിയാൻ ഒരു രൂപം മാത്രമായിരുന്നു. ആത്മീയതേജസ് വഴിയുന്ന ഒരു ബാഹ്യരൂപം. അതിനപ്പുറം രാമുണ്ണി എന്ന മനുഷ്യനെ, ഈശ്വർജി എന്ന ഈശ്വരസ്പർശത്തെ ആരും തിരിച്ചറിഞ്ഞില്ല. ഉൾക്കൊണ്ടില്ല. തിരസ്കൃതന്റെ വ്യഥകൾ അയാൾക്കായി സമ്മാനിക്കുന്നതിൽ എല്ലാവരും മത്സരിക്കുകയായിരുന്നു.

രണ്ട്കാലുള്ള ഒരു ഷഡ്പദമായി ജീവിതത്തിന്റെയും മരണത്തിന്റെയും ഇടയിൽ സദാ ചാഞ്ചാടുന്ന ഒരു നൂൽപ്പാലത്തിലൂടെ അയാൾ സഞ്ചരിച്ചു. അവസാനം എന്തെന്നും ഏതെന്നും എപ്പോഴെന്നും തിരിച്ചറിയാൻ കഴിയാത്ത അനിശ്ചിതത്വത്തിന്റെ പാരമ്യതയിൽ വിരാജിക്കുന്ന ഷഡ്പദമായി അയാൾ നടന്നു. രണ്ട് കാലുകളുടെ സ്ഥാനത്ത് നാല് കാലുകൾ കൂടി മുളച്ചു വരുന്നതായി അയാൾക്ക് തോന്നി. നടത്തം ഇഴച്ചിലായി പരിവർത്തിക്കുന്നതും അയാൾ തിരിച്ചറിഞ്ഞു. ഞൊടിയിടക്കുള്ളിൽ സംഭവിച്ച രൂപപരിണാമം അയാളെ ഭയവിഹ്വലനാക്കിയില്ല. മനസ്സുകൊണ്ട് എപ്പോഴേ അയാൾ ഒരു ഷഡ്പദമായി മാറിക്കഴിഞ്ഞിരുന്നു.

ക്ഷണികവും ഹ്രസ്വവുമായ ഒരു ആയുസ്സിന്റെ ആപത്ശങ്കകൾ അയാളെ പൊതിഞ്ഞു. ജീവിതം എവിടെ തുടങ്ങുന്നു, എവിടെ അവസാനിക്കുന്നു. മരണം എവിടെ പതിയിരിക്കുന്നു, എപ്പോൾ വന്ന് പൊതിയുന്നു. അറിയില്ല. ഒന്ന് മാത്രം അറിയാം. സദാ സ്വാസ്ഥ്യരഹിതമായ ഒരു ജീവിതത്തിന്റെ ഭാരവും പേറി അനന്തമായ കാലത്തിന്റെ നെറുകയിലൂടെ നടക്കാനാണ് വിധി. അതിനിടയിലും പ്രതീക്ഷകളുടെ തിരിനാളങ്ങൾ സ്വപ്നം കാണുന്നു. അല്ലെങ്കിലും വെളിച്ചം സൃഷ്ടിക്കപ്പെട്ടത് ഇരുട്ടിൽ ജ്വലിക്കാൻ വേണ്ടിയാണല്ലോ?

അതീവജ്വലനഭംഗിയുള്ള വെളിച്ചത്തിന്റെ ഒരു കണിക എന്ന വിദൂരസ്വപ്നവും പേറി അയാൾ നടന്നു. നടന്നുകൊണ്ടേയിരുന്നു. സമയവും

കാലവും അയാൾക്ക് മേൽ കയറിമറിഞ്ഞു. അനുക്രമമായ വികാസപരിണാമങ്ങളും ആദിമദ്ധ്യാന്തങ്ങളും കാലഗണനകളും അതിന് നഷ്ടമായി. ഭൂതവും ഭാവിയും വർത്തമാനവും പരസ്പരം ഇടകലർന്നു. ഒരു കൊളാഷ് പോലെ അത് വർണ്ണാഭമായി ചിന്നിച്ചിതറി. സമയകാലങ്ങളും ജീവിതവും അതിന്റെ തുടക്കവും ഒടുക്കവും വളർച്ചയുടെ പടവുകളും വ്യവച്ഛേദിച്ചറിയാൻ കഴിയാത്ത വണ്ണം പരസ്പരം ലയിച്ചു. അവ്യക്തതയും അജ്ഞതയും അനിശ്ചിതത്വവും മാത്രം അവശേഷിച്ചു. ഇരുട്ട് എല്ലാറ്റിനും സാക്ഷിയായി നിലകൊണ്ടു. അത് വെളിച്ചത്തിന്റെ തുണ്ടുകൾക്കായി ദാഹിച്ചു.

വെളിച്ചം സമീപസ്ഥനാണെന്ന വൃഥാ വ്യാമോഹത്തിന് മേൽ ഇരുൾ കൂടുതൽ ഘനീഭവിച്ചു. സ്വന്തം നിയോഗത്തിന്റെ പൊരുളറിയാത്ത മനുഷ്യൻ ഇരുളിലൂടെ എങ്ങോട്ടെന്ന് ഉറപ്പില്ലാത്ത കാലത്തിന്റെ ഭൂമദ്ധ്യരേഖയിലൂടെ നടന്നു.

അയാളുടെ പാദമുദ്രകളേറ്റ് കരിയിലകൾ ഞെരിഞ്ഞു. വിദൂരതകളിൽ നിന്ന് മൃഗഗർജ്ജനങ്ങൾ മുഴങ്ങി.നിലാവും ഇളംകാറ്റും അയാളെ അനുധാവനം ചെയ്തു. പ്രതീക്ഷയും നിരാശയും സമ്മിശ്രാനുഭൂതി നിറയ്ക്കുന്ന മനസ്സോടെ അയാൾ സ്വന്തം പ്രയാണം തുടർന്നു. യാത്രക്കിടയിൽ പാറ്റയും ഈച്ചയും പുഴുക്കളും മറ്റുമായി അസംഖ്യം ഷഡ്പദങ്ങൾ അയാൾക്ക് ദൃശ്യമായി. തന്മയീഭാവത്തിന്റെ സംതൃപ്തിയിൽ അയാൾ അവരെ നോക്കി മന്ദഹസിച്ചു. ആ ചിരിയിൽ സ്വപ്നങ്ങളുടെയും സ്വപ്നരാഹിത്യത്തിന്റെയും നിറങ്ങൾ ഉണ്ടായിരുന്നു.

അനാദിയായ നടത്തയ്ക്കിടയിൽ അയാളുടെ ചുണ്ടുകൾ മന്ത്രിച്ചു.

ലോകാസമസ്താ സുഖിനോ ഭവന്തു...

ആ രൂപം അകന്ന് അകന്ന് വിദൂരതയിൽ ലയിച്ചു. ശബ്ദം അയാൾക്കു പോലും കേൾക്കാനാവാത്ത വിധം നേർത്തുനേർത്ത് നിശ്ശബ്ദതയുടെ അപാരതയിൽ ഉൾച്ചേർന്നു. ഇലകൾ അനങ്ങി. ചലനത്തിന്റെ പ്രകടഭാവം ദൃശ്യമായി. കാറ്റ് വീശിക്കൊണ്ടേയിരുന്നു. ഊർജ്ജത്തിന്റെയും ജീവന്റെയും മൃദുസ്പർശം പോലെ ഇളംകാറ്റ് പ്രകൃതിയെ അനുധാവനം ചെയ്തുകൊണ്ടേയിരുന്നു. കാറ്റിന് ചന്ദനത്തിന്റെ ഗന്ധമായിരുന്നു. വിശുദ്ധിയുടെ ഗന്ധമായിരുന്നു. സ്ഫടികശുദ്ധവും അതീവസുതാര്യവുമായ ഒരു ആത്മാവിന്റെ സ്പർശം പോലെ കാറ്റ്, അത് മാത്രമായി അവശേഷിച്ചു.

പഠനം

ജീവിതത്തിന്റെ മാനിഫെസ്റ്റോ

ഡോ. തേവന്നൂർ മണിരാജ്

ഗബ്രിയേൽ ഗാർസിയ മാർകേസ് ഒരിക്കൽ എഴുതി. "സത്യത്തിന്റെ കാവ്യാത്മകമായ ആവിഷ്കാരമാണ് നോവലുകൾ. ഒരു ഗൂഢാർത്ഥ ഭാഷയിലുടെ ആവിഷ്കരിക്കപ്പെടുന്ന സത്യമാണ് നോവൽ" മാർകേസിന്റെ നിരീക്ഷണത്തോട് എല്ലാ അർത്ഥത്തിലും ചേർന്നു നിൽക്കുന്ന കൃതിയെന്ന് ഉറപ്പിച്ച് പറയാവുന്ന ഒന്നാണ് മലയാള നോവൽ സാഹിത്യത്തിലെ ഏകാന്തവിസ്മയമായ വാസവദത്തയ്ക്ക് ശേഷം സജിൽ ശ്രീധർ രചിച്ച ഷഡ്പദം. ആശയ-ആവിഷ്കാര തലങ്ങളിൽ മൗലികതയുടെ തിളക്കമുള്ള സൃഷ്ടി.

മനുഷ്യനിലെ ദൈവാംശവും ദൈവികതയിലെ മനുഷ്യാംശവും ഏതേത് തലങ്ങളിൽ സമന്വയിക്കുന്നു. മനുഷ്യനിൽനിന്ന് ഈശ്വരനിലേക്കും ഈശ്വരനിൽനിന്ന് മനുഷ്യനിലേക്കുമുള്ള പരിണാമത്തിലൂടെ ജീവിതത്തിന്റെയും മനുഷ്യാസ്തിത്വത്തിന്റെയും പ്രത്യഭിജ്ഞിന്നമായ അർത്ഥതലങ്ങൾ അന്വേഷിക്കുന്ന നോവൽ എന്നാണ് ആദ്യവായനയിൽ മനസ്സിൽ തോന്നിയത്.

പുനർവായനയിൽ അതുവരെ അപരിചിതമായ നിരവധി അർത്ഥതലങ്ങളും അടരുകളും വെളിവായി. മൂന്നുതവണ ആവർത്തിച്ച് വായിച്ചപ്പോഴേക്കും ജീവിതത്തെയും മനുഷ്യാവസ്ഥയെയും മനുഷ്യപ്രകൃതത്തെയും സംബന്ധിച്ച നൂതനമായ വെളിപാടുകളും ഉൾക്കാഴ്ചകളും പകർന്നു തന്ന ഇതിഹാസതലത്തിലേക്ക് ഉയർന്നു നിൽക്കുന്ന രചനയായി ഷഡ്പദം മാറി. ഒന്നിലധികം മാനങ്ങളും അടരുകളും അടിസ്ഥാന പ്രമേയത്തിന്റെ ആന്തരിക തലത്തിൽ വിദഗ്ധമായി സമന്വിപ്പിച്ചിരിക്കുന്നുവെന്നതാണ് ഈ നോവലിനെ അതീവ ശ്രദ്ധേയമാക്കുന്നത്.

മനുഷ്യൻ, ദൈവം എന്നീ രണ്ട് സംജ്ഞകൾ മുൻനിർത്തിയാണ് ഈ കൃതി ജീവിതവിചാരം ആരംഭിക്കുന്നത്. ഭയം, സ്നേഹം, ആരാധന, ബഹുമാനം, അദ്ഭുതം, ആഗ്രഹം, ജനനം, മരണം, നിലനിൽപ്പ്...

എന്നു വേണ്ട മനുഷ്യജീവിതവുമായി ബന്ധപ്പെട്ട സമസ്തതലങ്ങളിലും ഏറ്റവും സജീവസാന്നിദ്ധ്യമാണ് ദൈവം എന്ന പദം. യഥാർത്ഥത്തിൽ ദൈവം ഉണ്ടോ ഇല്ലയോ എന്നത് സംബന്ധിച്ച തർക്കവിതർക്കങ്ങൾ നില നിൽക്കുമ്പോഴും ഒരു സത്യം നിഷേധിക്കുക വയ്യ. ശാസ്ത്രം എല്ലാ അതിരുകളും ലംഘിച്ച് പുരോഗമനത്തിന്റെ പാതയിൽ സഞ്ചരിക്കുന്ന ഇക്കാലത്തും ദൈവികതയുടെ സ്വാധീനം മുൻപെന്നത്തേക്കാൾ വർദ്ധി ച്ചിരിക്കുന്നു.

മുൻകാലങ്ങളിൽ വ്യാപകമായിരുന്ന യുക്തിവാദികളും നാസ്തികൻ മാരും അന്യം നിന്നു കൊണ്ടേയിരിക്കുന്നു. ശാസ്ത്രജ്ഞർ അടക്കമുള്ള വർ ദൈവസന്നിധിയെന്ന് സങ്കൽപ്പിച്ച് കൽവിഗ്രഹങ്ങൾക്കും ആൾദൈവ ങ്ങൾക്കും മുന്നിൽ കുമ്പിടുന്ന കാഴ്ച സർവസാധാരണമായിരിക്കുന്നു. ഇതിന്റെ ന്യായാന്യായങ്ങളോ ശരിതെറ്റുകളോ അല്ല ഈ നോവലിന്റെ പ്രതിപാദ്യവിഷയം. ഇന്ന് ഈ ഭൂമിയിലെ ഏറ്റവും വലിയ സ്വാധീനശക്തി യായ ഒന്നിനെ കേന്ദ്രീകരിച്ച് മനുഷ്യാവസ്ഥയെക്കുറിച്ച് ചിന്തിക്കുക എന്ന താണ്. വലിയ സാദ്ധ്യതകളുള്ള, മൗലികമായ ഒരു പ്രമേയം ലഭിച്ചപ്പോൾ ദൈവം അതിന്റെ കേന്ദ്രബിന്ദുവായി എന്നത് കൗതുകം കലർന്ന അഥവാ അനിവാര്യമായ ഒരു യാദൃച്ഛികത മാത്രം.

പുറമെ യുക്തിവാദി പരിവേഷം അണിയുന്ന പലരും ഉള്ളിന്റെയുള്ളിൽ ദൈവവിശ്വാസികളാണെന്ന് നമുക്കറിയാം. മനുഷ്യഭാഗധേയം നിർണ്ണയി ക്കുന്നതിൽ ഈശ്വരന് പ്രകടമായ പങ്കുണ്ടെന്ന് വിശ്വസിക്കാൻ ഇഷ്ട പ്പെടുന്ന ഭാഗ്യാന്വേഷികൾ. ഇത് ഒരു പരിമിതിയായി കാണുന്നവരു ണ്ടാവാം. പക്ഷേ ആ പരിമിതിയുടെ ചിറകിൻ കീഴിൽ നിന്നും ലഭ്യമാകുന്ന സുരക്ഷിതത്വത്തിൽ ഒതുങ്ങി ജീവിക്കാനാണ് എന്തുകൊണ്ടോ അവർ ഇഷ്ടപ്പെടുന്നത്. സമാനമായ താത്പര്യം പുലർത്തുന്ന കോടിക്കണക്കിന് ആളുകൾ ഈ ഭൂമിയിലുണ്ട്.

മനുഷ്യഭാഗധേയം നിർണ്ണയിക്കുന്നതിൽ ദൈവങ്ങൾക്ക് മൂർത്തവും പ്രകടവുമായ പങ്കുണ്ടോ? ഏതേത് തലങ്ങളിലാണ് മനുഷ്യനും ദൈവവും വ്യതിരിക്തനാകുന്നത്? മനുഷ്യനിൽ ദൈവാംശമുണ്ടോ? ദൈവത്തിൽ മനുഷ്യാംശവും? ദൈവവും മനുഷ്യനും തമ്മിലുള്ള അതിർവരമ്പുകൾ ഏതേത് തരത്തിലും തലത്തിലുമാണ്? മനുഷ്യനിൽ ദൈവവും ദൈവ ത്തിൽ മനുഷ്യനും കുടികൊള്ളുന്നുണ്ടോ?

ദൈവങ്ങൾ മനുഷ്യാവതാരം പ്രാപിക്കുകയും മാനുഷികമായ ദൗർ ബല്യങ്ങളിലുടെ കടന്നു പോവുകയും ചെയ്ത കഥകൾ നമുക്ക് പരി ചിതമാണ്. അതുപോലെ ദൈവിക സങ്കൽപ്പത്തോട് ചേർത്ത് നാം വിവക്ഷിക്കുന്ന ഗുണങ്ങളും മേന്മകളും നിറഞ്ഞ മനുഷ്യജന്മങ്ങളും ഉണ്ടായിട്ടുണ്ട്. ശ്രീയേശുവും ശ്രീബുദ്ധനും വിവേകാനന്ദനും മുതൽ ശ്രീനാരായണഗുരു വരെയുള്ളവർ ഇതിന് മികച്ച ദൃഷ്ടാന്തങ്ങളാണ്.

ഇത്തരം വൈരുദ്ധ്യങ്ങൾ നിലനിൽക്കുമ്പോൾ ഉത്തരമില്ലാത്ത നിരവധി ചോദ്യങ്ങൾ ഉയരുന്നു. യഥാർത്ഥത്തിൽ മനുഷ്യനിൽ നിന്ന് വേറിട്ട ഒന്നാണോ ദൈവം. അദ്വൈത സിദ്ധാന്തം അനുശാസിക്കും പോലെ മനുഷ്യനും ദൈവവും ഏകത്വം നിറഞ്ഞ ഒരു സത്യമാണോ?

ഇത്തരം നിരവധി തത്ത്വങ്ങളും വാദങ്ങളും സന്ദേഹങ്ങളും നിലനിൽക്കുന്ന സാമൂഹ്യപശ്ചാത്തലത്തിലാണ് നാം ജീവിക്കുന്നത്. ജീവിതത്തെ സംബന്ധിക്കുന്ന എന്തും ദൈവം, മതം, ആദ്ധ്യാത്മികത... എന്നിവയുമായി ബന്ധപ്പെട്ട് നിൽക്കുന്ന ഒരു കാലഘട്ടമാണിത്. ആഗോളതലത്തിൽ തന്നെ ഇത്തരം സ്വാധീനങ്ങൾ അപ്രതിരോധ്യമായി നിലനിൽക്കുന്നു. അധികാരം, ഭരണവർഗം, രാഷ്ട്രീയം... എന്നിവ മുതൽ സാധാരണജീവിതങ്ങൾ വരെ ആദ്ധ്യാത്മികതയുമായി കെട്ടുപിണഞ്ഞു കിടക്കുന്നു. അഭേദ്യമായ ബന്ധം എന്ന് തന്നെ പറയാം.

ദൈവം വിൽപ്പനച്ചരക്കാകുന്ന അവസ്ഥ വളരെ സാധാരണമാണ്. നോവലിന്റെ ബാഹ്യതലത്തിൽ പരാമർശിക്കപ്പെടുന്നു എന്നതൊഴിച്ചാൽ അത്തരം ഉപരിപ്ലവ നിരീക്ഷണങ്ങൾക്ക് ഈ കൃതിയുടെ പ്രമേയതലത്തിൽ വലിയ പ്രസക്തിയില്ല. സാഹചര്യവശാൽ ദൈവികത ആരോപിക്കപ്പെടുന്ന ഒരു വ്യക്തി, ചില സമ്മർദ്ദങ്ങൾക്ക് വഴങ്ങി സ്വന്തം നിലനിൽപ്പിനുവേണ്ടി ദൈവമായി വേഷമിടാൻ പ്രേരിതനാവുന്നു. ദൈവികഭാവം ധരിച്ച് വേഷം കെട്ടിയാടുന്ന അയാൾക്ക് ആശ്രമാന്തരീക്ഷം പോലും ലൗകികസുഖഭോഗങ്ങളുടെ പാരമ്യതയിൽ വിരാജിക്കുന്നതാണ് കാണാൻ സാധിക്കുന്നത്. ഒരു പ്രത്യേകഘട്ടത്തിൽ അയാൾക്ക് ദൈവികവേഷത്തോട് വിരക്തി തോന്നുന്നു. പാരതന്ത്ര്യത്തിന്റെ ചങ്ങലക്കെട്ടുകൾ അയാളെ വരിഞ്ഞു മുറുക്കുന്നു. മനുഷ്യന് സ്വാഭാവികമായി ലഭ്യമാകുന്ന ജീവിതത്തിന്റെ സ്വാതന്ത്ര്യവും സ്വകാര്യതയും അയാളെ വീണ്ടും മോഹിപ്പിക്കുന്നു.

മനുഷ്യനാകാൻ കൊതിക്കുന്ന ദൈവം എന്ന അവസ്ഥയിലെത്തുന്നു. മനുഷ്യനിൽ നിന്ന് ദൈവത്തിലേക്കും തിരിച്ച് മനുഷ്യനിലേക്കുമുള്ള പരിണാമത്തിനിടയിൽ സംഭവിക്കുന്ന സ്വാഭാവികമായ ചില അവസ്ഥാവിശേഷങ്ങളും ആന്തരിക സംഘർഷങ്ങളും വൈരുദ്ധ്യങ്ങളുമാണ് ഈ കൃതിയുടെ കഥാഭൂമിക.

അറിയാതെ ദൈവമായി ബിംബവത്കരിക്കപ്പെട്ട മനുഷ്യൻ, സാധാരണ ജീവിതത്തിന്റെ സ്വാതന്ത്ര്യങ്ങളും സ്വകാര്യതകളും കൊതിച്ച് അതിലേക്കുള്ള പരിണാമത്തിന് നിർബന്ധിതമായ ശ്രമം നടത്തുന്നതും വിചാരിക്കുംപോലെ പ്രായോഗികമല്ല എന്ന് തിരിച്ചറിഞ്ഞ് വീണ്ടും ദൈവീകതയുടെ സുരക്ഷിതത്വത്തിൽ അഭയം തേടുന്നതുമായ ചിത്രം ഏറെ ചിന്തനീയമാണ്.മനുഷ്യനായി മാറുന്ന രാമുവിന് ഭക്ഷണം തരാനോ തൊഴിൽ തരാനോ സ്നേഹം തരാനോ ആദരിക്കാനോ ആരുമില്ല. ജീവിക്കണമെങ്കിൽ ഒന്നുകിൽ ദൈവമായേ പറ്റൂ... അല്ലെങ്കിൽ മനുഷ്യനായേ

പറ്റൂ. താൻ മുൻപ് നിലനിന്ന പരിതസ്ഥിതിക്ക് തിരിച്ചറിയാൻ പാകത്തിലുള്ള മനുഷ്യൻ.

ദൈവമായ രാമു ലോകാരാദ്ധ്യനാകുന്നുവെങ്കിലും നൈസർഗികമായ ജീവിത കാമനകളുടെ ബഹിർഗമനം സാധിക്കുന്നില്ല. എന്നിട്ടും സ്വന്തം കുടുംബത്തിൽ പ്രസക്തി നഷ്ടപ്പെട്ട് ആശ്രമത്തിലേക്ക് മടങ്ങാൻ തയ്യാറാവുന്ന രാമുവിനെ ആശ്രമത്തിന് വേണ്ടാതാവുന്നു. രൂപം നഷ്ടപ്പെട്ട ഈശ്വർജിക്ക് പ്രസക്തിയില്ല എന്നാണ് അവരുടെ വാദം. അവർക്ക് പൂജിക്കാനും വിൽക്കാനും പഞ്ചലോഹവിഗ്രഹം മതി.വിഗ്രഹവത്കരണത്തിന്റെ കാലത്ത് വ്യക്തിക്ക് നഷ്ടമാകുന്ന പ്രസക്തിയും ബിംബം മനുഷ്യനേക്കാൾ അമൂല്യമാകുന്ന വൈരുദ്ധ്യത്തിന്റെ ദൈന്യതയും നോവൽ മുന്നോട്ട് വയ്ക്കുന്നു.

ദൈവസന്നിധി എന്ന് പരക്കെ വിശ്വസിക്കപ്പെടുന്ന ആശ്രമാന്തരീക്ഷത്തിൽ എന്തിന് രാമുവിന്റെ കുടുംബത്തിൽ പോലും മാനുഷികതയ്ക്ക് സ്ഥാനം നഷ്ടമാകുന്നു. സഹജീവിസ്നേഹവും കരുതലും പരിഗണനയും പൂർണ്ണമായും അറ്റുപോയ എല്ലാം പ്രയോജനകേന്ദ്രീകൃതമായ ഒരു ജീവിതപരിതോവസ്ഥയുടെ ഭീതിദമായ മുഖം ഈ നോവലിൽ വെളിപ്പെടുന്നു.

വ്യക്തിയുടെ സ്വത്വപരമായ പ്രതിസന്ധിയാണ് ഈ നോവലിന്റെ അടിസ്ഥാന ഇതിവൃത്തം. വ്യക്തിയെ രൂപവും പ്രതിച്ഛായയുമായി വിലയിരുത്തുന്നതിലെ പരിമിതിയും ചിന്തനീയമാണ്. രൂപം നഷ്ടപ്പെട്ട രാമുവിനെ കുടുംബത്തിനും ആശ്രമത്തിനും ആവശ്യമില്ല. അഹം അഥവാ ഞാൻ എന്നത് ബാഹ്യതലത്തിലേക്ക് പരിമിതപ്പെടുന്ന അവസ്ഥ. രാമുവിന്റെ ആന്തരിക വ്യഥകൾക്കോ അയാളിലെ വ്യക്തിക്കോ മാനുഷികമായ ഒരു പരിഗണനയും നൽകാൻ ആശ്രമാധികൃതർ പോയിട്ട് സ്വന്തം കുടുംബം പോലും തയ്യാറാകുന്നില്ല.

മനുഷ്യന്റെ നിലനിൽപ്പിനെ സംബന്ധിച്ച സംഭീതവും ആശങ്കാകുലവുമായ ഒരു ചിത്രം വരഞ്ഞിടാനും ഈ നോവൽ ശ്രമിക്കുന്നുണ്ട്. ജീവിതത്തിന്റെ ഗതിവിഗതികൾ നിമിഷാർദ്ധം കൊണ്ട് മാറിമറിയുന്ന, നിസ്സഹായതയുടെ അപാരത ധ്വനിപ്പിക്കുന്ന ജീവിതസന്ദർഭങ്ങളിലുടെ കടന്നു പോകാൻ വിധിക്കപ്പെടുകയാണ് രാമു. വിധി എന്നൊന്നുണ്ടോ എന്ന ചോദ്യത്തിന് ഗുരുജി നൽകുന്ന മറുപടി ശ്രദ്ധേയമാണ്.

"നിന്റെ വിധി നീ തന്നെ വരുത്തി വച്ചതാണെന്ന് വേണമെങ്കിൽ പറയാം. അഥവാ നിന്നെക്കൊണ്ട് അങ്ങനെയൊക്കെ തോന്നിപ്പിച്ച നിമിഷത്തിലെ മാനസികാവസ്ഥയെ വേണമെങ്കിലും വിധി എന്ന് വിളിക്കാം. എന്തായാലും സംഭവിക്കേണ്ടത് സംഭവിച്ചേ തീരൂ... ഇല്ലായിരുന്നെങ്കിൽ ഒരിക്കലും നിനക്ക് ആശ്രമം വിട്ട് പോകാൻ തോന്നുമായിരുന്നില്ല. മദ്യലഹരിയിൽ വഴിയിൽ കിടക്കേണ്ടിയും വരുമായിരുന്നില്ല."

മനുഷ്യരിലെ ഈശ്വരാംശവും ഈശ്വരനിലെ മനുഷ്യാംശവും പുതിയ ചിന്തയല്ല. ഹൈന്ദവ-ക്രൈസ്തവ പുരാണങ്ങളിൽ എല്ലാം തന്നെ ദൈവങ്ങൾ മനുഷ്യാവതാരം സ്വീകരിച്ചതിനെക്കുറിച്ച് സൂചനയുണ്ട്. മറിച്ച് ദൈവികാംശം നിറഞ്ഞു നിന്ന, കൺകണ്ട ദൈവങ്ങൾ എന്ന് വിശേഷിപ്പിക്കാവുന്ന മനുഷ്യജന്മങ്ങളും ഉണ്ടായിട്ടുണ്ട്.

മനുഷ്യൻ, ദൈവം എന്നീ സങ്കൽപ്പങ്ങൾ മുൻനിർത്തി, നിലനിൽപ്പിനെക്കുറിച്ചുള്ള വ്യഥകൾ, നിലനിൽപ്പിന്റെ മനഃശാസ്ത്രം... മനുഷ്യജീവിതം, അസ്തിത്വം, സ്വത്വം... എന്നിങ്ങനെ നിരവധി വിഷയങ്ങൾ ഈ പുസ്തകം ചർച്ച ചെയ്യുന്നു.

അടിസ്ഥാനപരമായി മനുഷ്യന്റെ നിലനിൽപ്പ് പല തലങ്ങളിൽ ഈശ്വരൻ എന്ന സങ്കല്പവുമായി ബന്ധപ്പെട്ട് നിൽക്കുന്നു. മനഃശാസ്ത്രപരമായി പോലും അതങ്ങനെയാണ്. ഒരിക്കലും കണ്ടിട്ടോ കേട്ടിട്ടോ ഇല്ലാത്ത വിദൂരതയിലെങ്ങോ ഉണ്ടെന്ന് സങ്കല്പിക്കപ്പെടുന്ന ഈശ്വരൻ നമ്മെ കാത്തുപരിപാലിക്കുന്നുവെന്നും സുശോഭനമായ ഒരു ഭാവി നമുക്കായ് കാത്തുവച്ചിട്ടുണ്ടെന്നുമുള്ള സങ്കല്പത്തിലാണ് മനുഷ്യൻ സമാധാനത്തോടെ ജീവിക്കുന്നത്. വിപരീതാനുഭവങ്ങൾ നേരിടുമ്പോഴും അത് ഈശ്വരകല്പിതമാണെന്നും അനുഭവിക്കാൻ നാം ബാധ്യസ്ഥരാണെന്നും പകരം പ്രതീക്ഷാവഹമായ ഒരു നാളെ ഇതേ ഈശ്വരൻ നൽകുമെന്ന വിശ്വാസം നൽകുന്ന സ്വയംസമാധാനം വ്യക്തിയുടെ മാനസികമായ സന്തുലിതാവസ്ഥ നിലനിർത്താൻ പ്രേരകഘടകമായി വർത്തിക്കുന്നു. അതുപോലെ തിന്മ ചെയ്യാൻ മടിക്കുന്നവൻ ദൈവം ശിക്ഷിക്കും എന്ന ഉൾഭയത്തിന്റെ പശ്ചാത്തലത്തിലാണ് തന്നിലെ വിപരീതാംശത്തെ ബോധപൂർവം മാറ്റി നിർത്തി ഗുണപരമായ ജീവിതം നയിക്കുന്നത്. ഇവിടെ നന്മയുടെ അംശം നിലനിൽക്കാൻ കാരണഭൂതമാവുന്നു ദൈവചിന്ത.

എന്നാൽ സ്വയം ഈശ്വരനായി മാറണം എന്ന് ബോധപൂർവം ഒരു വ്യക്തിയും ആഗ്രഹിക്കുന്നില്ല. ഭയം കയർന്ന ഒരു അകലത്തിലാണ് അവൻ ഈശ്വരന് സ്ഥാനം കല്പിച്ചിരിക്കുന്നത്. തന്നിൽ നിന്നും ഏറെ അകലത്തിൽ നിൽക്കുന്ന, അപ്രാപ്യമായ ഒരു മഹനീയസങ്കൽപ്പം. അതുകൊണ്ട് തന്നെ അവസരം ലഭ്യമായിട്ടും ദൈവമായി മാറാൻ രാമു വിമുഖത കാട്ടുന്നു. ദൈവികമായ ഗുണങ്ങളോ സവിശേഷതകളോ തന്നിൽ ഇല്ലെന്ന് അയാൾ ഉറപ്പിച്ച് പറയുന്നു. എന്നിട്ടും സാഹചര്യങ്ങൾ അയാളെ ദൈവമാക്കി മാറ്റുകയാണ്. ഈശ്വരാംശം അയാളിൽ നിർബന്ധിതമായി ആരോപിക്കപ്പെടുന്നു. ക്രമേണ താനും ഒരു ദൈവമായി മാറിയോ എന്ന് അയാൾ സംശയിക്കുന്നു.

ആധുനിക സാങ്കേതികവിദ്യയുടെയും മാർക്കറ്റിംഗ് തന്ത്രങ്ങളുടെയും പിൻബലത്തിൽ ഭക്തിയും ദൈവവും വിൽക്കപ്പെടുന്ന അവസ്ഥയും അവതരിപ്പിക്കുന്നു. ജനങ്ങളെ കൂടുതലായി ആകർഷിക്കാൻ രാമു

ദൈവരൂപത്തിൽ അഥവാ അവതാരപുരുഷന്മാരുടെ രൂപത്തിൽ പ്രത്യക്ഷപ്പെടണമെന്ന് ഗുരുജി നിർദ്ദേശിക്കുന്നു. എന്നാൽ ദൈവമായി വേഷം കെട്ടുന്നത് ഈശ്വരനിഷേധമാണെന്ന് രാമു വാദിക്കുന്നു. ഏതാണ് ഈശ്വരഹിതം, ഏതാണ് അഹിതം എന്ന് ഞങ്ങൾ തീരുമാനിച്ചോളാം... അങ്ങ് ഞങ്ങൾ പറയും പോലെ ചെയ്താൽ മതി എന്ന് ഗുരുജി വാദിക്കുന്നു.

നാടുനീളെ രാമുവിന്റെ പൂർണ്ണകായപ്രതിമകളും വിഗ്രഹങ്ങളും തിടുക്കപ്പെട്ട് സ്ഥാപിക്കുന്നു. ഒരാൾ ജീവിച്ചിരിക്കുമ്പോൾ ഇങ്ങനെ ചെയ്യുന്നതിലെ യുക്തി ഒരു സഹചരൻ ചോദിക്കുമ്പോൾ ഗുരുജി നൽകുന്ന മറുപടി വാതിലിന് മറഞ്ഞു നിന്ന് രാമു കേൾക്കുന്നു

"നമുക്ക് വേണ്ടത് ഒരു രൂപമാണ്. ബിംബം. അത് ജനങ്ങളുടെ മനസ്സിൽ ഉറപ്പിക്കണം. നാളെ ഇയാൾക്ക് എന്തെങ്കിലും സംഭവിച്ചാലും നമുക്ക് ജീവിക്കണ്ടേ. മഠത്തിന് നിലനിൽക്കണ്ടേ?"

ദൈവത്തോട് അഥവാ ആ തലത്തിൽ പൂജിക്കപ്പെടുന്നയാളോട് പോലും മാനുഷികപരിഗണന ലവലേശമില്ലാതെ തികച്ചും കച്ചവട താത്പര്യങ്ങൾ വച്ചു പുലർത്തുന്ന ഒരു സമൂഹത്തിന്റെ പരിച്ഛേദമാണ് ഈ ഗുരുജി.

"വളരെ കഷ്ടപ്പെട്ട് ഞാൻ പണിതുയർത്തിയ ഈ പ്രസ്ഥാനത്തിന് ഒരു പോറലേറ്റാൽ പിന്നെ നിങ്ങൾ ജീവനോടെ ഉണ്ടാവില്ല."

സ്വന്തം നിലനിൽപ്പിനായി ദൈവത്തെ പോലും കൊല്ലാൻ മടിക്കാത്ത ക്രിമിനൽ മനഃശാസ്ത്രത്തിന്റെ ലാഞ്ഛന ഗുരുജിയുടെ ഈ വാക്കുകളിൽ നിന്ന് വായിക്കാം.

ഏതെങ്കിലും ഒരു പ്രത്യേക മതത്തിന്റെ അനുവാചകരായല്ല ഈ കഥാപാത്രങ്ങളെ അവതരിപ്പിച്ചിട്ടുള്ളത്. ഒരു സാങ്കൽപ്പികമതത്തെക്കുറിച്ചും ദൈവങ്ങളെക്കുറിച്ചുമുള്ള സൂചനകളാണ് നൽകുന്നത്. ഇത് ഒരു സാമാന്യവത്കരണമാണ്. എല്ലാ മതങ്ങളും വാണിജ്യവത്കരണത്തിൽ കൈക്കൊള്ളുന്ന സമാന നിലപാടുകളെ സംബന്ധിച്ച ആശങ്കകളും ഈ നോവൽ മുന്നോട്ട് വയ്ക്കുന്നു.

വിഗ്രഹവത്കരണം എന്ന വിനാശകരമായ അവസ്ഥ, വ്യവസായികൾ ബ്രാൻഡിങ്ങിന്റെ ഭാഗമായി സൃഷ്ടിക്കുന്ന ട്രേഡ്മാർക്കും ബ്രാൻഡ് ഇമേജും തത്തുല്യമായ തലത്തിൽ സൃഷ്ടിച്ച് ആദ്ധ്യാത്മികതയെ വാണിജ്യവത്കരിക്കുകയും ധനസമ്പാദനം, പ്രശസ്തി, ആദരവ്, മറ്റ് സുഖഭോഗങ്ങൾ... എന്നിവ സൃഷ്ടിച്ചെടുക്കുകയും ചെയ്യുന്ന വിനാശകരമായ അവസ്ഥയും നോവൽ വരച്ചു കാട്ടുന്നു.

എന്നാൽ ഈ കൃതിയുടെ കേന്ദ്രീകൃത ഇതിവൃത്തം ഇതൊന്നുമല്ല. നിലനിൽക്കുന്ന സാമൂഹികസാഹചര്യങ്ങൾ വരച്ചുകാട്ടുക എന്നത്

നോവലിന്റെ ധർമ്മവുമല്ല. ഈ നോവൽ മുന്നോട്ടു വയ്ക്കുന്ന ദർശനത്തെ സാധൂകരിക്കാനായി സാഭാവികമായി സൃഷ്ടിക്കപ്പെട്ട കഥയും കഥാപാത്രങ്ങളും മാത്രമാണ് രാമുവും ഗുരുജിയും എല്ലാം.

വിഗ്രഹവത്കരണത്തിൽ വ്യക്തിക്കും മാനുഷികതയ്ക്കും നഷ്ടമാകുന്ന സ്ഥാനവും പരിഗണനയും മുതൽ മനുഷ്യനിലെ ദൈവാംശവും ദൈവികതയിലെ മനുഷ്യാംശവും അടക്കം നിരവധി ഗഹനമായ വിഷയങ്ങൾ ചർച്ച ചെയ്യുന്ന സൃഷ്ടിയാണിത്.

ഒരു ഘട്ടത്തിൽ ദൈവമായുള്ള ജീവിതം രാമുവിനെ വല്ലാതെ വീർപ്പുമുട്ടിക്കുന്നു. കടുത്ത നിയന്ത്രണങ്ങളിൽ നിന്ന് വേർപെട്ട് മനുഷ്യന്റെ സർവതന്ത്രസ്വതന്ത്രമായ ജീവിതം അയാൾ കൊതിക്കുന്നു.

എന്നാൽ മനുഷ്യനിൽ നിന്ന് ദൈവികതയിലേക്കും അവിടെ നിന്ന് മനുഷ്യനിലേക്കും വീണ്ടും ദൈവികതയിലേക്കും രൂപാന്തരം പ്രാപിക്കാൻ നിർബന്ധിതനാവുന്ന രാമുവിന് രണ്ടിലും സ്ഥായിയായി നിലനിൽക്കാൻ സാഹചര്യം അനുവദിക്കുന്നില്ല. ദൈവവും മനുഷ്യനും അല്ലാതായിത്തീർന്ന പരിതോവസ്ഥയിൽ കണ്ണാടിയിൽ നോക്കുന്ന അയാൾക്ക് സ്വന്തം മുഖവും രൂപവും ഒരു മൃഗമെന്ന പോലെയാണ് തോന്നുന്നത്. വന്യമായ വനാന്തരങ്ങളിൽ അഭയം തേടാൻ അയാളുടെ മനസ്സ് കൊതിക്കുന്നു. രൂപബന്ധിതമായ ബന്ധങ്ങളും അസ്തിത്വവും പ്രസക്തമല്ലാത്ത കാട് അയാളെ വ്യാമോഹിപ്പിക്കുന്നു. കാടിന്റെ വിജനതയിലൂടെ അനന്തതയിലേക്കെന്ന പോലെ ഇരുളിലേക്ക് അയാൾ നടക്കുമ്പോൾ അത് മരണത്തിലേക്കാവാം, പ്രകാശമാനമായ അടുത്ത പുലരിയിലേക്ക് (ജീവിതത്തിലേക്ക്) ആവാം. അനുവാചകന് സ്വന്തം മനസ്സിൽ സൃഷ്ടി നടത്താനുള്ള പഴുതിട്ടുകൊണ്ട് അപൂർണ്ണമായി നോവൽ അവസാനിക്കുകയാണ്.

ജീവിതത്തിന്റെ നശ്വരത, അനിശ്ചിതത്വം... എന്നിവയെക്കുറിച്ചുള്ള സൂചനകൾ ഈ കഥാസന്ദർഭത്തിലുണ്ട്. യഥാർത്ഥത്തിൽ ഇനി എന്താണ് സംഭവിക്കുകയെന്ന് ആർക്കും ഉറപ്പിച്ച് പറയാനാവാത്ത അവസ്ഥയിൽ നോവൽ അവസാനിക്കുന്നു.

ആത്യന്തികമായി മാനുഷികത എന്നത് സാധാരണ ജീവിതത്തിലോ ആദ്ധ്യാത്മിക വ്യക്തിത്വങ്ങളിലോ പ്രസ്ഥാനങ്ങളിലോ അന്യമായിക്കൊണ്ടിരിക്കുന്ന മാനസികഭാവം ആണെന്ന വിദൂരധ്വനി കൂടി നോവൽ മുന്നോട്ട് വയ്ക്കുന്നു. സഹജീവികളുടെ സൗകര്യാർത്ഥം അവരുടെ താത്പര്യസംരക്ഷണത്തിന് ഉപയുക്തമാം വിധം ബന്ധങ്ങൾ പരിമിതപ്പെടുന്നതിന്റെ ഭീഷണമായ ചിത്രം രാമുവിന്റെ അനുഭവങ്ങളിലുണ്ട്. ആർക്കും ആരോടും ഉള്ളിൽ തട്ടിയ സ്നേഹമോ ആത്മാർത്ഥതയോ ഇല്ലാത്ത, എല്ലാം കച്ചവടവത്കരിക്കപ്പെടുന്ന ഒരു ലോകത്തിൽ, നിഷ്കളങ്കനായ ഒരു മനുഷ്യൻ ധർമ്മസങ്കടങ്ങളുടെയും നിസ്സഹായതയുടെയും പാരമ്യതയിൽ അനുഭവിക്കുന്ന സംഘർഷങ്ങളുടെ കൂടി കഥയാണ് ഷഡ്പദം.

ദൈവവും മനുഷ്യനും വേറിട്ട രണ്ട് അസ്തിത്വങ്ങളല്ലെന്ന് അദ്വൈത സിദ്ധാന്തം പറയുന്നു. അടിസ്ഥാനപരമായി അത് ശരിയെന്ന് സമ്മതിച്ചേ തീരൂ. എന്നാൽ ബാഹ്യമായി രണ്ട് വിഭിന്നരൂപങ്ങളിൽ ഇഹലോക ജീവിതം നയിക്കുന്ന രണ്ട് അവസ്ഥകളായി മനുഷ്യനെയും ഈശ്വര നെയും കാണേണ്ട സന്ദർഭങ്ങളുമുണ്ട്. എക്കാലവും മനുഷ്യനിൽ നിന്ന് വേറിട്ട്, ഉയരങ്ങളിൽ നിൽക്കുന്ന, മനുഷ്യന് അപ്രാപ്യമായ ഒരു സങ്ക ല്പമോ യാഥാർത്ഥ്യമോ ആയി ദൈവത്തെ മനുഷ്യൻ തന്നെ സ്ഥാനം നൽകി ഉപവിഷ്ഠനാക്കിയിരിക്കുന്നു.

ആ നിലയിൽ വിലയിരുത്തുമ്പോൾ തന്നെ ശ്രദ്ധേയമായ ഒരു വസ്തുത കാണാൻ സാധിക്കും. മനുഷ്യരൂപമെടുത്ത ഈശ്വരാവതാര ങ്ങളിൽ മാനുഷികഭാവമുണ്ട്. അതേസമയം മനുഷ്യനായി പിറന്ന സാധാരണക്കാരിൽ തന്നെ ദൈവികതയുടെ സ്പർശവുമുണ്ട്. ശ്രീനാരാ യണഗുരുവും സ്വാമി വിവേകാനന്ദനും ശ്രീബുദ്ധനും ശങ്കരാചാര്യരും മുതൽ മദർതെരേസ വരെയുള്ളവർ ഈ അവസ്ഥയുടെ പ്രതീകങ്ങളോ സൂചകങ്ങളോ ആണ്.

അപ്പോൾ ദൈവികതയിൽ മാനുഷികതയുണ്ട്. മാനുഷികതയിൽ ദൈവികതയും. വേർതിരിച്ചെടുക്കാനാവാത്തവിധം അഗാധമായ പാര സ്പര്യം നിറഞ്ഞ വൈരുദ്ധ്യാത്മകമായ രണ്ട് അവസ്ഥാവിശേഷങ്ങളുടെ സമന്വയമാണ് ഓരോ മനുഷ്യനും ഓരോ ദേവസങ്കല്പങ്ങളും. വിരുദ്ധ മെന്ന് പറയാനാവാത്ത വിധം ഏകഭാവം ഇവരിൽ ദൃശ്യമാണ് താനും. അപ്പോൾ ആത്യന്തികമായി എല്ലാ മനുഷ്യനും ദൈവമാണെന്നോ ദൈവി കത അവനിൽ അടിസ്ഥാനപരമായി നിലനിൽക്കുന്നുവെന്നോ അനുമാനി ക്കേണ്ടിയിരിക്കുന്നു. അദ്വൈത സിദ്ധാന്തത്തിലേക്ക് തന്നെ നാം വീണ്ടും മടങ്ങിയെത്തുന്നു. ദൈവത്തെയും മനുഷ്യനെയും സംബന്ധിക്കുന്ന അന്വേഷണങ്ങൾ ഭൂഗോളം പോലെയാണ് . ഒടുവിൽ തുടങ്ങിയിടത്തു തന്നെ തിരിച്ചെത്തുന്നു.

നിസ്സഹായതയുടെ ഇതിഹാസം എന്ന് ഈ കൃതിയെ വിശേഷിപ്പി ക്കാൻ വ്യക്തിപരമായി ഞാൻ ഇഷ്ടപ്പെടുന്നു. എല്ലാ അർത്ഥത്തിലും കൂടുതൽ കൂടുതൽ നിസ്സഹായനായി മാറിക്കൊണ്ടിരിക്കുന്ന മനുഷ്യാ വസ്ഥയുടെ ഭീതിദമായ ചിത്രം വരഞ്ഞിടാൻ കൂടി ഈ നോവൽ ശ്രമി ക്കുന്നുണ്ട്. ദൈവങ്ങൾക്ക് പോലും രക്ഷിക്കാൻ കഴിയാത്ത, അഥവാ ദൈവങ്ങൾക്കുപോലും രക്ഷപ്പെടാനാവാത്ത വിധം മാറിയ സാമൂഹിക സാഹചര്യങ്ങൾ. അവനവൻ കേന്ദ്രീകൃത മാനസികാവസ്ഥ സൃഷ്ടിക്കുന്ന അതിസ്വാർത്ഥതയുടെ അനന്തരഫലങ്ങളും ഭവിഷ്യത്തുക്കളും മനുഷ്യ ജീവിതം എത്രമേൽ ദൈന്യവും ദുരന്തപൂർണ്ണവുമായ അനുഭവമായി മാറിമറിയുന്നുവെന്നും രാമു എന്ന കഥാപാത്രത്തിന്റെ അവസ്ഥ നമ്മോട്

പറയുന്നു. ഓരോ മനുഷ്യന്റെയും പ്രാതിനിധ്യം വഹിക്കുന്ന കഥാപാത്ര മാണത്. കഥാപാത്രം തന്നെ പ്രതീകാത്മകമായി മാറുന്ന അവസ്ഥ.

ഈ കൃതി മുന്നോട്ട് വയ്ക്കുന്ന ആശയതലം ഓരോ വ്യക്തിയെ സംബന്ധിച്ചും പ്രസക്തവും അനുഭവവേദ്യവുമായ അവസ്ഥാവിശേഷ മാണെന്ന് കാണാൻ സാധിക്കും.

ഏറ്റവും നിസ്സാരവും നികൃഷ്ടവുമായ ജീവി എന്ന തലത്തിൽ ഗണിക്ക പ്പെടുന്നവയാണ് ഷഡ്പദങ്ങൾ. ശബ്ദതാരാവലി പോലും അത്തരമൊരു അർത്ഥവും നിർവചനവും അതിന് നൽകുന്നു. മനുഷ്യൻ ഒരു ഷഡ്പദ ത്തിന്റെ അവസ്ഥയിലേക്ക് വന്നു പെടുന്നതിന്റെ ദൈന്യവും സങ്കടകരവു മായ ചിത്രമാണ് ആത്യന്തികമായി ഈ നോവൽ വരഞ്ഞിടുന്നത്. നിസ്സഹായതയുടെ പരമകാഷ്ഠയിലെത്തി നിൽക്കുന്ന കഥാപാത്രമാണ് നോവലിലെ നായകനായ രാമുണ്ണി. ഇത് ഉപരിതലസ്പർശിയായ തലം. മറിച്ച് ആന്തരികമായി വിലയിരുത്തുമ്പോൾ ആറ് വിഭിന്ന മാനങ്ങൾ പ്രമേയത്തിലും ആഖ്യാനത്തിലും ഒളിഞ്ഞു കിടക്കുന്നു. പരസ്പരവിഭിന്ന മായ അടരുകൾ ആറ് എണ്ണമാണ്. ഒരു ഷഡ്പദത്തിന്റെ കാലുകൾ പോലെ. അങ്ങനെ രണ്ട് വിഭിന്ന തലങ്ങളിൽ ശീർഷകം ഇതിവൃത്ത ത്തെയും നോവലിന്റെ രൂപശില്പത്തെ സംബന്ധിച്ചും പ്രസക്തവും സംഗതവുമാകുന്നു. എന്നാൽ ഈ ആറ് അടരുകൾക്കപ്പുറവും പ്രത്യ ഭിജ്ഞിന്നമായ ഏറെ വ്യാഖ്യാനങ്ങൾക്കും അർത്ഥതലങ്ങൾക്കും സാദ്ധ്യത തുറന്നിട്ടു കൊണ്ടാണ് കൃതി മുന്നോട്ട് പോകുന്നത്. കൂടുതൽ ആഴത്തിൽ അപഗ്രഥിക്കുമ്പോൾ ആദ്യവായനാശ്രമങ്ങളിൽ ഉരുത്തിരിഞ്ഞു വരാത്ത പല ഘടകങ്ങളും നോവലിന്റെ ഉൾതലങ്ങളിൽ ദൃശ്യമാവുന്നു. അനു വാചകർക്കും നിരൂപകർക്കും കൂടുതൽ വിശാലമായ പുതിയ വ്യാഖ്യാന സാധ്യതകൾ തുറന്നിട്ടു കൊണ്ടാണ് ഈ കൃതി നിൽക്കുന്നത്.

വിവിധ തലങ്ങളിലേക്ക് സംക്രമിക്കുന്ന ഇതിവൃത്തത്തെ ഇനി പറയും വിധം ഇഴകീറി അപഗ്രഥിക്കാം.

1. ലൈംഗികതയുടെ ആത്മീയമാനങ്ങൾ
2. ദൈവത്തിലെ മാനുഷികതയും മനുഷ്യനിലെ ദൈവികതയും
3. മനുഷ്യൻ മുഖം മാത്രമായി മാറുന്ന അവസ്ഥ. അവനിലെ ഞാൻ മുഖമായി ലഘൂകരിക്കപ്പെടുന്ന അവസ്ഥ
4. വിഗ്രഹവത്കരണം
5. വിപരീത ദിശയിലേക്കുള്ള-ജീവിതാവസ്ഥകളിലേക്കുള്ള- മനുഷ്യ മനോഭാവത്തിലെ പരിണാമങ്ങൾ-അക്കരപ്പച്ച
6. ഷഡ്പദങ്ങളെപോലെ അതീവ നിസ്സാരതയിലേക്കും ദൈന്യതയി ലേക്കുമുള്ള മനുഷ്യന്റെ പരിവർത്തനം

ആത്മീയതയെ സംബന്ധിച്ച വിഭിന്ന നിരീക്ഷണങ്ങളും ഏറെ പ്രസക്തമായി തോന്നി. കുടുംബത്തേക്കാൾ വലിയ ആത്മീയാനുഭവമുണ്ടോയെന്ന് ഒരു ഘട്ടത്തിൽ കഥാനായകൻ സ്വയം ചോദിക്കുന്നു. കൂടുമ്പോൾ ഇമ്പമുള്ളതെന്നാണ് കുടുംബം എന്ന പദം കൊണ്ട് അർത്ഥമാക്കുന്നത്. ഏത് ഔന്നത്യങ്ങളിൽ എത്തിയവനും അവസാന അഭയകേന്ദ്രം കുടുംബമാണ്. കുടുംബം നൽകുന്ന സമാധാനം അനുപമമാണ്. ഏത് ആത്മീയാനുഭവത്തിനും പകരം വയ്ക്കാവുന്ന ഒന്നായി കുടുംബം പരിണമിക്കുന്നു.

ആശയങ്ങൾ പ്രകടനപരമായി കഥാഗാത്രത്തിൽ മുഴച്ചു നിൽക്കും വിധം സന്നിവേശിപ്പിക്കാതെ, കഥയുടെ സുഗമമായ ഒഴുക്കിന് തടസ്സം സൃഷ്ടിക്കാതെ ആറ് വിഭിന്നതലങ്ങൾ ബ്ലൻഡ് ചെയ്യാൻ നോവലിസ്റ്റിന് കഴിഞ്ഞിട്ടുണ്ട്. കുറെക്കൂടി വ്യക്തമായി പറഞ്ഞാൽ അടരുകൾ പ്രമേയതലത്തിലും ആഖ്യാനതലത്തിലും ഇൻബിൽറ്റാണെന്ന് കാണാം. ഇതിവൃത്തത്തിന്റെ ആന്തരികതയിൽ നിലകൊള്ളുന്ന ഗൗരവപൂർണ്ണവും സങ്കീർണ്ണവുമായ വിഭിന്നമാനങ്ങളുടെ ഭാരം പേറാതെ തന്നെ കേവലം കഥാനുഗായിയായ അനുവാചകന് നോവൽ ആസ്വദിക്കാനും കഴിയും.

കൊല്ലം
23-3-18

www.ingramcontent.com/pod-product-compliance
Lightning Source LLC
LaVergne TN
LVHW060623051026
849519LV00002B/743
* 9 7 8 9 3 8 7 3 3 1 7 9 2 *